AF592668

अनुक्रमणिका
(CONTENTS)

EXCEL ENGLISH SPEAKING COURSE

इंग्रजीत बोलणं शिका...

INSTANT ENGLISH

अवघ्या पंधरा दिवसात फाडफाड
इंग्रजी बोलण्यासाठी सर्वात चांगले पुस्तक...

साहिल गुप्ता

वी एण्ड एस पब्लिशर्स

प्रकाशक

वी एण्ड एस पब्लिशर्स

F-2/16, अंसारी रोड, दरियागंज, नई दिल्ली-110002
☎ 23240026, 23240027, 23240028
✉ info@vspublishers.com • 🌐 www.vspublishers.com

Online Brandstore: amazon.in/vspublishers

क्षेत्रीय कार्यालय : हैदराबाद
5-1-707/1, ब्रिज भवन (सेन्ट्रल बैंक ऑफ इण्डिया लेन के पास)
बैंक स्ट्रीट, कोटी, हैदराबाद-500 095
☎ 040-24737290
✉ vspublishershyd@gmail.com

फ़ॉलो करें:

BUY OUR BOOKS FROM: AMAZON FLIPKART

ISBN 978-93-579423-6-2
नवीन संस्करण

मुद्रक : परम ऑफसेटर्स, ओखला, नई दिल्ली-110020

प्रकाशकाचे मनोगत

भारत एक मोठा खंडप्राय देश आहे, ज्यामध्ये प्रांतानुसार विविध भाषा बोलल्या जातात. एकीकडे उत्तर भारतामध्ये हिंदी भाषेचा उपयोग केला जातो, त्याचवेळी ईशान्य भारत आणि दक्षिणेकडच्या बऱ्याच राज्यांमध्ये हिंदी भाषेमध्ये संवाद साधणे अत्यंत अवघड अशी बाब आहे. इंग्रजी भाषेचं वैशिष्ट्य हे आहे की ही भाषा शिकून अभ्यासक केवळ भारतातील हिंदी भाषा फारशी प्रचलित नसलेल्या राज्यातच नव्हे तर जगभरातील कोणत्याही भागामध्ये लोकांशी संवाद करु शकतो.

व्ही ॲन्ड एस पब्लिशर्स ही संस्था गेल्या अनेक वर्षांपासून लोकोपयोगी, शैक्षणिक आणि आत्मविकास साधणारी पुस्तके प्रकाशित करीत आलेली आहे. बाजारामध्ये मराठी भाषेच्या माध्यमातून चांगली इंग्रजी शिकता येईल, अशा पुस्तकांचा अभाव लक्षात घेऊन आणि मराठी भाषकांच्या सततच्या मागणीमुळे आम्ही अनेक वर्ष शोध घेऊन 'एक्सेल इंग्लिश स्पिकिंग कोर्स' हे पुस्तक प्रकाशित केले होते, ज्याच्या लाखो प्रती कमी कालावधीत विकल्या गेल्या आहेत. या पुस्तकाचे आठ भाग आहेत. पुस्तकासोबतच एक मोफत सीडीही देण्यात आलेली आहे, ज्यामुळे अभ्यासकांना इंग्रजी भाषेचे योग्य उच्चारण कसे असावे हे समजावण्यात आलेले आहे. सहाशे पृष्ठांच्या या पुस्तकाची प्रत्येक स्तरावरच्या वाचकांनी भरभरुन प्रशंसा केलेली आहे. याच प्रतिसादाला लक्षात ठेवून आम्ही जे वाचक कमी वेळ आणि पैसे खर्च करु शकतात, अशांसाठी हे 'इंग्रजी बोलणं शिका/आता सरल इंग्रजीतच बोला...' हे पुस्तक प्रकाशित केले आहे.

प्रस्तुत पुस्तक 'इंग्रजी बोलणे शिका...' हे एक्सेल इंग्लिश स्पिकिंग कोर्स' या पुस्तकाचीच संक्षिप्त आवृत्ती आहे. परंतु या पुस्तकामध्ये विभागवार लेखन वगैर गोष्टी टाळल्या आहेत. पुस्तकामधील विषयांमध्ये क्रमशः अध्ययन–अध्यापन, मूळ व्याकरण, उपयोजित सोपे व्याकरण, सर्व प्रकारच्या घटना वा प्रसंगांवर आधारित काही वाक्ये, बोली भाषा आणि शेवटी इंग्रजी संवादांचा समावेश करण्यात आलेला आहे. संपूर्ण पुस्तकाचे संकलन अशाप्रकारे करण्यात आलेले आहे की, इंग्रजीतून बोलण्याची इच्छा असलेला कोणीही अभ्यासकाने जर पंधरा दिवस याचा अभ्यास केला तर त्याला तेवढ्या कालावधीतच फाडफाड इंग्रजी बोलता येईल.

आम्ही आमच्या प्रिय वाचकांना हेही सांगू इच्छितो की इंग्रजी भाषेमध्ये अत्यंत प्रभावी अशा शब्दांमध्ये साधण्यासाठी आपल्याला इंग्रजी व्याकरण जाणून घेणे अत्यंत आश्वयक आहे, विशेषतः यातील अनुच्चारित शब्दांचे ज्ञान आवश्यक आहे. इंग्रजी वाक्ये बोलताना आपल्या भावांचं प्रकटन होणंही अत्यंत आवश्यक आहे. आपल्याला इंग्रजी शब्दांचे पुरेसे ज्ञान असणेही आवश्यक आहे, जेणेकरुन संवाद चालू असताना आपल्याला कोणता तरी इंग्रजी शब्द माहिती नाही म्हणून आपले बोलणे मध्येच थांबणार नाही. या गोष्टीवर विचार करुन पुस्तकामध्ये जागोजागी 'स्मरणीय' या मथळ्याखाली अनेक सुचना दिल्या आहेत. आजज्या काळामध्ये आधुनिक समाजामध्ये आपले व्यक्तिमत्तव अजुनच रुबाबदार दिसण्यासाठी आणि आपला आत्मविश्वास वाढवण्यासाठी चांगल्ज्या पध्दतीने इंग्रजी बोलणे शिकणे आवश्यक आहे. हा एक गुण आपल्यामध्ये असलेल्या एका कौशल्याला एक नवी उंची प्राप्त करुन देऊ शकतो. या पुस्तकाची निवड करुन आपण या दिशेकडे एक महत्वपूर्ण पाऊल टाकलेले आहे, त्यासाठी आम्ही आपले अभिनंदन करीत आहोत.

वाचकांसाठी हे पुस्तक सोपे आणि सुयोग्य बनवण्यासाठी आम्ही यथाशक्ती प्रयत्न केला आहे. तरीही नजरचूकीने आमच्याकडून काही त्रुटी राहून गेली असल्यास आमची वाचकांना विनंती आहे की आपण या बाबतीत आम्हाला पत्र अथवा ईमेलद्वारे अवश्य कळवावे. हे पुस्तुक सर्व बाबींनी उपयुक्त व्हावे म्हणून आपण केलेल्या महत्वाच्या सूचनांची आम्ही आतुरतेने वाट पाहत आहोत.

इंग्रजी वर्णमाला
(ENGLISH ALPHABET)

भावना आणि विचार व्यक्त करण्यासाठी आवश्यक असलेले एक महत्त्वाचे माध्यम म्हणजे 'भाषा' होय. म्हणूनच कोणत्याही भाषेचे ज्ञान अर्जित करण्यासाठी संबंधित भाषेची वर्णमाला ज्ञात असणे अनिवार्य ठरते. वेगवेगळया भाषा पृथक लिप्यांच्या माध्यमांद्वारे लिहिल्या जातात. इंग्रजी भाषा 'रोमन लिपीत' लिहिली जाते, तद्वत् मराठी भाषा 'देवनागरी लिपीत' लिहिली जाते.

इंग्रजी वर्णमालेत A पासून Z पर्यंत 26 वर्ण असतात. त्यातील 5 अवूमस (स्वर) रूपात असतात, तर 21 Consonants (व्यंजन) रूपात असतात. इंग्रजी वर्णमालेतील Letters (वर्ण) दोन प्रकारे लिहिले जातात. मोठे अक्षर (कॅपिटल) उदा. A, B, C, D, E, F इत्यादी तर धाकटे अक्षर (स्मॉल) a, b, c, d, e, f, g इत्यादी.

Alphabets (वर्णमाला)

A/a	B/b	C/c	D/d	**E/e**	F/f	G/g	H/h	**I/i**
ए	बी	सी	डी	ई	एफ	जी	एच	आय
J/j	K/k	L/l	M/m	N/n	**O/o**	P/p	Q/q	R/r
जे	के	एल	एम	एन	ओ	पी	क्यू	आर
S/s	T/t	**U/u**	V/v	W/w	X/x	Y/y	Z/z	
एस	टी	यू	व्ही	डब्ल्यू	एक्स	वाय	झेड	

★ उपरोक्त वर्णमालेतील ठसठशीत Bold वर्ण (अक्षरे) Vowel (स्वर) रूपात असून अन्य सर्व वर्ण Consonants (व्यंजन) रूपात असतात.

Remember (स्मरण असू द्या) :

★ English (इंग्रजी भाषा) रोमन लिपीत लिहिली जाते.

★ इंग्रजी वर्णमालेत 26 Letters वर्ण असतात. त्यातील 4 Vowel (स्वर) रूपात असतात, तर 21 Consonants (व्यंजन) रूपात असतात.

Capital Letters and Small Letters (इंग्रजीतील मोठे अक्षर आणि धाकटे अक्षर)

मराठी भाषा देवनागरी लिपीत लिहिली जाते. त्या भाषेतील लिपीत 52 वर्ण आहेत. देवनागरी लिपीमुळे संभाषणात उच्चारण जसे होते, तसे वर्ण लिहिले जातात; परंतु English (इंग्रजी) भाषेत केवळ 26 Letters वर्ण असतात, परिणामी संभाषणात उच्चारण जसे होते, तेव्हा सर्वच वर्ण उपयुक्त होतात असे नाही.

इंग्रजीतील वर्ण मुद्रणासाठी वेगळया आणि लिहिण्यासाठी वेगळया पद्धतीने वापरले जातात. त्यामुळे English (इंग्रजी) मध्ये Letters (वर्ण) दोन प्रकारांचे स्वीकारले जातात.

1. Capital Letters (मोठी अक्षरेद्ध आणि)
2. Small Letters (धाकटी अक्षरे)

1. Capital Letters मुद्रणासाठी मोठी अक्षरे

A B C D E F G H I J

K L M N O P Q R

S T U V W X Y Z

2. Small Letters मुद्रणासाठी धाकटी अक्षरे

a b c d e f g h i j

k l m n o p q r s t

u v w x y z

Remember (स्मरण असू द्या)

- ★ English (इंग्रजी) भाषेतील Small letters (धाकटी अक्षरे – Lower case) मधील b, d, h, k आणि t वर्ण हे वर दाखविलेल्या चार रेखांपैकी वरील बाजूस असलेल्या तीन रेखांच्या मधोमध लिहिले जातात.
- ★ English (इंग्रजी) भाषेतील Small letters (धाकटी अक्षरे – Lower case) मधील केवळ f आणि p वर्ण हे वर दाखविलेल्या चार रेखांच्या मधोमध लिहिले जातात.
- ★ English (इंग्रजी) भाषेतील Small letters (धाकटी अक्षरे – Lower case) मधील g, j, q, k आणि y वर्ण हे वर दाखविलेल्या चार रेखांपैकी खालील बाजूस असलेल्या तीन रेखांच्या मधोमध लिहिले जातात.
- ★ English (इंग्रजी) भाषेतील Small letters (धाकटी अक्षरे – Lower case) मधील उर्वरित सर्व 14 वर्ण a, c, e, i, m, n, o, r, s, u, v, w, x आणि z वर्ण हे वर दाखविलेल्या चार रेखांपैकी दोन रेखांच्या मधोमध लिहिले जातात.

English (इंग्रजी) भाषा रोमन लिपीत लिहिली जाते, त्यामुळे लेखनावेळी त्या वर्णातील अक्षराचा आकार लांब किंवा रूंद होऊ शकतो. सातत्याने प्रयत्न केल्यास लेखनात सुधारणा येऊ शकते. अशी सुधारणा व्हावी म्हणून आरंभी चार रेखांची वही घेऊन त्यातील रेखांच्या आधारे लेखनासाठीचा अभ्यास केला गेला पाहिजे. अशा प्रयत्नांनंतरच एक रेखा असलेल्या वहीवर अक्षरलेखन सुरेख होऊ लागते.

आधुनिक जीवनशैलीतील English (इंग्रजी) भाषेत लेखन करण्यासाठी तीव्र गतीतील (Cursive – कर्सिव्ह) अक्षरलेखन करण्याची पद्धत स्वीकारली जाते. प्रत्येक विद्यालयात विद्यार्थ्यांना तीव्र गतीतील (Cursive – कर्सिव्ह) अक्षरलेखन करण्याची संधी दिली जाते.

Cursive Letters in English (इंग्रजी भाषेत लेखन करण्यासाठी तीव्र गतीतील (Cursive–कर्सिव्ह) अक्षरलेखन)

a b c d e f g h i j

k l m n o p q r s

t u v w x y z

Remember (स्मरण असू द्या)

★ पुढील Letters (अक्षरे) उच्चारणात सामान्यतः समानता बाळगतात.

ऐ sound	b sound	ए sound	आय sound	ओ sound	यू sound	आर sound	ज sound
A	B	F	I	O	Q	R	Z
H	C	L	Y		U		
J	D	M			W		
K	E	N					
	G	S					
	P	X					
	T						
	V						

Use of Capital Letters (मोठी अक्षरे – **Upper case** चे उपयोजन)

आपण सर्वजण सार्थपणे जाणताच की इंग्रजी वर्णमालेत A पासून Z पर्यंत 26 वर्ण असतात आणि English (इंग्रजी) मध्ये Letters (वर्ण) दोन प्रकारांचे स्वीकारले जातात. ह्या पार्श्वभूमीवर ह्या वर्णांचा उपयोग कधी व कोणत्या पद्धतीने केला जातो याविषयीची माहिती घेणे आवश्यक होय. असे होण्याचे कारण असे की, Capital letters च्या स्थळी Small letters आणि Small letters च्या स्थळी Capital letters इंग्रजी भाषेचे आकलन दुषित होत जाते.

Rules of Writing Capital Letters (मोठी अक्षरे – **Upper case** चे उपयोजन करण्यासाठीचे नियम)

☞ English (इंग्रजी) भाषेतील सर्व वाक्यांचा आरंभ Capital letter us होतो, उदाहरणार्थ : Mohan is a good boy. He is well-known for his sincerity. Ravi always reaches school on time. He respects his parents. His behaviour impresses everybody.

☞ English (इंग्रजी) भाषेतील सर्व Proper nouns (विशेषनामांचा) आरंभ Capital letter us होतो, उदाहरणार्थ Tarun, Delhi, India Gate, Radha.

☞ आपण English (इंग्रजी) भाषेत जर कविता लिहित आहात, तर त्या कवितेच्या प्रत्येक चरणाचा आरंभ Capital letter us होतो, उदाहरणार्थ :

"Humpty Dumpty sat on a wall
Humpty Dumpty had a great fall
All the king's horses and all the king's men
Couldn't put Humpty together again."

☞ कोणत्याही धार्मिक वा अन्य साहित्यकृतीचे, पाठाचे शीर्षक असेल तर त्या शीर्षकाचे प्रथम अक्षर Capital letter असायला हवे, उदाहरणार्थ :

(a) The Ramayan is a holy book of the Hindus.
(b) I have read the lesson 'Tense' in my grammar book.

☞ English (इंग्रजी) भाषेत परमेश्वराच्या नावाचा उल्लेख करीत असताना, तसेच त्याच्या संदर्भात Pronoun (सर्वनामा) चा उल्लेख करीत असताना त्या शब्दाचे आद्याक्षर Capital letter असायला हवे, उदाहरणार्थ :

(a) The God is everywhere.
(b) He forgives us for our sins and He rewards us for our good deeds.

☞ English (इंग्रजी) भाषेतील Pronoun (सर्वनाम) 'I' चे तसेच Interjection (केवलप्रयोगी अव्यय) 'O' चे उपयोजन नेहमी Capital letter च्या अक्षर–रूपातच असायला हवे, उदाहरणार्थ :

(a) My friend asked me if I was alright.
(b) O God! Always give me your blessings.

☞ English (इंग्रजी) भाषेत दिवसांची व मासांची (महिन्यांची) नावे लिहिली जात असताना त्यांचे आद्याक्षर Capital letter असायला हवे, उदाहरणार्थ :

Sunday, Monday, Tuesday, Wednesday, Thursday, Friday, Saturday, January, February, March, April, May, June, July, August, September, October, November, December.

(a) He will go to Paris in the month of November.
(b) My school remains closed on Sunday.

- ☞ English (इंग्रजी) भाषेत Academic qualification, Degrees (शैक्षणिक अर्हता, पदवी) तसेच Designation (उच्च स्तरांवरलीपदे) ह्यांच्या संदर्भात जे त्यांचे संक्षेप केले जातात, त्यावेळी त्या शैक्षणिक अर्हतेचे व पदवीचे आद्याक्षर Capital letter असायला हवे, उदाहरणार्थ :
  B.A., M.A., L.L.B., M.Com., M.B.A. (शैक्षणिक अर्हतेची पदवी)
  M.L.A., M.P., P.M., C.M., D.M., S.P. (उच्च स्तरांवरली पदे)
  Ashoka the Great, Your Majesty, Your Honour
  Bharat Ratna, Khel Ratna, Padma Vibhushan
- ☞ Political Parties (राजकीय पक्ष) तसेच Sects (संप्रदाय) च्या नामाचे आद्याक्षर Capital letter असायला हवे, उदाहरणार्थ :
  (a) Bhartiya Janta Party, Indian National Congress
  (b) The Buddhism was introduced by Gautam Buddh
  (c) The Republicans and Communists joined their hands together.
- ☞ Personified objects (मानवकृत प्रतिमांची नावे), च्या नामाचे आद्याक्षर Capital letter असायला हवे, उदाहरणार्थ :
  (a) O Grief! Make me strong enough to bear you.
  (b) O Happiness! I am your slave.
- ☞ कोणतेही Book, (पुस्तक), Scripture (धर्मग्रंथ) किंवा त्यातील Chapter (अध्यायाचे), Subject (प्रकरणाचे), Lesson (धड्याचे), Teaching (पाठाचे) पहिल्या वर्णाचे आद्याक्षर Capital letter असायला हवे, असे असले तरी त्यातील Preposition (शब्दयोगी अव्यय), Article (संकेतार्थ उपपद) आणि Conjunction (उभयान्वयी अव्यय) इत्यादी मात्र Small letters (धाकटी अक्षरे – Lower case) मध्येच हवीत, उदाहरणार्थ :
  (a) A Bend in the River
  (b) A Brush with Life
  (c) Accession to Extinction
  ह्या वाक्यांतील in, with, to इत्यादी Small letters (धाकटी अक्षरे – Lower case) ने आरंभ झाली आहेत.
- ☞ Newspapers (वृत्तपत्रे), Mountains (पर्वत), Monuments (स्मारके), Scriptures (धर्मग्रंथ), Historical buildings (ऐतिहासिक बांधकामे), Rivers (नद्या) तसेच Oceans (महासागर) इत्यादींच्या नामातील पहिल्या वर्णाचे आद्याक्षर Capital letter असायला हवे, उदाहरणार्थ :
  The Times of India, The Himalayas, The India Gate, The Geeta, The Lal Quila, The Ganga, The Indian Ocean
- ☞ प्रत्येक Religious and national festivities (धार्मिक तसेच राष्ट्रीय सण) आणि Historical events (ऐतिहासिक घटनां)शी संबंधित नावांचे आद्याक्षर Capital letter (Upper case) असायला हवे, उदाहरणार्थ :
  Holi, Diwali, Republic Day, Children's Day, Mother's Day, The First World War, The Kargil War.
- ☞ Firms and Industries (व्यावसायिक संस्थांच्या, उत्पादन व्यवसाय करणाऱ्या उद्यमांच्या) तसेच इतरांच्या नावांचे आद्याक्षर
  The Reliance India, The Hindustan Liver Ltd., The Sahara India, The Aditya Birla Group, The Mahindra and Mahindra, The Cadbury India
- ☞ Exclamations (उद्गारवाचक चिह्न) देण्यापूर्वीच विस्मय प्रकट करणारा शब्द वाक्याच्या आरंभी येतो. तो देऊन
- ☞ झाल्यानंतरच्या वाक्यारंभी आद्याक्षर Capital letter असायला हवे, उदाहरणार्थ :
  (a) Oh! It's too hot.
  (b) O God! Always give me your blessings.
  (c) Hurrah! I have won the match.
  (d) Well done! Keep it up.
- ☞ जेव्हा Common Noun (सामान्य नाम), Proper Noun (विशेषनाम) चा गौरव इत्यादी करण्यासाठी लिहिले जाते, त्यावेळी संबंधित Common Noun (सामान्य नाम) चे आद्याक्षर Capital letter (Upper case) असायला हवे, उदाहरणार्थ :
- ☞ जेव्हा National Agencies (राष्ट्रीय संस्था), Government Bodies (शासकीय संस्था), Universities (विश्वविद्यालये) इत्यादींची नावे लिहायची असतात, त्यावेळी त्या नावांचे आद्याक्षर Capital letter असायला हवे, उदाहरणार्थ :
  Delhi Metro Rail Corp Ltd., Central Bank of India, Life Insurance of India (L.I.C.), Delhi University.

☞ ज्यावेळी Compass points (दिशादर्शक नामे) लिहायची असतात, त्यावेळी त्या नावांचे आद्याक्षर Capital letter असायला हवे, उदाहरणार्थ :

Left East, Back West, Up North, Down South

ज्यावेळी Seasons (ऋतू), Historical events (वैश्विक ऐतिहासिक घटना–चक्र), तसेच and Calendar references (दिनदर्शिके) शी संबंधित नोंदी करावयाच्या असतात, त्यावेळी त्या नोंदींच्या नावांचे आद्याक्षर Capital letter असायला हवे, उदाहरणार्थ :

The Christmas Night, Stone Age, World War I.

☞ ज्यावेळी Ethnic terms (मानववंशीय संज्ञां) शी संबंधित नोंदी करावयाच्या असतात, त्यावेळी त्या नोंदींच्या नावांचे आद्याक्षर Capital letter असायला हवे, उदाहरणार्थ :

Indian, Asian, Native American, African.

☞ ज्यावेळी Words with letters and numbers (गणनाविषयक वर्ण आणि संख्यादर्शक संज्ञां) शी संबंधित नोंदी करावयाच्या असतात, त्यावेळी त्या नोंदींच्या नावांचे आद्याक्षर Capital letter असायला हवे, उदाहरणार्थ :

Volume III, A.D. 5000, Gate No. 7, Room No. 12.

Remember (स्मरण असू द्या)

इंग्रजी भाषेत लेखन करीत असताना परमेश्वराशी संबंधित नामाचे व त्याच्या सर्वनामाचे, नावाचे, पदवीचे, पदाचे, धार्मिक पुस्तकाचे, अध्यायाचे, प्रकरणाचे, धड्याचे, पाठाचे, कवितेच्या चरणातील प्रथम वर्णाचे, शीर्षकाचे, काही स्थळी शब्दाचे व वाक्याचे आद्याक्षर Capital letter लिहिले जाते.

Word Knowledge related to Letters (वर्णाद्वारे शब्दविषयक ज्ञान)

वर्ण	शब्द	उच्चारण	मराठी अर्थ	वर्ण	शब्द	उच्चारण	मराठी अर्थ
A	Aeroplane	ऍरोप्लेन	विमान	N	Nest	नेस्ट	घरटे
B	Bat	बॅट	बॅट	O	Orange	ऑरेंज	संत्रे
C	Car	कार	कार	P	Pen	पेन्	लेखणी
D	Doll	डॉल	बाहुली	Q	Queen	क्वीन	राणी / राज्ञी
E	Elephant	एलिफंट	हत्ती	R	Rat	रॅट	मुषक / उंदीर
F	Fan	फॅन	पंखा / चाहता	S	Swan	स्वॉन	राजहंस
G	Gun	गन	बंदूक / पिस्तुल	T	Tiger	टायगर	वाघ
H	Hen	हेन्	कोंबडी	U	Umbrella	अम्ब्रेला	छत्री
I	Inkpot	इंकपॉट	दऊत	V	Van	व्हॅन	बंदिस्त वाहन
J	Jug	जग्	जलपात्र	W	Woman	वुमन	नारी / महिला
K	King	किंग	राजा	X	X-ray	एक्स–रे	एक्स–रे
L	Lion	लायन	सिंह	Y	Yellow	येल्लो	पिवळा
M	Monkey	मंकी	वानर / माकड	Z	Zebra	जेब्रा	झेब्रा

Qualitative Sound of Capital-Small Letters of English with Hindi Vowel and Consonatnt Letters (इंग्रजीतील मोठ्या आणि धाकट्या वर्णांचा मराठी वर्णमालेतील स्वरांशी व व्यंजनांशी असलेले गुणात्मक ध्वनिपरिवर्तन)

मोठा वर्ण	धाकटा वर्ण	उच्चारण	गुणात्मक ध्वनि	मोठा वर्ण	धाकटा वर्ण	उच्चारण	गुणात्मक ध्वनि
A	a	ए	अ, आ, एइ ऑः	N	n	एन्	न्, ण्
B	b	बी	ब	O	o	ओ	ऑ, ऑइ, आउ
C	c	सी	क्, स्	P	p	पी	प्
D	d	डी	ड्, द्	Q	q	क्यु	क्
E	e	ई	इ, ए	R	r	आर्	र्
F	f	एफ्	फ्	S	s	एस	स्, ज्
G	g	जी	ग्, ज्	T	t	टी	ट्, त्
H	h	एच्	ह	U	u	यू	अ, उ, यु
I	i	आय्	ई, आय्	V	v	व्ही	व्, व्ह
J	j	जे	ज्	W	w	डब्ल्यू	व्
K	k	के	क्	X	x	एक्स	क्स, क्ष
L	l	एल्	ल्	Y	y	वाय्	इ, य्
M	m	एम्	म्	Z	z	झेड	ज्, झ्

Pronunciation Knowledge Based on Vowel and Consonant (स्वरांच्या आणि व्यंजनांच्या आधारे मराठी बाराखडीतील उच्चारणपद्धती)

क	का	कि	की	कु	कू	के	कै	को	कौ	कं	कः
Ka	Kaa	Ki	Kee	Ku	Koo	Ke	Kai	Ko	Kau	Kan	Kah
ख	खा	खि	खी	खु	खू	खे	खै	खो	खौ	खं	खः
Kha	Khaa	Khi	Khee	Khu	Khoo	Khe	Khai	Kho	Khau	Khan	Khah
ग	गा	गि	गी	गु	गू	गे	गै	गो	गौ	गं	गः
Ga	Gaa	Gi	Gee	Gu	Goo	Ge	Gai	Go	Gau	Gan	Gah
घ	घा	घि	घी	घु	घू	घे	घै	घो	घौ	घं	घः
Gha	Ghaa	Ghi	Ghee	Ghu	Ghoo	Ghe	Ghai	Gho	Ghau	Ghan	Ghah
च	चा	चि	ची	चु	चू	चे	चै	चो	चौ	चं	चः
Cha	Chaa	Chi	Chee	Chu	Choo	Che	Chai	Cho	Chau	Chan	Chah
छ	छा	छि	छी	छु	छू	छे	छै	छो	छौ	छं	छः
Chha	Chhaa	Chhi	Chhee	Chhu	Chhoo	Chhe	Chhai	Chho	Chhau	Chhan	Chhah
ज	जा	जि	जी	जु	जू	जे	जै	जो	जौ	जं	जः
Ja	Jaa	Ji	Jee	Ju	Joo	Je	Jai	Jo	Jau	Jan	Jah
झ	झा	झि	झी	झु	झू	झे	झै	झो	झौ	झं	झः
Jha	Jhaa	Jhi	Jhee	Jhu	Jhoo	Jhe	Jhai	Jho	Jhau	Jhan	Jhah
ट	टा	टि	टी	टु	टू	टे	टै	टो	टौ	टं	टः
Ta	Taa	Ti	Tee	Tu	Too	Te	Tai	To	Tau	Tan	Tah
ठ	ठा	ठि	ठी	ठु	ठू	ठे	ठै	ठो	ठौ	ठं	ठः
Tha	Thaa	Thi	Thee	Thu	Thoo	The	Thai	Tho	Thau	Than	Thah

ड	डा	डि	डी	डु	डू	डे	डै	डो	डौ	डं	डः
Da	Daa	Di	Dee	Du	Doo	De	Dai	Do	Dau	Dan	Dah
ढ	ढा	ढि	ढी	ढु	ढू	ढे	ढै	ढो	ढौ	ढं	ढः
Dha	Dhaa	Dhi	Dhee	Dhu	Dhoo	Dhe	Dhai	Dho	Dhau	Dhan	Dhah
ण	णा	णि	णी	णु	णू	णे	णै	णो	णौ	णं	णाः
Na	Naa	Ni	Nee	Nu	Noo	Ne	Nai	No	Nau	Nan	Nah
त	ता	ति	ती	तु	तू	ते	तै	तो	तौ	तं	तः
Ta	Taa	Ti	Tee	Tu	Too	Te	Tai	To	Tau	Tan	Tah
थ	था	थि	थी	थु	थू	थे	थै	थो	थौ	थं	थः
Tha	Thaa	Thi	Thee	Thu	Thoo	The	Thai	Tho	Thau	Than	Thah
द	दा	दि	दी	दु	दू	दे	दै	दो	दौ	दं	दः
Da	Daa	Di	Dee	Du	Doo	De	Dai	Do	Dau	Dan	Dah
ध	धा	धि	धी	धु	धू	धे	धै	धो	धौ	धं	धः
Dha	Dhaa	Dhi	Dhee	Dhu	Dhoo	Dhe	Dhai	Dho	Dhau	Dhan	Dhah
न	ना	नि	नी	नु	नू	ने	नै	नो	नौ	नं	नः
Na	Naa	Ni	Nee	Nu	Noo	Ne	Nai	No	Nau	Nan	Nah
प	पा	पि	पी	पु	पू	पे	पै	पो	पौ	पं	पः
Pa	Paa	Pi	Pee	Pu	Poo	Pe	Pai	Po	Pau	Pan	Pah
पफ	पफा	पिफ	पफी	पफु	पफू	पफे	पफै	पफो	पफौ	पफं	पफः
Pha	Phaa	Phi	Phee	Phu	Phoo	Phe	Phai	Pho	Phau	Phan	Phah
ब	बा	बि	बी	बु	बू	बे	बै	बो	बौ	बं	बः
Ba	Baa	Bi	Bee	Bu	Boo	Be	Bai	Bo	Bau	Ban	Bah
भ	भा	भि	भी	भु	भू	भे	भै	भो	भौ	भं	भः
Bha	Bhaa	Bhi	Bhee	Bhu	Bhoo	Bhe	Bhai	Bho	Bhau	Bhan	Bhah
म	मा	मि	मी	मु	मू	मे	मै	मो	मौ	मं	मः
Ma	Maa	Mi	Mee	Mu	Moo	Me	Mai	Mo	Mau	Man	Mah
य	या	यि	यी	यु	यू	ये	यै	यो	यौ	यं	यः
Ya	Yaa	Yi	Yee	Yu	Yoo	Ye	Yai	Yo	Yau	Yan	Yah
र	रा	रि	री	रु	रू	रे	रै	रो	रौ	रं	रः
Ra	Raa	Ri	Ree	Ru	Roo	Re	Rai	Ro	Rau	Ran	Rah
ल	ला	लि	ली	लु	लू	ले	लै	लो	लौ	लं	लः
La	Laa	Li	Lee	Lu	Loo	Le	Lai	Lo	Lau	Lan	Lah
व	वा	वि	वी	वु	वू	वे	वै	वो	वौ	वं	वः
Va	Vaa	Vi	Vee	Vu	Voo	Ve	Vai	Vo	Vau	Van	Vah
श	शा	शि	शी	शु	शू	शे	शै	शो	शौ	शं	शः
Sha	Shaa	Shi	Shee	Shu	Shoo	She	Shai	Sho	Shau	Shan	Shah
ष	षा	षि	षी	षु	षू	षे	षै	षो	षौ	षं	षः
Sha	Shaa	Shi	Shee	Shu	Shoo	She	Shai	Sho	Shau	Shan	Shah
स	सा	सि	सी	सु	सू	से	सै	सो	सौ	सं	सः
Sa	Saa	Si	See	Su	Soo	Se	Sai	So	Sau	San	Sah

ह	हा	हि	ही	हु	हू	हे	है	हो	हौ	हं	हः
Ha	Haa	Hi	Hee	Hu	Hoo	He	Hai	Ho	Hau	Han	Hah
क्ष	क्षा	क्षि	क्षी	क्षु	क्षू	क्षे	क्षै	क्षो	क्षौ	क्षं	क्षः
Ksha	Kshaa	Kshi	Kshee	Kshu	Kshoo	Kshe	Kshai	Ksho	Kshau	Kshan	Kshah
त्र	त्रा	त्रि	त्री	त्रु	त्रू	त्रे	त्रै	त्रो	त्रौ	त्रं	त्रः
Tra	Traa	Tri	Tree	Tru	Troo	Tre	Trai	Tro	Trau	Tran	Trah
ज्ञ	ज्ञा	ज्ञि	ज्ञी	ज्ञु	ज्ञू	ज्ञे	ज्ञै	ज्ञो	ज्ञौ	ज्ञं	ज्ञः
Gya	Gyaa	Gyi	Gyee	Gyu	Gyoo	Gye	Gyai	Gyo	Gyau	Gyan	Gyah

Numbers (गिनती)

अर्थ	इंग्रजी लिपी	उच्चारण	इंग्रजी संख्यांक	रोमन संख्यांक	मराठी संख्यांक
शून्य	Zero	झिरो	0	0	०
एक	One	वन्	1	I	१
दोन	Two	टू	2	II	२
तीन	Three	थ्री	3	III	३
चार	Four	फोर	4	IV	४
पाच	Five	फाईव्ह	5	V	५
सहा	Six	सिक्स	6	VI	६
सात	Seven	सेव्हन	7	VII	७
आठ	Eight	एट	8	VIII	८
नऊ	Nine	नाईन	9	IX	९
दहा	Ten	टेन	10	X	१०
अकरा	Eleven	इलेव्हन	11	XI	११
बारा	Twelve	ट्वेल्व्ह	12	XII	१२
तेरा	Thirteen	थर्टीन	13	XIII	१३
चौदा	Fourteen	फोर्टीन	14	XIV	१४
पंधरा	Fifteen	फिफ्टीन	15	XV	१५
सोळा	Sixteen	सिक्सटीन	16	XVI	१६
सतरा	Seventeen	सेव्हनटीन	17	XVII	१७
अठरा	Eighteen	एटीन	18	XVIII	१८
एकोणीस	Nineteen	नाईनटीन	19	XIX	१९
वीस	Twenty	ट्वेण्टी	20	XX	२०
एकवीस	Twenty one	ट्वेण्टी वन	21	XXI	२१
बावीस	Twenty two	ट्वेण्टी टू	22	XXII	२२
तेवीस	Twenty three	ट्वेण्टी थ्री	23	XXIII	२३
चोवीस	Twenty four	ट्वेण्टी फोर	24	XXIV	२४
पंचवीस	Twenty five	ट्वेण्टी फाईव्ह	25	XXV	२५
सव्वीस	Twenty six	ट्वेण्टी सिक्स	26	XXVI	२६
सत्तावीस	Twenty seven	ट्वेण्टी सेव्हन	27	XXVII	२७
अठ्ठावीस	Twenty eight	ट्वेण्टी एट	28	XXVIII	२८

एकोणतीस	Twenty nine	ट्वेण्टी नाईन	29	XXIX	२९
तीस	Thirty	थर्टी	30	XXX	३०
एकतीस	Thirty one	थर्टी वन	31	XXXI	३१
बत्तीस	Thirty two	थर्टी टू	32	XXXII	३२
तेत्तीस	Thirty three	थर्टी थ्री	33	XXXIII	३३
चौतीस	Thirty four	थर्टी फोर	34	XXXIV	३४
पस्तीस	Thirty five	थर्टी फाईव्ह	35	XXXV	३५
छत्तीस	Thirty six	थर्टी सिक्स	36	XXXVI	३६
सदतीस	Thirty seven	थर्टी सेव्हन	37	XXXVII	३७
अडतीस	Thirty eight	थर्टी एट	38	XXXVIII	३८
एकुणचाळीस	Thirty nine	थर्टी नाईन	39	XXXIX	३९
चाळीस	Forty	फोर्टी	40	XL	४०
एक्केचाळीस	Forty one	फोर्टी वन	41	XLI	४१
बेचाळीस	Forty two	फोर्टी टू	42	XLII	४२
त्रेचाळीस	Forty three	फोर्टी थ्री	43	XLIII	४३
चव्वेचाळीस	Forty four	फोर्टी फोर	44	XLIV	४४
पंचेचाळीस	Forty five	फोर्टी फाईव्ह	45	XLV	४५
शेहेचाळीस	Forty six	फोर्टी सिक्स	46	XLVI	४६
सत्तेचाळीस	Forty seven	फोर्टी सेव्हन	47	XLVII	४७
अठ्ठेचाळीस	Forty eight	फोर्टी एट	48	XLVIII	४८
एकुणपन्नास	Forty nine	फोर्टी नाईन	49	XLIX	४९
पन्नास	Fifty	फिफ्टी	50	L	५०
एकावन्न	Fifty one	फिफ्टी वन	51	LI	५१
बावन्न	Fifty two	फिफ्टी टू	52	LII	५२
त्रेपन्न	Fifty three	फिफ्टी थ्री	53	LIII	५३
चौपन्न	Fifty four	फिफ्टी फोर	54	LIV	५४
पंचावन्न	Fifty five	फिफ्टी फाईव्ह	55	LV	५५
छपन्न	Fifty six	फिफ्टी सिक्स	56	LVI	५६
सत्तावन्न	Fifty seven	फिफ्टी सेव्हन	57	LVII	५७
अठ्ठावन्न	Fifty eight	फिफ्टी एट	58	LVIII	५८
एकोणसाठ	Fifty nine	फिफ्टी नाईन	59	LIX	५९
साठ	Sixty	सिक्सटी	60	LX	६०
एकसष्ट	Sixty one	सिक्सटी वन	61	LXI	६१
बासष्ट	Sixty two	सिक्सटी टू	62	LXII	६२
त्रेसष्ट	Sixty three	सिक्सटी थ्री	63	LXIII	६३
चौसष्ट	Sixty four	सिक्सटी फोर	64	LXIV	६४
पासष्ट	Sixty five	सिक्सटी फाईव्ह	65	LXV	६५
सहासष्ट	Sixty six	सिक्सटी सिक्स	66	LXVI	६६
सदुसष्ट	Sixty seven	सिक्सटी सेव्हन	67	LXVII	६७
अडुसष्ट	Sixty eight	सिक्सटी एट	68	LXVIII	६८

एकूणसत्तर	Sixty nine	सिक्सटी नाईन	69	LXIX	६९
सत्तर	Seventy	सेव्हण्टी	70	LXX	७०
एकाहत्तर	Seventy one	सेव्हण्टी वन	71	LXXI	७१
बहात्तर	Seventy two	सेव्हण्टी टू	72	LXXII	७२
त्र्याहत्तर	Seventy three	सेव्हण्टी थ्री	73	LXXIII	७३
चौऱ्याहत्तर	Seventy four	सेव्हण्टी फोर	74	LXXIV	७४
पंचाहत्तर	Seventy five	सेव्हण्टी फाईव्ह	75	LXXV	७५
श्याहत्तर	Seventy six	सेव्हण्टी सिक्स	76	LXXVI	७६
सत्त्यात्तर	Seventy seven	सेव्हण्टी सेव्हन	77	LXXVII	७७
अठ्ठ्यात्तर	Seventy eight	सेव्हण्टी एट	78	LXXIII	७८
एकुणऐंशी	Seventy nine	सेव्हण्टी नाईन	79	LXXIX	७९
ऐंशी	Eighty	एटी	80	LXXX	८०
ऐक्याऐंशी	Eighty one	एटी वन	81	LXXXI	८१
ब्याऐंशी	Eighty two	एटी टू	82	LXXXII	८२
त्र्याऐंशी	Eighty three	एटी थ्री	83	LXXXIII	८३
चौऱ्याऐंशी	Eighty four	एटी फोर	84	LXXXIV	८४
पंचाऐंशी	Eighty five	एटी फाईव्ह	85	LXXXV	८५
श्याऐंशी	Eighty six	एटी सिक्स	86	LXXXVI	८६
सत्त्याऐंशी	Eighty seven	एटी सेव्हन	87	LXXXVII	८७
अठ्ठ्याऐंशी	Eighty eight	एटी एट	88	LXXXVIII	८८
एकुणनव्वद	Eighty nine	एटी नाईन	89	LXXXIX	८९
नव्वद	Ninety	नाईण्टी	90	XC	९०
एक्क्याण्णव	Ninety one	नाईण्टी वन	91	XCI	९१
ब्याण्णव	Ninety two	नाईण्टी टू	92	XCII	९२
त्र्याण्णव	Ninety three	नाईण्टी थ्री	93	XCIII	९३
चौऱ्याण्णव	Ninety four	नाईण्टी फोर	94	XCIV	९४
पंचाण्णव	Ninety five	नाईण्टी फाईव्ह	95	XCV	९५
श्याण्णव	Ninety six	नाईण्टी सिक्स	96	XCVI	९६
सत्त्याण्णव	Ninety seven	नाईण्टी सेव्हन	97	XCVII	९७
अठ्ठ्याण्णव	Ninety eight	नाईण्टी एट	98	XCVIII	९८
नव्व्याण्णव	Ninety nine	नाईण्टी नाईन	99	XCIX	९९
शंभर	Hundred	हण्ड्रेड	100	C	१००
दोनशे	Two hundred	टू हण्ड्रेड	200	CC	२००
तीनशे	Three hundred	थ्री हण्ड्रेड	300	CCC	३००
चारशे	Four hundred	फोर हण्ड्रेड	400	CD	४००
पाचशे	Five hundred	फाईव्ह हण्ड्रेड	500	D	५००
सहाशे	Six hundred	सिक्स हण्ड्रेड	600	DC	६००
सातशे	Seven hundred	सेव्हन हण्ड्रेड	700	DCC	७००

आठशे	Eight hundred	एट हण्ड्रेड	800	DCCC	८००
नऊशे	Nine hundred	नाईन हण्ड्रेड	900	CM	९००
एक सहस्र	Thousand	वन् थाउजण्ड	1,000	M	१,०००
एक लक्ष	Lakh	वन् लॅक	10,000	सिग्नल नाही	१,००,०००
दशलक्ष	Ten Lakh	टेन् लॅक	10,00,000	सिग्नल नाही	१०,००,०००
एक कोटी	Crore	वन् क्रोर	1,00,00,000	सिग्नल नाही	१,००,००,०००

Ordinal Counting (संख्याक्रम गणना)

इंग्रजी शब्द	संख्यांक	उच्चारण	मराठी अर्थ
First	(1st)	फर्स्ट	पहिला, पहिली / प्रथम
Second	(2nd)	सेकण्ड	दुसरा, दुसरी / द्वितीय
Third	(3rd)	थर्ड	तिसरा, तिसरी / तृतीय
Fourth	(4th)	फोर्थ	चौथा, चौथी / चतुर्थ
Fifth	(5th)	फिफ्थ	पाचवा पाचवी / पंचम
Sixth	(6th)	सिक्स्थ	सहावा, सहावी / षष्ठ
Seventh	(7th)	सेव्हन्थ	सातवा, सातवी / सप्तम्
Eighth	(8th)	एःटथ्	आठवा, आठवी / अष्टम्
Ninth	(9th)	नाईन्थ	नववा, नववी / नवम्
Tenth	(10th)	टेन्थ	दहावा, दहावी / दशम्
Fourteenth	(14th)	फोर्टीन्थ	चौदावा,चौदावी / चतुर्दश
Seventy Eighth	(78th)	सेव्हण्टी एटथ्	अठ्ठ्याहत्तर, अठ्ठ्याहत्तरावी
Hundredth	(100th)	हण्ड्रैड्थ	शंभरावा, शंभरावी / शतशः

Qualitative Counting (गुणवाचक संख्याक्रम)

इंग्रजी शब्द	उच्चारण	मराठी अर्थ
Single	सिंगल	एक
Double	डबल	दुप्पट
Triple	ट्रिपल	तिप्पट
Quadruple	क्वाड्रूपल	चौपट
Quintuple	क्विण्टुपल	पाचपट
Hextuple	हेक्स्टुपल	सहापट
Septuple	सेप्टुपल	सातपट
Octople	ऑक्टुपल	आठपट
Nonuple	नॉनुपल	नऊपट
Decuple	डेक्युपल	दसपट

Numerator Counting (भिन्नात्मक – अंशवाचक संख्याक्रम)

इंग्रजी शब्द	संख्या	उच्चारण	मराठी अर्थ
Half	(1/2)	हाफ	अर्धा
Three-fourth	(3/4)	थ्री फोर्थ	तीन चतुर्थांश
Two-third	(2/3)	टू थर्ड	दोन तृतीयांश
One-third	(1/3)	वन् थर्ड	एक तृतीयांश
One-fourth	(1/4)	वन् फोर्थ	एक चतुर्थांश

One-fifth	(1/5)	वन् फिफ्थ	एक पंचमांश
One-sixth	(1/6)	वन् सिक्स्थ	एक षष्टांश
One-seventh	(1/7)	वन् सेव्हन्थ	एक सप्तांश
One-eighth	(1/8)	वन् एःटथ	एक अष्टांश
One-ninth	(1/9)	वन् नाईन्थ	एक नवमांश
One-tenth	(1/10)	वन् टेन्थ	एक दशांश

Seasons (ऋतुचक्र)

ऋतुकाल	उच्चारण	मराठी अर्थ कालखंड	अनुमान इंग्रजी दिनदर्शिकेनुसार
Summer	समर	उन्हाळा (ग्रीष्म ऋतू)	मे ते जून
Rainy	रेनी	पावसाळा (वर्षा ऋतू)	जुलै ते सप्टेंबर
Autumn	(ऑटम, फॉल)	शरद ऋतू	ऑक्टोबर ते नोव्हेंबर
Pre-winter	प्री–विण्टर	हेमंत ऋतू	डिसेंबर ते जानेवारी
Winter	विण्टर	हिवाळा (शिशिर ऋतू)	१६जानेवारी ते फेब्रुवारी
Spring	स्प्रिंग	वसंत ऋतू	मार्च ते एप्रिल

Time (वेळ–काळ)

इंग्रजी शब्द	उच्चारण	मराठी अर्थ
Second	सेकण्ड	सेकंद
Minute	मिनिट	मिनिट
Hour	अवर	तास
Week	वीक	आठवडा
Fortnight	फोर्टनाईट	पंधरवडा
Month	मंथ	महिना
Quarter	क्वार्टर	त्रैमास/त्रैमासिक
Year	ईयर	वर्ष
Half Year	हाफ ईयर	अर्धवर्ष/अर्धवार्षिक
Century	सेन्च्युरी	शतक/शताब्दी
Tonight	टुनाईट	आज रात्रौ
Today	टुडे	आज
Tomorrow	टुमारो	उद्या
Yesterday	येस्टरडे	काल
Now	नाऊ	आता
Later	लेटर	नंतर/पुढे कधी तरी
Before	बिफोर	अगोदर/आधी
After	आफ्टर	मग, पुढे
Dawn	डॉन	उषःकाल
Dusk	डस्क	गोरज काळ
Morning	मॉर्निंग	सकाळ/प्रभात
Evening	इव्हनिंग	संध्याकाळ

Midday	मिड्डे	मध्यान्ह
Midnight	मिडनाईट	मध्यरात्र
Day	डे	दिवस
Night	नाईट	रात्र
Noon	नून	दुपार / दुसरा प्रहर
Afternoon	आफ्टरनून	तिसरा प्रहर
Twilight	ट्वायलाईट	तिन्ही सांजा / कातरवेळ
A.M.	ए. एम्.	पूर्वान्ह (रात्री बारा वाजल्यानंतर मध्यान्ही बारा वाजेपर्यंतचा काळ)
P.M.	पी. एम्.	अपरान्ह (मध्यान्ही बारा वाजल्यानंतर रात्रौ बारा वाजेपर्यंतचा काळ)

12 Months (इंग्रजी दिनदर्शिकेनुसार मास–नाम)

इंग्रजी मास–नाम	उच्चारण	इंग्रजी मास–नाम	उच्चारण
January	जानेवारी	July	जुलै
February	फेब्रुवारी	August	ऑगस्ट
March	मार्च	September	सप्टेंबर
April	एप्रिल	October	ऑक्टोबर
May	मे	November	नोव्हेंबर
June	जून	December	डिसेंबर

Days of the Week (इंग्रजी दिनदर्शिकेनुसार दिन–नाम)

इंग्रजी मास–नाम	उच्चारण	मराठी अर्थ
Sunday	सनडे	रविवार
Monday	मनडे	सोमवार
Tuesday	ट्युजडे	मंगळवार
Wednesday	वेन्झडे	बुधवार
Thursday	थःजडे	गुरूवार
Friday	फ्राइडे	शुक्रवार
Saturday	सॅटरडे	शनिवार

Direction-Indicator Words (दिशा सूचक शब्दसंग्रह)

इंग्रजीतील दिशा सूचक शब्द	उच्चारण	मराठी अर्थ
Right	राईट	उजवी बाजू
Left	लेफ्ट	डावी बाजू
North	नॉर्थ	उत्तर दिशा
South	साउथ्	दक्षिण दिशा
East	ईस्ट	पूर्व दिशा
West	वेस्ट	पश्चिम दिशा
North East	नॉर्थ ईस्ट	ईशान्य दिशा
North West	नॉर्थ वेस्ट	वायव्य दिशा

South East	साउथ् ईस्ट	आग्नेय दिशा
South West	साउथ् वेस्ट	नैऋत्य दिशा

Conditions-Indicator Words (स्थिती सूचक शब्दसंग्रह)

इंग्रजीतील स्थिती सूचक शब्द	उच्चारण	मराठी अर्थ
Old	ओल्ड	जुना / जुनी / जुन
New	न्यू	नवा / नवी / नवे, नूतन
Good	गुड	उत्तम, चांगले, बर
Bad	बॅड	वाईट, निकृष्ट
Wet	वेट्	ओला, भिजलेला
Dry	ड्राइ	वाळलेला
Long	लॉंग	दीर्घ, लांब
Short	शॉर्ट	आखूड, संकुचित
Hot	हॉट	उष्ण, गरम, तापलेला
Cold	कोल्ड	गार, थंड, हिम
Near	निअर	निकट, जवळ
Far	फार	दूर, लांबवर
Big	बिग	मोठा / मोठी / मोठे
Small	स्मॉल	अल्प, किंचित, लहान
Heavy	हेव्ही	अवजड, वजनदार
Light	लाइट	मंद, विरळ, हलका
Above	अ'बव्ह	उंचावर, वर, अधिक
Below	बिलो	खाली

स्मरणात ठेवण्याजोगे

(i) इंग्रजी भाषा रोमन लिपीत लिहिली जाते.

(ii) इंग्रजी भाषेच्या वर्णमालेत 26 वर्ण असून त्यातील स्वरांची संख्या 5 आहे आणि व्यंजनांची संख्या 21 इतकी आहे.

(iii) प्रत्येक वाक्यारंभी येणारे अक्षर Capital letters (मोठी अक्षरे Upper case) मध्ये लिहिले जाते.

(iv) इंग्रजी भाषेत दोन प्रकारांतील वर्ण लिहिले जातात, ते म्हणजे Capital letters (मोठी अक्षरे Upper case) आणि Small letters (धाकटी अक्षरे Lower case)

उच्चारणाचे तसेच शब्दरूप निर्मितीचे नियम
(PRONUNCIATION AND SPELLING RULES)

ध्वनी

आपण सर्वच जण बोलतेवेळी विविध स्वरांच्या ध्वनींची एक श्रृंखला उत्पन्न करीत असतो. त्या ध्वनींच्या माध्यमातून उत्पन्न झालेल्या शब्दांतील एक शब्द अन्य शब्दापेक्षा कसा पृथक स्वरूपाचा असतो, ही वस्तुस्थिती जाणून घेण्यासाठी आम्हाला त्या ध्वनींच्या सूक्ष्म स्वरूपाचे अध्ययन करणे आवश्यक ठरते. शब्दांचे उच्चारण होते तरी कसे आणि ते उच्चारण कसे ओळखायचे असते, ही वस्तुस्थिती जाणून घेण्यासाठी इंग्रजीतील प्रत्येक अक्षराचे उच्चारण करणे आवश्यक ठरते.

ज्यावेळी आपण आपल्या अवतीभवती उत्पन्न झालेले स्वर श्रवण करू पाहतो, त्यावेळी आपल्याला विविध स्वरूपांतील स्वर ऐकू येऊ लागतात. ते स्वर केवळ संभाषणातील असतात, असे नसून ते हसण्याशी, रुदनाशी, खोकण्याशी, वेदनेमुळे निर्माण झालेल्या किंचाळण्याशी तसेच विविध वाद्ययंत्रांनी निर्माण केलेल्या गुंजनाद्वारे उत्पन् झालेल्या कित्येक प्रकारांतील ध्वनीशी संबंधित असतात. तरीही आपण विविध ध्वनींच्या द्वारे निर्माण झालेले स्वर श्रवण केल्यानंतर आपण सर्वजण निश्चितपणे स्वर भेद करीत सांगू शकू शकतो की, कोणत्या ध्वनींपासून शब्दांची निर्मिती झालेली आहे, आणि कोणत्या ध्वनींपासून शब्दांची निर्मिती झालेली नाही, हीच तर सर्वात महत्त्वाची बाब होय. तात्पर्य सांगू गेल्यास असे सांगता येईल की, कोण बोलतो आहे आणि कोण हसतो वा रडतो आहे, हे ओळखण्याइतपत आपण सर्वजण समर्थ असतो. सारांश असा की, विविध स्वरांच्या ध्वनींची एक श्रृंखला उत्पन्न करीत असताना त्यातील काही जण केवळ बोलताहेत, काही जण केवळ हसताहेत, काही जण केवळ किंचाळताहेत, की काही जण केवळ रडताहेत हे आपण ओळखू शकतो आणि ते ओळखण्यासाठी आपण विचार–चिंतन करीत बसत नसतो. ह्या वस्तुस्थितीचा अर्थ असा की, आपण सर्वजण प्रत्येक शब्दाला पृथकपणे ओळखू शकतो. हे कधी शक्य होते, तर जेव्हा आपण सर्वजण त्या भाषेशी परिचित असतो. आपणास ती भाषा जर परिचित असेल तर आपण जे शब्द आपण ऐकत असतो तर त्या भाषेतील शब्दांचा अर्थही अगदी चांगल्या पद्धतीद्वारे सांगू शकतो. आपणास एखादी भाषा परिचित नसली तरी आपण त्या विशेष भाषेतील शब्दांचे वैशिष्ट्य उमजू शकतो.

आपण विशेष भाषेतील विविध ध्वनींचे श्रवण करून तिला ओळखू शकतो.

1. बोलण्यातून उत्पन्न झालेल्या ध्वनींचे सर्वात महत्त्वाचे वैशिष्ट्य म्हणजे त्यांच्या उच्चारणास, परस्परापासून वेगळेपणाने काढल्यानंतरही, ओळखता येणे. उदाहरणासाठी आपण जर 'बस' हा शब्द ऐकला तर आपण 'ब' व 'स' हे दोन ध्वनी पृथकपणे ऐकत असतो; परंतु ज्यावेळी आपण हसत असतो किंवा खोकत असतो तेव्हा हसण्यासाठीचा वा खोकण्यासाठीचा ध्वनी, तो शब्दबद्ध नसल्यामुळे, वेगळा वेगळा काढून दाखवता येत नाही. म्हणूनच भावना व विचार व्यक्त करणाज्या शब्दबद्ध भाषेचे वैशिष्ट्य असे की, त्यातील पृथक, ध्वनींपासून ती उत्पन्न झालेली असली तरी तिच्यातील ध्वनी परस्परांपासून पृथकपणे काढून दाखवता येणे शक्य आहे.
2. शब्द कोणताही असो, त्यातील प्रत्येक अक्षर उच्चारणानुसार विभागत नेण्याची क्षमता असणे हे ध्वनीचे आणखी एक वैशिष्ट्य होय.
3. यद्यपि निव्वळ पृथक स्वरूपाचा ध्वनी असण्याला कोणताही अर्थ नसतो, ही जरी वस्तुस्थिती असली तरी त्याच्याशी अन्य एक ध्वनी जुळण्याने त्या उभय ध्वनींना विशेष अर्थपूर्णपणा लाभू शकतो. उदाहरणार्थ इंग्रजी भाषेतील t, e, l ह्या वर्णांशी संबंधित असलेल्या ध्वनींना तसा पृथक अर्थ नसला तरी त्यांना सार्थकपणे एकसंध केल्याने अर्थपूर्ण let असा शब्द निर्माण होतो. इंग्रजीतील वर्णमालेतील t, e, l ही अक्षरे tle, elt किंवा tel असे लिहिल्याने कोणताही सार्थक शब्द निर्माण होत नाही. त्या भाषेत let हा एकच सार्थक शब्द आहे, अन्य सर्व tle, elt किंवा tel हे शब्द निरर्थक शब्द होत. अशा प्रकारचे सार्थक व निरर्थक शब्द सर्व भाषांत असू शकतात.

4. ध्वनी म्हणा किंवा सार्थक ध्वनी म्हणा, त्यांना अन्य ध्वनींपासून वेगळे काढता येणे शक्य असते, कारण त्यांस चार अभिन्न अंगे लगडून असतात.

क. हे सार्थक ध्वनी म्हणजे अर्थपूर्ण शब्द असतात.

ख. ह्या सार्थक ध्वनींत प्रयुक्त झालेल्या अक्षरांना तसा काही स्वयंभूत अर्थ नसतो.

ग. ह्या सार्थक ध्वनींत प्रयुक्त झालेल्या अक्षरांना जेव्हा विशेष क्रमाने युक्त केले जाते, तेव्हा त्यांच्याद्वारे विशिष्ट अर्थ सांगता येणे शक्य असते.

घ. तसेच अक्षरांचा क्रम परिवर्तीत झाल्याने, जर सार्थक शब्द उत्पन्न होत असेल तर, अर्थपरिवर्तन होऊ लागते.

ध्वनींचा परिचय

अन्य भाषांप्रमाणेच इंग्रजी भाषेचे स्वतःचे ध्वनी आहेत. इंग्रजी भाषेत जे ध्वनी प्रयुक्त केले गेले आहेत, ते अन्य भाषांतही आढळू शकतात. उदाहरणादाखल 'pot', 'tin', 'keep', 'interest', 'egg' तसेच 'art' ह्या शब्दांशी संबंधित आरंभीचे ध्वनी अभ्यासता येणे शक्य आहे. तथापि इंग्रजीतील काही ध्वनी असे आहेत, जे अन्य भाषांत आढळू शकणार नाहीत, उदाहरणादाखल 'tool' आणि 'zoo' च्या आरंभीचे (‘t’, ‘z’) ध्वनी. कॅक भारतीय भाषांत असे आरंभीचे ध्वनी आढळत नाहीत. त्या वस्तुस्थितीच्या विरूद्ध 'l' आणि 'n' हे जे भारतीय भाषांत आढळतात, ते ध्वनी इंग्रजी भाषेत आढळत नाहीत. म्हणूनच प्रत्येक भाषेतील विशिष्ट ध्वनींचा परिचय असणे आवश्यक ठरते.

भाषेतील ध्वनीचा परिचय व्हावा म्हणून आपण बोलण्यातील ध्वनीच्या दोन गुणवैशिष्ट्यांचा उपयोग करीत असतो. पहिला उपयोग ध्वनींच्या संकुचनाशी संबंधित आहे. शब्दाच्या निर्मितीपायी आपण ध्वनीला विशिष्ट प्रकारे संकुचित करीत असतो. आपण दोन ध्वनींना, त्यांना पृथक करण्यासाठी उपयोग करतो. उदाहरणादाखल – ‘pin’ ह्या शब्दातील आरंभीचा ध्वनी ‘p’ कडेला काढतो अन् त्याच्या स्थळी ‘b’ हा आरंभीच्या ध्वनीचे उपयोजन करतो. परिणामी ‘pin’ ह्या शब्दाऐवजी आपण ‘bin’ हा नवीन शब्द प्राप्त करतो. निष्कर्ष असा की, ‘p’ आणि ‘b’ हे दोन स्वतंत्र ध्वनी होत.

अशाच प्रकारे 'set' आणि ‘sit’ ह्या दोन शब्दांच्या मध्यवर्ती ‘e’ आणि ‘I’ हे इंग्रजी भाषेतील दोन अन्य पण समान ध्वनी आहेत. ही प्रक्रिया चालू ठेवल्यास आपण इंग्रजीतील सर्व अक्षर रचना प्राप्त करू शकतो. उदाहरणादाखल – pin, bin, tin, kin, din, gin, thin, sin, shin, tin आणि hin इत्यादी सर्व शब्दांतील आरंभीचे ध्वनी भिन्न स्वरूपांचे आहेत. त्यांतील द्वितीय व तृतीय ध्वनी समान स्वरूपाचे आहेत. अशा पद्धतीने आपण इंग्रजीतील सर्व शब्द–रचनांचा परिचय करून घेऊ शकतो. ह्या पद्धतीनुसार पुनः पुनः प्रयत्न केल्यास आपण इंग्रजीतील ४४ ध्वनी प्राप्त करू शकतो. ह्या ध्वनींत २० vowels (स्वर) आणि २४ Consonant (व्यंजने) आहेत. ह्या पृथक स्वरूपाच्या ध्वनींना इंग्रजीत phonemes (स्वनिम) असे संबोधले जाते. प्रत्येक भाषेतील ‘स्वनिम’ म्हणजे ध्वनीच्या संदर्भातील न्यूनतम एकक होय. कोणत्याही भाषेतील समान स्वनिमाद्वारे निर्माण होणारे शब्दांचे युगुल आकाराला येऊ शकते. उदाहरणार्थ – केवळ एक वेगळा ध्वनी प्रतिस्थापित केल्याने sum आणि sun ह्या दोन वेगवेगळ्या शब्दांचा परिचय होऊ शकला. असे हे एक न्यूनतम युगुल होय, जे केवळ एका ध्वनीद्वारे विभिन्न होऊ शकते. इंग्रजीत अशी उदाहरणे म्हणून bat आणि mat, chip आणि ship ह्या युगुलांमधील आरंभीचे ध्वनी विभिन्न आहेत. Seat आणि seet ह्या युगुलांमधील मुख्य ध्वनी वेगळ्या स्वरूपाचा आहे, तसेच tan, tin, pen आणि pun ह्या युगुलांमधील मध्यस्थानीचे ध्वनी वेगळे आहेत.

इंग्रजी भाषेतील संवाद संभाषणावेळी विशुद्ध स्वरूपाच्या उच्चारणाला विशेष महत्त्व लाभते. इंग्रजी ही ध्वनिप्रधान भाषा नव्हे. उदाहरणार्थ – जे काही लिखित स्वरूपात असते, ते विशुद्ध स्वरूपाच्या उच्चारणानुसार बोलता येतेच असे नाही. ही समस्या आपल्यासारख्या मराठी किंवा अन्य भाषकांना सतावत नाही, कारण ते त्यांच्या ध्वनि–प्रधान भाषेत बोलतात. आम्ही जे लिहितो, तेच तर वाचत असतो. त्यामुळे वेगवेगळया प्रांतामधील भाषक स्वतःच्या प्रादेशिक भाषेचे मिश्रण करीत इंग्रजीतून संवाद–संभाषण करीत असतात. परिणाम स्वरूप भारतीय इंग्रजी, चिनी इंग्रजी, जपानी इंग्रजी, अमेरिकन इंग्रजी अशी विविध स्वरूपाची इंग्रजी बोलली जात असते. आपल्याच भारत देशात निरीक्षण केल्यास असे दिसून येईल की दक्षिण भारतीय इंग्रजी, उत्तर भारतीय इंग्रजी, बंगाली इंग्रजी अशा विभिन्न शैलीत इंग्रजी बोलली जाते.

तसेच इंग्रजी भाषेतील शब्दांचे उच्चारण बलपूर्वक केले जाऊ शकत नाही. कित्येक शब्दांचे एकाहून अधिक स्वरूपाचे उच्चारण हे बोलणाऱ्यांच्या गतीनुसार आणि उच्चारण–शैलीनुसार साकार होत असते. म्हणूनच आपल्या डोळयांसमोर इंग्रजी भाषेच्या उच्चारणाचा आदर्श असावा यासाठी ज्या प्रकारे BBC (ब्रिटिश ब्रॉडकास्टिंग कॉर्पोरेशन) चे किंवा Television (दूरदर्शन) चे जे Newreader (वार्ता–समालोचक) असतात, तदनुसार आपण अनुसरण करीत असतो. इंग्लंडमध्ये कोणत्या प्रकारे इंग्रजीचे उच्चारण करतात, हे विदीत करण्यासाठी ह्या पुस्तकाच्या निर्मितीमागील उद्देश्य आहे.

भाषा कोणतीही असो, ज्यांना आपण Vowels and Consonant ना अर्थात् ध्वनिग्रामिकांना म्हणजे ज्या ध्वनींचा नियमितपणे उपयोग होतो, त्या ध्वनींना आपण सुलभपणे ओळखू शकतो. उदाहरणार्थ –'pin' आणि 'pen' ह्या शब्दांत Vowels (स्वरां) चा phoneme (स्वनिम) वेगवेगळा आहे. ह्या पार्श्वभूमीवर इंग्रजी भाषेचे alphabet (वर्णमाला) शिकून घेण्यापेक्षाही इंग्रजी भाषेतील ध्वनींच्या उच्चारणाचे आकलन करून घेणे अधिक महत्त्वाचे होय. आपण बोलण्याचे ध्वनी ध्यानात घेण्यासाठी विशिष्ट प्रकारांतील प्रतीक–चिन्हांचे उपयोजन करीत असतो, हे आपणा सर्वांना विदीत आहेच. म्हणूनच ह्या पुस्तकाच्या अंतिम भागात आपणासाठी एक विशेष अध्याय उपलब्ध केला गेला आहे. शब्दोच्चारण करीत असताना शब्दावर कितपत दाब द्यावयाचा असतो, त्या त्या वेळी त्या शब्दाची स्वर–शैली कशी घडत असते ही वस्तुस्थितीही जाणून घेणे आवश्यक ठरते.

इंग्रजी भाषेचे उच्चारण विविध स्वरूपात केले जाते, ही वस्तुस्थिती सर्वजण जाणून आहेत. विभिन्न स्तरांवर तसेच विभिन्न प्रदेशां–प्रांतांत इंग्रजीची लोकबोली विभिन्न स्वरूपाच्या उच्चारणात प्रकट होत असते. ह्या पार्श्वभूमीवर इंग्रजी भाषेचे अध्ययन करण्यासाठी आपण ब्रिटिश उच्चारण शैलीचा आधार घेणे आववश्यक ठरते.

Pronunciation of English Vowels and Consonants (इंग्रजीचे स्वर आणि व्यंजनांचे उच्चारण)

इंग्रजी भाषा जशी लिहिली जाते, त्याहून वेगळया पद्धतीने बोलली जाते, अर्थात् लिहिण्यात व बोलण्यात पृथकपणा राहतो. जेव्हा आपण इंग्रजी भाषा शिकू लागतो, त्यावेळी आपण आपले सर्व लक्ष वाचनावर केंद्रीत करतो आणि त्या भाषेचे श्रवण करण्याकडे तितके लक्ष देत नाही. आपण New Words (नव्या शब्दरचनां) चे Spelling (शब्दरूप), Meaning (अर्थ) तसेच त्याचे Use (प्रयोग) अशा बाबींवर लक्ष देत असतो; परंतु त्या शब्दांच्या नेमक्या Pronounciation (उच्चारण) कडे इतकेही लक्ष पुरवत नाही. इंग्रजी भाषेतल्या Vowels आणि Consonants चे वर्णमालेत उच्चारणाचे विशिष्ट रूप असते, परंतु त्यांनी शब्दांचे स्वरूप धारण केल्यनंतर त्या स्वरांच्या व व्यंजनांच्या उच्चारणात परिवर्तन होत असते. उदाहरणार्थ – F, G, H, L, M, N इत्यादी वर्ण एफ्, जी, एच्, एल्, एम्, एन् असे उच्चारले जातात. इतकेच नव्हे तर मराठीत त्यांचा उच्चार फ्, ग्, च्, ल्, म्, न्, असा आहे, असे मानले जाते.

आपण सर्व जण जाणतो की इंग्रजी भाषेच्या वर्णमालेत पाच Vowels एकवीस Consonants आहेत. इंग्रजी भाषेत दोन–चार अक्षरांव्यतिरिक्त कोणतेही Consonant (व्यंजन) Vowel (स्वर) विरहित पूर्ण होऊ शकत नाही. जर एखाद्या शब्दाच्या शेवटी 'y' असेल अन् a, e, I, o, u यांच्यापैकी कोणताही Vowel (स्वर) नसेल, तरीही त्या शब्दातील 'y' Vowel (स्वर)चे कार्य पूर्ण करील. उदाहरणार्थ – cry, dry, fry, my, sky, shy इत्यादी.

1. **'A' Vowel** (स्वर) ची विविध उच्चारणे :

(i) A चे उच्चारण 'आ ' किंवा 'ऑ ' अशा स्वरूपात होऊ शकते. उदाहरणार्थ –

शब्द	उच्चारण	अर्थ	शब्द	उच्चारण	अर्थ
All	(ऑल)	सर्वजण	Small	(स्माल)	लहान
Ball	(बॉल)	चेंडू	Are	(आर)	आहेत
Call	(कॉल)	बोलावणे	Car	(कार)	मोटरकार
Fall	(पफॉल)	पडणे	Far	(पफार)	अतिदूर
Mall	(मॉल)	मॉल	Jar	(जार)	घट, घडा
Tall	(टॉल)	उंच	Brass	(ब्रास)	पितळ
Wall	(वॉल)	भिंत	Glass	(ग्लास)	काच

(ii) A चे उच्चारण 'ए' अशा स्वरूपात होऊ शकते. उदाहरणार्थ –

शब्द	उच्चारण	अर्थ	शब्द	उच्चारण	अर्थ
Way	(वे)	मार्ग	Grain	(ग्रेन)	धान्य
Game	(गेम)	क्रीडा	Name	(नेम)	नाव
Day	(डे)	दिवस	Clay	(क्ले)	माती

(iii) A चे उच्चारण 'ऐ' अशा स्वरूपात होऊ शकते. उदाहरणार्थ –

Bad	(बॅड)	वाईट	Sad	(सॅड)	उदास
Man	(मॅन)	पुरुष	Bat	(बॅट)	बॅट

(iv) A चे उच्चारण 'एअ' अशा स्वरूपात होवू शकते, उदाहरणार्थ –

Care	(केअर)	काळजी	Rare	(रेअर)	दुर्मिळ
Share	(शेअर)	भाग, अंश, हिस्सा	Bare	(बेअर)	उघडा, केवळ,
Pare	(पेअर)	कापणे, सोलणे			

2. 'E' Vowel (स्वर) ची विविध उच्चारणे

(i) 'E' चे उच्चारण 'ए' अशा स्वरूपात होऊ शकते. उदाहरणार्थ –

Bell	(बेल)	घंटी	Wet	(वेट)	ओला/ओली/ओलसर
Leg	(लेग)	पाय	Where	(व्हेअर)	कुठे
When	(व्हेन)	कधी	Were	(वेयर)	होता/होते

(ii) श्म्श चे उच्चारण 'इ' अशा स्वरूपात होऊ शकते. उदाहरणार्थ –

Female	(फिमेल)	नारी/स्त्री	Evade	(इव्हेड)	चुकवणे /टाळणे
Emancipate	(इमेन्सिपेट)	बंधनमुक्त/मुक्ती			
Deluge	(डिल्यूज)	मुसळधार पाऊस			

(iii) 'E' चे उच्चारण 'ई' अशा स्वरूपात होऊ शकते. उदाहरणार्थ –

Tree	(ट्री)	झाड	Knee	(नी)	गुडघा
He	(ही)	तो	Me	(मी)	मी
Legal	(लिगल)	कायदेशीर	Regal	(रीगल)	राजेशाही
We	(वी)	आम्ही, आपण	Peak	(पीक)	चोरटी दृष्टी

(iv) E व A एकत्रित आल्याने (ea) त्यांचे उच्चारण 'ई' अशा स्वरूपात होऊ शकते. उदाहरणार्थ

Read	(रीड)	वाचणे/वाचा	Team	(टीम)	संघ, समिती
Heat	(हीट)	उष्णता	Cheat	(चीट)	लबाड, भामटा
Beat	(बीट)	हाणणे	Clean	(क्लीन)	स्वच्छ, निर्मळ
Dear	(डीअर)	आत्मीय, प्रिय	Pea	(पी)	वाटाणा

(v) E व E एकत्रित आल्याने (ee) त्यांचे उच्चारण 'ई' अशा स्वरूपात होऊ शकते. उदाहरणार्थ

Wheel	(व्हील)	चक्र	Weep	(वीप)	रुदन करणे, रडणे
Bee	(बी)	मधमाशी	See	(सी)	पहा, पहाणे
Sleep	(स्लीप)	निद्रा, झोप			

Remember (स्मरण असू द्या)

✯ कोणत्याही शब्दा (Word) च्या शेवटी 'e' अवूमस (स्वर) आल्याने त्या स्वराच्या स्वतंत्र स्वरूपाचे उच्चारण होत नाही. तसेच त्या 'e' अवूमस (स्वर) स्वराच्या आधी (पूर्ववर्तीच्या पदी) आलेल्या बवदेवदंदज (व्यंजन) च्या नंतर 'e' सोडून अन्य कोणताही टवूमस (स्वर) आल्यास तो दीर्घ स्वरूपाचा होतो –

1. एखाद्या शब्दातील (पूर्ववर्तीच्या पदी) आलेल्या consonant (व्यंजना) च्या नंतर हा स्वर 'A' आल्यास त्या 'A' चे उच्चारण दीर्घ स्वरूपाचा 'ए' असेच होते. त्या Word (शब्दा) च्या शेवटी 'e' vowel (स्वर) आल्याने त्या स्वराच्या स्वतंत्र स्वरूपाचे उच्चारण होत नाही. उदाहरणार्थ – Game (गेम), Shame (शेम), Fame (फेम), Same (सेम), Name (नेम)
2. एकाद्या शब्दातील (पूर्ववर्तीच्या पदी) आलेल्या consonant (व्यंजना) च्या नंतर स्वर 'I' आल्यास त्या 'I' चे उच्चारण लघू (ऱ्हस्व) स्वरूपातील 'इ' असेच होते. त्या Word (शब्दा) च्या शेवटी 'e' vowel (स्वर) आल्याने त्या स्वराच्या स्वतंत्र स्वरूपाचे उच्चारण होत नाही. उदाहरणार्थ – Wine (वाइन), Life (लाइफ), Kite (काइट), Fine (फाइन), Nine (नाइन), Dine (डाइन), Wife (वाइफ).
3. एकाद्या शब्दातील (पूर्ववर्तीच्या पदी) आलेल्या consonant (व्यंजना) च्या नंतर स्वर 'O' आल्यास त्या 'O' चे उच्चारण दीर्घ स्वरूपातील 'ओ' असेच होते. त्या Word (शब्दा) च्या शेवटी 'e' vowel (स्वर) आल्याने त्या स्वराच्या स्वतंत्र स्वरूपाचे उच्चारण होत नाही. तथापि जर त्या Word (शब्दा) च्या शेवटी 'e' vowel (स्वर) नसेल तर त्या 'O' चे उच्चारण लघू (ऱ्हस्व) स्वरूपातील 'ऑ' असेच होते. उदाहरणार्थ – Joke (जोक), Nose (नोज), Rome (रोम), Mock (मॉक), Lock (लॉक).

4. एकाद्या शब्दातील (पूर्ववर्तीच्या पदी) आलेल्या consonant (व्यंजना) च्या नंतर स्वर 'U' आल्यास त्या 'U' चे उच्चारण लघू (ऱ्हस्व) स्वरूपातील 'उ' किंवा दीर्घ स्वरूपातील 'यू' असेच होते. त्या Word (शब्दा) च्या शेवटी 'e' vowel (स्वर) आल्याने त्या स्वराच्या स्वतंत्र स्वरूपाचे उच्चारण होत नाही. उदाहरणार्थ – Tune (ट्यून), Cute (क्यूट), Rule (रूल), Full (फुल), Bull (बुल).

3. 'I' Vowel (स्वर) ची विविध उच्चारणे

(i) 'इ' उच्चारणाची उदाहरणे :

Bill (बिल) पावती Kill (किल) जीवे मारणे
With (व्युइथ) सोबत, संगत / सह Ship (शिप) नाव, नौका
Ink (इंक) मसिका, शाईDig (डिग) खणणे

(ii) 'आइ' उच्चारणाची उदाहरणे :

Right (राइट) योग्य, अचूक White (व्हाइट) पांढरा / धवल
Tight (टाइट) घट्ट Blind (ब्लाइंड) अंध, आंधळा
Behind (बिहाइंड) मागे, मागील Kind (काइन्ड) कृपाळु / दयाळू

(iii) 'आय' उच्चारणाची उदाहरणे :

Fire (फायर) अग्नी / आग Tired (टायर्ड) श्रमजन्य, थकलेला
Wire (वायर) वायर, तार Hire (हायर) काही काळापुरते पैसे देऊन वापर करणे / भाडयाने

(iv) 'e' च्या सोबत 'e' आल्याने 'i' चा स्वर उत्पन्न होतो. उदाहरणार्थ –

Receive (रिसीव्ह) घेणे Perceive (परसीव्ह) उमजणे, ग्रहण करणे
Achieve (अचिव्ह) संपादन करणे / साध्य करणे
Conceive (कन्सिव्ह) कल्पना करणे / विचार

4. 'O' Vowel (स्वर) ची विविध उच्चारणे :

(i) 'ओ' उच्चारणाची उदाहरणे :

Nose (नोज) नाक Bold (बोल्ड) धाडसी / धीट
Rose (रोज) गुलाब Told (टोल्ड) सांगितले
Joke (जोक) गंमत / विनोद Post (पोस्ट) टपाल

(ii) 'व' उच्चारणाची उदाहरणे :

Once (वन्स) एकदा One-sided (वन–साइडेड) एक पक्षीय
One-self (वन–सेल्फ) स्वतः, स्वयं One-way (वन–वे) एकमार्गी / एकेरी मार्ग

(iii) 'उ' उच्चारणाची उदाहरणे :

Hood (हूड) झाकण, आच्छादन Good (गूड) चांगले
Cook (कूक) स्वयंपाकी Book (बुक) पुस्तक, ग्रंथ
Look (लूक) दृष्टी Foot (फूट) पाय / पद

(iv) 'Ow' (आव) उच्चारणाची उदाहरणे :

Now (नाव) आता, ह्या क्षणी Cow (काव) गाय, गौ
How (हाव) कसे

(v) 'Oo' = (ऊ) उच्चारणाची उदाहरणे :

Boom (बूम) सुकाळ Room (रूम) कक्ष, खोली
Boot (बूट) पादत्राण Food (फूड) अन्न
Goose (गूज) हंस पक्षी Shoot (शूट) नेम धरून शस्त्र चालविणे, वनस्पतीचा कोम्ब

(vi) 'Oy' = 'ऑय' उच्चारणाची उदाहरणे :

Toy (टॉय) एक खेळणे Boy (बॉय) मुलगा
Joy (जॉय) आल्हाद Oyster (ऑयस्टर) शिंपल्यातील जीव

(vii) 'Ou' = **'आव' उच्चारणाची उदाहरणे :**

Hour	(आवर)	तास	Our	(आवर)	आमचा/ची/चे
Sour	(सावर)	आंबट			

5. 'U' Vowel (स्वरा) ची विविध उच्चारणे

(i) **'यू' उच्चारणाची उदाहरणे :**

Union	(यूनियन)	संघटन्	Unique	(यूनिक)	एकमेव
Useful	(यूजफूल)	उपयुक्त	Universal	(यूनिव्हर्सल)	विश्वात्मक
Unison	(यूनिसन)	सुसंवाद			

(ii) **'अ' उच्चारणाची उदाहरणे :**

Ultra	(अल्ट्रा)	अतिरेक	Umpire	(अम्पायर)	साम्राज्य
Uncle	(अंकल)	काका	Up	(अप)	वर

Remember (स्मरण असू द्या)

इंग्रजी अशी एक भाषा आहे, जिच्या उपयोजनासाठी निश्चित नियमव्यवस्थेचा उपयोग होत नाही. तिच्या उपयोजनासाठीच्या नियमांत सतत परिवर्तन होत असते. उदाहरणार्थ :

1. Fag, Fall, Fail, Far ह्या व अशा अन्य शब्दांतील 'A' चे उच्चारण फॅग (ऐ), फॉग (ऑ), फेल (ए) किंवा फार (आ) अशा स्वरूपात होते.
2. Deep, Weep, Wet ह्या व अशा अन्य शब्दांतील E चे उच्चारण डीप (ई), वीप (ई), वेट (ए) अशा स्वरूपात होते.
3. Mine, Hope, Shame ह्या व अशा अन्य शब्दांतील 'ई' चे उच्चारण होत नाही, तथापि त्या शब्दांतील पहिल्या स्वरांचे उच्चारण दीर्घ (:) होते, उदाहरणार्थ – आय i, o आणि a अशा स्वरूपात होते.
4. I चे उच्चारण 'आय' किंवा 'अ' असेही होते, उदाहरणार्थ – Wire वाय(र) आणि 'अ' भी होता है, जैसे – Bird (बर्ड).
5. 'O' चे उच्चारण 'ओ', तसेच 'U' चे उच्चारण 'उ' असे होते. तथापि 'O' चे उच्चारण 'अ' असेही होते, उदाहरणार्थ – Sun (सन्) – सूर्य आणि Son (सन्) पुत्र.
6. 'OO' चे उच्चारण 'उ' असे होते आणि 'ऊ' असेही होते, उदाहरणार्थ – Book (बुक्) पुस्तक, Cook (कुक्) स्वयंपाकी, आणि Boot (बूट) पादत्राण, Soon (सून) लवकर.

✯ Dictionary (शब्दकोशात) असलेल्या ह्या संदर्भातील विविध शब्दांचा शोध घेऊन इंग्रजी विषयाचे ज्ञान सुलभपणे वृद्धिंगत करता येते.

Pronunciation of English Consonants (इंग्रजी भाषेतील व्यंजनांचें उच्चारण)

इंग्रजी भाषेतील VOWELS (स्वरां) च्या उच्चारण विषयात जसे विभिन्नत्व जाणवते, तद्वत् त्या भाषेतील CONSONANTS (व्यंजनां)च्या उच्चारणातदेखील विविधता जाणवते. उदाहरणार्थ – C चा उच्चार 'क' तसेच 'स' असा आढळतो. T चा उच्चार 'च' 'श', 'थ', 'द' असा आढळतो.

म्हणून इंग्रजी भाषेतील ह्या व्यंजनांच्या उच्चारणांचा नेमकेपणाने परिचय करून घेण्यासाठी पुष्कळ अभ्यास करण्याची आवश्यकता आहे. उदाहरणार्थ – 'R' हे व्यंजन उच्चारताना 'अर्र' अशी जीभ थिरकून उच्चार होत असतो. 'धर्म' ह्या मराठी शब्दातील 'र्' हा उच्चार करीत असताना जीभ थिरकते. तद्वत्, इंग्रजीतील Role, Rough हे शब्द उच्चारताना जीभ थिरकते. ह्या व अशा शब्दांचे उच्चारण पुन्हा पुन्हा करू आणि ऐकू लागू की मगच त्यातील वेगळेपण जाणवू लागेल.

1. 'C' Consonant ची विविध उच्चारणे :

(i) जर C नंतर e, i, y हे स्वर आले तर C चा उच्चार 'स' असा होतो, उदाहरणार्थ –

Cease	(सीज)	विराम देणे	Cede	(सीड्)	स्वाधीन करण
City	(सिटी)	नगर/शहर	Cycle	(सायकल)	दुचाकी

(ii) जर C नंतर a, o, u, k, r, t ही अक्षरे आली तर C चा उच्चार 'क' असा होतो, उदाहरणार्थ–

Cable	(केबल)	वाहिनी, संदेश पाठविणे	Coach	(कोच्)	प्रशिक्षक
Culture	(कल्चर)	संस्कृती	Dock	(डॉक्)	आरोपीचा पिंजरा

(iii) जर C नंतर मं अथवा पं ही अक्षरे आली तर C चा उच्चार ध्वनी 'श' असा होतो, उदाहरणार्थ–

Racial (रेशल) वांशिक Musician (म्युजिशियन) संगीतकार
Ocean (ओशन) महासागर

2. 'G' Consonant ची विविध उच्चारणे :

(i) जर G नंतर e अथवा y ही अक्षरे आली तर G चा उच्चार ध्वनी 'ज' असा होतो, उदाहरणार्थ–

Gem (जेम्) रत्न Gym (जिम्नॅजियम) व्यायामशाला
Gender (जेण्डर) लिंग Gene (जीन्) जणूक

(ii) जर G नंतर a, i, u, l अथवा r ही अक्षरे आली तर G चा उच्चार ध्वनी 'ग' असा होतो, उदाहरणार्थ –

Gas (गॅस) वाय Girth (गर्थ) परिघ
Gully (गल्ली) घळ Glow (ग्लो) आभा

3. 'K' Consonant ची विविध उच्चारणे :

(i) 'K' चा उच्चार 'क' असाच राहतो, उदाहरणार्थ –

Kid (किड्) बालक Kill (किल्ल) प्राण घेणे
Keg (केग्) पिंप

(ii) K च्या पुढील अक्षर 'N' राहिल्याने 'क' अनुच्चारित राहतो, उदाहरणार्थ –

Knob (नॉब) दार उघडण्यासाठीची मूठ
Knock (नॉक) टक् टक Knot (नॉट) अढी, गाठ
Knife (नाइफ) चाकू, सुरी

(iii) जर शब्दाच्या अंतिम पदी K येत असेल, आणि त्या K च्या अगोदर L किंवा C येत असेल, तर ती L किंवा C व्यंजने अनुच्चारित राहतात, उदाहरणार्थ –

Sick (सिक्) आजारी Walk (वॉक) चालणे
Talk (टॉक) बोलणे Cock (कॉक) कोंबडा

4. 'Q' Consonant ची विविध उच्चारणे :

(i) 'Q' च्या पुढील स्वर 'U' असेल तर 'Q' उच्चार–ध्वनी 'क' असा होतो, उदाहरणार्थ –

Quit (क्विट्) सोडून जाणे Quality (क्वालिटी) गुण–प्रकार
Quick (क्विक्) सत्त्वर/जलद, लवकर

5. 'S' Consonant ची विविध उच्चारणे:

(i) जर शब्दाच्या अंतिम पदी S येत असेल, आणि त्या S च्या अगोदर be, g, gg, ge, le, ef, y येत असतील, तर S उच्चार ध्वनी 'ज' असा होतो, उदाहरणार्थ –

Eggs (एग्ग्ज्) अंडी Toys (टॉयज्) खेळणी
Rays (रेज्) किरण Boys (बॉयज्) मुलगे

(ii) जर शब्दातील S किंवा SS नंतर ia अथवा ion ही अक्षरे आली तर S चा उच्चार ध्वनी 'श' असा होतो, उदाहरणार्थ –

Mission (मिशन) इतिकर्तव्यता, जीवनहेतू Lotion (लोशन) द्राव
Session (सेशन) सत्र Russia (रशिया) रशिया देश

(iii) जर शब्दाच्या अंतिम पदी S येत असेल, आणि त्या S च्या अगोदर f, p, ke, pe, ght, te ही व्यंजने येत असतील, तर S उच्चार ध्वनी 'स' असा होतो, उदाहरणार्थ –

Kites (काइट्स्) पतंग Ships (शिप्स्) नौका
Lips (लिप्स्) ओठ Hips (हिप्स्) कटिप्रदेश

6. 'T' Consonant ची विविध उच्चारणे :

(i) जर शब्दाच्या अंतिम पदी T येत असेल, आणि त्या S च्या अगोदर ia, io, ie ही व्यंजने येत असतील, तर 'T' उच्चार ध्वनी 'श' असा होतो, उदाहरणार्थ –

Patient (पेशंट) रुग्ण Initial (इनिशिअल) आरंभी, लघुस्वाक्षरी
Ratio (रेशो) अनुपात Promotion (प्रोमोशन) पदोन्नती

(ii) जर एखाद्या शब्दात S नंतर जपवद येत असेल आणि अन्य एकाद्या शब्दात ज नंतर नतम येत असेल, आणि त्यांतील 'ज' चा उच्चार ध्वनी 'च' असा होतो, उदाहरणार्थ –

Question	(क्वेश्चन)	प्रश्न	Capture	(कॅप्चर)	हस्तगत करणे
Nature	(नेचर)	प्रकृती, निसर्ग	Creature	(क्रीचर)	जीव–जंतू

(iii) जर T नंतर h हे व्यंजन आले तर त्या जी चा उच्चार ध्वनी 'थ' किंवा 'द' असा होतो, उदाहरणार्थ –

Thick	(थिक्)	गडद, दाट	Thread	(थ्रेड्)	तंतू, धागा
Then	(देन्)	तेव्हा	This	(धिस्)	हा, ही, हे

(iv) यद्यपि जी चा उच्चार ध्वनी 'थ' किंवा 'द' असा होत असला तरी कैक असे शब्द आहेत, त्या जी चा उच्चार ध्वनी 'ट' असाच होतो, उदाहरणार्थ –

Thoms	(टॉमस्)	मुलाचे नाव	Thames	(टेम्स्)	नदीचे नाव
Thyme	(टाइम)	ओवा, ब्राह्मी वनस्पती			

7. 'W' Consonant ची विविध उच्चारणे :

(i) 'W' 'व' उच्चारणाची उदाहरणे :

Want	(वॉण्ट)	गरज	Warm	वॉ(र)म्	उबदार
Wash	(वॉश)	धुणे	Walk	(वॉक)	चालणे

(ii) 'W' (व) अनुच्चारित राहतो, उदाहरणार्थ –

Whole	(होल)	संपूर्ण, पूर्णतः	Who	(हू)	कोण
Wrist	(रिस्ट)	मनगट	Wright	(राइट)	रचयिता, रचणारा

8. 'X' Consonant ची विविध उच्चारणे :

(i) 'X' (एक्स) उच्चारणाची उदाहरणे :

X-mas	(ख्रिसमस)	नाताल, ख्रिसमस	Excess	(एक्सेस)	अधिक
Fax	(फॅक्स)	पत्रयंत्र, फॅक्स			

(ii) 'X' (एक्स) चे 'क्झ' अशा उच्चारणाची उदाहरणे :

Example	(एक्झाम्पल)	उदाहरण, प्रमाण	Exit	(एक्झिट)	निर्गम मार्ग
Exult	(एक्झल्ट)	सुप्रसन्न, संतुष्ट	Xylem	(झाइलम्)	प्रकाष्ठु

(iii) 'X' (एक्स) चे 'झ' अशा उच्चारणाची उदाहरणे :

Xyster	(झिस्टर)	अस्थिघर्षण यंत्र	Xerox	(झेरॉक्स)	छायाप्रत यंत्र, अशा यंत्राचे नाव
Xenon	(झीनॉन)	कधी कधी बल्बमध्ये वापरला जाणारा एक वायू			

9. 'Y' Consonant ची विविध उच्चारणे :

(i) 'Y' (वाय) चे 'य' अशा उच्चारणाची उदाहरणे :

Toy	(टॉय)	खेळणे	Roy	(रॉइअल्)	राजस, राजबिंडा
My	(माय)	माझा, माझी, माझे	Fly	(फ्लाय)	मक्षिका, उड्डाण

(ii) 'Y' (वाय) चे 'य' अशा उच्चारणाची उदाहरणे :

Yes	(येस्)	होय, 'हो'कार	Year		यिअ(र)बारा महिन्यांचा काळ
Your	(योर)	तुमचा	Yarn	या(र्)न	विणकामासाठीचा धागा, तंतू

10. 'Gh' चे उच्चारण 'घ' अथवा 'फ' होतेवेळी शब्दरूपाची विविध उच्चारणे :

Tough	(टफ)	कठीण	Rough	(रफ्)	खडबडीत, खरखरीत
Ghost	(घोस्ट)	भूत	Ghat	(घाट)	नदीच्या पात्रावरील बांधकाम, पर्वतरांग, घाट
Laugh	(लाफ)	हास्य	Cough	कोफ	फुप्फुसांतील घट्ट द्रावी

11. 'Ch' चे उच्चारण 'च' रूपातले तसेच 'क' रूपातले

Touch	(टच्)	स्पर्श	Bitch	(बिच्)	कुत्री
Chair	चेअ(र)	आसन	Rich	(रिच्)	श्रीमंत
Charisma	(करिष्मा)	आकर्षण प्रभाव	Chord	(कॉड)	सरळ रेखा, जीवा, स्वरयंत्राची तार

12. 'Ph' चे उच्चारण 'प्–ह' रूपातले तसेच 'फ' रूपातले

Uphill (अप् हिल्ल) टेकडीवरील मार्ग

Uphold (अप् होल्ड) निश्चित निर्णय करणे

Phrase	(फ्रेझ्)	म्हण, पदबंध	Photo	(फोटो)	छायाचित्र
Phobia	(फोबीआ)	भयगंड	Physics	(फिझिक्स)	पदार्थविज्ञान
Phone	(फोन्)	दूरभाश यंत्र			

Remember (स्मरण असू द्या)

1. इंग्रजीतील शब्दांत जर R हा वर्ण असेल, तर भारतातील अधिकांश माणसे त्याचा प्रत्येकवेळी उच्चार करतात. बोलण्याची ही पद्धत प्रामादिक होय. जर त्या शब्दातील R नंतर आणखी एकादे Consonant (व्यंजन) येत असेल तर ते R व्यंजन अनुच्चारित राहते, उदाहरणार्थ – Burn, Turn, Third, Firm, Harm.
2. जर त्या शब्दातील R व्यंजनापूर्वी एखादा स्वर येत असेल तर ते R व्यंजन अनुच्चारित राहत नाही. उदाहरणार्थ – Hear, Rare, Father, Mother, Near.
3. 'The' ह्या शब्दाचे उच्चारण 'द' किंवा 'दि' असे केले जाते. ही दोन्हीही उच्चारणे प्रामादिक नाहीत. The Egg (दि एग), The answer (दि आन्सर) तथा व्यंजन से प्रारम्भ होने वाले शब्द से पहले 'द' बोला जाता है, जैसे– The House (द हॉउस), The rat (द रेट), The mouse (द माउस) The man (द मैन)।
4. इंग्रजी भाषेतील व्यंजनांचे उच्चारण सामान्यतः पुढीलप्रमाणे होते –

B	(ब)	C (स)	D (ड)	F (फ)	G (ग)	H (ह)
J	(ज)	K (क)				
L	(ल)	M (म)	N (न)	P (प)	Q (क)	R (र)
S	(स)	T (ट)				
V	(व)	W (व)	X (क्स)	Y (य)	Z (ज़)	

5. उपरोल्लेखित व्यंजनांचे उच्चारण शब्दांतील विविध स्थळी विविध पद्धतीनुसार होत असते. ज्यावेळी आपण लक्षपूर्वक अभ्यास–पठण कराल, त्यावेळी आपणास त्या उच्चारणांचे आकलन होईल.

Silent Letters (अनुच्चारित वर्ण)

देवनागरी लिपीत लिहिली जाणारी मराठी भाषा बावन्न वर्णांची आहे. ती भाषा जशी उच्चारली जाते, तशीच व्यंजबव्हंशी लिहिली जाते, उदाहरणार्थ – आश्रम, विद्यालय. रोमन लिपितील इंग्रजी भाषा केवळ सव्वीस वर्णांची आहे. परिणामी मराठीप्रमाणे सर्व स्वर व व्यंजने जशी उच्चारली जातात, तशी इंग्रजीत बोलणे व लिहिणे अवघड ठरते. इंग्रजीतील कैक असे वर्ण आहेत, जे लिहिले जात असले तरी त्यांचे उच्चारण होतेच असे नाही. उदाहरणार्थ – ज्ञदवबा, ज्ञदवइ, ज्ञदमम इत्यादी. ह्या शब्दांतील ज्ञ अनुच्चरितच राहातो. त्यामुळे ते शब्द अनुक्रमे नॉक, नॉब, नी असे वाचावे लागतात. ह्या संदर्भात पुढील माहिती अधिक उपयुक्त ठरेल.

Silent A

Artistically	(आर्टिस्टकली)	कलात्मक स्वरूपात	Logically	(लॉजिकली)	तार्किक स्वरूपात
Musically	(म्युझिकली)	सूर लय स्वरूपात	Romantically	(रोमॅण्टिकली)	काल्पनिक स्वरूपात
Stoically	(स्टॉइकली)	आत्म संयम स्वरूपात			

Silent B

Climb (क्लाइम्)	चढणे	Comb (कोम्)	फणी, कंगवा
Crumb (क्रम्)	पाव, बिस्किटाचा चुरा		
Debt (डेट)	ऋण	Doubt (डाउट)	आशंका
Numb (नम)	बधिर	Plumber (प्लम(र)	नळकरी
Subtle (सॅटल)	सूक्ष्म / जटिल	Thumb (थम्)	अंगठा
Tomb (टूम)	समाधी	Womb (वूम)	गर्भाशय

Silent C

Acquire अक्वाइय(र)	प्राप्त करणे	Muscle (मसल्)	स्नायू
Scissors (सिझर्स)	कात्री		

Silent D

Wednesday (वेन्झडेइ)	बुधवार	Sandwich (सॅनविच्)	ब्रेडच्या दोन कापांत सारण घालून केलेला खाद्यपदार्थ
Handsome (हॅन्डसम)	सुस्वरूप	Handkerchief हँक(र) चीफ	रुमाल
Edge (एज्)	काठ, कडा	Bridge (ब्रिज)	सेतू, पूल

Silent E

Hate (हेट्)	नावडणे, घृणा करणे	Name (नेम्)	नाव
Like (लाइक्)	आवडणे	Breathe (ब्रीद्)	श्वासोच्छवास करणे

Silent G

Sign (साइन्)	स्वाक्षरी	Campaign (कॅम्पेइन्)	नियोजित अभियान
Feign (फेइन्)	ढोंग	Foreign (फॉरन्)	विदेशी, विजातीय
Gnat (नॅट्)	डंख करणारी माशी, डास		
Gnaw (नॉ:)	कंडारणे, कुरतडणे		
Gnome (नउम्)	ठेंगू म्हातारा	High (हाइ)	उंच, वरले
Light (लाइट्)	ऊर्जा, प्रकाश	Reign (रेइन्)	आधिपत्य, प्राबल्य
Though (दो)	जरी–तरी, असे असले तरी		
Through (थ्रू)	मधून, आरपार	Weight (वेट्)	भार, वजन

Silent H

Honest (ऑनेस्ट)	प्रांजल, प्रामाणिक	Ghost (गोस्ट) मृत	माणसाचा आत्मा, भूत
Heir एअ(र)	वारस	Hour अवर(र)	तास, साठ मिनिटांचा काळ
Whether वेद(र)	जर, जरी, कोणताही एक		

Silent GH

Thought (थॉट्)	विचार	Through (थ्रू)	मधून, आरपार
Daughter (डॉटर)	कन्या, पुत्री	Light (लाइट्)	ऊर्जा, प्रकाश
Right (राइट्)	उचित, उजवा	Fight (फाइट्)	संघर्ष, आंदोलन
Might (माइट्)	शक्यता, बळ, शक्ती		

Silent K

Knead (नीड)	पीठ, कणीक, मळणे	Knife (नाइफ्)	कट्यार, चाकू, सुरी
Knight (नाइट)	कुलिन–सादीपद, योद्धा	Knock (नॉक)	ठोठावणे, ठोसा मारणे
Knot (नॉट)	अढी, गाठ	Knee (नी)	जानू, गुडघा
Know (नो)	ज्ञात असणे, ठाऊक असणे		

Silent L

Calf (काफ्)	वासरू, पोटरी	Chalk (चॉक)	खडू
Half (हाफ्)	अर्धा	Salmon (सॅमन)	तांबसो मासा
Talk (टॉफ्)	बोलणे, भाषण, वक्तृत्व	Walk (वॉक्)	चालणे, फिरणे
Yolk (यॉक्)	अंड्यातील पीतक, बलक		

Silent M

Mnemonic (निमॉनिक्स) स्मृतिविज्ञान

Silent N

Autumn (ऑटम्)	शरद ऋतू	Column (कॉलम्)	स्तंभ
Condemn (कण्डेम्)	निंदा करणे	Hymn (हिम्)	प्रार्थना, भजन, स्तोत्र
Solemn (सॉलेम्)	औपचारिक, विधिवत्	Damn (डॅम्)	एक अपशब्द, पर्वा न करणे

Silent O

Colonel (कर्नल) तळातून वरील उच्च पाचव्या क्रमांकाचा सैन्याधिकारी

Silent P

Corps (कॉर)	सैन्य–पथक, सेना–गट	Coup (कू)	अवचित सत्तान्तर
Pneumonia (न्युमोनीअ)	फुफुसदाह	Psychology (साइकॉलजी)	मानसशास्त्र, मनोवृत्ती
Receipt (रिसीट)	पावती		

Silent S

Aisle (आइल्) पारव, पक्ष, जाण्याची वाट

Island (आइलण्ड) बेट, द्वीप

Apropos (अप्रोपो)–च्या संबंधाने Debris (डेब्री) अपघात–अवशेष

Bourgeois (बुअझ्–वा) मध्यमवर्गीय (उपहासात्मक संबोधन)

Silent T

Asthma (अस्थमा)	दमा, धाप	Ballet (बॅलेइ)	नृत्यनाट्य, मुग्धनाट्य
Castle (कासल्)	कोट, गढी, संरक्षक इमारत	Fasten (फासन्)	घट्ट बांधणे, बंद करणे
Gourmet (गुअमेइ)	भोजनानुभवी, अन्नानंद	Listen (लिस्'न्)	लक्षपूर्वक ऐकणे, श्रवण करणे
Rapport रॅपॉ:(र)	जवळीक, सुसंवाद, भावबंध	Ricochet (रिकशेइ)	पृष्ठभागावर आदळून उडणे
Soften (सॉफ्'न)	सौम्य होणे, मऊ होणे	Whistle (विस्'ल्)	शीळ, शिट्टी, ओठांतील नाद

Silent U

Biscuit (बिस्'किट्)	बिस्किट	Colleague (कॉलिग्)	सहकारी, सवंगडी
Guess (गेस्)	अनुमान करणे	Guard (गाड्)	सतर्कपणा, सावधपणा, प्रहरी
Guide (गाइड्)	मार्गदर्शन, मार्गदर्शक	Guilt (गिल्ट)	पापभावना, ओशाळपणा
Tongue (टङ्)	जिव्हा, जीभ	Guitar गिटा(र्)	बोटांनी वाजविण्याचे एक तंतूवाद्य

Silent W

Answer आन्'स(र)	उत्तर	Sword (सॉ:र्ड)	खड्ग, तलवार
Two (टू)	द्वी, दोन	Who (हू)	कोण
Wrist (रिस्ट)	मणिबंध, मनगट	Write (राइट्)	रचयिता, रचणारा
Whole (हउल)	सबंध, न मोडलेले, अखंड		

Silent X

Faux pas (फो–पा) अनाचरण, अनैतिक

Silent Z

Rendezvous (रॉन'डिव्हू) संकेत स्थळ

असे अनेक शब्द आहेत, ज्यांच्यात एकाहून अधिक ब्वदेवदंदजे (वर्ण), `पसमदज (अनुच्चारित) राहतात, उदाहरणार्थ – Plough (प्लाउफ), Brought (ब्रॉट), Night (नाइट), Haughty (हाटी), Colleague (कलीग), Tongue (टंग) इत्यादि।

☞ स्मरण असू द्या

ह्या प्रकरणाच्या उपरोल्लेखित भागात दिलेला शब्द संग्रह केवळ उदाहरणांच्या स्वरूपातील आहे. इंग्रजी भाषेत असे अगणित शब्द आहेत, ज्यांत कैक वर्ण अनुच्चारित राहतात. ह्या भाषेवरील प्रभुत्व संपादन करण्याच्या दृष्टिकोनातून Dictionary (शब्दकोश) उपयोगात आणावा व त्यातील शब्द स्मरणात ठेवावेत.

How to Write Name (नामलेखन कसे करावे?)

वर्ण		उच्चारण	उदाहरण ध्वनि **(Sound)**		
a	→	अ	ka	→	क
aa or A	→	आ	kaa	→	का
i	→	इ	ki	→	कि
ii or I or ee	→	ई	kii	→	की
u	→	उ	ku	→	कु
uu or U or oo	→	उफ	kuu	→	कू
e	→	ए	ke	→	के
ai	→	ऐ	kai	→	कै
o	→	ओ	ko	→	को
au	→	औ	kau	→	कौ
am	→	अं	km	→	कं
ah	→	अः	kh	→	कः

Consonants (व्यंजने)

k or c	→	क	d	→	द
kh	→	ख	dh	→	ध
g	→	ग	n	→	न
gh	→	घ	p	→	प
ch	→	च	ph or f	→	प फ
Ch or chh	→	छ	b	→	ब
j	→	ज	bh	→	भ
jh	→	झ	m	→	म
T	→	ट	y	→	य
Th	→	ठ	r	→	र

D	→	ड	Dh	→	ढ
L	→	ल	N	→	ण
v or w	→	व	t	→	त
sh	→	श	th	→	थ
Sh or shh	→	ष	s	→	स
Ram = राम		Pooja = पूजा	h	→	ह
Radha = राघ		Rani = रानी	ksh	→	क्ष

Spelling Study (शब्दलेखन अभ्यास)

पाठकांना कैक वेळा जस जसे आपण नियमांनुसार इंग्रजी शब्दांचे Pronunciation (उच्चारण) Correct (शुद्ध) पद्धतीनुसार करू शकत नाही आहोत, असे जाणवू लागते तस तसे त्यांना English Vocabulary (इंग्रजी शब्दसंग्रहा)चा अभ्यास अवघड वाटू लागतो. इंग्रजीतील एकाच Letter (वर्ण) ची कैक उच्चारणे आहेत, म्हणून असा अनुभव येत असतो; परंतु मूळ कारण असे की मराठी Alphabets (वर्णमाले)त 52 Letters (वर्ण) आहेत, तर इंग्रजी Alphabet (वर्णमाले)त केवळ 26 Letters (वर्ण) आहेत.

आपली Mother Tongue (मातृभाषा) मराठी असल्याने प्रथमः आपण मराठीत विचार करू लागतो, नंतर त्या विचाराचे Translation (भाषांतर) करू पाहतो; परंतु English (इंग्रजी) तील काही words (शब्दां) चे Pronunciation (उच्चारण) केले जात असताना, काही स्मजजमते (अक्षरे) Silent (अनुच्चारित) असतात, कारण कित्येक इंग्रजी शब्द ल्याटिन, फ्रेंच, अमेरिकन, अरेबिक इत्यादी विभिन्न भाषांद्वारे घडलेले आहेत, उदाहरणार्थ –

'A' ह्या Letter (अक्षरा) चे उपयोजन –

i. 'Farmer' (फार्मर) ह्या Word (शब्दा) त 'आ' स्वरासाठी करण्यात झालेले आहे.

ii. 'Cat' (कॅट) ह्या Word (शब्दा) त ऍ स्वरासाठी करण्यात झालेले आहे.

तद्वत्, मराठीत आपण 'निमॉनिया' ह्या शब्दाचे उच्चारण जसे करतो तसे लेखन करतानाही 'निमॉनिया' असेच लिहितो. इंग्रजीत लेखन करीत असताना Pneumonia असे लिहिण्याची पद्धत असली तरी उच्चारण करीत असताना 'न्युमउनीअ' असे केले जाते, त्यावेळी ह्या शब्दातील 'P' silent (अनुच्चारित) राहतो.

परिणामी, इंग्रजी भाषेतील शब्दरचनेचे अध्ययन करण्यासाठी, खाली दिलेल्या काही त्ससमे (नियमां) चे अध्ययन करणे अनिवार्यच ठरते –

Rules for Spelling (शब्दलेखनासाठीचे नियम)

☞ **Rule 1.** Q च्या सोबत नेहमी u हे अक्षर येते, उदाहरणार्थ – queen, quite, quarrel, quality, quick, question

☞ **Rule 2.** कोणत्याही शब्दांच्या अंती y असे अक्षर असेल, व त्या शब्दाच्या अंती full असे लिहावयाचे असेल तर त्या 'full' मधील एक अक्षर 'l' काढून टाकावे, उदाहरणार्थ – beautiful, harmful, faithful, blissful.

☞ **Rule 3.** कोणत्याही शब्दांच्या अंती 'y' असे अक्षर असेल, व त्या शब्दाच्या अंती full असे लिहावयाचे असेल तर 'y' ह्या अक्षराच्या ऐवजी 'i' असे लिहून मगच ful असे लिहावे, उदाहरणार्थ – Duty + full = Dutiful, Beauty + full = Beautiful

☞ **Rule 4.** यद्यपि एकाद्या शब्दाच्या अंती 'l' असे अक्षर असेल, अन् त्या 'l' अक्षराच्या अगोदर एकादा Vowel (स्वर) असेल तर, तेव्हा Suffix (उत्तर–प्रत्यय) लावतेवेळी 'l' अक्षराचे Double (द्वित्त) करावे तसे केल्यानंतरच सार्थ शब्दरचना पूर्ण होते, उदाहरणार्थ – Label + ed = Labelled, Travel + ed

= Travelled. अपवादात्मक उदाहरणे – Parallel + ed = Paralleled, Legal + ise = Legalise, Quarrel + some = Quarrelsome

☞ **Rule 5.** यद्यपि एखाद्या शब्दाच्या अंती 'well' किंवा 'will' जुळवून घेतल्यास अक्षरातील Double (द्वित्त) मधून एक 'l' उणे होत नाही, उदाहरणार्थ – Fare + well = Farewell, Good + will = Goodwill

☞ **Rule 6.** यद्यपि एखाद्या शब्दात 'e' किंवा 'i' हे स्वर असल्याने 'ee' (ई) चा स्वर ध्वनी निर्माण होत असेल तर, त्या शब्दात आरंभी 'i' येत्, तदनंतर 'e' हे अक्षर येते, उदाहरणार्थ – believe, niece, piece, relieve, yield. अपवादात्मक उदाहरण – seize

☞ **Rule 7.** यद्यपि एखाद्या शब्दात 'ee' ('ई') च्या अगोदर 'c' असेल तर, आरंभी 'e' येते, तदनंतर 'i' हे अक्षर येते, उदाहरणार्थ – deceive, receive, conceive. अपवादात्मक उदाहरण – neither, heir

☞ **Rule 8.** यद्यपि एखाद्या क्रियापदाच्या अंती 'e' असेल, तर त्यास 'ing' जुळवून घेताना ते 'e' अक्षर काढून टाकले जाते, उदाहरणार्थ – come + ing = coming, write + ing = writing अपवादात्मक उदाहरण – Be + ing = Being

☞ **Rule 9.** यद्यपि एखाद्या क्रियापदाच्या अंती 'ee', 'oe', किंवा 'ye' असेल, तर त्यास 'ing' जुळवून घेताना कोणतेही अक्षर वगळले जात नाही, उदाहरणार्थ – Agree + ing = Agreeing, See + ing = Seeing, Shoe + ing = Shoeing, Eye + ing = Eyeing

☞ **Rule 10.** यद्यपि एखाद्या क्रियापदाचे अंत्याक्षर 'w', 'r' किंवा 'y' व्यतिरिक्त जे कोणतेही अक्षर येत असेल, त्याच्यापूर्वी जर Vowel (स्वर) येत असेल तर ते अंत्याक्षर Double (द्वित्त) करावे आणि त्यानंतर 'ing' जुळवून घ्यावे, उदाहरणार्थ – Sit + ing = Sitting, Beg + ing = Begging अपवादात्मक उदाहरण – Pardoning, Opening, Burning

☞ **Rule 11.** एखाद्या क्रियापदाचे अंत्याक्षर 'w' 'r', किंवा 'y' असेल तर, अन् त्या अक्षराच्या अगोदर एखादा Vowel (स्वर) असेल तर, त्यावेळी 'ing' जुळवून घेत असताना ते अंत्याक्षर द्वित्त होत नाही, उदाहरणार्थ – Blow + ing = Blowing, Play + ing = Playing

☞ **Rule 12.** एखाद्या क्रियापदाचे अंत्याक्षर 'C' असेल तर, त्यास '–ed' किंवा 'ing' जुळवून घेत असताना त्या 'C' अंत्याक्षरास 'k' जुळवून घेतले जाते, उदाहरणार्थ – Forlic + ed = Frolicked, Mimic + ing = Mimicking

☞ **Rule 13.** यद्यपि एखाद्या शब्दाचे अंत्याक्षर 'e' असेल, तर, त्यास 'able', 'age' किंवा 'ish' जुळवून घेतेवेळी अंत्याक्षर 'e' वगळले जाते. उदाहरणार्थ – Move + able = Movable, Mile + age = Milage, Virtue + ous = Virtuous. अपवादात्मक उदाहरण – Courage + ous = Courageous, Change + able = Changeable, Peace + able = Peaceable

☞ **Rule 14.** ज्या नामाचे अंत्याक्षर 'O' असेल, तर, अन् त्या अंत्याक्षराच्या अगोदर एखादा Consonant (व्यंजन) असेल तर त्या नामाचे Plural (अनेकवचन) घडवित असताना त्या अंत्याक्षराच्या पुढे 'es' असा उत्तर–प्रत्यय जोडला जातो, उदाहरणार्थ – Mango = Mangoes, Hero = Heroes

स्मरणात ठेवण्याजोगे

(i) यद्यपि आपण Spelling Study (शब्दलेखन अभ्यास) चे Rules (नियम) उचित स्वरूपात Learn (कंठस्थ) केलेले नसतील तर, पुनश्च ह्या पुस्तकाच्या पृष्ठांक 31 वरील Spelling Study (शब्दलेखन अभ्यास) च्या Rules (नियमां) चा अभ्यास करा.

(ii) यद्यपि आपण अवघ्यच काही hard words (अवघड शब्दां) ची शब्दरचना लिहिण्यास समर्थ आहोत, असे वाटत असेल तर अन्य अवघड शब्दांची रचना करण्याची सवय लावून घ्या.

(iii) लक्षात राहिलेल्या Words (शब्दां)ची रचना अचूक न लिहू शकल्यास अर्थाचा अनर्थ होण्याची शक्यता असते.

शब्दभेद
(PARTS OF SPEECH)

Definition (व्याख्या)

Words are divided into eight different kinds or classes, called Parts of Speech. वाक्यरचना करीत असताना विविध कार्यांनुसार शब्दांचा विविध आठ प्रकारांत समावेश केला जाऊ शकतो, त्यांना विविध संबोधने देण्यात आली आहेत. अशा कृतीला Parts of Speech (शब्दभेद) अथवा शब्दांच्या जाती असे म्हटले जाते. शब्दांच्या जातींचे एकंदर आठ प्रकार आहेत.

1. Noun (नाम) 2. Pronoun (सर्वनाम) 3. Verb (क्रियापद) 4. Adjective (विशेषण) 5. Adverb (क्रियाविशेषण) 6. Preposition (शब्दयोगी अव्यय) 7. Conjunction (उभयान्वयी अव्यय) 8ण Interjection (केवलप्रयोगी अव्यय)

Noun (नाम)

A Noun is the name of a person, place, animal, thing, quality, condition and action. कोणतीही व्यक्ती, वस्तू, स्थान, गुण, कार्य व अवस्था अंशांना जे नाव असते, त्यास नाम असे संबोधतात. उदाहरणार्थ –

Alok (अलोक), Nikita (निकिता) – व्यक्तींची नावे
Hospital (शुश्रुषालय), Zoo (पशुसंग्रहालय) – स्थानांची नावे
Read (वाचन), Write (लेखन) – कार्यांची नावे
Table (मेज), Pen (लेखणी) – वस्तूंची नावे
Good (चांगले), Bad (वाईट) – गुणांची नावे
Sleep (निद्रा घेणे), Childhood (बालपण) – अवस्थांची नावे

✯ व्यक्तींच्या नावांचा उल्लेख करीत असताना, त्यात पशू–पक्ष्यांच्या नावांचाही समावेश केला जातो. उदाहरणार्थ – Cow, Horse, Dog, Crow, Parrot इत्यादी.

✯ वस्तूंच्या नावांचा उल्लेख करीत असताना, त्यात पुढील नावांचाही समावेश होत असतो, उदाहरणार्थ –

नद्यांची नावे – Ganga, Yamuna, Godavari
पर्वतांची नावे– Himalayas, Vindhyachal
समुद्रांची नावे – Indian Sea, Atlantic Ocean
ग्रंथांची नावे – Ramayana, Mahabharata, Gita
दिवसांची नावे – Monday, Tuesday, Wednesday
मासांची नावे – January, February, March
धातूंची नावे – Gold, Silver, Brass

Pronoun (सर्वनाम)

A Pronoun is a word which is used in place of a Noun. Noun च्या ऐवजी जो शब्द उपयोजला जातो, त्या शब्दास Pronoun (सर्वनाम) असे संबोधतात, उदाहरणार्थ –

Example **:** Ravi went to Mumbai yesterday. **He** will return day after tomorrow.
(रवी काल मुंबईस गेला. तो उद्या परत येईल.)

★ उपरोक्त Sentence (वाक्या) त He ह्या शब्दाचा प्रयोग Noun Ravi च्या ऐवजी करण्यात आला आहे. म्हणून He शब्दास च्तवदवनद (सर्वनाम) असे संबोधतात.

Adjective (विशेषण)

An adjective is a word used to qualify a noun or pronoun. Noun अथवा Pronoun ची वैशिष्ट्ये सांगणाऱ्या शब्दांस Adjective (विशेषण) असे म्हणतात, उदाहरणार्थ –

Example* :** Ram is a ***good boy. राम चांगला मुलगा आहे.

★ उपरोक्त Sentence (वाक्या) 'good' शब्दामुळे रामच्या स्वभावाचे वैशिष्ट्य दर्शविले जाते. म्हणून हववक शब्दास Adjective (विशेषण) असे संबोधतात.

Verb (क्रियापद)

A verb is a word used for saying something about a person or thing. Verb (क्रियापदा) मुळे वाक्यातील क्रियेच्या संदर्भात माहिती प्रकट झाल्याने त्या वाक्याचा अर्थ पूर्ण होतो, उदाहरणार्थ –

Example* :** Sohan ***writes a letter. सोहन एक पत्र लिहितो.

★ उपरोक्त Sentence (वाक्या) त writes ह्या शब्दामुळे सोहन एक पत्र लिहितो ह्या क्रियेच्या संदर्भात माहिती प्रकट झाल्याने त्या वाक्याचा अर्थ पूर्ण होतो.

Adverb (क्रियाविशेषण)

An Adverb qualifies a Verb, an Adjective or another Adverb. क्रियाविशेषण छवनद, च्तवदवनद, प्दजमतरमबजपवद सोडून अन्य शब्दांचे गुण–दोष, कार्य व अवस्थांविषयीच्या संदर्भातील वृद्धी करणारी माहिती प्रकट झाल्याने त्या वाक्याचा अर्थ पूर्ण होतो. वस्तुस्थिती अशी की, मराठीत क्रियाविशेषण, शब्दयोगी आणि केवलप्रयोगी शब्द हे अव्यय नामक गटात येतात, कारण वाक्यरचना होत असताना ह्या शब्दांत परिवर्तन होत नाही, असे गृहीत धरले जाते; तथापि क्रियेचे वैशिष्ट्य सांगणाऱ्या शब्दांना मात्र प्रत्यय लागल्याने त्या शब्दात लिंगवचनानुसार परिवर्तन होत नाही, उदाहरणार्थ –

Example

1. Mohini runs ***fast***. मोहिनी चपळ धावते.
2. Radhika laughs ***sweetly***. राधिका मधुर हसते.

★ उपरोक्त Sentences (वाक्यां) त जर मोहिनी पळते, असे म्हटले असते तर, आम्हांस मोहिनीद्वारे पळण्याची क्रिया होते, इतकीच माहिती मिळाली असते; परंतु मोहिनीद्वारे पळण्याच्या क्रियेचे वैशिष्ट्य स्पष्ट होते. क्रियेचे वैशिष्ट्य चपळ, मधुर ह्या शब्दांद्वारे स्पष्ट होत असल्याने ते शब्द क्रियाविशेषणे होत.

Preposition (केवलप्रयोगी अव्यय)

Preposition is a word used with a Noun or a Pronoun to show how the person or thing denoted by the Noun or Pronoun stands in relation to something else. Preposition (शब्दयोगी अव्यय) हा असा शब्द आहे, जो व्यक्ती वा वस्तू ह्या विषयीची माहिती देणाऱ्या छवनद (नाम) अथवा च्तवदवनद (सर्वनामा) च्या अगोदर उपयोजला जातो आणि त्याच्याद्वारे छवनद (नाम) अथवा च्तवदवनद (सर्वनामा) चा संबंध अन्य छवनद (नाम) अथवा च्तवदवनद (सर्वनामा) शी दाखवितो, उदाहरणार्थ –

Example* :** The book is ***on the table. पुस्तक मेजावर आहे.

★ उपरोक्त ैमदजमदबम (वाक्या)मध्ये वद हा शब्द पुस्तक व मेज ह्या नामांशी संबंध दाखवित असल्याने तो शब्द च्तमचवेपजपवद (केवलप्रयोगी अव्यय) होय. त्या वाक्यातील वद हा शब्द वगळल्यास पुस्तक मेजावर आहे, असा अर्थ स्पष्ट होत नाही. च्तमचवेपजपवद (केवलप्रयोगी अव्यय) चे उदाहरण म्हणून पद (आत), वित (साठी) अशा कैक शब्दांचा उल्लेख करता येतो.

Conjunction (उभयान्वयी अव्यय)

A conjunction is a word which joins two or more than two phrases, clauses, words or sentences. Conjunction (उभयान्वयी अव्यय) हा एक शब्द आहे, जो दोन शब्दांना अथवा दोन वाक्यांना जुळवून घेतो, उदाहरणार्थ –

Example

1. Sita ***and*** Gita are sisters. सीता आणि गीता ह्या बहिणी आहेत.
2. Please, give me tea ***or*** coffee. कृपा करून मला चहा किंवा कॉफी द्या.

★ उपरोक्त Sentences (वाक्यां)त and आणि वत ह्या शब्दांचा प्रयोग सीता, गीता तसेच चहा व कॉफी ह्या नामांना जुळविण्यासाठी झाला आहे. तेवढ्यासाठी and आणि or हे शब्द उभयान्वयी अव्यये होत.

Interjections (केवलप्रयोगी अव्यय)

An Interjection is a word which expresses some sudden feeling or emotion of the mind. It has no grammatical relation with any other word. Its symbol is (!) ज्या शब्दाच्या योगे मानवी भाव–भावना – हर्ष, दुःख, घृणा, विस्मय इत्यादी व्यक्त केल्या जातात, त्या शब्दास प्दजमतरमबजपवद (केवलप्रयोगी अव्यय) असे संबोधले जाते. उदाहरणार्थ – hurrah, bravo, alas, oh, इत्यादी.

- Interjection (केवलप्रयोगी अव्यय) दर्शविणाऱ्या शब्दाचा आरंभ ब्वपजंस स्मजजमत (कॅपिटल लेटर)ने केला जातो. प्दजमतरमबजपवद (केवलप्रयोगी अव्यय) दर्शविणारे शब्द पुढीलप्रमाणे देता येतात :

  1. हर्ष, प्रसन्नपणा, उल्हास, आनंद, आल्हाद प्रकट करण्यासाठीचे शब्द – Hurrah!
  2. दुःख, कष्ट, विषाद प्रकट करण्यासाठीचे शब्द – Alas! Ah!
  3. आश्चर्य, नवल प्रकट करण्यासाठीचे शब्द – Oh! What!
  4. अनुमोदन, स्वीकृती, मान्यता प्रकट करण्यासाठीचे शब्द – Welldone! Ok!
  5. ग्लानी, घृणा, तिरस्कार प्रकट करण्यासाठीचे शब्द – For Shame! Fie! Bosh!
  6. संबोधन, हाक मारणे प्रकट करण्यासाठीचे शब्द – Hello! Hay!
  7. लक्ष आकर्षित करणे प्रकट करण्यासाठीचे शब्द – Listen! Look! Behold! Hush!

स्मरणात ठेवण्याजोगे

आपण ह्या भागात व्याकरणाशी संबंधित असलेल्या Parts of Speech (शब्दभेद) चा संक्षिप्त स्वरूपात आकलन करून घेतले. त्या संदर्भातील पुढील अध्यायात सविस्तरपणे समजून घेऊ.

संज्ञा
(NOUN)

Definition (व्याख्या)

A Noun is the name of a person, place, animal, thing, quality, condition and action. कोणतीही व्यक्ती, वस्तू, स्थान, गुण, कार्य व अवस्था अशांना जे नाव असते, त्यास Noun (नाम) असे संबोधतात. उदाहरणार्थ – Sandeep, Dog, Delhi, Book

Example 1. ***Sandeep*** is a good ***boy.*** संदीप हा एक चांगला मुलगा आहे.
2. The ***dog*** is a faithful ***animal.*** कुत्रा हा एक निष्ठावान पशू आहे.
3. ***Delhi*** is the capital of ***India.*** दिल्ली ही भारताची राजधानी आहे.
4. This is a ***book.*** हे एक पुस्तक आहे.

✯ उपरोक्त Sentence (वाक्या)तील Sandeep, boy, dog, animal, Delhi, राजधानी book हे सर्व शब्द नामे होत.

Kinds of Noun (नामाचे प्रकार)

There are five kinds of Noun.नामाचे पाच प्रकार मानले जातात.

1. Proper Noun (विशेषनाम)
2. Common Noun (सामान्यनाम)
3. Collective Noun (समुदायवाचक नाम)
4. Material Noun (धातुवाचक नाम)
5. Abstract Noun (भाववाचक नाम)

1. Proper Noun (विशेषनाम)

The name given to a particular person, animal, place or thing is a Proper Noun. कोणत्याही विशेष व्यक्तीचे, पशूचे, स्थानाचे अथवा वस्तूचे नाव असल्यास, त्या शब्दाला Proper Noun (विशेषनाम) असे संबोधतात, उदाहरणार्थ – Sunidhi, Shubham, Patna, Chetak और Ramayana आदि.

Example 1. ***Shubham*** is watching T.V. शुभम टीव्ही पाहतो आहे.
2. He went to ***Patna***. तो पाटण्यास गेला.
3. ***Chetak*** was a faithful horse. चेतक हा एक निष्ठावान घोडा होता.
4. The ***Ramayana*** is a sacred book. रामायण हा एक पवित्र ग्रंथ आहे.

✯ उपरोक्त Sentence (वाक्या)तील Shubham, Patna, Chetak आणि Ramayana हे सर्व शब्द Proper Noun (विशेषनाम) होत, कारण त्यातील प्रत्येक नाव अनुक्रमे व्यक्तीचे, स्थानाचे, पशूचे आणि ग्रंथाचे आहे.

Note :

(i) प्रत्येक व्यक्तीचे आणि पशूचे नाव Proper Noun (विशेषनाम) असते, उदाहरणार्थ – Gautam Buddha, Tommy इत्यादी.

(ii) कोणतेही Historical Event (ऐतिहासिक घटना, स्मारक), उदाहरणार्थ – Qutub Minar, Indo-China War इत्यादी.

(iii) Geographical (भौगोलिक) अथवा ब्मसमेजपंस (ब्रह्मांडातील ग्रहोपग्रह व तारका, नक्षत्र), उदाहरणार्थ – Sun, Moon इत्यादी.

(iv) दिन, सप्ताह, मास आणि वर्ष यांची नावे, उदाहरणार्थ – Sunday, December इत्यादी.

(v) (पुरस्कार, व्यावसायिक संस्था) यांची नावे, उदाहरणार्थ –

The Gyanpith Award, Hero, Wipro इत्यादी.

☆ Proper Noun (विशेषनाम) हे Common Noun (सामान्यनाम) होते, जेव्हा एखाद्या विशेषनामाचे वर्णनात्मक कारणासाठी उपयोजन केले जाते, उदाहरणार्थ –

Ram is the ***Dara Singh*** of his village. राम हा त्याच्या गावचा दारासिंग होय.

☆ उपरोक्त Sentence (वाक्या) तील जीम Dara Singh हे नाव जरी Proper Noun (विशेषनाम) असले तरी त्याचे उपयोजन Common Noun (सामान्यनामा) प्रमाणे केले गेले आहे.

2. Common Noun (सामान्यनाम)

A Common Noun is a name shared in comman by everyone of the same class or group. कोणतीही व्यक्ती, वस्तू, स्थान, गुण, कार्य व अवस्था ह्यांच्या नावामुळे त्यांच्या जातीतील समान गुणधर्माचा परिचय होऊ शकतो, त्यास Common Noun (सामान्यनाम) असे संबोधतात, उदाहरणार्थ – Boy, Tree, Book, Cow इत्यादी.

Boy (मुलगा) : Boy मुळे सर्व मुलांच्या जातीचा परिचय घडतो.

Tree (वृक्ष) : Tree मुळे सर्व वृक्षांच्या जातीचा बोध होतो.

Book (ग्रंथ) : Book मुळे सगळया ग्रंथांच्या जातीची जाणीव होते.

Cow (गाय) : Cow मुळे सर्व गाईच्या जातींची ओळख होते.

Example 1. The ***boy*** is writing a ***letter***. मुलगा पत्र लिहितो.

2. ***Tree*** gives us ***fruit***. वृक्ष आम्हास फळ देते.

☆ उपरोक्त Sentence (वाक्या) तील boy, letter, tree, fruit, book, cow, milk ही नामे त्यांच्या त्यांच्या जातीचा परिचय करून देतात, म्हणून ती सर्व नामे सामान्यनामे होत.

3. Collective Noun (समुदायवाचक नाम)

A Collective Noun is a name given to a number of things regarded as a whole, group or collection. ज्या नामाद्वारे समुदायाचा किंवा समूहाचा, संग्रहाचा परिचय होतो. अशा त्या नामास Collective Noun (समुदायवाचक नाम) असे संबोधतात, उदाहरणार्थ – Class, team, army, bunch of flowers इत्यादी.

Example 1. He is the monitor of my ***class***. तो आमच्या वर्गाचा छात्रनायक आहे.

2. Our ***team*** won the cricket match. आमच्या संघाने क्रिकेट सामना जिंकला.

☆ उपरोक्त Sentence (वाक्या)तील Class ह्या शब्दामुळे वर्गात उपस्थित असलेल्या विद्यार्थ्यांचा समूह, ज्मंउ ह्या शब्दामुळे क्रीडापटूंचा समूह, Army ह्या शब्दामुळे सैनिकांचे दल आणि Bunch of flowers ह्या शब्दामुळे पुष्पाचे संकलन ध्यानात येते म्हणून हे सर्व शब्द Collective Noun (समुदायवाचक नाम) होत.

4. Material Noun (धातुवाचक नाम)

A Material Noun is the word used for the substance of which things are made. ज्या नामामुळे त्या वस्तूच्या धातूचा किंवा द्रव्याचा बोध होऊ शकतो. अशा त्या नामास Material Noun (धातुवाचक नाम) अस संबोधतात, उदाहरणार्थ – Gold, Copper, Brass इत्यादी.

Example 1. ***Copper*** is useful metal. तांबे हा एक उपयुक्त धातू होय.

2. ***Brass*** is yellow. पितळ पिवळे आहे.

☆ उपरोक्त Sentence (वाक्या)तील Gold, Copper, Brass ही नामे धातूशी संबंधित आहेत आणि त्या धातूद्वारे अन्य वस्तूही घडविली जात असल्याने त्यांना डंजमतपंस छवनद (धातुवाचक नाम) होत.

5. Abstract Noun (भाववाचक नाम)

An Abstract Noun is the word used for mode of an action, state or quality. कोणतीही कृती, अवस्था किंवा गुणात्मकता दर्शविण्यासाठी उपयोजलेल्या नामाला Abstract Noun (भाववाचक नाम) असे संबोधतात, उदाहरणार्थ – Poverty, Laugh, Honesty, Beauty इत्यादी.

Example 1. ***Poverty*** is curse. दारिद्रय हा शाप आहे.

2. ***Laugh*** is the best medicine. हास्य हे सर्वोत्तम औषध आहे.

3. *Honesty* is the best policy. **प्रांजलपणा ही सर्वोत्तम भूमिका आहे.**

- उपरोक्त **Sentence** (वाक्या)तील Poverty **मुळे अवस्था**, Laughter **मुळे कार्यविधी**, Honesty आणि Beauty ह्या नामांमुळे गुणात्मकता स्पष्ट होत असल्याने ही सर्व Abstract Nouns (भाववाचक नामे) होत.
- आतापर्यंत आम्ही आपणास Noun (नाम) च्या पाच प्रकारांविषयीचे आकलन करून दिले. ह्यानंतर आम्ही आपणास Noun (नाम) च्या नव्या अवधारणांविषयाची माहिती देणार आहोत. ती देताना Noun (नाम) चे दोन विभाग करण्यात आले आहेत. ह्या संदर्भात पुढील तालिकेद्वारे आपणास नेमकेपणाने समजेल असे आम्ही सांगणार आहोत.

Countable Noun (गणनीय नाम)

The nouns that can be counted are called countable nouns. ज्या Nouns (नामामुळे) गणना करता येते असे स्पष्ट होते, त्यास Countable Nouns (गणनीय नाम) असे संबोधले जाते, उदाहरणार्थ – girl, books, tree, orange, chairs इत्यादी.

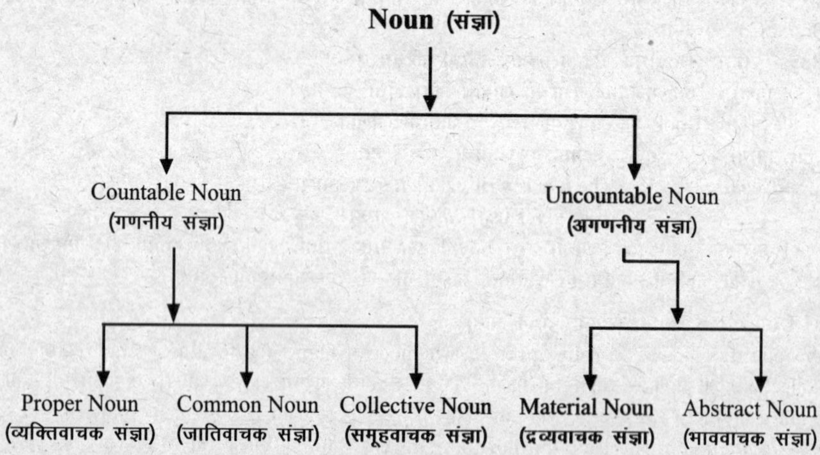

- Proper Noun (विशेषनाम), Common Noun (सामान्यनाम) तसेच Collective Noun (समुदायवाचक नाम) ह्यांच्याद्वारे गणना करता येत असल्याचे स्पष्ट होते, म्हणूनच त्यांस Countable Nouns (गणनीय नाम) असे संबोधले जाते.

Uncountable Noun (अगणनीय नाम)

It is the noun which cannot be counted. ज्या Nouns (नामा)मुळे गणना करता येत नाही, त्यास Uncountable Nouns (अगणनीय नाम) असे संबोधले जाते, उदाहरणार्थ – Gold, Water, Butter इत्यादी.

स्मरणात ठेवण्याजोगे

आतापर्यंत आपण Nouns (नामा) च्या परंपरागत तसेच आधुनिक स्वीकृत प्रकारांचे संक्षिप्त स्वरूपात आकलन करून घेतले. ह्या अध्यायात आम्ही Spoken English (इंग्रजी संवादना) शी संबंधित असलेल्या नियमांच्या संदर्भात सुलभ स्वरूपाची व्याख्या केली आहे. तसेच Written English (इंग्रजी लेखना) शी संबंधित असलेल्या नियमांच्या संदर्भात संक्षिप्त वर्णन केले आहे. जे अभ्यासक इंग्रजी लेखनाच्या संदर्भात असलेल्या नियमांचा विस्तृतपणे अभ्यास करू पाहताहेत, ते इंग्रजी व्याकरणाचे कोणतेही उत्तम पुस्तक (उदाहरणार्थ – Wren & Martin, written jointly by P- C- Wren and H- Martin) वाचून स्वतःच्या ज्ञानात भर टाकू शकतात.

सर्वनाम
(PRONOUN)

Definition (व्याख्या)

A Pronoun is a word which is used in place of a Noun. Noun (नामा) च्या स्थानी उपयोजले जाणाऱ्या शब्दास Pronoun (सर्वनाम) असे म्हणतात. Pronoun (सर्वनाम) Person, Place अथवा Animal तिन्ही नामांतले असू शकते. उदाहरणार्थ –

Example **1.** **Sohan** is good boy. सोहन चांगला मुलगा आहे.
He is reading. तो वाचत आहे.
2. Mumbai is a big city. मुंबई मोठे नगर आहे.
It is in Maharastra. ते महाराष्ट्रात आहे.

Example क्रमांक 1. मध्ये Sohan ह्या Proper Noun (विशेषनामा) च्या ऐवजी He चा प्रयोग केला गेला आहे. म्हणून He हे Pronoun (सर्वनाम) होय. Example क्रमांक 2. मध्ये मुंबई ह्या Proper Noun (विशेषनामा) च्या ऐवजी It चा प्रयोग केला गेला आहे. म्हणून It हे Pronoun (सर्वनाम) होय. लक्षात ठेवण्यासारखी बाब म्हणजे व्यक्तीसाठी He हे Pronoun (सर्वनाम) उपयोजिले गेले आहे, तर स्थानासाठी It हे Pronoun (सर्वनाम) उपयोजिले गेले आहे. He आणि It ही दोन्ही Pronoun (सर्वनामे) होत.

Kinds of Pronoun (सर्वनामांचे प्रकार)

1. Personal Pronouns (पुरुषवाचक सर्वनाम)
2. Demonstrative Pronoun (दर्शक सर्वनाम)
3. Interrogative Pronoun (प्रश्नार्थक सर्वनाम)
4. Relative Pronoun (संबंधीवाचक सर्वनाम)
5. Distributive Pronoun (व्यक्तिवाचक सर्वनाम)
6. Reciprocal Pronoun (पारस्परिक सर्वनाम)
7. Reflexive Pronoun (निजवाचक सर्वनाम)
8. Indefinite Pronoun (सामान्य किंवा अनिश्चित सर्वनाम)

1. Personal Pronoun (पुरुषवाचक सर्वनाम)

Personal pronouns represent specific people or things. These pronouns are used for persons. Pronoun (सर्वनाम) चे उपयोजन कोणत्याही Person अथवा Animal ऐवजी केले जाते, त्यास Personal Pronoun (पुरुषवाचक सर्वनाम) असे संबोधले जाते, उदाहरणार्थ – I, You, He, She, It, इत्यादी.

Personal Pronouns (पुरुषवाचक सर्वनाम) तीन प्रकारांत असतात –

(a) **First Person** (प्रथम पुरुषवाचक सर्वनाम) : The pronoun used for the speaker is known as personal pronoun of first person. ह्या Personal Pronoun (पुरुषवाचक सर्वनाम) द्वारे बोलणारा स्वतःचा उल्लेख करीत असल्याचे स्पष्ट होते. अशास First Person (प्रथम पुरुषवाचक सर्वनाम) असे संबोधतात, उदाहरणार्थ – I व We.

Example **1.** *I* am reading. मी वाचत आहे.
2. *We* are reading. आम्ही वाचत आहोत.

☆ उपरोक्त Sentences (वाक्यां) तील 'I' आणि 'We' ही दोन्ही Pronoun (सर्वनामे) थ्पतेज च्मतेवद (प्रथमपुरुषवाचक सर्वनाम) होत.

(b) Second Person (द्वितीय पुरुषवाचक सर्वनाम) : The pronoun used for the hearer is known as personal pronoun of second person. ह्या Personal Pronoun (पुरुषवाचक सर्वनाम) द्वारे ज्यांच्याशी संवाद करावयाचा त्यांचा उल्लेख करतो, अशास Second Person (द्वितीय पुरुषवाचक सर्वनाम) असे संबोधतात, उदाहरणार्थ – You.

Example *1.* ***You*** are reading. तू वाचत आहेस.

2. ***You*** are waching cricket. तुम्ही/आपण क्रिकेट पाहत आहात.

उपरोक्त Sentences (वाक्यां) तील 'You' हे Pronoun (सर्वनाम) Second Person (द्वितीय पुरुषवाचक सर्वनाम) होय. Example क्रमांक 1. मध्ये Singular Pronoun (एकवचनी) Second Person(द्वितीय पुरुषवाचक सर्वनाम) चे उपयोजन झाले आहे तर Example क्रमांक 2. मध्ये Plural Pronoun (अनेकवचनी) Second Person (द्वितीय पुरुषवाचक सर्वनाम) चे उपयोजन झाले आहे.

(c) Third Person (तृतीय पुरुषवाचक सर्वनाम) : The pronoun used for the person about whom the speaker and the hearer talk is known as personal pronoun of third person. ह्या च्मतेवदंस च्तवदवनद (पुरुषवाचक सर्वनाम) द्वारे ज्यांच्याविषयी संवाद करावयाचा त्यांचा उल्लेख करतो, अशास जीपतक च्मतेवद (तृतीय पुरुषवाचक सर्वनाम) असे संबोधतात, उदाहरणार्थ – He, She, It, They इत्यादी.

Example *1.* ***He*** is going to the school. तो शाळेत जात आहे.

2. ***She*** is reading a book. ती पुस्तक वाचत आहे.

3. ***It*** is a toy. ते एक खेळणे आहे.

4. ***They*** are playing. ते खेळत आहेत.

★ उपारोक्त ेमदजमदबमे (वाक्यां) तील 'He', 'She', 'It', आणि 'They' ही Third Person (तृतीय पुरुषवाचक सर्वनामे) होत. 'He', 'She', 'It' ही Singular Pronoun (एकवचनी) Third Person (तृतीय पुरुषवाचक सर्वनाम) असून 'जीमल' हे Plural Pronoun (अनेकवचनी) Third Person (तृतीय पुरुषवाचक सर्वनामा) होय.

★ Personal Pronoun (पुरुषवाचक सर्वनाम) च्या Number, Gender आणि Function संदर्भात पुढील कोष्टकाचे लक्षपूर्वक अध्ययन करा : (पुरुषवाचक सर्वनाम) च्या Number, Gender आणि Function संदर्भात पुढील कोष्टकाचे लक्षपूर्वक अध्ययन करा –

Person (पुरुष)	**Number** (वचन)	**Gender** (लिंग)	**Function** (कार्य)		
			Subject (कर्ता)	**Object** (कर्म)	**Possessive** (सम्बन्धवाचक)
First (प्रथम पुरुषवाचक सर्वनाम)	Singular (एकवचन)	Common (उभयलिंग)	I (मी)	Me (मला)	My, Mine (माझा)
	Plural (अने. कवचन)	Common (उभयलिंग)	We (आम्ही)	Us (आम्हाला)	Our, Ours (आमचा)
Second (द्वितीय पुरुषवाचक सर्वनाम)	Singular (एकवचन)	Common (उभयलिंग)	You (तू)	You (तुला)	Your, Yours (तुझा, तुझी, तुझे)
	Plural (अने. कवचन)	Common (उभयलिंग)	You (तुम्ही) (आपण)	You (तुम्हाला) (आपणास)	Your, Yours (तुमचा, तुमची, तुमचे) (आपला, आपली, आपले)

Third (तृतीय पुरुषवाचक सर्वनाम)	Singular (एकवचन)	Masculine (पुल्लिंग)	He (तो)	Him (त्याला)	His (त्याचा)
	Singular (एकवचन)	Feminine (स्त्रीलिंग)	She (ती)	Her (तिला)	Her (तिचा)
	Singular (एकवचन)	Neuter (नपुसंक लिंग)	It (ते)	It (त्याला)	Its (त्याचा)
	Plural (अनेकवचन)	Common (उभयलिंग)	They (ते)	Them (त्यांना)	Their/Theirs (त्यांचे)

2. Demonstrative Pronoun (दर्शक सर्वनाम)

A demonstrative pronoun identifies and specifies a noun or pronoun. These pronouns indicate some nouns. जवळची किंवा दूरवरची वस्तू दाखविण्यासाठी जे सर्वनाम प्रयोगात येते, त्यास क्मउवदेजतंजपअम च्तवदवनद (दर्शक सर्वनाम) असे संबोधतात, उदाहरणार्थ – This, That, These, Those.

Example 1. ***This*** is my book. हे माझे पुस्तक आहे.
2. ***That*** is your car. ती कार तुझी आहे.
3. ***These*** are my pens. ह्या लेखण्या माझ्या आहेत.
4. ***Those*** are your shirts. ते शर्टस् तुमचे/आपले आहेत.

★ उपरोक्त Sentences (वाक्यां) तील 'This', 'That', 'These', आणि 'Those' ही Demonstrative Pronoun (दर्शक सर्वनामे) होत.

★ इंग्रजीत ह्या Demonstrative Pronoun (दर्शक सर्वनामे) लिहिल्यानंतर त्वरित Verb (क्रियापदा) चे उपयोजन होते. This, These ह्या सर्वनामांद्वारे निकटत्वाचा परिचय होतो तर That, Those ह्या सर्वनामांद्वारे दूरत्वाचा परिचय होतो.

3. Interrogative Pronoun (प्रश्नार्थक सर्वनाम)

These pronouns are used to create questions in the sentence. जे च्तवदवनद (सर्वनाम) प्रश्न विचारण्याचे कार्य करते त्यास Interrogative Pronoun (प्रश्नार्थक सर्वनाम) असे संबोधतात, उदाहरणार्थ – Who, Which, Whose, Whom इत्यादी.

Example **1.** ***Who*** is coming? कोण येत आहे?
2. ***Whose*** pen is this? ही कोणाची लेखणी आहे?

★ उपरोक्त Sentences (वाक्यां) तील Who आणि Whose ही सर्वनामे प्रश्न विचारण्याचे कार्य करतात, म्हणून ती दोन्ही Interrogative Pronoun (प्रश्नार्थक सर्वनाम) होत.

4. Relative Pronoun (संबंधी सर्वनाम)

These pronouns connect two sentences and express their connection with the antecedent. जे Pronoun (सर्वनाम) दोन वाक्यांना जुळविते आणि Antecedent (अग्रपदाशी म्हणजे मागील वाक्यात आलेल्या नामांशी, सर्वनामांशी) शी संबंध प्रकट करण्याचे कार्य करते त्यास Relative Pronoun (संबंधीवाचक सर्वनाम) असे संबोधतात, उदाहरणार्थ – Who, Whom, That, Which इत्यादी.

★ Relative Pronoun (संबंधी सर्वनाम) दोन प्रकारे कार्य करते –

(i) **Continuative**: ह्या प्रकारांतर्गत Relative Pronoun (संबंधी सर्वनाम) Antecedent (अग्रपदा) चे वैशिष्ट्य प्रदर्शित करीत नाही.

Example **1.** I met Shayam, ***who*** bought my books.
मी श्यामला भेटलो, ज्याने माझी पुस्तके विकत घेतली.

2. Rashmi broke my slate, ***which*** I bought yesterday.
रश्मीने माझी पाटी फोडली, जी मी काल आणली होती.

★ उपर्युक्त Sentences (वाक्यां) तील Who आणि Which ह्या Relative Pronoun (संबंधी सर्वनाम) Shyam व Rashmi ह्या Antecedent (अग्रपदां) चे वैशिष्ट्य प्रदर्शित करीत नाहीत. म्हणूनच Who आणि Which ही Continuative Relative Pronouns होत.

★ **Remember :** Who आणि Which ही अशी Continuative Relative Pronoun आहेत, जी लिहिण्यापूर्वीच्या वाक्यांती Comma (म्हणजे स्वल्पविराम) लागतो.

(ii) **Restrictive**: ह्या प्रकारांतर्गत Relative Pronoun (संबंधी सर्वनाम) Antecedent (अग्रपदा) चे वैशिष्ट्य प्रदर्शित करीत असते.

Example 1. Where is the pen ***which*** you bought yesterday?
ती लेखणी कुठे आहे जी तू काल विकत घेतली होतीस?

2. He has read the book ***that*** you presented yesterday.
त्याने ते पुस्तक वाचले जे तू काल भेट दिले होतेस.

★ उपरोक्त Sentences (वाक्यां) तील Which आणि जींज ह्या Relative Pronoun (संबंधी सर्वनाम) च्मद व ठववा ह्या Antecedent (अग्रपदां) चे वैशिष्ट्य प्रदर्शित करते. म्हणूनच Which आणि That ही Restrictive Relative Pronouns होत.

5. Distributive Pronoun (व्यक्तिवाचक सर्वनाम)

A distributive pronoun refers to a person or thing one at a time and is always singular in nature. नेहमी दोन अथवा त्याहून अधिक नामांशी एकाचवेळी संबंध दर्शविताना, केवळ एकाच नामाचा निर्देश करते, त्या सर्वनामास Distributive Pronoun (व्यक्तिवाचक सर्वनाम) असे संबोधतात, उदाहरणार्थ – Either, Neither, Each, None, Any इत्यादी.

Example 1. ***Either*** of you can play. तुमच्यापैकी कोणीही खेळू शकतो.

2. ***Each*** of you can read this book. तुमच्यापैकी प्रत्येक जण हे पुस्तक वाचू शकतो.

★ उपरोक्त Sentences (वाक्यां) तील Either आणि म्बी ही सर्वनामे Distributive Pronoun (व्यक्तिवाचक सर्वनाम) होत.

Note : 'Either' अथवा 'Neither' ह्या सर्वनामांचे उपयोजन दोन व्यक्ती, प्राणी, वस्तू यांच्या संदर्भात होते, तर Each, Any, No one, None चे उपयोजन दोनांहून अधिक व्यक्ती, प्राणी, वस्तू यांच्या संदर्भात होते.

6. Indefinite Pronoun (सामान्य किंवा अनिश्चित सर्वनाम)

Sometimes the pronouns used in a sentence do not refer to any particular object or person. They are used in general. Such pronouns are known as indefinite pronouns. ज्या च्तवदवनद (सर्वनामा) मुळे अनिश्चित व्यक्ती, प्राणी, वस्तूविषयक बोध होतो, अशा सर्वनामास Indefinite Pronoun (सामान्य किंवा अनिश्चित सर्वनाम) असे संबोधतात, उदाहरणार्थ – Somebody, Nobody.

Example 1. ***Somebody*** has stolen my mobile. कोणीतरी माझा भ्रमणध्वनी चोरला.

2. ***Nobody*** has come. कोणीही आले नाही.

★ उपारोक्त Sentences (वाक्यां) तील Somebody आणि छवइवकल ही सर्वनामे Indefinite Pronoun (सामान्य किंवा अनिश्चित सर्वनाम) होत, कारण त्या सर्वनामांच्याद्वारे येणाऱ्या माहितीमुळे अनिश्चितपणाचा बोध होतो.

7. Reflexive Pronoun (निजवाचक सर्वनाम)

A personal pronoun is referred to as a reflexive pronoun when it indicates that the action performed by the subject is on the subject itself. ज्या च्तवदवनद चा प्रभाव कर्त्यावर पडतो, त्यास Reflexive Pronoun (निजवाचक सर्वनाम) असे संबोधतात, उदाहरणार्थ – Myself, Himself, Herself, Yourself.

Example 1. I served ***myself***. (मीच मला साह्य केले.)

2. Do you arrange some fruit for *yourself*? (तूच तुझ्यासाठी काही फळांची व्यवस्था करू शकशील काय?)

★ उपरोक्त Sentences (वाक्यां)तील myself व yourself ही सर्वनामे Reflexive Pronoun (निजवाचक सर्वनाम) होत.

Note : My, Him, Her, It आणि One ह्या सर्वनामांशी self हे प्रत्ययपद जुळवून घेतले जाते. Our, Them ह्या सर्वनामांशी selves हे प्रत्ययपद जुळवून घेतले जाते. Your हे सर्वनाम जर एकवचनी असेल तर self हे प्रत्ययपद जुळवून घेतले जाते. Your हे सर्वनाम जर अनेकवचनी असेल तर selves हे प्रत्ययपद जुळवून घेतले जाते.

Example **1.** Mohini hid ***herself***. (मोहिनीने स्वतःलाच लपवून घेतले.)

2. He has done it ***himself***. (त्याने हे स्वतःच केले आहे.)

उपरोक्त Sentences (वाक्यां)तील herself व himself ही सर्वनामे Reflexive Pronoun (निजवाचक सर्वनाम) स्वरूपात प्रयोगात आली आहेत.

8. Reciprocal Pronoun (परस्परवाचक सर्वनाम)

These pronouns are made with two pronouns, which express mutual relation. We use reciprocal pronouns to indicate that two people can carry out an action and get the consequences of that action at the same time. जी सर्वनामे दोन अन्य सर्वनामांच्या एकत्रित येण्याने घडतात आणि परस्पर संबंध प्रकट करतात, अशा सर्वनामांना Reciprocal Pronoun (परस्परवाचक सर्वनाम) असे संबोधले जाते, उदाहरणार्थ – Each other, One another.

Example **1.** The two neighbours helped ***each other***. (दोन शेजाऱ्यांनी एकमेकांस/परस्परांस साह्य केले.)

2. Three brothers hated ***one another***. (तिघा भावांनी एकमेकाचा तिरस्कार केला)

★ उपरोक्त Sentences (वाक्यां)तील each other व one another ही सर्वनामे Reciprocal Pronoun (परस्परवाचक सर्वनाम) स्वरूपात प्रयोगात आली आहेत.

Note : 'Each other' ह्या सर्वनामांचे उपयोजन दोन व्यक्तींपुरते मर्यादित राहते, तर दोन व्यक्तींपेक्षा अधिक संख्येतील सर्वनामांच्या लेखनावेळी वा बोलतेवेळी वदम ंदवजीमते उपयोजन होते.

Pronoun च्या उपयोजनासाठीचे काही नियम

आपण मराठी भाषेत जेव्हा संवाद वा लेखन करीत असतो त्यावेळी कोणताही निश्चित स्वरूपाचा नियम न पाळता सर्वनामांचे उपयोजन करीत असतो; परंतु इंग्रजी भाषेत मात्र सर्वनामांचे उपयोजन करण्यासाठीचे काही नियम आहेत. उदाहरणार्थ एकाच वाक्यात विभिन्न सर्वनामांचे उपयोजन होऊ पाहत असेल, तर त्यावेळी 'नियम 231' नुसार त्या सर्वनामांचे उपयोजन होत असते. 'नियम 231' म्हणजे त्या वाक्यात आरंभी Second Person (द्वितीय पुरुषवाचक) सर्वनामाचे उपयोजन होते. तदनंतर Third person (तृतीय पुरुषवाचक)सर्वनामाचे उपयोजन होते. सर्वांत शेवटी थ्यतेज चमतेवद (प्रथम पुरुषवाचक) सर्वनामाचे उपयोजन केले जाते, उदाहरणार्थ –

I, he and you shall play together. (Incorrect) अशी वाक्यरचना प्रामादिक होय. हेच वाक्य पुढीलप्रमाणे लिहिले गेले पाहिजे – You, he and I shall play together. (Correct)

★ एकाच वाक्यात विभिन्न सर्वनामांचे उपयोजन होऊ पाहत असेल, अन् त्यावेळी कर्ता स्वतःचा प्रमाद मान्य करीत असेल, किंवा काही अवांछनीय कृती घडली असेल, तर त्यावेळी 'नियम 132' प्रमाणे त्या वाक्याची मांडणी केली जाते, उदाहरणार्थ – I, he and you shall never play together.

★ ज्यावेळी एकाच वाक्यात एकवचनातील दोन नामे ंदक ह्या उभयान्वयी अव्ययाद्वारे जुळलेली असतील तर Plural Noun च्या Pronoun चा प्रयोग केला जातो, उदाहरणार्थ – Ram and Shayam are brothers. **They** study together.

★ Let, Like, Between, But तसेच Preposition (शब्दयोगी अव्यय) च्या सोबतीने Objective Case (द्वितीयेचा प्रत्यय) चे उपयोजन केले जाते, उदाहरणार्थ – Let **him** go to the School. This is between you and **him**.

★ वाक्यातील माहितीमुळे जर आपल्याला स्त्री किंवा पुरुष ह्यांच्याविषयीची निश्चित माहिती नसेल तर त्या वाक्यात पुल्लिंगांचा संदर्भ देणाऱ्या सर्वनामाचे उपयोजन करावे, उदाहरणार्थ –
Anyone can read English if **he** likes. (Correct)
Anyone can read English if **she** likes. (Incorrect)

★ उपरोक्त Sentences (वाक्यां)त Pronoun च्या संदर्भात आकलन करून दिले गेले आहे. पहिल्या वाक्यात 'He' Pronoun चे उपयोजन केले गेले आहे, जे नियमानुसार उचित आहे. दुसऱ्या वाक्यात 'She' च्तवदवनद चे उपयोजन केले गेले आहे, जे नियमानुसार अनुचित आहे.
नियम : Introductory Word 'It' च्या नंतर Noinative Case (कर्ता कारकेचा – प्रथमेचा प्रत्यय) चे Pronoun उपयोजिले जाते, उदाहरणार्थ –
It is you. हे तुम्ही आहात.
It is I. हा मी आहे.

स्मरणात ठेवण्याजोगे

ह्या भागात Pronoun च्या संदर्भात काही प्रचलित नियमांचे सुयोग्यपणे उपयोजन करता यावे म्हणून संक्षिप्तपणे समजावून देण्यात आले आहे. ह्या अध्यायात आम्ही Spoken English (इंग्रजी संवादना)शी संबंधित असलेल्या नियमांच्या संदर्भात सुलभ स्वरूपाची व्याख्या केली आहे. तसेच Written English (इंग्रजी लेखना)शी संबंधित असलेल्या नियमांच्या संदर्भात संक्षिप्त वर्णन केले आहे. जे अभ्यासक इंग्रजी लेखनाच्या संदर्भात असलेल्या नियमांचा विस्तृतपणे अभ्यास करू पाहताहेत, ते इंग्रजी व्याकरणाचे कोणतेही उत्तम पुस्तक (उदाहरणार्थ – Wren & Martin, written jointly by P.C. Wren and H. Martin) वाचून स्वतःच्या ज्ञानात भर टाकू शकतात.

विशेषण
(ADJECTIVE)

Definition (व्याख्या)

An adjective is a word used to qualify a noun or pronoun. कोणत्याही नामाचे अथवा सर्वनामाचे वैशिष्ट्य दर्शविणाऱ्या शब्दास Adjective (विशेषण) असे संबोधतात, उदाहरणार्थ – Red, three.

Example 1. She bought a ***red*** rose. (तिने तांबडा गुलाब विकत घेतला.)

2. Ram has ***three*** books. (रामजवळ तीन पुस्तके आहेत.)

★ उपरोक्त Sentences (वाक्यां)त त्मक आणि जीतमम हे शब्द विशेषणे होत, जी त्वेम आणि ठववो ची वैशिष्ट्ये सांगतात.

Kinds of Adjectives (विशेषणांचे प्रकार)

Adjectives (विशेषणा) चे आठ प्रकार आहेत–

1. Adjective of Quality (गुणवाचक विशेषण)

These adjectives indicate the kind, quality, colour or a particular speciality of noun. So they are also called 'Descriptive Adjective'. जे Adjective (विशेषण), Noun (नाम) अथवा Pronoun (सर्वनाम) चे गुण, दोष अथवा रंगरूप दर्शविते, त्यास Qualitative Adjective (गुणवाचक विशेषण) असे संबोधतात, उदाहरणार्थ – good, intelligent आदि.

Example 1. Komal is a ***good*** girl. (कोमल ही एक चांगली मुलगी आहे.)

2. Mohan is an ***intelligent*** boy. (मोहन हा एक बुद्धिमान मुलगा आहे.)

★ उपरोक्त Sentences (वाक्यां)तील हववक आणि intelligent हे शब्द अनुक्रमे कोमल व मोहन यांची वैशिष्टये सांगतात, म्हणून ते शब्द Qualitative Adjective (गुणवाचक विशेषण) होत.

Adjective (विशोषणा) चे वाक्यांत दोन प्रकारे उपयोजन होत असते.

(a) **Attributive:** जेव्हा Noun (नामा)च्या अगोदर Adjective (विशेषणा) चे उपयोजन होत असते तेव्हा त्या Adjective (विशेषणा)स Attributive Adjective (अधिविशेषण) असे संबोधतात, उदाहरणार्थ –

Example 1. Ram is an ***intelligent*** boy. (राम हा एक बुद्धिमान मुलगा आहे.)

2. He has a ***red*** bike. (त्याच्याजवळ एक तांबडी दुचाकी आहे.)

★ उपरोक्त Sentences (वाक्यां)तील intelligent आणि तमक हे शब्द अनुक्रमे मुलगा व दुचाकी ह्या दोन छवनद (नामां)च्या अगोदर उपयोजले गेले, म्हणून ते शब्द Attributive Adjective (अधिविशेषण) होत.

(b) **Predicative**: जेव्हा टमतइ (क्रियापदा)च्या नंतर ज्या Adjective (विशेषण) चे उपयोजन होत असते तेव्हा त्यास Predicative Adjective (विधिविशेषण) असे संबोधतात, उदाहरणार्थ –

Example 1. My Shirt is ***new***. (माझा सदरा नवा आहे.)

2. The diamond is ***hard***. (हिरा टणक असतो.)

★ उपरोक्त Sentences (वाक्यां)तील दमू आणि hard हे शब्द अनुक्रमे 'आहे' ह्या दोन Verb (क्रियापदा)च्या नंतर उपयोजले गेले, म्हणून ते शब्द Predicative Adjective (विधिविशेषण) होत.

2. Proper Adjective (व्यक्तिवाचक विशेषण)

The adjectives which are formed from proper nouns are called Proper Adjectives. Proper Noun (सर्वनामा)पासून घडणाऱ्या Adjective (विशेषणा)स Proper Adjective (व्यक्तिवाचक विशेषण) असे संबोधतात.

Example 1. ***The Indian Army*** is brave. भारतीय सैन्य शौर्य आहे

2. ***English language*** is liked by all. (इंग्रजी भाषा सर्वांना आवडते.)

★ उपरोक्त Sentences (वाक्यां)तील Indian आणि English हे शब्द Proper Noun (सर्वनाम) आहेत. म्हणून 'Indian Army' व 'English' हे शब्द Proper Adjective (व्यक्तिवाचक विशेषण) होत.

3. Adjective of Quantity (परिणामवाचक विशेषण)

These adjectives indicate 'how much' (amount) of a particular thing. जे Adjective (विशेषण) कोणत्याही वस्तूची मात्रा अथवा परिणाम सांगते, त्यास Adjective of Quantity (परिणामवाचक विशेषण) असे संबोधतात.

Example 1. There is ***some*** milk in the pot. (भांड्यात अल्पसे दूध आहे.)

2. She has ***much*** weight. (तिचे वजन बरेच आहे.)

★ उपरोक्त Sentences (वाक्यां)तील some आणि उनबी ही विशेषणे उपसा आणि मपहीज ची मात्रा सांगते, म्हणून ती विशेषणे Adjective of Quantity (परिणामवाचक विशेषण) होत.

4. Adjective of Number (संख्यावाचक विशेषण)

These adjectives indicate the number or order of a particular thing or person. ज्या Adjective (विशेषणा) मुळे व्यक्ती अथवा वस्तूंची संख्या स्पष्ट होते, त्यास Adjective of Number (संख्यावाचक विशेषण) असे संबोधले जाते.

Example : Ram has ***five*** books. (रामजवळ पाच पुस्तके आहेत.)

★ उपरोक्त Sentences (वाक्यां)तील पिअम द्वारे पुस्तकांचे वैशिष्ट्य म्हणजे संख्या ज्ञात होते, म्हणून त्या संख्येस Adjective of Number (संख्यावाचक विशेषण) असे संबोधले जाते. ह्या प्रकारातील विशेषणाचे दोन उपप्रकार आहेत–

(i) Adjective of Definite Number (निश्चित संख्यावाचक विशेषण), ज्यामुळे निश्चित संख्येचा बोध होतो, उदाहरणार्थ Five, Seven, Two इत्यादी, आणि

(ii) Adjective of Indefinite Number (अनिश्चित संख्यावाचक विशेषण) ज्यामुळे अनिश्चित संख्येचा बोध होतो, उदाहरणार्थ Few, Many, More इत्यादी.

5. Demonstrative Adjective (संकेतवाचक विशेषण)

These adjectives point to the nouns that immediately follow it. जे विशेषण आपल्या मागोमाग आलेल्या नामाकडे संकेत करते, त्यास Demonstrative Adjective (संकेतवाचक विशेषण) असे म्हणतात

Example 1. ***Those*** toys are costly. (ती खेळणी महागडी आहेत.)

2. ***This*** dress is looking fine. (हे वस्त्र उत्तम दिसते.)

3. ***These*** men are labourious. (हे पुरुष कामसू आहेत.)

★ उपरोक्त Sentences (वाक्यां)तील Those, This, जीमेम ह्या शब्दांच्या मागोमाग जवले, उमद ह्या नामांचे उपयोजन झालेले आहे, म्हणून ती Adjective (विशेषणे) Demonstrative Adjective (संकेतवाचक विशेषण) होत.

6. Interrogative Adjective (प्रश्नवाचक विशेषण)

These adjectives are used to ask questions. जी Adjective (विशेषणे) प्रश्न विचारण्याचे कार्य करते, त्यास Interrogative Adjective (प्रश्नवाचक विशेषण) असे म्हणतात.

Example 1. ***Whose*** book is this? (हे कोणाचे पुस्तक बरे?)

2. ***Which*** car is yours? (आपली कोणती कार बरे?)

★ जर What, Which, Whose ह्या शब्दांनंतर लगेचच Noun (नामा)चे उपयोजन झालेले असेल, तर त्या शब्दांना Interrogative Adjective (प्रश्नार्थक विशेषण) असे संबोधतात. जर What, Which, Whose ह्या शब्दांनंतर लगेचच Verb (क्रियापदा)चे उपयोजन झालेले असेल, तर त्या शब्दांना Interrogative Pronoun (प्रश्नार्थक सर्वनाम) असे संबोधतात.

Example **1.** ***Which*** is your car? (आपली कार कोणती बरे?)

2. ***Whose*** is that book? (हे पुस्तक कोणाचे बरे?)

★ उपरोक्त Sentences (वाक्यां)तील Which आणि Whose Verb (क्रियापदा)चे उपयोजन झालेले असल्याने ते शब्द Interrogative Pronoun (प्रश्नार्थक सर्वनाम) होत.

7. Distributive Adjective (वितरकवाचक विशेषण)

These adjectives represent thing or person (each one of a number or of a particular group). जो शब्द विशिष्ट वर्गातील व्यक्तीविषयी किंवा वस्तूविषयीचे म्हणजे Noun (नामा)चे वैशिष्ट्य सांगणारा संकेत करतो, त्या शब्दास Distributive Adjective (वितरकवाचक विशेषण) असे म्हणतात, उदाहरणार्थ – Either, Every, Each, Neither, तथापि हेच शब्द Noun (नाम) सोडून अन्य कोणत्याही अन्य Parts of Speech (शब्दभेद) च्या अगोदर येत असतील त्यांस Distributive Pronoun (व्यक्तिवाचक सर्वनाम) असे म्हणतात.

Distributive Adjective	Distributive Pronoun
1. **Each** girl reached school.	**Each** of the girls reached in the school.
2. **Neither** statement is false.	**Neither** of the statement is false.

8. Possessive Adjective (संबंधवाचक विशेषण)

These adjectives are related to some person or thing. जे Adjective (विशेषण) व्यक्ती किंवा वस्तूशी स्वामीत्वाचा संबध दाखवते, त्यास Possessive Adjective (संबंधवाचक विशेषण) असे संबोधले जाते.

Example **:** ***My*** pen is costly. (माझी लेखणी महागडी आहे.)

★ उपरोक्त Sentence (वाक्या)तील My हे विशेषण Pen ह्या नामाशी स्वामीत्वाचा संबंध स्पष्ट करते, म्हणून हे Possessive Adjective (संबंधवाचक विशेषण) होय.

Comparative Study of Adjectives (विशेषणांचे तौलनिक अध्ययन)

इंग्रजीत Degree of Comparison of Adjectives तीन प्रकारांत गणली जाते–

1. Positive Degree (मूळ अवस्था)
2. Comparative Degree (उच्चतर अवस्था)
3. Superlative Degree (उच्चतम अवस्था)

1. Positive Degree (मूळ अवस्था)

जेव्हा छवनद (नाम), Pronoun (सर्वनाम) अथवा Adjective (विशेषण)चे वैशिष्ट्य सांगत असताना त्या वैशिष्ट्याची तुलना अन्य कोणाशीही करता येत नाही, अशा त्या वैशिष्ट्यास Positive Dgree (मूळ अवस्था) असे संबोधतात.

Example **:** Ram is a ***good*** boy. (राम हा एक चांगला मुलगा आहे.)

2. Comparative Degree (उच्चतर अवस्था)

जेव्हा कोणत्याही व्यक्ती प्राणीमात्राच्या, वस्तूच्या तसेच स्थानाच्या गुण दोषांची तुलना अन्य व्यक्ती प्राणीमात्राशी, वस्तूशी तसेच स्थानाशी केली जाते, तेव्हा ती तुलना करणाऱ्या वैशिष्ट्यास Comparative Degree (उच्चतर अवस्था) असे संबोधतात.

Example **:** Ram is ***better*** than Mohan. (मोहनपेक्षा राम उत्तमोत्तम आहे.)

3. Superlative Degree (उच्चतम अवस्था)

जेव्हा कोणत्याही व्यक्ती प्राणीमात्राच्या, वस्तूच्या तसेच स्थानाच्या गुणदोषांची तमभावदर्शक किंवा सर्वाधिक्यदर्शक तुलना अन्य व्यक्ती प्राणीमात्राशी, वस्तूशी तसेच स्थानाशी केली जाते, तेव्हा ती तुलना करणाऱ्या वैशिष्ट्यास Superlative Degree (उच्चतम अवस्था) असे संबोधतात.

Example **:** Ram is the ***best*** boy in the class. (राम त्या वर्गातील सर्वोत्तम मुलगा आहे.)

Formation of Comparative and Superlative Degrees (उच्चतर आणि उच्चतम अवस्थांची रचना)

☞ नियम 1: बव्हंशी Adjective च्या Positive Degree (मूळ अवस्थे)ला 'er' अशी प्रत्ययपर अक्षरे जुळवून घेतल्यास विशेषणाची Comparative Degree (उच्चतर अवस्था) आणि 'est' अशी प्रत्ययपर अक्षरे जुळवून घेतल्यास विशेषणाची Superlative Degree (उच्चतम अवस्था) साकार होते.

Positive	Comparative	Superlative
Rich	Richer	Richest
Fast	Faster	Fastest

☞ नियम 2: ज्या Adjective (विशेषणा)च्या Positive Degree (मूळ अवस्थे) चे अंताक्षर 'e' असे असते, त्याच्यापुढे केवळ 'r' असे अक्षर जुळवून घेतल्याने Adjective (विशेषणा)ची Comparative Degree (उच्चतर अवस्था) आणि 'est' असे अक्षर जुळवून घेतल्याने Adjective (विशेषणा)ची Superlative Degree (उच्चतम अवस्था) साकार होते.

Positive	Comparative	Superlative
True	Truer	Truest
Wise	Wiser	Wisest
Large	Larger	Largest

☞ नियम 3: जेव्हा Adjective (विशेषणा) च्या Positive Degree (मूल अवस्थे)च्या Consonant (व्यंजन) अंताक्षरापूर्वी Vowel (स्वर) असेल तर त्या Adjective (विशेषणा)स 'er' अशी प्रत्ययपर अक्षरे जुळवून घेतल्यास Comparative Degree (उच्चतर अवस्था) आणि 'est' अशी प्रत्ययपर अक्षरे जुळवून घेतल्यास Superlative Degree (उच्चतम अवस्था) साकार होते.

Positive	Comparative	Superlative
Hot	Hotter	Hottest

☞ नियम 4: जेव्हा Adjective (विशेषणा)च्या Positive Degree (मूळ अवस्थे)चे अंत्याक्षर 'Y' असेल तर त्या 'Y' अन्त्याक्षरापूर्वी Consonant असेल तर त्या 'Y' च्या ऐवजी 'i' हे अक्षर लिहावे व त्यास 'er' अशी प्रत्ययपर अक्षरे जुळवून घेतल्यास Comparative Degree (उच्चतर अवस्था) आणि 'est' अशी प्रत्ययपर अक्षरे जुळवून घेतल्यास Superlative Degree (उच्चतम अवस्था) साकार होते.

Positive	Comparative	Superlative
Easy Easier	Easiest	
Pretty	Prettier	Prettiest

☞ नियम 5: जेव्हा एखाद्या Adjective (विशेषणा) च्या Positive Degree(मूळ अवस्थे)चे महत्त्व वाढवायचे असते, तेव्हा काहींना त्या विशेषणाच्या अगोदर 'More' असा शब्द लिहिल्यास Comparative Degree (उच्चतर अवस्था) आणि 'Most' असा शब्द लिहिल्यास Superlative Degree (उच्चतम अवस्था) साकार होते. तसेच जेव्हा एखाद्या Adjective (विशेषणा)च्या Positive Degree (मूळ अवस्थे)चे महत्त्व उणे करावयाचे असते, तेव्हा काहींना त्या विशेषणाच्या अगोदर 'Less' असा शब्द लिहिल्यास Comparative Degree (उच्चतर अवस्था) आणि 'Least' असा शब्द लिहिल्यास Superlative Degree (उच्चतम अवस्था) साकार होते.

Positive	Comparative	Superlative
Beautiful	More beautiful	Most beautiful
Difficult	More difficult	Most difficult
Delight	Less delight	Least delight

Irregular Comaprison (अनियमित तौलनिक रचना)**:** काही Adjective (विशेषणा)च्या Positive Degree (मूळ अवस्थे)ला Comparative Degree (उच्चतर अवस्था) अथवा Superlative Degree (उच्चतम अवस्था) उपरोक्त नियम उपयुक्त होत नाहीत.

Positive	Comparative	Superlative
Little	Lesser	Least
Good	Better	Best
Far	Farther	Farthest
Bad	Worse	Worst

1. interior, exterior, ulterior, major, perfect, excellent (विशेषणां)चे उपयोजन नेहमी Positive Degree (मूळ अवस्थे)तच होते.

   Example : Ramesh is an excellent artist. (रमेश हा एक उत्तम गुणवत्तेचा /उत्कृष्ट कलाकार आहे.)

2. सामान्यतः Comparative Degree (उच्चतर अवस्था) दर्शविणाज्या Adjective (विशेषणा)नंतर 'Than' हा शब्द लिहिला जातो. तथापि superior, inferior, junior, senior, prior, anterior, posterior आणि preferable ह्या शब्दांच्या पश्चात् 'than' च्या ऐवजी 'to' असे लिहिले जाते.

3. Superlative Degree (उच्चतम अवस्था) दर्शविणारे Adjective (विशेषण) लिहिण्यापूर्वी 'The' हे Definite Artcle (बलयुक्त उपपद) लिहिले जाते.

   Example : Ram is ***the*** best student of this college. (राम हा ह्या महाविद्यालयातील सर्वोत्तम विद्यार्थी आहे.) .

4. Elder आणि Older चे उपयोजन : 'Elder' ह्या Comparative Degree (उच्चतर अवस्था)चे उपयोजन नातेसंबंध स्पष्ट करीत असताना केले जाते.

   Example : Seema is ***elder*** sister of Reema. (सीमा ही रिमाची थोरली बहीण होय.)

   ज्यावेळी दोन वेगळया व्यक्ती, प्राणी वा वस्तू एकमेकाहून भिन्न असतील तर 'Older' ह्या Comparative Degree (उच्चतर अवस्था)चे उपयोजन केले जाते.–

   Example : Ram is ***older*** than Shayam. राम शामपेक्षा जुना आहे.

5. Many आणि 'Much' चे उपयोजन 'Many' हे संख्यावाचक विशेषण असून 'Much' हे परिमाणवाचक विशेषण आहे.

   Many boys अनेक मुले, Much water पुष्कळ पाणी।

Correct uses of some adjectives (विशेषणांचा उचित प्रयोग)

1. Some आणि **Any** चा प्रयोग

Some चा प्रयोग 'काही' अशा अर्थाने ।पितउंजपअम (होकारात्मक) वाक्यरचनेवेळी केला जातो–

Example : There are ***some*** boys in this class. (वर्गात काही मुलगे आहेत.)

Interrogative Sentences (प्रश्नार्थक वाक्यां)त देखील Some चा प्रयोग 'काही' अशा अर्थाने होतो की त्या प्रश्नाचे उत्तर Affirmative (होकारात्मक) स्वरूपाचेच व्हावे–

Example : Will you bring some water in the glass? (तू एका चषकात पाणी घालून आणशील काय?)

Any चा प्रयोग 'एकही', 'काहीही', 'मुळीच', 'काही अंशी', 'काहीसा' अशा अर्थाने छमहंजपअम (नकारात्मक) व Interrogative sentences (प्रश्नार्थक वाक्य) रचनेवेळी केला जातो.

Example **1.** Komal has not read ***any*** poem? (कोमलने कोणतीही कविता वाचलेली नाही काय?)

2. Is there ***any*** student in the class? (वर्गात कोणी विद्यार्थी आहे काय?)

2. All आणि Whole चा प्रयोग

'All' ह्या शब्दाचा अर्थ आहे, सर्व, सगळे. ह्या विशेषणाद्वारे वेगळेपणा स्पष्ट करणाऱ्या फनंदजपजल (संख्या)ची आणि Number (क्रमांक) ची माहिती मिळते.

Example **1.** ***All*** the girls are present today. (Number) (सर्व मुली आज उपस्थित आहेत.)

2. He drank ***all*** the water. (तो सगळे पाणी प्याला.)

Whole ह्या शब्दाचा अर्थ आहे, संपूर्ण, सर्व. ह्या विशेषणाद्वारे वेगळेपणा स्पष्ट करणाऱ्या Quantity (संख्ये)ची आणि Number (क्रमांका) ची माहिती मिळते. Common Noun (सामान्यनामा) च्या अगोदर, Singular (एकवचना)त आणि Plural (अनेकवचना) त, 'Whole'. 'A whole' आणि 'The whole' चा प्रयोग केला जातो.

Example **1.** The thirsty cow drank ***a whole*** bucket of water. (ती तहानलेली गाय संपूर्ण बादलीभर पाणी प्याली.)

2. ***The whole*** village was under water. (संपूर्ण गाव पाण्याखाली होते.)

3. Give your answers in ***whole*** members. (तुम्ही सर्व सदस्यांनी उत्तरे द्यावीत.)

✯ All ह्या शब्दाच्या नंतर आणि 'Whole' ह्या शब्दाच्या अगोदर 'The' हे Definite Artcle (बलयुक्त उपपद) लिहिले जाते.

3. Each आणि **Every** चा प्रयोग

Each चा प्रयोग् एकाहून अधिक संख्येच्या संदर्भात केला जातो. 'Each' मध्ये एखाद्या समूहातील 'प्रत्येका'विषयीचा संदर्भ अभिप्रेत असतो. 'Each' चा प्रयोग करीत असताना निश्चित संख्या अभिप्रेत असते.

Example **1.** ***Each*** one of the two boys is intelligent. **(त्या दोघांपैकी एकटा प्रज्ञावान आहे.)**

2. The teacher will call ***each*** of you. **(गुरुजी तुमच्यापैकी प्रत्येकाला बोलावतील.)**

Every चा प्रयोग 'प्रत्येका' विषयीशी संबंधित असला तरी समस्त संख्येच्या संदर्भात केला जातो 'म्अमतल' चा प्रयोग करीत असताना अनिश्चित संख्या अभिप्रेत असते.

Example **1.** ***Every*** citizen should be loyal to the nation. **(प्रत्येक नागरिकाने राष्ट्राशी निष्ठावान असले पाहिजे.)**

2. It rained ***every*** day last week. **(मागच्या आठवड्यात प्रत्येक दिवशी पाऊस पडला.)**

4. Little, A littel, The little चा प्रयोग

Little चा प्रयोग छमहंजपअम (नकारार्थी) केला जातो आणि त्याचा अर्थ 'काहीच नाही' असा होतो.

Example **1.** There is ***little*** milk in the glsass. **(पेल्यात दूध नसल्यासारखेच आहे.)**

2. There is ***little*** hope of life. **(जीवनासाठीची आशा नसल्यासारखीच आहे.)**

A little चा प्रयोग Positive sense (सकारात्मक जाणीवेतून) केला जातो. 'काही अंशी' होय असा त्याचा अर्थ असतो, परंतु ती व्यापक अर्थाची जाणीव नसते.

Example **1.** He knows ***a little*** of astrology. **(तो ज्योतिष विद्येविषयीचे काही अंशी जाणतो.)**

2. Kangna has ***a little*** money. **(कंगनाजवळ काही पैसे आहेत.)**

The little चा प्रयोग Positive sense (सकारात्मक जाणीवेतून) केला जातो. 'अधिक नसले तरी' असा त्याचा अर्थ असतो, परंतु 'काहीच नाही असे नव्हे' अशाही अर्थाची जाणीव असते.

Example : ***The little*** knowledge of computer proved helpful to me.

(संगणकाविषयीचे जे काही ज्ञान होते ते मला उपयुक्त झाले.)

5. Few, A few, The few चा प्रयोग

Few चा प्रयोग छमहंजपअम (नकारार्थी) केला जातो. 'अगदीच काही जण' असे म्हणत असताना 'असून नसल्यासारखे' असा त्याचा अर्थ होतो.

Example **1.** Komal has ***few*** friends. **(कोमलला मित्र असून नसल्यासारखे म्हणायचे.)**

2. ***Few*** students can solve the sum. **(अगदीच काही जण ते गणित सोडवू शकतात.)**

3. ***Few*** girls can play this game. **(अगदीच काहीच मुली हा खेळ खेळू शकतात.)**

A few चा प्रयोग Positive sense (सकारात्मक जाणीवेतून) केला जातो. त्यावेळी काही अल्प संख्येचा, क्रमांकाचा संदर्भ असतो.

Example **1.** They are going to Mumbai for ***a few*** days. **ते काही दिवसांसाठी मुंबईला जात आहेत.)**

2. ***A few*** people speak french correctly. **(काही लोक फ्रेंच भाषा अचूक बोलू शकतात.)**

3. I have ***a few*** pens. **(माझ्याजवळ काही लेखण्या आहेत.)**

The few चा प्रयोग Positive sense (सकारात्मक जाणीवेतून) केला जातो. 'अधिक नसले तरी' असा त्याचा अर्थ असतो, परंतु 'काहीच नाही असे नव्हे' अशीच जाणीव असते.

Example **1.** I have read ***the few*** religious books I had. **(मी काही धार्मिक ग्रंथ वाचले आहेत.)**

2. ***The few*** leaders in our country have served the nation. (आमच्या काही पुढाऱ्यांनी देशाची सेवा केली आहे.)

Errors in the use of adjectives (विशेषणांचे उपयोजन करतेवेळी होणारे प्रमाद)

- Omit use of double Comparative and Superlative विशेषणांची पुनरुक्ती करणारे Comparative Degree (उच्चतर अवस्था) व Superlative Degree (उच्चतम अवस्था) चे उपयोजन करू नका.

Incorrect	Correct
I have no any book.	I have no book.
I have not some money.	I have no money.
She is more stronger than you.	She is stronger than you.

- Incorrect use of than (than चा प्रामादिक प्रयोग)

  This book is superior than that. (Incorrect)

  This book is superior to that. (Correct)

- Incorrect order of words (लेखनातील शब्दांचा प्रामादिक अनुक्रम)

  My all friends are rich. (Incorrect)

  All my friends are rich. (Correct)

स्मरणात ठेवण्याजोगे

आतापर्यंत आपण Adjective (विशेषणा)च्या परंपरागत तसेच आधुनिक स्वीकृत प्रकारांचे संक्षिप्त स्वरूपात आकलन करून घेतले. ह्या अध्यायात आम्ही Spoken English (इंग्रजी संवादना)शी संबंधित असलेल्या नियमांच्या संदर्भात सुलभ स्वरूपाची व्याख्या केली आहे. तसेच Written English (इंग्रजी लेखना)शी संबंधित असलेल्या नियमांच्या संदर्भात संक्षिप्त वर्णन केले आहे. जे अभ्यासक इंग्रजी लेखनाच्या संदर्भात असलेल्या नियमांचा विस्तृतपणे अभ्यास करू पाहत आहेत, ते इंग्रजी व्याकरणाचे कोणतेही उत्तम पुस्तक (उदाहरणार्थ – Wren & Martin, written jointly by P- C- Wren and H- Martin) वाचून स्वतःच्या ज्ञानात भर टाकू शकतात.

क्रिया
(VERB)

Definition (व्याख्या)

A verb is a word used for saying something about some person or thing. ज्या शब्दभेदामुळे कोण त्याही क्रियेविषयीची अथवा कृतीविषयीची माहिती स्पष्ट होते, त्या शब्दभेदास Verb (क्रियापद) असे संबोध तात. उदाहरणार्थ – Read, Write, Eat, Go.

Example **1.** Ram ***reads***. (राम वाचन करतो)
2. The boys are ***writing***. (मुले लिहीत आहेत.)
3. He is ***eating***. (तो खात आहे.)
4. They are ***going***. (ते जात आहेत.)

★ उपरोक्त Sentences (वाक्यांत) reads, are writing, is eating, are going हे शब्द Ram, The boys, He, आणि They ह्यांच्या करवी होणाऱ्या कृतीविषयीची माहिती देतात. अतःते शब्दभेद Verb (क्रियापद) होत.

Kinds of Verb (क्रियापदाचे प्रकार)

1. Transitive Verb (सकर्मक क्रियापद)
2. Intransitive Verb (अकर्मक क्रियापद)
3. Linking Verb (संयुक्त क्रियापद)
4. Auxiliary or Helping Verb (साहाय्यक क्रियापद)

1. Transitive Verb (सकर्मक क्रियापद)

In a sentence a transitive verb is a verb that requires one or more objects to complete its sense. वाक्यातील कोणत्याही Object (कर्म)चे Verb (क्रियापदा)च्या सोबतीने उपयोजन केले गेले असेल, तर त्या Verb (क्रियापदा)स Transitive Verb (सकर्मक क्रियापद) असे संबोधले जाते.

Example **1.** Shubham is ***reading*** a book. (शुभम पुस्तक वाचत आहे.)
2. Sarita is ***playing*** tennis. (सरिता टेनिस खेळत आहे.)

★ उपरोक्त दोन्ही Sentences (वाक्यां) तील is reading आणि is playing ह्या Verbs (क्रियापदा)च्या सोबतीने book आणि tennis ह्या Object (कर्म)चे उपयोजन केले गेले आहे. अतः ते शब्दभेद Transitive Verb (सकर्मक क्रियापद) होत.

2. Intransitive Verb (अकर्मक क्रियापद)

In a sentence an intransitive verb is a verb that does not require one or more objects to complete its sense. वाक्यातील कोणत्याही Object (कर्म) वर Verb (क्रियापदा) चा प्रभाव न पडता जर तो Subject (उद्देश्य) वर पडत असेल, तर त्या Verb (क्रियापदा)स Intransitive Verb (अकर्मक क्रियापद) असे संबोधले जाते.

Example **1.** Shubham ***reads***. (शुभम वाचतो.)
2. He ***plays***. (तो खेळतो.)

★ उपरोक्त दोन्ही Sentences (वाक्यां)तील read आणि play ह्या Verbs (क्रियापदा)च्या सोबतीने Shubham आणि He ह्या Subject (उद्देश्य)चे उपयोजन केले गेले आहे. ते शब्दभेद Intransitive Verb (सकर्मक क्रियापद) होत.

3. Linking Verb (संयुक्त क्रियापद)

A verb that connects a subject with an adjective or noun that describes or identifies the subject. कोणत्याही Verb (क्रियापदा)चा अर्थ पूर्ण करता यावा म्हणून Complement (पूरका)ची आवश्यकता असते. त्या पूरकास Linking Verb (संयुक्त क्रियापद) असे संबोधतात.

Example **1.** She ***looks*** pretty. (ती गोंडस दिसते.)

2. He ***is*** absent. (तो अनुपस्थित आहे.)

☆ उपरोक्त दोन्ही Sentences (वाक्यां)तील looks आणि is हे Linking Verb (संयुक्त क्रियापद) आहेत. त्यांचा अर्थ पूर्ण करता यावा यासाठी अनुक्रमे pretty आणि absent ह्या Complement (पूरका)ची योजना केली गेली आहे.

Complements (पूरक) दोन प्रकारांत मोडतात. ते पुढीलप्रमाणे :–

1. **Subjective Complement:** ज्या Complement (पूरका)द्वारे उद्देश्याचे वर्णन होते, त्या Complement (पूरका)स Subjective Complement (उद्देश्यनिष्ठ पूरक) असे संबोधतात.

Example **1.** Meera is ***glad***. मीरा प्रसन्न आहे.

2. He is ***angry***. तो रागावलेला आहे.

☆ उपरोक्त दोन्ही Sentences (वाक्यां)तील glad आणि angry हे Subjective Complement (उद्देश्यनिष्ठ पूरक) होत, कारण ह्या दोन्ही वाक्यांत अनुक्रमे Subject (उद्देश्य) Meera आणि he ह्यांच्याविषयीचे वर्णन आले आहे.

2. **Objective Complement:** ज्या Complement (पूरका)द्वारे विधेयाचे वर्णन होते, त्या Complement (पूरका)स Objective Complement (विधेयनिष्ठ पूरक) असे संबोधतात.

Example **1.** We appointed Shayam our ***monitor***.
आम्ही श्यामची वर्ग–प्रमुख म्हणून नेमणूक केली.

2. They elected Mr. Singh as their ***leader***.
त्यांनी श्री० सिंग ह्यांची पुढारी म्हणून निवड केली.

☆ वरील दोन्ही Sentences (वाक्यां)तील monitor आणि leader हे Objective Complement (विधेयनिष्ठ पूरक) होत, कारण ह्या दोन्ही वाक्यांत अनुक्रमे Subject (उद्देश्य) Shyam आणि Mr. Singh ह्यांच्याविषयीचे वर्णन आले आहे.

4. Auxiliary Verb (साहाय्यक क्रियापद)

An auxiliary verb (such as have, do, or will) determines the mood, tense, or aspect of another verb in a verb phrase. Auxiliary verbs always precede main verbs within a verb phrase. Auxiliaries are also known as helping verbs. Auxiliary Verb हे वस्तुतः साहाय्यक क्रियापद आहे, कारण ते Tense (काळ) आणि Mood (भावस्थिती) आणि Voice (कर्तरी किंवा कर्मणी प्रयोग) च्या संरचनेत Main Verb (मूळ क्रियापदा)चे कार्य करीत असते.

1.	Varsha is reading a book. वर्षा एक पुस्तक वाचत आहे.	I shall help you. मी तुम्हास साह्य देईन.
2.	He was writing a letter. तो एक पत्र लिहीत होता	Rita will read a book. रिता पुस्तक वाचेल.
3.	You have helped me. तू मला साह्य केलेस.	He can help me. तो मला साह्य देऊ शकतो.
4.	You do not eat a mango. तू आंबा खात नाहीस.	You need not read this book. आपणास हे पुस्तक वाचण्याची आवश्यकता नाही.
5.	Did you visit the world book fair? आपण विश्व पुस्तक मेळयास गेला होतात काय?	He should work hard. त्याने कठोर परिश्रम केले पाहिजेत.

★ उपरोक्त Sentences (वाक्यां)तील is, was, have, shall, will, can, need, should इत्यादींचे उपयोजन Main verb (मूल क्रियापदा) च्या सोबत Helping Verb (साहाय्यक क्रियापदा)च्या स्वरूपात झाले आहे. Have, had चे उपयोजन Verb शी संबंधित असलेल्या 3rd Form च्या सोबत, Do चे उपयोजन Negative sentence (नकारात्मक वाक्य) घडविण्यासाठी, Did चे उपयोजन Interrogative Sentence (प्रश्नार्थक वाक्य) घडविण्यासाठी करण्यात आले आहे. Helping Verb (साहाय्यक क्रियापदा)मुळे Tense (काळा)ची निर्मिती होते. म्हणून त्यांना Primary Auxiliaries (प्रमुख साहाय्यक क्रियापद)असे संबोधतात.

Primary Auxiliary Verb – ह्या वर्गवारीत Be, have आणि Do ह्या क्रियापदांशी संबंधित असलेल्या विभिन्न प्रकारांचा समावेश होतो.

Be चे (प्रकार)

Present Tense मध्ये Be चे प्रकार is, am, are आहे–

Example **1.** I ***am*** a boy. मी मुलगा आहे.

2. He ***is*** a boy. तो मुलगा आहे.

Past Tense मध्ये Be चा प्रयोग –

Example* :** I ***was reading. मी वाचत होतो.

Present Continuous Tense में Be का प्रयोग –

Example* :** I ***am reading a book. मी पुस्तक वाचत आहे.

Past Continuous Tense में Be का प्रयोग –

Example **1.** I ***was*** reading a book. मी पुस्तक वाचत होतो.

2. We ***were*** playing cricket. आम्ही क्रिकेट खेळत होतो.

Passive Voice (कर्मणी प्रयोग):

Example **1.** The book ***is*** bought by me. हे पुस्तक माझ्याकडून विकत घेतले गेले आहे.

2. The book ***is*** written by Sita. हे पुस्तक सीताकडून लिहिले गेले आहे.

3. The players ***are*** honoured by the President. क्रीडापटूंचा सत्कार राष्ट्राध्यक्षांकडून केला गेला आहे.

Note: ज्यावेळी is, are, am, was, were, shall, will चे उपयोजन साहाय्यक क्रियापदाच्या स्वरूपात होत असते, त्यावेळी त्यास Auxiliary Verb असे म्हटले जाते, परंतु ज्यावेळी त्यांचे उपयोजन Complement (पूरका) स्वरूपात होत असते त्यावळी त्यास Linking Verb (संयुक्त क्रियापद) असे संबोधले जाते.

Have चे प्रकार

Present Tense मध्ये Have, Has चे उपयोजन होते आणि Past Tense मध्ये Had चे उपयोजन होते.

Example **1.** I ***have*** a book. माझ्याजवळ एक पुस्तक आहे.

2. She ***has*** written a book. तिने एक पुस्तक लिहिले आहे.

Present Perfect Tense में–

Example **1.** I ***have*** written a book. मी एक पुस्तक लिहिले आहे.

2. He ***has*** eaten a mango. त्याने एक आंबा खाल्लेला आहे.

Past Perfect Tense में–

Example **1.** I ***had*** eaten a mango. मी एक आंबा खाल्लेला होता.

2. He ***had*** read this book. त्याने पुस्तक वाचलेले होते.

Do चे प्रकार

Do → Do, Does (Present), Did (Past Tense)

(i) Present Indefinite Tense मध्ये 'Do' चे उपयोजन–

Negative Sentence (नकारार्थी वाक्य)

Example **1.** I ***do*** not write a letter. मी पत्र लिहीत नाही.

2. She ***does*** not wirte a letter. ती पत्र लिहीत नाही.

(ii) Interrogative Sentence (प्रश्नार्थक वाक्य)–

Example* :** ***Do I write a letter? मी पत्र लिहितो का?

(iii) Past Indefinite Tense मध्ये–

Example **1.** I ***did*** not write a letter. मी पत्र लिहिले नाही.

2. Mohini ***did*** not spend the money. मोहिनीने पैसे खर्च केले नाहीत.

Interrogative Negative Sentence (प्रश्नार्थक नकारार्थी वाक्य)–

Example **1.** ***Did*** I not write a letter? मी पत्र लिहिले नाही काय?

2. ***Did*** Mohini not spend the money? मोहिनीने पैसे खर्च केले नाहीत काय?

Note :

1. Singular Subject (एकवचन उद्देश्यवाचक) शब्दाच्या सोबत Singular Verb (एकवचन क्रियापद) आणि Plular Subject (अनेकवचन उद्देश्यवाचक) शब्दाच्या सोबत Plular Verb (अनेकवचन क्रियापदां) ची रचना केली जाते.

Example **1.** He ***plays***. तो खेळतो.

2. They ***play***. ते खेळतात.

★ उपरोक्त पहिल्या वाक्यात Subject (उद्देश्य)च्या 'he' च्या सोबत Singular Verb (एकवचन क्रियापदा) plays चे उपयोजन झाले असून, दुसऱ्या वाक्यात Plular Subject (अनेकवचन उद्देश्यवाचक) 'they' शब्दाच्या सोबत Plular Verb (अनेकवचन क्रियापदां) play ची रचना केली गेली आहे.

2. यद्यपि दोन Singular दवनदे मुळे एकाच व्यक्तीचा बोध होत असेल, तर वाक्यात उपयोजलेला Verb (क्रियापद) Singular राहतो.

Example **1.** The boss and secretary ***is*** present in the office. साहेब व सचिव कार्यालयात उपस्थित आहेत.

2. The father and son ***visited*** the factory. पिता व पुत्राने कारखान्याला भेट दिली.

3. मागच्या काळासाठी Past Tense (भूतकाल) आणि येणाऱ्या काळासाठी Future Tense (भविष्यकाला)चे उपयोजन होते.

Example **1.** They ***will*** come to Delhi tomorrow. (Future Tense) ते उद्या दिल्लीत येतील.

2. I ***went*** to his home yesterday. (Past Tense) मी काल त्याच्या घरी गेलो.

★ उपरोक्त पहिल्या वाक्यात is, was, have आणि will ह्या मूळ क्रियापदांच्या सोबत Helping Verb (साहाय्यक क्रियापदा) च्या स्वरूपात उपयोजले गेले आहेत.

Different Forms of Verbs (क्रियापदांचे विविध प्रकार)

1. Present (1st Form) Verb (क्रियापदाचे प्रथम स्वरूप – वर्तमानकाळ)
2. Past (2nd Form) Verb (क्रियापदाचे द्वितीय स्वरूप – भूतकाळ)
3. Past Participle (3rd Form) Verb चे तिसरे स्वरूप
4. Present Participle (4th Form) Verb चे चौथे स्वरूप

Note : Tense ची रचना करण्यासाठी Verb च्या विभिन्न स्वरूपांचे उपयोजन करावे लागते.

1. Present (1st Form) Verb (क्रियापदाचे प्रथम स्वरूप – वर्तमानकाळ): क्रियापदाच्या 1st Form चे उपयोजन Present Indefinite Tense (वर्तमानकाळ) आणि Past Indefinite Tense (भूतकाळा) च्या प्रश्नार्थक तसेच नकारात्मक (Future Indefinite आणि Imperative Sentences) वाक्यांत होते.

2. Past (2nd Form) Verb (क्रियापदाचे द्वितीय स्वरूप – भूतकाळ): क्रियापदाच्या 2nd Form चे उपयोजन Past Indefinite Tense (भूतकाळा) च्या Affirmative (Positive) (होकारात्मक–सकारात्मक) वाक्यांत होते.

3. Past Participle (3rd Form) Verb चे तिसरे स्वरूप: Verb च्या तृतीय स्वरूपाचे उपयोजन Present Perfect Tense, Past Perfect Tense, Future Perfect Tense तसेच Passive Voice या वाक्यांत होते.

4. Present Participle (ing Form) चे चौथे स्वरूप: Verb च्या तृतीय स्वरूपाचे उपयोजन Present Continuous, Past Continuous, Future Continuous तसेच Present Perfect Continuous, Past Perfect Continuous, Future Perfect Continuous, Tense च्या वाक्यांत होते.

Rules of Forms of Verbs (क्रियापदांच्या विविध प्रकारांसाठीचे नियम)

Verb च्या द्वितीय व तृतीय स्वरूपाचे उपयोजन करीत असताना पुढीलप्रमाणे काही नियम आहेत.

☞ **Rule 1 :** Verb च्या द्वितीय व तृतीय स्वरूपाचे उपयोजन करीत असताना त्यास 'ed' चा प्रत्यय जुळवला जातो, उदाहरणार्थ–

Present (1st Form)	Meaning	Past (2nd Form)	Past Participle (3rd Form)	Present Participle (ing Form)
Advice	सल्ला देणे	Advised	Advised	Advising
Ask	विचारणे	Asked	Asked	Asking
Wash	धुणे	Washed	Washed	Washing
Finish	समाप्त करणे	Finished	Finished	Finishing

☞ **Rule 2 :** Verb च्या शेवटी जर 'e' letter असेल तर त्यास Verb च्या द्वितीय व तृतीय स्वरूपाचे उपयोजन करीत असताना त्यास 'ed' चा प्रत्यय प्रत्यय जुळवला जातो, उदाहरणार्थ–

Present (1st Form)	Meaning	Past (2nd Form)	Past Participle (3rd Form)	Present Participle (ing Form)
Love	प्रेम करणे	Loved	Loved	Loving
Tire	थकून जाणे	Tired	Tired	Tiring
Change	परिवर्तन होणे	Changed	Changed	Changing
Bake	भाजणे	Baked	Baked	baking
Close	बंद करणे	Closed	Closed	Closing

☞ **Rule 3 :** Verb च्या पहिल्या स्वरूपाच्या शेवटी जर 'Y' letter असेल तर त्यास Verb च्या द्वितीय व तृतीय स्वरूपाचे उपयोजन करीत असताना त्यास 'Y' चे 'i' त परिवर्तन करून 'ed' चा प्रत्यय जुळवला जातो, उदाहरणार्थ–

Present (1st Form)	Meaning	Past (2nd Form)	Past Participle (3rd Form)	Present Participle (ing Form)
Carry	वाहून नेणे	Carried	Carried	Carrying
Try	प्रयत्न करणे	Tried	Tried	Trying
Cry	रडणे	Cried	Cried	Crying

Note : यद्यपि Verb च्या शेवटी जर 'Y' letter असेल आणि 'Y' च्या अगोदर Vowel (स्वर) a, e, i, o, u असतील तर त्या 'Y' स 'ed' चा प्रत्यय प्रत्यय जुळवला जातो, उदाहरणार्थ–

Present (1st Form)	Meaning	Past (2nd Form)	Past Participle (3rd Form)	Present Participle (ing Form)
Obey	आज्ञापालन करणे	Obeyed	Obeyed	Obeying
Play	खेळणे	Played	Played	Playing

☞ **Rule 4 :** Verb च्या शेवटच्या अक्षराअगोदर Vowel (स्वर) a, e, i, o, u पैकी एकादा स्वर असेल तर त्या क्रियापदास 'ed' चा प्रत्यय प्रत्यय जुळवला जातो, उदाहरणार्थ–

Present (1st Form)	Meaning	Past (2nd Form)	Past Participle (3rd Form)	Present Participle (ing Form)
Stop	थांबवणे	Stopped	Stopped	Stopping
Rub	घसणे / रगडणे	Rubbed	Rubbed	Rubbing

☞ **Rule 5 :** इंग्रजीतील काही Verb ची द्वितीय व तृतीय स्वरूपे नियमांनुसार साकार होत नाहीत. त्यांची संक्षिप्त सूची येथ दिली आहे, उदाहरणार्थ–

Present (1st Form)	Meaning	Past (2nd Form)	Past Participle (3rd Form)	Present Participle (ing Form)
Arise	उठणे	Arose	Arisen	Arising
Become	होणे	Became	Become	Becoming
Blow	वाहणे	Blew	Blown	Blowing
Drink	पिणे	Drank	Drunk	Drinking

☞ **Rule 6 :** इंग्रजीतील काही Verb ची तिन्ही स्वरूपे समानच राहतात., उदाहरणार्थ–

Present (1st Form)	Meaning	Past (2nd Form)	Past Participle (3rd Form)	Present Participle (ing Form)
Bet	पैज लावणे	Bet	Bet	Betting
Cost	किंमत लावणे	Cost	Cost	Costing
Let	सोडून देणे	Let	Let	Letting
Quit	निघून जाणे	Quit	Quit	Quitting

स्मरणात ठेवण्याजोगे

ह्या भागात Verb च्या संदर्भात काही प्रचलित नियमांचे सुयोग्यपणे उपयोजन करता यावे म्हणून संक्षिप्तपणे आकलन करून देण्यात आले आहे. ह्या अध्यायात आम्ही Spoken English (इंग्रजी संवादना)शी संबंधित असलेल्या नियमांच्या संदर्भात सुलभ स्वरूपाची व्याख्या केली आहे. तसेच Written English (इंग्रजी लेखना)शी संबंधित असलेल्या नियमांच्या संदर्भात संक्षिप्त वर्णन केले आहे. जे अभ्यासक इंग्रजी लेखनाच्या संदर्भात असलेल्या नियमांचा विस्तृतपणे अभ्यास करू पाहताहेत, ते इंग्रजी व्याकरणाचे कोणतेही उत्तम पुस्तक (उदाहरणार्थ – Wren & Martin, written jointly by PC Wren and H Martin) वाचून स्वतःच्या ज्ञानात भर टाकू शकतात.

क्रिया विशेषण
(ADVERB)

Definition (व्याख्या)

An Adverb qualifies a Verb, an Adjective or another Adverb. नाम, सर्वनाम, विशेषण, क्रियापद तसेच केवलप्रयोगी अव्यय वगळून उर्वरित शब्द भेदांच्या अर्थात वृद्धी करून त्यांची वैशिष्ट्ये सांगणाऱ्या शब्दास Adverb (क्रियाविशेषण) असे म्हणतात.

Example : Milkha runs **fast**. मिल्खा वेगाने धावतो.

★ उपरोक्त Sentence मध्ये Verb 'runs' वैशिष्ट्य fast दर्शविते. अतः fast हा शब्द Adverb (क्रियाविशेषण अव्यय) होय.

Kinds of Adverbs

Adverb (क्रियाविशेषण अव्ययाचे प्रकार)–

1. Simple Adverb (सामान्य क्रियाविशेषण अव्यय)

Simple Adverbs (सामान्य क्रियाविशेषण अव्यय) Time, Place, Number या Frequency, Manner, Reason, Degree, Affirmation or Negation चा बोध होतो. हे सामान्य क्रियाविशेषण 7 प्रकारांत आढळतात–

(i) Adverbs of Manner : हे क्रियाविशेषण रीती, पद्धती प्रकट करते.

Example **1.** Ram runs ***fastly***. राम जलद धावतो.

2. Sita walks ***slowly***. सीता सावकाश चालते.

Note : Adjective (विशेषणापासून) जी, 'ly' जुळविल्याने Adverb (क्रियाविशेषणे) घडतात, त्याला रीतिवाचक क्रियाविशेषण असे संबोधले जाते.

★ Manner दर्शविणारी जी Adverb (क्रियाविशेषणे) आहेत, ती प्रामुख्याने पुढीलप्रमाणे आहेत – thus, so, well, ill, badly, gladly, quickly, certainly

(ii) Adverbs of Time: हे क्रियाविशेषण वेळ, समय दर्शविते, उदाहरणार्थ– after, ago, early, late, now, then soon, today, tomorrow, shortly, immediately, afterwards, yesterday etc.

Example **1.** Mohan came ***yesterday***. मोहन काल आला.

(iii) Adverb of Place: हे क्रियाविशेषण स्थान, स्थळ दर्शविते, उदाहरणार्थ– above, here, there, near, anywhere, up, down, above, below, inside, outside etc.

Example : Mohan will go ***inside***. मोहन आता जाईल.

(iv) Adverb of Number: हे क्रियाविशेषण repetition (आवृत्ती) ची संख्या दर्शविते, उदाहरणार्थ– frequently, once, twice, again, seldom etc.

Example : He failed ***twice*** in board examination. तो दोन वेळा परीक्षेत अनुत्तीर्ण झाला.

★ उपरोक्त वाक्यातील twice हे Adverb (क्रियाविशेषण) repetition (आवृत्ती)च्या संख्येचा निर्देश करते.

(v) Adverb of Degree: हे क्रियाविशेषण Degree (मोजमापा)ची संख्या दर्शविते, उदाहरणार्थ– more, little, fully, any, enough, almost, much, very etc.

Example **1.** Seema is ***more*** intelligent. सीमा जास्त बुद्धिमान आहे.
2. She is ***little*** weak. ती थोडी अशक्त आहे.

★ उपरोक्त वाक्यातील more आणि little हे Adverb (क्रियाविशेषण) (मोजमापा)च्या संख्येचा निर्देश करते.

(vi) Adverb of Reason: हे क्रियाविशेषण घडलेल्या प्रसंगामागील कारण स्पष्ट करते– because, so, hence, therefore, consequently etc.

Example **:** He failed in annual exam ***because*** he did not work hard. तो वार्षिक परीक्षेत अनुत्तीर्ण झाला कारण त्याने कठीण परिश्रम केले नव्हते.

(vii) (a) **Adverb of Affirmation:** हे क्रियाविशेषण प्रसंगाविषयीचा निश्चितपणा स्पष्ट करते– yes, surely, certainly, truly etc.

Example **1.** He will ***surely*** come here. तो नक्कीच येथे येईल.
2. The exam will ***certainly*** be held in March. परीक्षा खात्रीने मार्चमध्ये आयोजित केल्या जातील.

(b) **Adverb of Negation :** हे क्रियाविशेषण प्रसंगाविषयीची निषेधात्मकता स्पष्ट करते– no, not, never etc.

Example **1.** We do ***not*** know him. आम्ही त्याला ओळखत नाही.
2. The examination will surely be ***not*** held in March. परीक्षा निश्चितपणे मार्चमध्ये आयोजित केल्या जाणार नाहीत.

☞ उपरोक्त दोन्ही वाक्यांतील not हे Adverb (क्रियाविशेषण) निषेधार्थकता स्पष्ट करत

2. Relative Adverb (संबंधवाचक क्रियाविशेषण अव्यय)

Relative Adverb (संबंधवाचक क्रियाविशेषण अव्यय) दोन वाक्यांना जुळविते. ते अगोदर ज्या Noun (नाम) अथवा Pronoun (सर्वनाम) च्या संदर्भात संकेत करीत Time (वेळ), Place (स्थान), Reason (कारण) अथवा manner (रीती) विषयक माहिती देते, उदाहरणार्थ– when, how, why, where.

Example **1.** This is the reason ***why*** I was late. हेच तर कारण आहे, ज्याच्यामुळे मला उशीर झाला.
2. This is the place ***where*** Lord Krishna was born. हेच ते स्थळ आहे, जेथे भगवान श्रीकृष्णाचा जन्म झाला होता.

★ उपरोक्त Sentences (वाक्या)तील पैकी पहिल्या Sentence (वाक्या) तील why च्या द्वारा reason (कारणमीमांसा) केली गेली आहे तर दुसऱ्या Sentence (वाक्या)तील where च्या द्वारा स्थानाचा संदर्भ दिला गेला आहे.

3. Interrogative Adverb (प्रश्नार्थक क्रियाविशेषण अव्यय)

जे Adverb (क्रियाविशेषण अव्यय) प्रश्न विचारण्यासाठी उपयोजिले जातात, त्यांना Interrogative Adverb (प्रश्नार्थक क्रियाविशेषण अव्यय) असे संबोधले जाते, उदाहरणार्थ– How, Where, When etc.

Example **1.** ***Where*** did you go? तू कोठे गेला होतास?
2. ***Where*** has she gone? ती कुठे गेली होती?
3. ***When*** will Mohini return? मोहिनी केव्हा परत येणार?
4. ***Why*** were you so glad? तुम्हाला इतका आनंद का झालेला होता.

Formation of Adverb (क्रियाविशेषण अव्यया) ची मांडणी करण्याची प्रक्रिया

☞ **Rule-1 :** इंग्रजीतील Adjective च्या शेवटी 'ly' हा प्रत्यय जुळवून Adverb of Manner (रीतिवाचक क्रियाविशेषण अव्यया)ची मांडणी होते–

Adjective	Adverb
Glad	Gladly
Honest	Honestly
Quick	Quickly

☞ **Rule-2 :** इंग्रजीतील Adjective च्या शेवटी 'le' असेल तर 'e' च्या स्थानी 'y' जुळवून Adverb (क्रियाविशेषण अव्यया) ची मांडणी होते–

Adjective	**Adverb**
Single	Singly
Double	Doubly

☞ **Rule-3 :** इंग्रजीतील Adjective च्या शेवटी 'y' हा प्रत्यय असेल, आणि 'y' ह्या प्रत्ययाच्या अगोदर Consonant (व्यंजन) असेल तर तर 'y' च्या स्थानी 'i' जुळवून Adverb (क्रियाविशेषण अव्यया) ची मांडणी होते–

Adjective	**Adverb**
Happy	Happily
Ready	Readily

☞ **Rule-4 :** इंग्रजीतील Noun ला उपपदाच्या स्थळी Preposition (शब्दयोगी अव्यय) जुळवून very ची मांडणी होते–

Preposition + Noun	**Adverb**
A + head	ahead
Be + low	below
A + long	along
A + cross	across

Position of Adverb (क्रियाविशेषण अव्यय)

☞ **Rule-1 :** Adverb (क्रियाविशेषण अव्यया)स अशा स्थळी, विशेषत: Adjective (विशेषणा)जवळ उपयोजिले जाते, जिथे ते modify (किंचित परिवर्तन) करू शकते.

Example* :** He runs ***very fast. तो द्रुतगतीने पळतो.

★ उपरोक्त Sentence (वाक्यात) तील पळण्याच्या गतीचे वैशिष्ट्य very ह्या शब्दाच्या साह्याने दर्शविले गेले आहे. म्हणून very हे Adverb (क्रियाविशेषण अव्यय) होय.

☞ **Rule-2 :** Auxiliary Verb (साहाय्यक क्रियापद) तसेच Main Verb (मूळ क्रियापदा) च्या मध्यभागी Adverb (क्रियाविशेषण अव्यया) ची मांडणी होते.

Example* :** He will ***surely achieve his goal. तो आपले लक्ष्य निश्चितच प्राप्त करील.

★ उपरोक्त Sentence (वाक्यात) 'surely' ह्या Adverb (क्रियाविशेषण अव्यया) ची मांडणी झाली आहे.

Correct Use of Adverbs (क्रियाविशेषण अव्ययाची अचूक मांडणी)

Use of 'very'

1. 'अत्यंत' आणि 'पुष्कळ' च्या अर्थाने good असो किंवा bad असो, तो गुण व्यक्त करण्यासाठी Positive Degree (मूळ अवस्थे)चे विशेषण लिहिण्यापूर्वी 'Very' हे Adverb of Degree (परिमाणवाचक/संख्यावाचक क्रियाविशेषण अव्यय) लिहिले जाते.

   Example **1.** Radha is ***very*** beautiful. राधा अतिशय सुंदर आहे.

   2. My brother is ***very*** nice. माझा भाऊ देखणा आहे.

2. Adverb (क्रियाविशेषण अव्यय) लिहिले जात असताना The+Very+ Superlative Degree (उच्चतम अवस्था) असे उपयोजन केले जाऊ शकते.

   Example **1.** Tansen was the ***very*** best singer. तानसेन सर्वापेक्ष उत्तम गायक होता.

   2. She was the ***very*** best dancer. ती सगळयांपेक्षा उत्कृष्ट नृत्यांगना होती.

Use of 'much'

1. Comparative Degree (उच्चतर अवस्था) च्या विशेषणाअगोदर 'Much' (फार, चांगला) हे Adverb of Degree (परिमाणवाचक/संख्यावाचक क्रियाविशेषण अव्यय) लिहिले जाते.

Example **1.** Jonson can run ***much*** faster. जॉनसन अधिक वेगाने पळू शकतो.

2. Boss is ***much*** annoyed at Sunil's behaviour. वरिष्ठ अधिकारी सुनीलच्या वागण्यावर पुष्कळच त्रासलेले आहेत.

2. Verb (क्रियापदा) चे वैशिष्ट्य निर्देशण्यासाठी 'Much' चा वापर केला जातो.
Example : He likes it ***much***. त्याला खूप आवडते.

Use of 'too'

1. अनेकवेळा अवगुणांना अधोरेखित करण्यासाठी 'Much' (फारच, पुष्कळच) हे Adverb of Degree (परिमाणवाचक/संख्यावाचक क्रियाविशेषण अव्यय) लिहिले जाते.
Example : Shayam is ***too*** lazy. श्याम हा खूप आळशी आहे.

Use of 'too much'

1. Too much (अतिप्रमाणात, अतिशय) चे उपयोजन Noun (नामा) च्या आधी केले जाते.
Example : ***Too much*** of anything is bad. अतिप्रमाणात कृती करणे म्हणजे अनुचितच.

Use of 'enough'

1. 'बऱ्यापैकी पण फार नव्हे' अशा अर्थाने good असो किंवा bad असो, तो गुण व्यक्त करण्यासाठी Positive Degree (मूल अवस्थे)चे विशेषण अथवा Adverb (क्रियाविशेषण अव्यया) नंतर 'enough' चे उपयोजन होते.
Example : Komal is tall ***enough***. कोमल ही बऱ्यापैकी पण फार उंच नाही.
2. Sufficient 'यथोचित', 'यथायोग्य', 'पुरेसे' अशा अर्थाने good असो किंवा bad असो, तो गुण व्यक्त करण्यासाठी नामापूर्वी हे Adverb of Degree (परिमाणवाचक/संख्यावाचक क्रियाविशेषण अव्यय) लिहिले जाते.
Example **1.** Mukesh Ambani has ***enough*** money to spend. मुकेश अंबानी जवळ खर्च करण्यासाठी पुरेशी धन–संपत्ती आहे.
2. There is ***enough*** salt in the vegetable. भाजीत पुरेसे मीठ पडले आहे.

Use of 'quite'

1. पूर्णपणाची भावना (चांगलेच, भलतेच) दर्शविण्यासाठी Adjective (विशेषणा) च्या आधी 'Quite' हे Adverb of Degree (परिमाणवाचक/संख्यावाचक क्रियाविशेषण अव्यय) लिहिले जाते.
Example **1.** It is ***quite*** cold today. आज चांगलीच थंडी पडली आहे.
2. He thinks she is ***quite*** well here. त्याला वाटते की, ती इथे खूप चांगली आहे.

Use of 'always'

'नेहमी', 'सदैव', 'प्रत्येक वेळी' या अर्थाने Adverb (क्रियाविशेषण अव्यय) Main Verb (मूळ क्रियापदा) च्या पूर्वी किंवा Auxiliary Verb (सहाय्यक क्रियापद) नंतर लिहिले जाते.

Example **1.** I ***always*** wake up in the morning. मी नेहमी सकाळी उठतो.
2. The earth ***always*** moves around the sun. पृथ्वी सतत सूर्याच्या भोवती प्रदक्षिणा घालत असते.

Use of 'ago'

जो काळ निघून गेला, त्याच्याविषयी बोलण्यासाठी भूतकाळातील घटना अशा अर्थाने 'Ago'या Adverb (क्रियाविशेषण अव्यया) चा अवलंब केला जातो.

Example : I came to Delhi exactly ten years ***ago***. मी नेमका दहा वर्षांपूर्वी दिल्लीला आलो.

Use of 'ever'

1. 'आतापावेतो', 'कधीतरी', 'कोणत्याही क्षणी' अशा अर्थाने Adverb (क्रियाविशेषण अव्यय) 'Ever'चा अवलंब केला जातो. त्यावेळी Negative (नकारात्मक) किंवा Interrogative (प्रश्नार्थक) Sentence (वाक्या)चे उपयोजन होते.
Example **1.** Have you ***ever*** been to Japan? आपण कधीतरी जपानला गेला आहात का?
2. Nothing ***ever*** happens in this city. ह्या शहरात कधीही काहीच घडत नाही.
2. Comparative (उच्चतर अवस्था) आणि Superlative Degree (उच्चतम अवस्था) नंतर 'ever' ह्या Adverb (क्रियाविशेषण अव्यय) ची मांडणी केली जाते.
Example : This is the best dish I have ***ever*** tasted.
आजपावेतो जेवढे मी चाखले, त्यातील हे सर्वात उत्तम पक्वान्न होय.

Use of 'presently, shortly and directly'

1. 'आताच', 'सध्या' अशा अर्थाने Adverb (क्रियाविशेषण अव्यय) 'Presently' चा अवलंब केला जातो.
   Example **1.** He will go ***presently***. तो आत्ताच निघेल.
   2. He is ***presently*** a private employee. सध्या तो एक खाजगी कर्मचारी आहे.
2. 'शीघ्र','त्वरित','आताच',अशा अर्थाने Adverb (क्रियाविशेषण अव्यय) 'Shortly' चे उपयोजन केले जाते.
   Example **:** The train is arriving ***shortly***. ट्रेन थोड्याच वेळत येत आहे.

Comparison of Adverbs (क्रियाविशेषणांची तुलना)

★ Adjective (विशेषणा) प्रमाणे Adverb (क्रियाविशेषण अव्यया)चीही तीन Degrees of Comparison म्हणजे Positive Degree (मूळ अवस्थे) ला Comparative Degree (उच्चतर अवस्था) अथवा Superlative Degree (उच्चतम अवस्था) असतात.

Positive	Comparative	Superlative
Near	Nearer	Nearest
Soon	Sooner	Soonest
Fast	Faster	Fastest
Cheap	Cheaper	Cheapest
Long	Longer	Longest

★ Adverb (क्रियाविशेषण अव्यया)च्या Positive Degree (मूळ अवस्थे)च्या शेवटी 'ly' असा प्रत्यय येत असेल तर त्यास 'more' किंवा 'most' हे उपपद जुळवून Comparative Degree (उच्चतर अवस्थे)त अथवा Superlative Degree (उच्चतम अवस्थे)त परिवर्तन करता येते.

Positive	Comparative	Superlative
Beautifully	More beautifully	Most beautifully
Quickly	More quickly	Most quickly
Happily	More happily	Most happily

★ काही Positive Degree (मूळ अवस्थे) चे Adverbs (क्रियाविशेषण अव्यये) Comparative Degree (उच्चतर अवस्थे) त अथवा Superlative Degree (उच्चतम अवस्थे) पेक्षा भिन्न असतात.

Positive	Comparative	Superlative
Much	More	Most
Late	Later	Latest
Little	Less	Least
Well	Better	Best

स्मरणात ठेवण्याजोगे

ह्या भागात Adverb च्या संदर्भात काही प्रचलित नियमांचे सुयोग्यपणे उपयोजन करता यावे म्हणून संक्षिप्तपणे आकलन करून देण्यात आले आहे. ह्या अध्यायात आम्ही Spoken English (इंग्रजी संवादना)शी संबंधित असलेल्या नियमांच्या संदर्भांत सुलभ स्वरूपाची व्याख्या केली आहे. तसेच Written Englis (इंग्रजी लेखना)शी संबंधित असलेल्या नियमांच्या संदर्भांत संक्षिप्त वर्णन केले आहे. जे अभ्यासक इंग्रजी लेखनाच्या संदर्भात असलेल्या नियमांचा विस्तृतपणे अभ्यास करू पाहताहेत, ते इंग्रजी व्याकरणाचे कोणतेही उत्तम पुस्तक (उदाहरणार्थ – Wren & Martin, written jointly by PC Wren and H Martin) वाचून स्वतःच्या ज्ञानात भर टाकू शकतात.

सम्बन्धसूचक शब्द
(PREPOSITION)

Definition (व्याख्या)

Preposition is a word used with a Noun or a Pronoun to show how the person or thing denoted by the Noun or Pronoun stands in relation to something else. Preposition (शब्दयोगी अव्यय) हा असा शब्द आहे, जो व्यक्ती वा वस्तू ह्याविषयीची माहिती देणाऱ्या Noun (नाम) अथवा Pronoun (सर्वनामा) च्या अगोदर उपयोजला जातो आणि त्याच्याद्वारे Noun (नाम) अथवा Pronoun (सर्वनामा) चा संबंध अन्य Noun (नाम) अथवा Pronoun (सर्वनामा)शी दाखवितो, उदाहरणार्थ–

Example **1.** The cow is ***in*** the field. शेतात गाय आहे.

2. He is always ***with*** me. माझ्यासोबत तो नेहमी असतो.

★ उपरोक्त पहिल्या Sentence (वाक्या)त ह्या Noun (नामा)चा संबंध 'in' ह्या शब्दाच्या द्वारे अन्य Noun (नाम) 'field' शी दर्शविला गेला आहे. दुसऱ्या Sentence (वाक्या)त 'he' ह्या Pronoun (सर्वनामा)चा संबंध 'with' ह्या शब्दाच्या द्वारे अन्य Pronoun (सर्वनाम) 'me' शी दर्शविला गेला आहे. अशा तऱ्हेने 'in' आणि 'with' ह्या Preposition (शब्दयोगी अव्ययां) चा प्रयोग ह्या दोन्ही वाक्यांत केला गेला आहे.

Kinds of Preposition (शब्दयोगी अव्ययांचे प्रकार)

Preposition 5 प्रकारांत आढळतात–

1. Simple Prepositions (सामान्य शब्दयोगी अव्यय)– to, by, from, with, on, up, for
2. Compound Prepositions (मिश्रित शब्दयोगी अव्यय)– below, between, beside, inside.
3. Double Prepositions (व्याप्तिवाचक शब्दयोगी अव्यय)– outside of, from, behind, out of, from out, from beneath.
4. Participle Prepositions (धातुविकारित शब्दयोगी अव्यय)– not with standing, concerning pending, considering.
5. Phrasal Preposition (हेतुवाचक शब्दयोगी अव्यय)– because of, on account, with a view to, with regard to, in opposition to, in the event of, for the sake of, on behalf of.

Correct use of some important Prepositions (शब्दयोगी अव्ययांचा अचूक वापर)

Use of 'in'

1. स्थलवाचक (देश, राज्य) नामांच्या अगोदर 'In' Preposition (शब्दयोगी अव्यया)चा वापर होतो.

   Example **1.** I live ***in*** Delhi. मी दिल्लीत वास्तव्य करतो.

   2. Pinki is ***in*** the room. पिंकी खोलीत आहे.

2. एखाद्या स्थिर वस्तूच्या किंवा वास्तूच्या आतल्या भागातील अवस्थेचा निर्देश करण्यासाठी Preposition (शब्दयोगी अव्यया) चे उपयोजन होते.

Example **1.** Water is *in* the glass. ग्लासात पाणी आहे.

2. Sandeep works *in* the hospital. संदीप रूग्णालयात काम करतो.

Use of 'from'

1. पृथगात्मतेची स्थिती व्यक्त करण्यासाठी 'From' (पासून, हून) चे उपयोजन केले जाते. 'From' चा अर्थ, सामान्यतः '– हून' असा होतो.

   Example **1.** Mohan has come *from* Ranchi. मोहन रांचीहून आला आहे.

   2. The guava has fallen *from* the tree. पेरू झाडावरून पडला आहे.

2. '– हून' असा अर्थ लावला जात असताना Source (उगम, स्रोत) सांगण्याचा हेतू असतो.

   Example **:** This passage is taken *from* Ramayana. हा उतारा रामायणातून घेतला आहे.

3. 'From' ('पासून') मुळे एक वस्तू, वास्तूहून अन्य गुणात्मक प्रकारातल्या वस्तूशी, वास्तूशी तुलनात्मकता साधण्याचा हेतू असतो.

   Example **:** This neckless is made *from* gold. ही कंठमाळा सोन्यापासून घडविली आहे.

Use of 'to'

1. वाक्यातील विधेयातील कर्माच्या आधी 'to' चे उपयोजन केले जाते.

   Example **:** I sent a message *to* her. मी तिला संदेश पाठविला.

2. एका स्थानापासून दुसऱ्या स्थानापर्यन्त जाण्यासाठीचा संकेत दर्शविण्यासाठी 'to' चे उपयोजन केले जाते.

   Example **:** Mr. Gupta goes *to* the office daily. श्रीयुत गुप्ता प्रत्येक दिवशी कार्यालयात जातात.

3. तुलनात्मकता दर्शविण्यासाठी 'to' चे उपयोजन केले जाते.

   Example **:** He is junior *to* me. तो माझ्यापेक्षा कनिष्ट आहे.

4. कालमर्यादा दर्शविण्यासाठी 'to' चे उपयोजन केले जाते.

   Example **:** It is five minutes *to* twelve O'clock. बारा वाजण्यास पाच मिनिटे राहिली आहेत.

5. '–ला' चा अर्थ स्पष्ट करण्यासाठी 'to' चे उपयोजन केले जाते.

   Example **:** He invited me *to* tea. त्याने चहापानाला निमंत्रण दिले आहे.

6. '–साठीचा', '–आ प्रती' चा अर्थ स्पष्ट करण्यासाठी 'to' चे उपयोजन केले जाते.

   Example **:** It is my duty *to* our nation. हे माझ्या देशाप्रती माझे कर्तव्य आहे.

Use of 'into'

1. रूपपरिवर्तन करणारा शब्दयोगी अव्यय दाखविण्यासाठी 'into' चे उपयोजन केले जाते.

   Example **1.** Translate Hindi *into* English. हिंदीचे इंग्रजीत भाषांतर करा.

2. स्थितिगती दर्शविण्यासाठी 'Into' चे उपयोजन केले जाते.

   Example **:** The frog jumped *into* the well. बेडकाने विहिरीत (विहिरीच्या आत) उडी घेतली.

3. '–संबंधी' चा अर्थ दर्शविण्यासाठी 'Into' चे उपयोजन केले जाते.

   Example **:** The crime branch enquired *into* the case. अपराधनिवारण शाखेने ह्या प्रकरण ासंबंधी विचारपूस केली.

Use of 'on'

1. एखादी वस्तू अन्य एका वस्तूवर ठेवलेली आहे, हे स्पष्ट करण्यासाठी 'On' चे उपयोजन केले जाते.

   Example **1.** My pen is *on* the table. माझी लेखणी मेजावर आहे.

   2. The glass is *on* the floor. ग्लास जमिनीवर आहे.

Use of 'of'

1. संबंध प्रकट करण्यांसाठी 'Of' चे उपयोजन केले जाते.

   Example **1.** Mr. Singh is a resident ***of*** Delhi. श्रीयुत सिंग हे दिल्लीचे निवासी होत.

   2. He is the clerk ***of*** our school. तो आमच्या विद्यालयाचा कारकून आहे.

2. गुण अथवा कारण स्पष्ट करण्यासाठी 'Of' चे उपयोजन केले जाते.

   Example **1.** He is a man ***of*** high morals. तो उच्च नैतिक मूल्यांचा माणूस आहे.

   2. She died ***of*** cancer. कर्करोगामुळे त्याचा मृत्यू झाला.

3. संबंधांचा स्रोत स्पष्ट करण्यासाठी 'Of' चे उपयोजन केले जाते.

   Example **:** He is ***of*** a well-off family. तो संपन्न कुटुंबाशी संबंधित आहे.

Use of 'with'

1. '–ने' (कशाने)चा अर्थ प्रकट करण्यासाठी 'Of' चा वापर केला जातो.

   Example **:** She writes ***with*** a pen. ती लेखणीने लेखन करते.

2. '–च्या सोबत' चा अर्थ प्रकट करण्यासाठी 'With' चा वापर केला जातो.

   Example **:** I went to Delhi ***with*** my son. मी माझ्या पुत्रासोबत दिल्लीला गेलो.

3. पृथगात्मता दाखविण्यासाठी 'With' चा वापर केला जातो.

   Example **:** Madhuri parted ***with*** her husband at Delhi station.
   माधुरी दिल्ली स्टेशनवर स्वतःच्या पतीपासून वेगळी निघाली.

4. सहमती अथवा विरोध दर्शविण्यासाठी 'With' चा वापर केला जातो.

   Example **:** I agree ***with*** you. मी तुमच्याशी सहमत आहे.

5. Manner (रीतभात) आणि गुणांविषयीचे अर्थ प्रकटन करण्यासाठी 'With' चा वापर केला जातो.

   Example **1.** I face all challenges ***with*** confidence. मी सर्व आव्हानांना आत्मविश्वासपूर्वक सामोरा जातो.

   2. He is a boy ***with*** amazing talent. तो मुलगा, थक्क व्हावे इतक्या अभिजात प्रतिभेचा आहे.

Use of 'between'

1. दोन व्यक्ती, प्राणी अथवा वस्तू यांच्यातील संबंधांविषयीची स्थितिगती स्पष्ट करण्यासाठी 'Between' चा वापर केला जातो.

   Example **1.** Divide these mangoes ***between*** Ram and Shayam. हे आंबे राम आणि श्याम ह्या दोघांत वाटून टाक.

   2. You have to choose ***between*** life and death. तुला जीवन किंवा मरण ह्या दोघांमधून एकाची निवड करायची आहे.

Use of 'among'

1. दोन किंवा दोनांपेक्षा अधिक Nouns (नाम) अथवा Pronouns (सर्वनाम) यांच्या मधोमध Among ह्या शब्दयोगी अव्ययाचा वापर केला जातो.

   Example **1.** Distribute the books ***among*** students. ही पुस्तके विद्यार्थ्यांत वाटून द्या.

   2. Ram is the best ***among*** all students. राम सर्व विद्यार्थ्यांत उत्कृष्ट होय.

Use of 'above'

1. सर्वांत उंच स्थळी अथवा स्थानी, डोक्यावर अशा अर्थी 'Above' चा वापर केला जातो.

   Example **1.** The birds are flying ***above*** in the sky. पक्षी आकाशात बऱ्याच उंचावर उडत आहेत.

2. संख्या, परिणाम, मात्रा यांची अतीवता प्रकटन करण्यासाठी 'Above' चा वापर केला जातो..

Example **1.** His working experience is ***above*** his earnings. त्याचा कार्यानुभव त्याच्या उत्पन्नापेक्षा अधिक आहे.

2. The mountain peak is ***above*** the cloud. पर्वताचे शिखर ढगांपेक्षा उंचावर आहे.

Use of 'behind'

1. '–च्या मागे' अशा अर्थी 'Above' चा वापर केला जातो.

Example **:** Her son was hiding ***behind*** the wall. त्याचा पुत्र भिंतीच्या मागे लपून बसत होता.

Use of 'beneath'

1. '–च्या खाली' अशा अर्थी 'Beneath' चा वापर केला जातो.

Example **:** I have kept my luggage ***beneath*** the berth. मी माझा बोजा आसनाखाली ठेवला आहे.

Use of 'by'

1. एखाद्या व्यक्तीच्या करवी, द्वारा, माध्यमातून, जे कार्य पूर्ण केले जाते, त्या द्वाराचा अर्थ स्पष्ट करण्याच्यावेळी 'By' ह्या Preposition (शब्दयोगी अव्यया) चा वापर होतो. (खालील Passive Voice (कर्मणी प्रयोग) वाचा.)

   Example **1.** This work is finished ***by*** me. हे कार्य माझ्याकरवी पूर्ण केले गेले आहे.

   2. This book is written ***by*** me. हे पुस्तक माझ्याकडून लिहिले गेले आहे.

2. निकटत्व प्रकटन अंत करण्यासाठी 'By' चे उपयोजन केले जाते.

   Example **:** There is a hotel ***by*** the side of the bus stand. त्या बसथांब्याच्या बाजूला एक हॉटेल आहे.

3. वेळेचा, समयाचा अंत होत असल्याचे दर्शविण्याच्यावेळी 'By' Preposition (शब्दयोगी अव्यया) चे उपयोजन होते.

   Example **:** I will return ***by*** evening. मी संध्याकाळपर्यंत परतेन (परत येईन).

4. वाहतुकीविषयीची, संचारसाधनासंबंधीची माहिती देण्याच्यावेळी 'By' Preposition (शब्दयोगी अव्यया) चे उपयोजन केले जाते.

   Example **1.** I travel ***by*** bus. मी बसने प्रवास करतो.

   2. He sends letters ***by*** post. तो टपालाने पत्रे पाठवितो.

5. Passive voice (कर्मणी प्रयोगा) करण्याच्या निमित्ताने एखाद्या व्यक्तीच्या करवी, कडून, द्वारा, माध्यमातून, जे कार्य पूर्ण केले जाते, त्या द्वाराचा अर्थ स्पष्ट करण्याच्यावेळी 'By' ह्या Preposition (शब्दयोगी अव्यया) चा वापर होतो.

   Example **:** The flower is plucked ***by*** Nagesh. पुष्प नागेशकडून तोडले गेले.

6. 'By' (शब्दयोगी अव्यय) 'By' चे उपयोजन Phrase (शब्दबंधा) द्वारे केले जाते.

   by chance – योगायोगामुळे

   by God – ईश्वरसाक्ष शपथेनुसार

   by force – बलपूर्वक

   by heart – तोंडपाठ

   by mistake – चुकीद्वारे

Use of 'about'

1. कोणतेही कार्य, कृती संपण्याची नांदी होण्याची वेळ आलेली असते त्यावेळी 'About' ह्या Preposition (शब्दयोगी अव्यया) चे उपयोजन होते.

   Example **1.** They are ***about*** to come. ते लोक आता येताहेतच. (येतच आहेत.)

   2. I am ***about*** to finish the dinner. मी रात्रीचे जेवण आता संपवितोहेच. (संपवितच आहे.)

2. एखाद्याच्या संबंधाविषयीचे सांगण्याकरिता 'About' ह्या Preposition (शब्दयोगी अव्यया) चे उपयोजन होते.

   Example **:** I want to say ***about*** my mother's health. मी माझ्या आईच्या प्रकृतीविषयी बोलू पाहतो.

Use of 'towards'

1. Direction एखाद्याच्या Direction (दिशा) विषयक कृतीच्या संदर्भात सांगताना 'Towards' ह्या Preposition (शब्दयोगी अव्यया) चा वापर होतो.

   Example **:** He is going ***towards*** stadium. तो स्टेडियमच्या दिशेने जातो आहे.

Use of 'under'

1. खालील बाजूविषयक कृतीच्या संदर्भात सांगताना 'Under' ह्या Preposition (शब्दयोगी अव्यया) चा वापर होतो.

   Example **:** The dog is sitting ***under*** the table. कुत्रा मेजाच्या खाली बसलेला आहे.

2. व्यक्ती, अधिकार, सत्ता कोणाच्या तरी अधीन आहे, त्या संदर्भात सांगताना 'Under' ह्या Preposition (शब्दयोगी अव्यया) चा वापर होतो.

   Example **:** All ministers work ***under*** the Prime Minister. सर्व मंत्रिगण पंतप्रधानांच्या अधीन असतात.

3. एखादी व्यक्ती, प्राणी, वस्तू, कृती यांच्या संदर्भात सांगताना Less than (अल्पांशापेक्षा) 'Under' ह्या Preposition (शब्दयोगी अव्यया) चा वापर होतो.

   Example **:** The child is ***under*** age for admission to nursery.

   बालसंगोपन गृहात (पाळणाघरात) प्रवेश घेण्यासाठी बालक अल्पवयीन आहे.

Use of 'at'

1. लहान स्थळांची, गावांची, उपनगरांची, वसाहतींची नावे लिहिण्यापूर्वी 'At' (आत अशा अर्थाने) ह्या Preposition (शब्दयोगी अव्यया) चा वापर होतो.

   Example **1.** I live ***at*** Shalimarbagh. मी शालिमारबागेत राहतो.

   2. He was born ***at*** Bhagalpur. तो भागलपूरात जन्मला होता.

2. निश्चित वेळ काळ सांगण्यावेळी 'At' ('वेळी','वाजता' अशा अर्थाने) 'At' ह्या Preposition (शब्दयोगी अव्यया) चा वापर होतो.

   Example **:** I shall come ***at*** 9.30 am. मी सकाळी साडेनऊ वाजता येईन.

3. समयसूचक घटनांवेळी 'At' ह्या Preposition (शब्दयोगी अव्यया) चा वापर होतो.

   at dawn – उषःकालावेळी, प्रभातवेळी, प्रभाती

   at noon – अपरान्हावेळी, दुपारी

   at night – रात्रीच्या वेळी

4. मूल्य, किंमत सांगतेवेळी 'At' ह्या Preposition (शब्दयोगी अव्यया) चा वापर होतो.

   Example **:** Mangoes are selling ***at*** rupees 40 per kg.

   आंबे वीस रुपये किलो ह्या दराने विकले जात आहेत.

5. जे अस्थायी स्वरूपात कार्यान्वित, कार्यरत, कृतिशील प्रसंग आहे, त्याविषयीचे सांगण्याच्या निमित्ताने 'At' ह्या Preposition (शब्दयोगी अव्यया) चा वापर होतो.

   Example **:** Men are ***at*** work. माणसे कार्यरत आहेत.

6. वय, आयू सांगण्याच्या निमित्ताने 'At' ह्या Preposition (शब्दयोगी अव्यया) चा वापर होतो.

   Example **:** Rajiv Gandhi became India's Prime Minister ***at*** the age of 42.

   राजीव गांधी वयाच्या 42 व्या वर्षी भारताचे पंतप्रधान झाले.

स्मरणात ठेवण्याजोगे

ह्या भागात Preposition (शब्दयोगी अव्यया) च्या संदर्भात काही प्रचलित नियमांचे सुयोग्यपणे उपयोजन करता यावे म्हणून संक्षिप्तपणे आकलन करून देण्यात आले आहे. ह्या अध्यायात आम्ही Spoken English (इंग्रजी संवादन)शी संबंधित असलेल्या नियमांच्या संदर्भात सुलभ स्वरूपाची व्याख्या केली आहे. तसेच Written English (इंग्रजी लेखना)शी संबंधित असलेल्या नियमांच्या संदर्भात संक्षिप्त वर्णन केले आहे. जे अभ्यासक इंग्रजी लेखनाच्या संदर्भात असलेल्या नियमांचा विस्तृतपणे अभ्यास करू पाहताहेत, ते इंग्रजी व्याकरणाचे कोणतेही उत्तम पुस्तक (उदाहरणार्थ – Wren & Martin- written jointly by PC Wren and H Martin) वाचून स्वतःच्या ज्ञानात भर टाकू शकतात.

संयोजक
(CONJUNCTION)

Definition (व्याख्या)

A conjunction is a word which joins two or more than two phrases, clauses, words or sentences.दोन किंवा अधिक शब्द, अथवा दोन किंवा अधिक वाक्ये यांना जोडणाज्या अविकारी शब्दांना उभयान्वयी अव्यये असे म्हणतात.

Example **1.** Komal ***and*** Kavita are sisters. कोमल आणि कविता ह्या बहिणी आहेत.

2. Please give me Coke ***or*** Pepsi. कृपा करून मला कोक अथवा पेप्सी द्या.

3. I went to his school ***but*** he was not there. मी त्याच्या विद्यालयात गेलो, परंतु तो तिथे नव्हता.

✯ उपरोक्त वाक्यांत 'and', 'or', आणि 'but' या अविकारी शब्दांमुळे दोन शब्द आणि दोन वाक्ये जुळविण्याचे कार्य झाले आहे. याचा अर्थ ते तिन्ही शब्द Conjunctions (उभयान्वयी अव्यय) होत.

Kinds of Conjunction (उभयान्वयी अव्यय यांचे प्रकार)

1. Co-ordinating Conjunction (समुच्चयबोधक उभयान्वयी अव्यय)
2. Subordinating Conjunction (गौणत्वसूचक उभयान्वयी अव्यय)
3. Co-relative Conjunction (संकेतबोधक उभयान्वयी अव्यय)

Co-ordinating Conjunction (समुच्चयबोधक उभयान्वयी अव्यय)

असे Conjunction (उभयान्वयी अव्यय) आहे, जे समान (प्रधान) पद असलेले शब्द अथवा वाक्य जुळविते, त्यास Co–ordinating Conjunction (समुच्चयबोधक उभयान्वयी अव्यय) असे संबोधतात. हे शब्द परस्परावर अवलंबून असत नाहीत, तर अर्थानेही स्वतंत्र असतात.

Example **:** Ram ***and*** Shayam are going to school. राम आणि शाम शाळेस जाताहेत.

✯ उपरोक्त Sentence मध्ये 'and' चे उपयोजन दोन स्वतंत्र शब्दांना जुळविण्यासाठी केले गेले आहे. अतः 'and' हे Co–ordinating Conjunction (समुच्चयबोधक उभयान्वयी अव्यय) आहे.

Co-ordinating Conjunction चे चार भेद आहेत–

1. Cumulative Conjunction (संयुक्त उभयान्वयी अव्यय)
2. Alternative Conjunction (विकल्पबोधक उभयान्वयी अव्यय)
3. Illative Conjunction (परिणामसूचक उभयान्वयी अव्यय)
4. Adversative Conjunction (विरोधसूचक उभयान्वयी अव्यय)

1. Cumulative Conjunction (संयुक्त उभयान्वयी अव्यय): जेव्हा एक Statement अन्य एका Statement (कथना) ला जुळविण्यासाठी उपयोजिले जाते, तेव्हा त्याला Cumulative Conjunction (संयुक्त उभयान्वयी अव्यय) असे संबोधले जाते, उदाहरणार्थ – also, and, now, too इत्यादी.

Example **1.** Radha is singer ***and*** dancer ***too***. राधा ही गायिका आणि नृत्यांगना अशी दोन्हीही आहे.

2. His mother is nobel and kind ***too***. त्याची माता कुलीन तशीच दयाळूही आहे.

★ उपरोक्त Sentences मध्ये Co–ordinating Conjunction 'and' आणि 'too' चे उपयोजन दोन वाक्यांना जुळविण्यासाठी केले गेले आहे. अतः ते दोन्ही शब्द Cumulative Conjunction (संयुक्त उभयान्वयी अव्यय) आहेत.

2. Alternative Conjunction (विकल्पबोधक उभयान्वयी अव्यय): काही Conjunction मुळे दोन विकल्प देणाऱ्या शब्दांचा बोध होतो, उदाहरणार्थ – either – or, neither & nor, else – or, otherwise इत्यादी.

Example **1.** Sita will love Ram ***or*** she will die. सीता रामवर प्रेम करील किंवा मरण पत्करेल.

2. Make haste ***otherwise*** you will be late. त्वरा करा नाहीतर तुम्हांस उशीर होईल.

★ उपरोक्त Sentences मध्ये 'or' आणि 'otherwise' ह्या Co–ordinating Conjunction चे उपयोजन केल्याने दोन शक्यतांपैकी एकाची निवड करण्यास वाव लाभत असल्याचा बोध होतो. अतः 'or' आणि 'otherwise' हे Cumulative Conjunctions (संयुक्त उभयान्वयी अव्यय) आहेत.

3. Illative Conjunction (परिणामसूचक उभयान्वयी अव्यय): असे Co–ordinating Conjunction जे निष्कर्षात्मक भाव प्रकटन करते, त्यास Illative Conjunction (परिणामसूचक उभयान्वयी अव्यय) असे संबोधतात, उदाहरणार्थ – for, therefor, so that, so, then इत्यादी.

Example **1.** It is time to take rest, ***so*** let us go home. विश्रांती घेण्याची वेळ आली आहे, म्हणून आपण घरी जाऊ या.

2. Vikas did not work hard, ***so*** he failed. विकासने कठीण परिश्रम केले नाहीत, म्हणून तो अपयशी ठरला.

★ उपरोक्त Sentences मध्ये Co–ordinating Conjunction 'so' आणि 'so' चे उपयोजन केल्याने परिणामाविषयीचा बोध होतो. अतः 'so' हे Illative Conjunction (परिणामसूचक उभयान्वयी अव्यय) होय.

4. Adversative Conjunction (विरोधसूचक उभयान्वयी अव्यय): Co-ordinating Conjunctions यांचे उपयोजन झाल्याने दोन Statements (कथनां) मधील Contrast (अंतर) किंवा opposition (प्रतिकार) करण्याचे भाव प्रकट होतात, त्यास Adversative Conjunction (विरोधसूचक उभयान्वयी अव्यय) असे संबोधतात. उदाहरणार्थ – but, yet, still, however, only, never, while इत्यादी.

Example **1.** Sonu was angry, ***yet/still*** he kept quiet. सोनू रागात होता, तरीही तो शांत राहिला.

2. Good boys did hard work, ***while*** bad ones wasted their time. चांगल्या मुलांनी कठीण परिश्रम केले, तर वाईट मुलांनी आपल्या वेळेचा अपव्यय केला.

3. Sohan was alright, ***only*** he was conservative. सोहनचे योग्यच होते, केवळ त्याचे विचार संकुचित स्वरूपाचे होते.

★ उपरोक्त Sentences मध्ये Co–ordinating Conjunction 'yet/still', 'while' आणि 'only' चा वापर केल्याने पृथगात्मता किंवा opposition (प्रतिकार) करण्याचे भाव प्रकट होतात, त्यास Adversative Conjunction म्हणतात.

Subordinating Conjunction (गौणत्वसूचक उभयान्वयी अव्यय)

हे Conjunction (उभयान्वयी अव्यय) आहे, ज्याच्यामुळे समान (प्रधान) पद असलेल्या वाक्यावर अन्य एक वाक्य अवलंबून राहते, त्यास Subordinating Conjunction (गौणत्वसूचक उभयान्वयी अव्यय) असे संबोधतात.

ह्या प्रकारात सामान्यतः प्रधानपद असेलेले वाक्य स्वतंत्र अर्थ प्रकट करीत असते. दोन सामान्य वाक्ये जुळवून एका संमिश्र वाक्याची निर्मिती Subordinating Conjunction करीत असते. ह्या वाक्यांत जे वाक्य स्वतःचा अर्थ आपणच प्रकट करीत असते, त्यास Principle Clause (प्रमुख उपवाक्य) तर जे वाक्य स्वतःचा अर्थ आपणच प्रकट करू शकत नसते, त्यास Subordinating Clause (गौण उपवाक्य) असे संबोधतात.

Example **1.** The train had left ***before*** they reached the station. ते स्टेशनवर पोहोचण्यापूर्वीच ट्रेन निघून गेली होती.

2. ***Since*** Ram is ill, he cannot accompany you. राम आजारी असल्यामुळे तो तुम्हाला सोबत देऊ शकत नाही.

★ उपरोक्त Sentences मध्ये 'before' आणि 'since' चे उपयोजन केल्याने एका Clause (उपवाक्या) ला अशा अन्य एका (उपवाक्या) शी जुळविले गेले आहे, ज्याला स्वतंत्रपणे सार्थकता येऊ शकत नाही. अर्थात, एक Clause (उपवाक्य) दुसऱ्यावर पूर्णपणे अवलंबून असल्याने गौण ठरते. या दोहोंतील एक वाक्य Principle Clause (प्रमुख उपवाक्य) असून दुसरे वाक्य Subordinating Clause (गौण उपवाक्य) आहे.

★ अर्थाच्या आधारे Subordinating Conjunction (गौणत्वसूचक उभयान्वयी अव्यय) पुढील प्रकारे स्वतःचे भाव प्रकट करू शकतातः

1. Time (समय) – When, whenever, until, till, before, after, while, since, as soon as, as long as, just as इत्यादी.

   Example **1.** ***When*** I called on her, she was sleeping. जेव्हा मी तिला भेटलो, तेव्हा ती झोपलेली होती.

   2. Suraj reached the station ***after*** the train had left. ट्रेन निघून गेल्याानंतर सूरज स्टेशनवर पोहोचला.

2. Place (स्थान) – Where, wherever, when

   Example **1.** Place the diary ***where*** you can find it. रोजनिशी अशा ठिकाणी ठेव, जिथे ती तुला मिळू शकेल.

   2. ***Wherever*** he went his friends went with him. तो जिथे जिथे गेला, तिथे त्याचे मित्र त्याच्या सोबत होते.

3. Cause (कारण) – Since, because, as आणि that.

   Example **1.** Mohini passed ***because*** she worked hard. मोहिनी उत्तीर्ण झाली कारण तिने प्रखर परिश्रम केले होते.

   2. He is happy ***that*** his father will come. तो आनंदी आहे कारण त्याचे वडील येणार आहेत.

4. Purpose (उद्देश्य) – That, so that, in order, that, lest.

   Example **1.** We eat **so *that*** we may live. आपण खातो, कारण आपल्याला जगायचे असते.

   2. He walked carefully ***lest*** he should slip. तो सावधपणे चालला, नाहीतर तो पडलाच असता.

5. Result (परिणाम) – So .... that, such .... that

   Example* :** Vikas is **so** clever ***that he won the prize. विकास अत्यंत हुशार आहे की त्याने पुरस्कार जिंकलाच.

6. Condition (अट) – If, suppose, unless, provided

   Example **1.** ***Suppose*** he fails, what will he do? जर तो अपयशी ठरतो, तर काय करणार?

   2. I cannot pass ***unless*** I work hard. प्रखर परिश्रमाविणा मी परीक्षेत उत्तीर्ण होऊ शकणारा नाही.

7. Manner (रीती, शैली) – As, as .... so, as it, as though, so far as

   Example **1.** Suraj talks ***as*** if he were very intelligent. सूरच अशा गोष्टी सांगतो, जणू काही तो पुष्कळ बुद्धिमान आहे.

   2. ***So far as*** I could guess, he was duping me. असे माझे अनुमान आहे की, तो माझ्याशी लबाडी करणार आहे.

8. Comparion (तुलना) – As, as .... as, so .... as, than.

   Example **1.** A wise enemy is better ***than*** a foolish friend. एखादा शहाणा शत्रू मुर्ख मित्रापेक्षा उत्तम असतो.

   2. Anushka is **as** beautiful as she looks. अनुष्कार तितकीच सुंदर आहे, जितकी ती दिसते.

9. Contrast (अन्तर) – Though, although, however.

Example **1.** ***Although*** he was ill, he attended the class. जरी तो आजारी असला, तरी तो वर्गात उपस्थित होता.

2. ***However*** fast you may run, you can not catch the bus. कितीही जलद गतीने धावलास, तरीही ती बस पकडू शकणार नाही.

Co-relative Conjunction (संकेतबोधक उभयान्वयी अव्यय)

इंग्रजीत अशी काही Conjunctions (उभयान्वयी अव्यय) आहेत, ज्यांचे उपयोजन युगूल स्वरूपातील शब्दांतच होऊ शकतात, उदाहरणार्थ– Either ...... or, neither .... nor, both .... and, not only, but also, though............yet, whether .... or.

Example **1.** ***Either*** she ***or*** her brother has taken my pen. त्याने किंवा त्याच्या बंधूने माझी लेखणी नेली होती.

2. ***Neither*** he ***nor*** his brother is well behaved. ना तो, ना त्याचा बंधू शुद्ध आचरणाचा आहे.

3. He ***neither*** borrows nor lends money. ना तो पैसे उसने घेतो, ना तो उसने देतो.

4. I do not care ***whether*** you attend the party or not. तू पक्ष सोडलास, न सोडलास तरी मला त्याचे सोयरसुतक नाही.

Common Errors (उभयान्वयी अव्यय) **in the use of conjunctions**

Incorrect (अनुचित उपयोजन)	**Correct** (उचित उपयोजन)
Sohan neither visited Delhi nor Patna.	Sohan visited neither Delhi nor Patna.
His sister was either there or his niece.	Either his sister or his niece was there.
Tell her that whether you will soon return.	Tell her whether you will soon return.
Sumit not only lost his purse but also his ATM Card.	Sumit lost not only his purse but also his ATM Card.
Not only Sita is wise but also beautiful.	Sita is not only wise but beautiful also.

स्मरणात ठेवण्याजोगे

ह्या भागात Conjunctions (उभयान्वयी अव्यय) च्या संदर्भात काही प्रचलित नियमांचे सुयोग्यपणे उपयोजन करता यावे म्हणून संक्षिप्तपणे आकलन करून देण्यात आले आहे. ह्या अध्यायात आम्ही Spoken English (इंग्रजी संवादना)शी संबंधित असलेल्या नियमांच्या संदर्भात सुलभ स्वरूपाची व्याख्या केली आहे. तसेच Written English (इंग्रजी लेखना)शी संबंधित असलेल्या नियमांच्या संदर्भात संक्षिप्त वर्णन केले आहे. जे अभ्यासक इंग्रजी लेखनाच्या संदर्भात असलेल्या नियमांचा विस्तृतपणे अभ्यास करू पाहताहेत, ते इंग्रजी व्याकरणाचे कोणतेही उत्तम पुस्तक (उदाहरणार्थ – Wren & Martin, written jointly by PC Wren and H Martin) वाचून स्वतःच्या ज्ञानात भर टाकू शकतात.

विस्मयादिबोध्क
(INTERJECTION)

Definition (व्याख्या)

An Interjection is a word which expresses some sudden feeling or emotion of the mind. It has no grammatical relation with any other word. Its symbol is (!). मनात दडलेल्या भावनांना, आंतरिकतेला जेव्हा उद्‌गार लाभतो, तो व्यक्त करण्यासाठी Interjection (केवलप्रयोगी अव्यया) चे उपयोजन केले जाते. त्या उद्‌गाराच्या शेवटी उद्‌गारचिन्ह (!) दिले जाते.

Example **1.** Wow! Is this your car? व्वा! काय कार आहे ती.

2. Hurrah! We have won the race. हुर्रे! आम्ही शर्यत जिंकलो.

3. Ouch, You are standing on my foot! अग आई ग! माझ्या पायावर तू उभा आहेस.

4. Well done! You have got 98 out of 100 marks. व्वा, भले! शंभरपैकी अठ्ठ्याण्णव गुण पटकावलेस तू.

★ पुढील भागात Interjection (केवलप्रयोगी अव्यया) आंतरिकता व्यक्त करणारे काही इंग्रजीतील शब्द दिले आहेत–

(1) Hi – परिचितांना उद्देशून व्यक्त केलेले अभिवादनपर उपयोजन
(2) Aha! – आश्चर्य, आनंद, विजय, हर्ष प्रकट करण्यासाठीचे उपयोजन
(3) Alas! – दुःख, शोक, करुणा व्यक्त करण्यासाठीचे उपयोजन
(4) Hell – क्रोध, तिरस्कार किंवा निंदा व्यक्त करण्यासाठीचे उपयोजन
(5) Ouch – वेदना व्यक्त करण्यासाठीचे उपयोजन
(6) Well done – प्रशंसा आणि अभिनंदन करण्यासाठी पाठीवर थाप मारताना व्यक्त केलेली भावना
(7) Hurrah! – हुर्रे! अत्यानंद, उत्साह प्रकट करण्यासाठीचे उपयोजन
(8) Thank God! – संकटाचे निवारण झाल्यानंतर परमेश्वराचे स्मरण करण्यासाठीचे उपयोजन
(9) Oh! – भय, विस्मय, दुःख, निराशा व्यक्त करण्यासाठीचे उपयोजन
(10) O God! – संकटकाळात असताना परमेश्वराचे स्मरण करण्यासाठीचे उपयोजन
(11) Oh dear! – वात्सल्यातिरेकामुळे, स्नेहामुळे व्यक्त करण्यासाठीचे उपयोजन
(12) How wonderful! – आश्चर्यामुळे आणि नवलपूर्ण वाटल्यामुळे प्रकटन करण्यासाठीचे उपयोजन

★ उपरोक्त शब्दांच्या द्वारा अंतरातील अत्यानंद, अभिनंदन, अभिवादन, आनंद, आश्चर्य, उत्साह, करुणा, क्रोध, तिरस्कार, दुःख, नवल, निंदा, परमेश्वराचे स्मरण, प्रशंसा, भय, वेदना, विजय, वात्सल्यातिरेक, विस्मय, शोक, स्नेह, हर्षादी भाव व्यक्त करण्यासाठीचे इंग्रजी भाषेतील शब्द लिहिले, बोलले जातात.

★ इंग्रजीतील Interjection (केवलप्रयोगी अव्यय) लिहिताना शब्दातील First letter अक्षर Capital मध्ये लिहिले जाते.

Use of Some Interjections (आंतरिकता व्यक्त करण्यासाठी)

1. Joy (हर्ष)

(a) Hurrah! We have won the cricket match. हुर्रे! आम्ही क्रिकेट सामना जिंकलो.
(b) Wow! What a lovely scenery! व्वा! किती विलोभनीय दृष्य आहे हे.

2. Sorrow (शोक)

(a) Alas! My grandfather is no more. अरेरे! माझे आजोबा वारले.
(b) Oh! Your mother is seriously ill. अरेरे! आपली आई पुष्कळ आजारी आहे.

3. **Surprise (नवल)**

(a) What a beautiful girl! मुलगी किती सुंदर आहे!

(b) Amazing! I did not expect to see you here. अद्भूत! आपण येथे असाल, अशी अपेक्षा ठेवली नव्हती.

4. **Calling (संबोधन)**

(a) Hello! Listen to me. हॅलो! माझे ऐका ना.

(b) Hey! Come here. अहो! येथे या बरे.

5. **Attention (लक्षवेध)**

(a) Hush! The child is sleeping. गप, गप! बाळ झोपलाय.

(b) Listen! Someone is coming. उगी, उगी! कोणी तरी येतोय.

6. **Approval (मान्यता)**

(a) Well done! She has played well. अभिनंदन! ती पुष्कळच चांगली खेळली.

(b) Brave! This was a great goal. उत्तम! हा एक असाधारण गोल होता.

7. **Contempt (घृणा)**

(a) Fie! A soldier and afraid of war. श्शी! सैनिक असूनही युद्धाला घाबरतोस?

(b) Ugh! What a fat woman. अय्याई! केवढी ढमी आहे ही.

स्मरणात ठेवण्याजोगे

ह्या भागात इंग्रजीतील Interjection (केवलप्रयोगी अव्यया)च्या संदर्भात काही प्रचलित नियमांचे सुयोग्यपणे उपयोजन करता यावे म्हणून संक्षिप्तपणे आकलन करून देण्यात आले आहे.

निर्धरक
(DETERMINER)

Definition (व्याख्या)

A word that comes before a noun and is used to show which thing is being referred to is called Determiner. Determiners (निर्धारक) असा शब्द आहे जो Noun (नामा) च्या अगोदर येतो आणि उपयोजलेल्या Noun ला निर्देशित करतो. Determiner हा Noun च्या स्थितीला स्थिर करण्याची कृती करीत असल्याने त्यास Fixing words असेही संबोधतात.

Example **1.** Chandan wanted to be ***an*** engineer. चंदनला अभियंता व्हायचे होते.

2. ***This*** apple is fresh. हे सफरचंद टवटवीत आहे.

3. ***Every*** player was given ***a*** prize. प्रत्येक खेळाडूला एक एक पुरस्कार दिला गेला.

4. There is not ***much*** hope of his recovery. त्याच्या प्रकृतीत सुधारणा होईल, अशी फारशी आशा वाटत नाही.

5. ***Every*** boy is intelligent. प्रत्येक मुलगा प्रज्ञावान आहे.

★ उपरोक्त वाक्यांत An, This, Every, Much हे शब्द त्या त्या वाक्यातील अन्य Nouns चा निर्देश करताहेत. ते Nouns ना नव्याने परिचित करताहेत. अतः हे शब्द Determiners (निर्धारक) आहेत.

Kinds of Determiners (निर्धारकांचे प्रकार)

Determiners (निर्धारका) चे पाच प्रकार आहेत–

1. Article Determiners
2. Demonstrative Determiners
3. Possessive Determiners
4. Numeral Determiners
5. Quantitative Determiners

Article Determiners (उपपद निर्धारक)

'A' and 'an' are indefinite articles that serve the same purpose, 'The' is known as the definite article. 'A', 'An', आणि 'The' यांतील 'A' आणि 'An' Indefinite Article यांना The Definite Article म्हटले जाते.

(a) A चे उपयोजन त्या Singular Countable Noun, ex तो Vowel (स्वर) असो किंवा Consonant (व्यंजन) यांच्यापासून प्रारंभ होत असो, ज्याचा आरंभ Consonant (व्यंजना) ने होतो.

Example **1.** It is ***a*** book. हे एक पुस्तक आहे.

2. She is ***a*** girl. ती एक मुलगी आहे.

★ उपरोक्त Sentence मध्ये 'a' हा शब्द एका अनिश्चित पुस्तकाच्या अथवा मुलीच्या संदर्भात उपयोजिला गेला आहे. अतः 'a' हे Determiner (निर्धारक) आहेत.

(b) An चे उपयोजन त्या Singular Countable Noun यांच्या आधी केले जाते, ज्या Noun चा Vowel (स्वर) किंवा टयूनस् चा ध्वनी देणारा Consonant (व्यंजना) पासून आरंभ होतो.

Example **1.** It is ***an*** inkpot. ही एक दौत आहे.

2. She is ***an*** honourable woman. ती एक प्रामाणिक महिला आहे.

★ उपरोक्त Sentence मध्ये 'an' हा शब्द एका अनिश्चित दौतीच्या अथवा महिलेच्या संदर्भात उपयोजिला गेला आहे. अतः 'an' हे Determiners (निर्धारक) आहेत.

★ उपरोक्त Sentence मध्ये honourable ह्या शब्दातील 'h' Consonant असला तरी 'h' ध्वनीचा स्वर शून्यात्मक स्वरूपाचा आहे. अतः 'A' च्या स्थळी 'An' चे उपयोजन उचितपणे झाले आहे.

(c) The चे उपयोजन व्यक्ती अथवा वस्तू यांना निश्चितपणा अथवा विशिष्टपणा प्रदान करण्यासाठी होत असते.

Example 1. ***The*** man, who is standing there is my father. ती व्यक्ती, जी तिथे उभी आहे, ते माझे तिर्थरूप आहेत.

2. He has lost ***the*** book, I gave him yesterday. जे पुस्तक, मी त्याला दिले होते, ते तो हरवून बसला.

3. ***The*** mangoes in our garden are very sweet. आमच्या आमराईतील आंबे पुष्कळ गोड आहेत.

4. Bring me ***the*** mobile laying on the table. जो भ्रमणध्वनी मेजावर आहे, तो मला आणून दे.

5. I like ***the*** apples of Kashmir. काश्मिरची सफरचंदे मला आवडतात.

★ उपरोक्त Sentences में 'the' शब्दाचा प्रयोग एका निश्चित व्यक्ति, पुस्तक, आंबे, मोबाइल किंवा निश्चित फळासंबंधी करण्यात आलेला आहे. म्हणून हे Article Determiners

Demonstrative Determiners (दर्शक निर्धारक)

This, that, these and those are known demonstratives; they describe the position of an object. This, That, these, those Demonstrative Determiners च्या श्रेणीत येतात. Demonstrative Determiners (दर्शक निर्धारक) Noun च्या आधी उपयोजित होतात, त्यांच्याद्वारे विधेयच्या दिशेने संकेत केला जातो.

(a) This अथवा That चे उपयोजन Singular Noun च्या सोबत, तसेच These अथवा Those चे उपयोजन Plural Noun च्या सोबत होते.

(b) That अथवा Those दूरवर स्थित व्यक्ती अथवा वस्तूच्या दिशेने संकेत करतात.

Example 1. ***That*** is a book. ते एक पुस्तक आहे.

2. ***Those*** books are yours. ती पुस्तके तुमची होत.

★ उपरोक्त Sentence मध्ये That व Those चे उपयोजन दूरस्थ पुस्तकांच्या संदर्भात झाले आहे. म्हणून ते Demonstrative Determiners (दर्शक निर्धारक) आहेत.

(c) This अथवा These जवळ असलेल्या वस्तूंच्या संदर्भात संकेत करतात.

Example 1. ***This*** is a nice pen. ही एक सुबक लेखणी आहे.

2. ***These*** books are mine. ही पुस्तके आमची आहेत.

★ उपरोक्त Sentence मध्ये This व These चे उपयोजन निकट असलेल्या लेखणी व पुस्तकांच्या संदर्भात झाले आहे. अतः ते Demonstrative Determiners (दर्शक निर्धारक) आहेत.

Possessive Determiners (संबंधवाचक निर्धारक)

Possesive pronouns and adjectives indicate the relationship with an object which they belong to. My, our, your, his, her, its, their, one's इत्यादी words Possessive Detarminers च्या श्रेणीत येतात. Possessive Determiners (संबंधवाचक निर्धारक) Singular अथवा Plural Noun च्या अगोदर उपयोजिले जातात, व त्याद्वारे संबंध प्रस्थापित करून दाखवितात.

Example 1. This car is ***mine***. ही माझी कार आहे.

2. This car is ***yours***. ही तुझी कार आहे.

★ उपरोक्त Sentence मध्ये mine व yours कारचे उपयोजन कारच्या संदर्भात झाले आहे. अतः ते

Possessive Determiners (संबंधवाचक निर्धारक) आहेत.

Numeral Determiners (संख्यावाचक निर्धारक)

Numeral Adjectives चे तीन प्रकार असतात–

(a) Definite Numerals (निश्चित संख्यावाचक निर्धारक)**:** One, two, three, first, second, third इत्यादी Definite Numeral होय, की त्यांच्याद्वारे निश्चित संख्येविषयीचा बोध होतो.

Example **1.** The *second* boy in the first row is my brother. पहिल्या रांगेतील दुसरा मुलगा माझा भाऊ आहे.

2. *Three* girls are playing in the playground. तीन मुली पटांगणात खेळत आहेत.

☆ उपरोक्त Sentence मध्ये second व three चे उपयोजन Definite Numerals आहेत कारण ते उपयोजन निश्चित संख्येच्या संदर्भात झाले आहे.

(b) Indefinite Numerals (अनिश्चित संख्यावाचक निर्धारक)**:** Some, many, few, all, several, each, either, neither इत्यादी Indefinite Numeral आहेत व त्यांच्याद्वारे अनिश्चित संख्येविषयीचा बोध होतो.–

(i) Some चा अर्थ 'काही' असा होतो. Indefinite Numeral Determiners नंतर Singular Nouns किंवा Plural Nouns चे उपयोजन केले जाते.

Example **1.** There is *some* salt in the container. बरणीत किंचित मीठ आहे.

2. There are *some* girls in the class. वर्गात काही मुली आहेत.

☆ उपरोक्त Sentences मध्ये some चे उपयोजन Indefinite Numeral च्या संदर्भात झाले आहे, व त्यामुळे अनिश्चित संख्येविषयीचा बोध होतो.

(ii) Many – 'अनेक'. 'Many' नंतर Common Noun चे उपयोजन Plural Number मध्ये केले जाते.

Example **:** *Many* girls are present in the class. वर्गात अनेक मुली उपस्थित आहेत.

(iii) Many a – 'कित्येक' . 'Many' नंतर Singular Noun चे उपयोजन केले जाते.

Example **:** *Many a* people think of a good government. बरेच लोक चांगल्या शासनव्यवस्थेचा विचार करतात.

(iv) Few – आवश्यकतेपेक्षा ही कमी अशा अर्थाने 'काही, थोडे'.

Example **:** You have *few* pens. तुझ्याजवळ थोडया लेखण्या आहेत.

(v) A few – आवश्यकतेनुसार अवध्या अशा अर्थाने 'काही' असा आहे.

Example **:** I have *a few* books. आपल्याजवळ काही लेखण्या आहेत.

(vi) The Few – थोडया संख्येच्या अशा अर्थाने 'अवघे', 'काही' असा आहे.

Example **:** I have read *the few* books I had. माझ्याजवळ जितकी पुस्तके होती, त्यातली काही मी वाचली आहेत.

(vii) All – 'सर्व', 'सगळा'. ह्या Indefinite Numeral Determiners (अनिश्चित संख्यावाचक निर्धारका) नंतर plural noun चे उपयोजन केले जाते.

Example **:** *All* men are happy. सर्व लोक समाधानी आहेत.

(viii) Several – अगणित अशा अर्थाने 'किती तरी', 'कित्येक' असा.

Example **:** This issue will take *several* years. ह्या विषयावरील मार्ग काढण्यास कित्येक वर्षे लागतील.

(c) Distributive Numeral (अनिश्चित वर्गीय निर्धारक)**:**

(i) Every – सर्वांतील (अनिश्चित संख्या) प्रत्येक अशा अर्थाने.

Example **:** *Every* man has to die. (सर्वांतील) प्रत्येक मनुष्याला मरायचेच आहे.

(ii) Each – अमक्या सर्वांतील (निश्चित संख्या) प्रत्येक अशा अर्थाने.

Example **:** *Each* student got one book. (सर्वांतील) प्रत्येक विद्यार्थ्याला एक पुस्तक मिळाले.

(iii) Either – अमक्यातील (निश्चितपणे दोन इतकी संख्या) कोणीतरी एकटा अशा अर्थाने.
Example : *Either* of the man will do it. दोघींपैकी कोणीही एक हे करू शकेल.

(iv) Neither – अमक्यातील (निश्चितपणे दोन इतकी संख्या) कोणीही नाही अशा अर्थाने.
Example : *Neither* of the girls is intelligent. दोघीपैकी कोणतीही मुलगी बुद्धिमान नाही.

Quantitative Determiners (परिमाणवाचक निर्धारक)

Quantitative Determiners form a sub-class under determiners. They are adjectives. हे परिमाणवाचक निर्धारक कोणत्याही वस्तूच्या संख्येचा किंवा परिमाणाचा बोध करवतात. ते Adjective of Quality होत. उदाहरणार्थ–

(i) Some – Uncountable Nouns साह्याने Affirmative (होकारार्थी) वाक्यांत ह्या Quantitative Determiners (परिमाणवाचक निर्धारक) चे उपयोजन होते.
Example : There is *some* water in the pot. भांड्यामध्ये काही पाणी आहे.

(ii) Any चा अर्थ आहे 'कोणतीही, कोणीही, अन्य' . ह्या शब्दाचे उपयोजन Affirmative (होकारार्थी) तसेच Negative (नकारार्थी) वाक्यांत केले जाते.
Example **1.** Is there *any* person? तिथे कोणी आहे काय?
2. I do not have *any* spare pen. माझ्याजवळ अन्य लेखणी नाहीये.

(iii) No चा अर्थ आहे 'कोणीही नाही, कोणीही नाही, अन्य नाही, इतकीही'. ह्या शब्दाचे उपयोजन Negative (नकारार्थी) वाक्यांत केले जाते.
Example : Sonia has *no* brains. सोनियाकडे विचारक्षमता नाही.

(iv) Much चा अर्थ आहे पुष्कळ. हा शब्द संख्येचा किंवा परिमाणाचा बोध करवितो.
Example : There is *much* water in the river. नदीत पुष्कळ पाणी आहे.

(v) More चा अर्थ आहे पुष्कळ किंवा वाढीव प्रमाणात.
Example : Will he give me *more* money? तो मला अधिक पैसे देईल काय?

(vi) Less चा अर्थ आहे अल्प, उणे किंवा कमी प्रमाणात. तो Much चा विपरितार्थ आहे.
Example : She devotes *less* time to her studies. ती आपल्या अभ्यासाला कमी वेळ देते.

(vii) Little चा अर्थ आहे फार नाही, पुरेसे नाही, नसल्यासारखेच.
Example : There is *little* hope of his success. तो यशस्वी होण्याची संभावना फारशी नाहीये.

(viii) A little चा अर्थ आहे अल्पसे, काहीसे, पुरेसे, असल्यासारखे.
Example : Will he stay here *a little* longer? तो थोडा जास्त काळ येथे राहणार काय?

(ix) The little चा अर्थ आहे पूर्वकाळात जे अल्पसे, काहीसे, पुरेसे, असल्यासारखे होते, ते.
Example : Sudha spent *the little* money she had. सुधाजवळ जे थोडे पैसे होते, ते तिने खर्च केले.

(x) Many चा अर्थ आहे पुष्कळ किंवा वाढीव प्रमाणात.
Example : *Many* of us went to book fair. आमच्यापैकी बरेच जण पुस्तक मेळाव्यास गेले.

स्मरणात ठेवण्याजोगे

ह्या भागात इंग्रजीतील Determiners (निर्धारक)च्या संदर्भात काही प्रचलित नियमांचे सुयोग्यपणे उपयोजन करता यावे म्हणून संक्षिप्तपणे आकलन करून देण्यात आले आहे.

1. 'A', 'An' आणि यांतील 'A' तसेच 'An' ही Indefinite Articles होत. 'The' हे Definite Article आहे.
2. 'An' चे उपयोजन Vowel अथवा Vowel चा ध्वनी देणारे Consonant (व्यंजन)च्या आधी केले जाते.
3. 'The' हे Definite Article होय.

अभिवृत्तिदर्शक क्रियापद (MODALS)

Definition (व्याख्या)

Auxiliaries that express the mode of an action denoted by the main verbs are called Modals. ही Helping Verbs (अर्थवाचक सहाय्यक क्रियापदे) असून Main Verb (मूळ क्रियापदा) द्वारे शक्यता, संमती, हेतू, अनुमती म्हणजे Mode प्रकट करतात, त्यांना Modals (अभिवृत्तिदर्शक क्रियापदे म्हणजेच अर्थवाचक सहाय्यक क्रियापदे) असे संबोधले जाते, उदाहरणार्थ – shall, will, should, would, can, could, may, might, must, need, ought to, used to.

(i) **Modals** ची वैशिष्ट्ये: ती काल्पनिक कृती होत, उदाहरणार्थ – Ability (सामर्थ्य), Power (शक्ती), Permission (अनुमती), Request (प्रार्थना), Possibility (शक्यता), Willingness (इच्छा) इत्यादींना प्रकट करतात.

(ii) त्यांचे उपयोजन नेहमी Main Verb (मूळ क्रियापदा) च्या सोबतीने होते.

(iii) त्यांच्यावर वाक्यातील Number (वचन), Gender (लिंग) अथवा Person (व्यक्ती) यांचा कोणताही प्रभाव पडत नाही.

(iv) त्यांच्या सोबत infinitive 'without to' अर्थात् 'First Form of verb' चे उपयोजन होते; परंतु 'ought' आणि 'used to' च्या सोबत 'to infinitive' चे उपयोजन होते.

(v) ते एकाच रूपात राहतात. त्यांना कोणताही Form नसतो.

'Modals' चे उपयोजन

1. Use of 'Shall'

(i) Simple Future Tense मध्ये 1st Person च्या Subject (I अथवा We) सोबत 'Shall' चे उपयोजन होते.

Example **1.** I ***shall*** teach him next month. मी त्याला पुढील महिन्यात शिकवेन.

2. We ***shall*** leave for Patna next week. आम्ही सर्वजण पुढील आठवड्यात पाटण्यास जाणार आहोत.

(ii) Simple Future Tense मध्ये 1st person च्या Subject (I अथवा We) अन्य एखाद्या व्यक्तीस त्याच्या इच्छेसंदर्भात विचारायचे झाल्यास 'Shall' चे उपयोजन होते.

Example : ***Shall*** I prepare a cup of coffee for you? मी तुझ्यासाठी एक कप कॉफी करू का?

(iii) Simple Future Tense मध्ये 2nd आणि 3rd person च्या Subject (He, She, It, They) च्या सोबत वचन, धमकी, दृढ निश्चय इत्यादी भाव–भावना व्यक्त करण्यासाठी 'Shall' चा वापर होतो.

Example **1.** ***Shall*** I use your bicycle? मी आपली सायकल वापरू का? (अनुमती)

2. I say Mohan ***shall*** return my book. मी म्हणतो, मोहन माझे पुस्तक परत करणारच. (आदेश)

2. Use of 'Will'

(i) Simple Future Tense मध्ये 2nd आणि 3rd person च्या Subject (He, She, It, They) च्या सोबत 'Will' चे उपयोजन होते.

Example 1. You *will* read this book tomorrow. हे पुस्तक तू उद्या वाचणार आहेस.

2. He *will* write a letter. तो पत्र लिहिणार आहे.

3. She *will* come here. ती उद्या येईल.

(ii) Willingness (दृढ इच्छा) प्रकट करता यावी म्हणून 'Will' चा वापर होतो.

Example : I *will* help you in your bad times. तुझ्या वाईट काळात मी तुला मदत करेन.

(iii) Determination (दृढ निश्चय) प्रकट करता यावा म्हणून 'Will' चा वापर होतो.

Example : I *will* visit Agra Fort next month. मी पुढील महिन्यात आग्र्याचा किल्ला पाहण्यासाठी जाणार आहे.

(iv) Threat (भयसूचना) प्रकट करता यावी म्हणून 'Will' चा वापर होतो.

Example : I *will* teach her a lesson. मी तिला योग्य धडा शिकवेन.

(v) Polite (विनम्रतापूर्वक) निवेदन करताना वाक्यात 'Will' चा वापर होतो.

Example : *Will* you have dinner with me? माझ्यासोबत जेवण घेशील काय?

(vi) Prediction (भविष्यवाणी) करताना वाक्यात 'Will' चे उपयोजन होते.

Example : Satish *will* never cheat me. (Prediction) सतीश माझ्यासोबत लबाडी करणार नाही.

3. Use of 'Should'

(i) Past Tense (भूतकाळा)मध्ये भविष्यकाळाविषयीचे सांगणे करीत असताना वाक्यात 'Should' चे उपयोजन होते.

Example 1. He told me that I *should* attend the meeting. त्याने मला सांगितलेकी मी त्या बैठकीत उपस्थित राहिले पाहिजे.

Example 2. We said that they *should* reach home. आम्ही म्हणालो की त्यांनी घरी पोहोचायला पाहिजे.

(ii) Advice (परामर्श देण्याची), Suggestion (सूचना करण्याची) and Inference (निष्कर्ष काढण्याची) कृती करण्याविषयीचे सांगत असताना वाक्यात 'Should' चा वापर होतो.

Example 1. We *should* obey our elders. आपल्या वडीलधारी माणसांचा मान आपण ठेवायला हवा.

2. He *should* work hard to get success. यशप्राप्तीसाठी त्याने अविश्रांत परिश्रम केले पाहिजेत.

(iii) Duty (कर्तव्य) and Obligation (उपकृतपणा) विषयी सांगत असताना वाक्यात 'Should' चा वापर होतो.

Example 1. The servant *should* bring the books. सेवकाने पुस्तके आणायला हवीत.

2. We *should* help the needy persons. आपण गरजवंतांना सहाय्य करायला हवे.

4. Use of 'Would'

(i) Indirect Speech (म्हणजेच Reported Speech) च्या स्वरूपातील वाक्यात Future Tense (भविष्यकाला) विषयी Past Tense (भूतकाला) मध्ये सांगत असताना 'Would' चे उपयोजन होते.

Example 1. Meera said that she *would* also read the book. मीराने सांगितले की ती देखील पुस्तक वाचेल.

2. I told him that I *would* go to the school tomorrow. मी त्याला सांगितले की मी उद्या शाळेत जाईन.

(ii) Past habit (जुन्या सवयी) विषयी सांगत असताना 'Would' चे उपयोजन होते.

Example 1. Alok ***would*** go for walk in the evening. आलोक संध्याकाळी फिरण्यासाठी जात असे.

2. Mahatma Gandhi ***would*** spin every morning. महात्मा गांधी दररोज सकाळी चरख्यावर सूतकताई करीत असत.

(iii) Present Tense (विनम्र विनंती) Present tense च्या वाक्यात व्यक्त करण्यासाठी 'Would' चे उपयोजन होते.

Example 1. ***Would*** you please give me a few minutes? आपण मला काही वेळ देऊ शकाल काय?

2. ***Would*** you please show me your mobile phone? तुम्ही मला तुमचा मोबाईल दाखवाल काय?

(iv) Unreal condition (असंभाव्यता) वाक्यात व्यक्त करण्यासाठी 'Would' चे उपयोजन होते.

Example : Would I were careful! मी सावध होतो!

(v) Desire (इच्छा) वाक्यात व्यक्त करण्यासाठी 'Would' चा वापर होतो.

Example : I ***would*** like to stage a dance. मी मंचावर एक नृत्य सादर करू इच्छितो.

(vi) Condition (अट) व्यक्त करण्यासाठी 'Would' चा वापर होतो.

Example : He would stand first if he worked hard.
तो प्रथमस्थानी येऊ शकेल, जर त्याने अविरत परिश्रम केले तर.

5. Use of 'Can'

★ कृती शक्य होणे अशा अर्थाने 'Can' चे उपयोजन केले जाते.

(i) Power (सामर्थ्य) आणि Ability (सक्षमता) वाक्यात व्यक्त करण्यासाठी 'Can' चे उपयोजन होते.

Example 1. I ***can*** read english newspaper. मी इंग्रजी वृत्तपत्र वाचू शकतो.

2. I ***can*** run two miles. मी दोन मैल पळू शकतो.

(ii) Permission (अनुमती) वाक्यात व्यक्त करण्यासाठी 'Can' चे उपयोजन होते.

Example 1. You ***can*** go now. तू आता जाऊ शकतोस.

2. You ***can*** finish this work. तुम्ही हे कार्य पूर्ण करू शकता.

(iii) Possibility (शक्यता) वाक्यात व्यक्त करण्यासाठी 'Can' चे उपयोजन होते.

Example 1. Anyone ***can*** solve this sum. कोणीही हा प्रश्न सोडवू शकतो.

2. Anyone ***can*** go there. कोणीही तेथवर जाऊ शकतो.

(iv) Nature (स्वभाववर्णन) वाक्यात व्यक्त करण्यासाठी 'Can' चा वापर होतो.

Example 1. He ***can*** insult you. तो तुझा अपमान करू शकतो.

2. Chandni ***can*** bluff him. चांदणी त्याला गंडवू शकते.

(v) Prohibition (प्रतिबंध), Impossibilty (अशक्यपणा) and Compulsion (अनिवार्यपणा) वाक्यात व्यक्त करण्यासाठी 'Can' चे उपयोजन होते.

Example 1. A man ***cannot*** enter in a ladies compartment. महिलांसाठी असलेल्या रेल्वेडब्यात पुरूष प्रवेश करू शकत नाही. (Prohibition)

2. Shyam ***cannot*** attend the class because he is on tour. श्याम वर्गात उपस्थित राहू शकत नाही, कारण तो दौऱ्यावर आहे. (Impossibility)

6. Use of 'Could'

(i) Past Tense (समर्थता) Past tense च्या वाक्यात व्यक्त करण्यासाठी 'Can' चा वापर होतो.

Example 1. My father asked me if I ***could*** help him. माझ्या वडिलांनी मला विचारले की मी त्यांना मदत करू शकतो का.

2. The headmaster asked me if I ***could*** solve the sum. मुख्याध्यापकांनी मला विचारले की मी ते गणित सोडवू शकतो का.

(ii) Past Tense (सक्षमता) Past tense च्या वाक्यात व्यक्त करण्यासाठी 'Could' चा वापर होतो.

Example 1. Saurabh ***could*** tell rhymes when he was child. सौरभ लहान होता तेव्हा तो कविता करू शकत होता.

2. I lost my purse so I ***could*** not buy anything from the market. माझे पैशाचे पाकिट हरवले त्यामुळे मी बाजारात काही खरेदी करू शकत नव्हतो.

(iii) Past Tense (शक्यता, संभावना) Past tense च्या वाक्यात व्यक्त करण्यासाठी 'Could' चा वापर होतो.

Example 1. If I had money, I ***could*** buy a new car. माझ्याजवळ पैसे असते तर मी नवी कार घेतली असती.

2. If Seema had secured good marks she ***could*** seek a good job. जर सीमाला उत्तम गुण मिळाले असते तर ती चांगली नोकरी शोधू शकली असती.

(iv) Polite Request (विनम्र विनंती) Past tense च्या वाक्यात व्यक्त करण्यासाठी 'Could' चा वापर होतो.

Example 1. ***Could*** I use your mobile phone? मी आपला मोबाईल वापरू शकतो का?

2. I ***could*** have given you my car, if you had asked me. मला विचारले असतेस, तर मी तुला माझी कार देऊ शकलो असतो.

7. Use of 'May'

(i) Permission (अनुमती) देण्याची किंवा घेण्याची कृती वाक्यात व्यक्त करण्यासाठी 'May' चे उपयोजन होते.

Example 1. ***May*** I come in? मी आत येऊ शकतो काय?

2. ***May*** Pratibha go out? प्रतिभा बाहेर जाऊ शकते का?

3. You ***may*** use my pen. तू माझा पेन वापरू शकतोस.

4. Seema ***may*** sit here. सीमा येथे बसू शकते.

(ii) Possibility (शक्यता, संभावना) वाक्यात व्यक्त करण्यासाठी 'May' चे उपयोजन होते.

Example 1. It ***may*** rain today. आज पाऊस पडू शकतो.

2. The Prime Minister may visit the flood affected area in Srinagar. पंतप्रधान श्रीनगर येथील पूरग्रस्तांच्या प्रदेशाला भेट देऊ शकतात.

(iii) Factual Possibility (वास्तविक शक्यता) वाक्यात व्यक्त करण्यासाठी 'May' चे उपयोजन होते.

Example 1. It is cloudy, it ***may*** rain. ढगाळ वातावरण आहे, आज पाऊस पडू शकतो.

2. The ground is wet, the match ***may*** be delayed. पटांगण ओलसर आहे, सामन्यास विलंब होऊ शकतो.

(iv) Purpose (उद्देश) वाक्यात व्यक्त करण्यासाठी 'May' चे उपयोजन होते.

Example 1. We eat so that we ***may*** become strong. आम्ही भोजन करतो, ज्यामुळे आपण सशक्त होऊ शकतो.

2. Ram works hard so that he ***may*** succeed. राम कठीण परिश्रम करतो, ज्यामुळे तो सफल होऊ शकतो.

(v) Wish किंवा Prayer (प्रार्थना) व्यक्त करण्यासाठी 'May' चे उपयोजन होते.

Example 1. ***May*** you live long! आपण दीर्घायू व्हा.

2. ***May*** you prosper in life. तुझ्या जीवनात समृद्धी येवो.

☆ Permission देण्याची/घेण्याची कृती वाक्यात व्यक्त करण्यासाठी 'Can' पेक्षा 'May' चे उपयोजन अधिक केले जाते.

8. Use of 'Might'

(i) Past Tense (उद्देश) च्या वाक्यात व्यक्त करण्यासाठी 'Might' चे उपयोजन होते.

Example 1. Komal wore fancy dress so that she ***might*** look beautiful. आपण सुंदर दिसू यासाठी कोमलने आकर्षक कपडे परिधान केले.

2. Police ran fast so that they ***might*** catch the thief. चोरांना पकडता येईल यासाठी पोलीस जलद गतीने धावले.

(ii) भविष्य काळात Remote Possibility (दूरची शक्यता) किंवा Permission (अनुमती) देण्याची किंवा घेण्याची कृती वाक्यात व्यक्त करण्यासाठी 'Might' चे उपयोजन होते.

Example 1. Maya has not attended my marriage party, but she ***might*** send a present.

माया माझ्या विवाह–समारंभाला उपस्थित नाही आहे; पण ती भेट–वस्तू पाठवून देईलही.

2. The sky is clear but it ***might*** rain heavily. आकाश तर स्वच्छच आहे, परंतु मुसळधार पाऊस पडेलही.

(iii) Request (आग्रह) वाक्यात व्यक्त करण्यासाठी 'Might' चे उपयोजन होते.

Example : If you are going to the market you ***might*** bring me a book.

बाजारात जातच असशील तर माझ्यासाठी एक पुस्तक घेऊन येऊ शकतोस.

9. Use of 'Ought to'

(i) Ought to चा अर्थ तोच आहे जो 'Should' साठी आहे. Reported Speech (indirect Speech) मध्ये भूतकालाच्या सोबत 'Ought to' चे उपयोजन होते.

Example : He said that he ***ought to*** go. त्याने म्हटले की त्याला जायचेच होते.

(ii) Moral Duty (नैतिक दायित्व) किंवा Social Binding (सामाजिक बांधिलकी) व्यक्त करण्यासाठी 'Might' चे उपयोजन होते.

Example : We ***ought to*** respect our elders. आपल्या वडीलधाऱ्यांचा सन्मान आपण केलाच पाहिजे.

10. Use of 'Need'

(i) Need (आवश्यकते) चा भाव व्यक्त करीत असताना 'Negative' (नकारात्मक) किंवा 'Interrogative' (प्रश्नार्थक) वाक्यांच्या रचनेत 'Need' चा वापर होतो.

Example 1. He ***need*** not walk so fast. त्याला इतक्या जलद गतीने चालण्याची आवश्यकता नाही. (नकारात्मक वाक्य)

2. ***Need*** he go to so soon? त्याला इतक्या लवकर जायला हवे काय? (प्रश्नवाचक वाक्य)

(ii) Principal Verb च्या स्वरूपात असताना वाक्यांच्या रचनेत 'Need' मागील भावाचा वापर होतो

Example 1. Seeta ***need*** to dine now. सीतेने आता जेवण्याची आवश्यकता आहे.

2. Seeta does not ***need*** to dine now. सीतेस आता तरी भोजन करण्याची आवश्यकता नाही.

11. Use of 'Dare'

(i) Dare चा अर्थ आहे धैर्य किंवा साहस दाखविणे. तो भाव व्यक्त करीत असताना 'Negative' (नकारात्मक) किंवा 'Interrogative' (प्रश्नार्थक) वाक्यांच्या रचनेत 'Dare' चा वापर होतो.

Example 1. ***Dare*** he go? त्याच्यात जाण्याचे धैर्य आहे?

2. He ***dared*** not go. त्याच्यात जाण्याइतपत धैर्य नव्हते.

(ii) Challenge आव्हान देण्याच्या भावातही 'Dare' चा वापर होतो.
Example : Satish ***dared*** me to fight. सतीशने मला झुंजीचे आव्हान दिले.

12. Use of 'Used' (to)

(i) Past Tense मधील सवय दर्शविण्यासाठी वाक्यांच्या रचनेत 'Used (to)' चा वापर होतो.
Example 1. I ***used to*** read the Ramayana regularly. मी दररोज रामायणाचे वाचन करीत असे.
2. She ***used*** not to abuse anybody. ती कोणालाही शिव्या देत नसे.

13. Use of 'Must'

(i) Necessity (आवश्यकता) and Obligation (उपकृतपणा) विषयी सांगत असताना वाक्यात 'Must' चा वापर होतो.
Example 1. Mohini ***must*** run fast to catch the train. मोहिनीला ट्रेन पकडण्यासाठी जलद गतीने धावायलाच हवे.
2. We ***must*** pay our income tax in time. आपण वेळेवर आपला आयकर भरला पाहिजे.

(ii) Emphatic Advice (ठाम उपदेश/परामर्श) व्यक्त करीत असताना वाक्यांच्या रचनेत 'Must' चे उपयोजन होते.
Example 1. You ***must*** not cheat anyone. तू कोणाचीही फसवणूक करता कामा नये.
2. Every one ***must*** respect their elders. प्रत्येकाने वडीलधाऱ्यांचा आदर–सन्मान ठेवलाच पाहिजे.

(iii) Compulsion(अनिवार्यपणा) विषयी सांगत असताना वाक्यात 'Must' चे उपयोजन होते.
Example : You ***must*** obey the laws of constitution. तू संविधानातील कायद्याचे पालन केलेच पाहिजे.

(iv) Prohibition (प्रतिबंध) विषयी सांगत असताना वाक्यात 'Must' चे उपयोजन होते.
Example 1. You ***must*** not read other's diary. तुम्ही दुसऱ्यांची रोजनिशी वाचता कामा नये.
2. You ***must*** not enter a ladies compartment. तुम्ही महिलांच्या रेल्वेडब्यात प्रवेश करता कामा नये.

★ निषेधाज्ञा, निषेधात्मक, प्रतिबंधात्मक वाक्य–लेखन करीत असताना 'Must' नंतर 'Not' चे उपयोजन केले जाते.

स्मरणात ठेवण्याजोगे

ह्या भागात इंग्रजीतील Modals (अभिवृत्तिदर्शक क्रियापदे म्हणजेच अर्थवाचक सहाय्यक क्रियापदे) च्या संदर्भात काही प्रचलित नियमांचे सुयोग्यपणे उपयोजन करता यावे म्हणून संक्षिप्तपणे आकलन करून देण्यात आले आहे.

1. Modals चा वापर नेहमी main Verb च्या सोबत होते.
2. Modal एकाच स्वरूपात राहतात, त्यांचे प्रकार निर्माण होत नाहीत.

काळ
(TENSE)

Definition (व्याख्या)

Tense is the form of a verb which expresses the time of an action and its degree of completeness. Tense (काळ) हा कोणत्याही कृतीतून स्पष्ट होतो. त्या कृतीद्वारे संबंधित वाक्यातील कृती झाली, होत आहे किंवा होणार आहे ह्याविषयीचा बोध होतो.

स्रोत भाषा मराठीद्वारा लक्ष्य भाषा इंग्रजीतील Tense (काळ) विषयीची माहिती स्पष्ट होण्यासाठी मराठीतील Tense ची सविस्तर जाण अपेक्षित आहे. Tense चा परिचय नेमकेपणाने झाला की Words चे नेमकेपणाने वापर करू शकतो. इंग्रजी वाक्यातील कृती उचितपणे जाणून घेतल्यानंतरच Tense चा परिचय होऊ शकतो.

Kinds of Tense (काळ–भेद)

Tense मुख्य काळ तीन प्रकारांत अभ्यासले जातात–

1. Present Tense (वर्तमानकाळ)
2. Past Tense (भूतकाळ)
3. Future Tense (भविष्यकाळ)

Present Tense (वर्तमानकाळ)

When the timeframe of the action under discussion is current, it is said to be in the Present Tense. ज्या वाक्यातील कार्य वर्तमानात होत आहे, असा बोध होतो, त्यास Present Tense (वर्तमानकाळ) असे म्हणतात.

★ Tense चे चार भेद असतात–

1. Present Indefinite Tense (सामान्य वर्तमानकाळ)
2. Present Imperfect (Continuous) Tense (अपूर्ण निरंतर वर्तमानकाळ)
3. Present Perfect Tense (पूर्ण वर्तमानकाळ)
4. Present Perfect Continuous (पूर्ण निरंतर वर्तमानकाळ)

1. Persent Indefinite Tense (सामान्य वर्तमानकाळ)

Present Indefinite Tense is used to present general truths and habitual actions. Present Indefinite Tense चे उपयोजन सामान्य कृती, सत्य आणि सवय यांच्याविषयीचे वर्णन करता यावे म्हणून केले जाते.

Example : I read. मी वाचतो.

★ उपरोक्त Sentence (वाक्या) मध्ये Subject नंतर verb चा वापर 1st Form मध्ये केला आहे.

(a) Affirmative form (सकारात्मक रूप): ह्या प्रकारच्या वाक्यात आरंभी Subject येतो, तदनंतर verb चे उपयोजन 1st Form मध्ये केले जाते. Object आणि अन्य सर्व घटक त्यानंतर येतात. ध्यानात ठेवण्यासारखी बाब म्हणजे I, We, You आणि They च्या सोबत verb चे उपयोजन

1st Form मध्ये केले जाते. परंतु Subject मध्ये Third Person Singular Number अथवा कोणतीही विशेष नामे उदाहरणार्थ – मोहन, सोहन इत्यादी आली तर Verb च्या 1st Form सोबत S अथवा 'es' चे उपयोजन केले जाते.

Example **1.** He reads. तो वाचतो.

2. Sohan plays cricket. सोहन क्रिकेट खेळतो.

3. Ramesh goes to office everyday. रमेश दररोज कार्यालयात जातो.

(b) **Negative Form** (नकारात्मक रूप): ह्या प्रकारच्या वाक्यात सुरुवातीला Subject, त्यानंतर do not, does not च्या नंतर verb चे उपयोजन 1st Form मध्ये केले जाते. Subject मध्ये Third Person Singular Number असेल तर मात्र do not चे उपयोजन करीत नाहीत.

Example **1.** I ***do not*** read. मी वाचत नाही.

2. He ***does not*** read. तो वाचत नाही.

3. Sita ***does not*** read. सीता वाचत नाही.

(c) **Interrogative Form** (प्रश्नार्थक स्वरूप): Present Indefinite Tense मधील वाक्याचे Interrogation Form वाक्यात रूपांतर करण्यापूर्वी Subject साठी do अथवा does असे लिहून त्याच्यानंतर verb चे उपयोजन 1st Form मध्ये केले जाते.

Example **1.** ***Do*** I read? मी वाचतो का?

2. ***Does*** he read? तो वाचतो का?

Use of Present Indefinite Tense (सामान्य वर्तमानकाळाचे उपयोजन)

☞ **Rule 1:** सवय दर्शविण्यासाठी किंवा दैनंदिन कार्ये करण्याविषयीची माहिती देण्यासाठी Present Indefinite Tense चे उपयोजन केले जाते.

Example **1.** I get ***up*** daily in the morning at 5 O'clock. मी दररोज सकाळी पाच वाजता उठतो.

2. Sita ***reads*** the Ramayana daily. सीता दररोज रामायण वाचते.

☞ **Rule 2:** General Truth (सामान्य सत्य) प्रकट करण्यासाठी Present Indefinite Tense चे उपयोजन केले जाते.

Example **1.** The sun ***rises*** in the east. सूर्य पूर्वेस उगवतो.

2. The earth ***moves*** around the Sun. पृथ्वी सूर्याभोवती फिरते.

3. I ***live*** at Shalimarbagh in Delhi. मी दिल्लीमध्ये शालीमार बाग येथे राहतो.

2. Present Imperfect (Continuous) Tense (अपूर्ण वर्तमानकाळ)

Present Continuous is used to describe actions that have not been completed in the current time. Present Continuous Tense चा वापर, वर्तमानकालातील ज्या कृती अद्याप पूर्ण व्हायच्या आहेत, त्यांच्या संदर्भातील माहिती देण्यासाठी केला जातो.

Example **:** I ***am*** reading. मी वाचत आहे.

(a) **Affirmative form** (सकारात्मक रूप): ह्या प्रकारच्या वाक्यात सुरुवातीला Subject येतो, त्यानंतर Auxiliary verb (am, is, are) चे उपयोजन केले जाते. Main verb ला 'ing' लावले जाते.

☞ **Rule** : अशा वाक्यरचनेवेळी 'I' ला am, आणि We, You आणि They ला are, तसेच he, she आणि it त्याच प्रमाणे कोणत्याही नामाशी is जोडले जाते, त्यानंतर येणाऱ्या Main verb ला 'ing' जोडले जाते.

Example **1.** I ***am*** teaching. मी शिकवीत आहे.

2. Sohan ***is*** going. सोहन जात आहे.

(b) **Negative Form** (नकारात्मक रूप): ह्या प्रकारच्या वाक्यात सुरुवातीला Subject, त्यानंतर Auxiliary verb (am, is, are), आणि 'not' चे उपयोजन केले जाते. शेवटी Main verb ला 'ing' जोडले जाते.

Example 1. He ***is not*** reading. तो वाचत नाही आहे.
2. I ***am not*** going. मी नाही जात आहे.

(c) **Interrogative Form** (प्रश्नार्थक रूप): ह्या प्रकारच्या वाक्यात सुरुवातीस Subject, त्यापूर्वी Auxiliary verb (m, is, are) चे उपयोजन केले जाते आणि शेवटी Main verb ला 'ing' जोडले जाते.

Example 1. ***Are*** you reading? तू काय वाचत आहेस?
2. ***Is*** she reading? ती काय वाचत आहे?

Use of Present Imperfect or Present Continuous (अपूर्ण वर्तमानकाळाचे उपयोजन)

☞ **Rule 1**: वर्तमानकाळात जी कृती होत असते तिचा बोध करून देण्यासाठी Present Imperfect (Continuous) Tense (अपूर्ण वर्तमानकाळ) चे उपयोजन केले जाते.

Example : You ***are*** reading. आपण वाचत आहात.

☞ **Rule 2**: भविष्यकाळात जी कृती होणार असते तिचा बोध करून देण्यासाठी Present Imperfect (Continuous) Tense (अपूर्ण वर्तमानकाळ) चे उपयोजन केले जाते.

Example : Shyam ***is*** going to Hawrah on Tuesday. श्याम मंगळवारी हावड्यास जाणार आहे.

3. Present Perfect Tense (पूर्ण वर्तमानकाळ)

Present Perfect Tense is used to describe actions that have been completed in the current time. Present Perfect Tense वाक्यातील कृती पूर्ण झालेली आहे असा बोध करून दिला जातो.

Example : I ***have*** read the book. मी पुस्तक वाचले आहे.

★ I, you, We तसेच Third Person They ह्या सर्वनामांच्या सोबत 'have' चे उपयोजन केले जाते; तसेच He, She आणि It ह्या सर्वनामांच्या सोबत 'has' चे उपयोजन केले जाते.

Example 1. He ***has*** read the book. त्याने पुस्तक वाचलेले आहे.
2. I ***have*** read the book. मी पुस्तक वाचलेले आहे.
3. Our boss ***has*** called a meeting. साहेबांनी बैठक बोलाविली आहे.

(a) **Affirmative Form** (सकारात्मक रूप): ह्या प्रकारच्या वाक्यात Verb च्या Third Form Past Participle चे उपयोजन केले जाते. उदाहरणार्थ – Play च्या स्थानी Played असे लिहिले जाते. Subject मध्ये We, You, They आणि Collective Noun (समुदायवाचक नामा) च्या सोबत 'have' चे आणि जर Subject हा Third Person Singular Number म्हणजे he, She, It असेल तर त्याच्या सोबत 'has' चे उपयोजन केले जाते.

Example 1. I ***have*** finished my work. मी माझे काम पूर्ण केले आहे.
2. They ***have*** gone to the hill station. ते थंड हवेच्या ठिकाणी गेले आहेत.

(b) **Negative Form** (नकारात्मक रूप): ह्या प्रकारच्या वाक्यात सुरुवातीस Subject च्या अगोदर 'has' किंवा 'have' असे लिहून त्यानंतर 'not' चे उपयोजन केले जाते.

Example : I ***have not*** read the lesson. मी तो धडा वाचलेला नाही आहे.

(c) **Interrogative Form** (प्रश्नार्थक रूप): ह्या प्रकारच्या वाक्यात सुरुवातीस Subject च्या आधी 'have' किंवा 'has' चे उपयोजन केले जाते. त्यानंतर Verb च्या Third Form शी जुळवून घेतले जाते.

Example 1. ***Has*** he not gone? तो गेलेला नाही आहे काय?
2. ***Has*** the train left? ट्रेन निघून गेलेली आहे काय?

Uses of Present Perfect Tense (पूर्ण वर्तमानकाळाचे उपयोजन)

ह्या काळाचे अशा कारणासाठी उपयोजन होते, ज्याद्वारे भूतकाळातील कृती नुकतीच संपली आहे आणि त्या वाक्यामध्ये already, so far, recently, presently, till now, as yet, just now, this year इत्यादी शब्दाचा अंतर्भाव झाला आहे.

Example : I ***have*** finished my work just now. मी आत्ताच माझे काम संपविले आहे.

☞ **Rule** : भूतकाळातील कृतीचे वर्णन करीत असताना once, twice, several times इत्यादी शब्दांचे उपयोजन झालेले असते–

Example : I ***have*** gone to Delhi several times. मी दिल्लीला बरेच वेळा गेलेलो आहे.

4. Present Perfect Continuous (पूर्ण निरंतर वर्तमानकाळ)

Present Perfect Continuous Tense is used to indicate that some action in the current time has been going on for some time and is not yet over. ज्या वाक्याद्वारे कृती पूर्वीपासून चालू आहे, आणि अजूनही चालूच आहे, असा बोध होतो, त्या वाक्यातील काळास Present Perfect Continuous (पूर्ण निरंतर वर्तमानकाळ) असे संबोधतात.

Example : I ***have been*** living in Mumbai for 10 years. मी मागील दहा वर्षांपासून मुंबईत राहातो आहे.

☞ **Rule** : I, We, You आणि They च्या सोबत have been तसेच Third Person, Singular Number Subject च्या सोबत has been आणि Verb च्या सोबत 'ing' जोडला जातो.

(a) **Affirmative Form** (सकारात्मक रूप): ह्या प्रकारच्या वाक्यात Main Verb च्या सोबत 'ing' जोडला जातो. I, We, You आणि They हा Subject असेल तर 'have been' तसेच Third person Singular Number Subject च्या सोबत 'has been' चे Verb च्या अगोदर उपयोजन केले जाते.

Example : He ***has been*** suffering from Dengue since two weeks.
तो दोन आठवड्यांपासून डेंग्यूग्रस्त आहे.

(b) **Negative Form** (नकारात्मक रूप): ह्या प्रकारच्या वाक्यात आरंभी Subject च्या नंतर 'have' तसेच 'has' लिहिल्यानंतर येणाऱ्या 'been' पूर्वी 'not' चे अगोदर उपयोजन केले जाते.

Example : I ***have not*** been living in Mumbai for 10 years.
मी मागील दहा वर्षांपासून मुंबईत राहात नाही आहे.

(c) **Interrogative Form** (प्रश्नार्थक रूप): ह्या प्रकारच्या वाक्यात आरंभी Subject च्या अगोदर 'have' किंवा 'has' चे उपयोजन केले जाते. तदनंतर 'been' लिहिले जाते आणि Verb ला 'ing' लावलो जातो.

Example : ***Has*** he been living in Mumhai for 10 years.
तो मागील दहा वर्षांपासून मुंबईत राहात नाही काय?

★ समय–अवधी दर्शविण्साठी 'for' हा शब्दयोगी अव्यय लिहिला जातो.

Example : He has been living in Delhi ***for*** 2 years.
तो मागील दोन वर्षांपासून दिल्लीत राहात आहे.

★ निश्चित समय–अवधी दर्शविण्यासाठी 'since' हा शब्दयोगी अव्यय लिहिला जातो.

Example : He has been living in Delhi ***since*** 1990. तो 1990 पासून दिल्लीत राहात आहे.

Past Tense (भूतकाळ)

When the time frame of the action is described in the past, it is said to be in the Past Tense. मागील काळात घडलेल्या घटनेच्या संदर्भात सांगितले जात असेल तर त्या वाक्यातील काळास भूतकाळ असे संबोधले जाते. Past Tense चे चार भेद असतात.

1. Past Indefinite Tense (सामान्य भूतकाळ)
2. Past Imperfect (Continuous) Tense (अपूर्ण निरंतर भूतकाळ)
3. Past Perfect Tense (पूर्ण भूतकाळ)
4. Past Perfect Contiunuous Tense (पूर्ण निरंतर भूतकाळ)

1. Past Indefinite (सामान्य भूतकाळ)

This tense shows an action completed in past. मागील काळात घडलेल्या कृतीविषयी सांगत असताना ज्या क्रियापदाच्या शेवटी 'ला' किंवा 'ली' किंवा 'ले' ही अक्षरे लावली जातात, त्या वाक्यातील काळास Past Indefinite Tense (सामान्य भूतकाळ) असे संबोधतात.

Example : I ***came***. मी आलो.

☞ **Rule** : Past Indefinite (सामान्य भूतकाळातील) वाक्यात Subject च्या नंतर Verb चे अन्य Form (स्वरूपा)चे उपयोजन केले जाते.

(a) **Affirmative Form** (सकारात्मक रूप): Past Indefinite वाक्यात Subject च्या सोबत Verb च्या नंतर Second Form मध्ये उपयोजन केले जाते.

Example **1.** I ***went*** there. मी तिथे गेलो.
2. She ***gave*** me a book. त्याने मला पुस्तक दिले.

(b) **Negative Form** (नकारात्मक स्वरूप): ह्या नकारात्मक स्वरूपाच्या वाक्यात Subject च्या नंतर did not लिहिल्यानंतर Verb च्या नंतर First Form मध्ये उपयोजन केले जाते.

Example **1.** I ***did not*** come. मी आलो नाही.
2. He ***did not*** behave well. तो उचित वागला नाही.

(c) **Interrogative Form** (प्रश्नार्थक रूप): ह्या प्रश्नार्थक प्रकारच्या वाक्यात Subject च्या आधी did आणि Verb च्या नंतर First Form मध्ये उपयोजन केले जाते.

Example **1.** ***Did*** he not come? तो आला नाही काय?
2. ***Did*** I not eat? मी खाल्ले नाही काय?

Uses of Past Indefinite Tense (सामान्य भूतकाळाचे उपयोजन)

☞ **Rule 1**: It is used to express an action that is just completed or just happened, normally a short time before speaking. Time of action is not specified but it makes a sense that action is just completed. एखादया कृतीविषयी सांगण्याच्या पूर्वी नुकतीच ती संपलेली असेल तर त्या वाक्यातील तो काळ Past Indefinite Tense (सामान्य भूतकाळ) च्या अंतर्गत समाविष्ट होतो.

Example **:** Raman learnt his lesson. रमणने आपला धडा पूर्ण केला.

★ उपरोक्त वाक्याद्वारे स्पष्ट होते की धडा पूर्ण करण्याचे कार्य भूतकाळात अनिश्चित वेळी झाले आहे.

☞ **Rule 2**: It is used to express an action which has completed in past and time of action; e.g., 3 pm, yesterday, last evening, last mont, past years) is given in the sentence. कृती जी मागील काळात घडलेली असेल, व ती पूर्ण झालेली असेल आणि सांगत/लिहीत असताना ती कृती पूर्ण होण्याची वेळ तीन वाजता, काल, मागील महिन्यात, मागील वर्षभरात असा कालबद्ध संदर्भ दिलेला असेल तर ते वाक्य Past Indefinite Tense (सामान्य भूतकाळ) च्या अंतर्गत समाविष्ट होते.

Example **:** Dinesh met her yesterday. दिनेश त्याला काल भेटला.

☞ **Rule 3**: It is also used to express old habits. Normally words "USED TO" is used to express old habits. भूतकाळातील सवयी अधोरेखित करण्याकरिता अशा वाक्याचे उपयोजन केले जाते. सर्वसामान्यतः कर्त्याच्या भूतकाळातील सवयी अधोरेखित करण्याकरिता 'used to' अशी शब्दरचना अवलंबिली जाते.

Example **1.** Rajkumar always wore white shoes. राजकुमार नेहमी पांढरेशुभ्र पादत्राणे परिधान करायचा.
2. Rajkumar used to wear white shoes. राजकुमार नेहमी पांढरेशुभ्र पादत्राणे परिधान करीत असे.

2. Past Imperfect (Continuous) Tense (अपूर्ण निरन्तर भूतकाळ)

It denotes an action going on at a certain time which has not yet finished. ज्या वाक्याद्वारे एक बाब स्पष्ट होते की भूतकाळात एखादी कृती चालूच होती, त्या वाक्यातील काळ Past Imperfect (Continuous) Tense (अपूर्ण निरंतर भूतकाळ) असतो.

Example : I *was* reading. मी वाचत होतो.

(a) **Affirmative Form** (सकारात्मक रूप): Past Indefinite वाक्यात Subject नंतर was आणि were लिहिले जाते. Verb च्या नंतर ing जोडले जाते. Third Person Singular Number (He, She, It) अथवा First Person Singular Number ('I') Subject च्या रूपात असल्यानंतर मुख्य Verb च्या आधी 'was' लिहिले जाते. Second Person Singular Number (Thou, you) मध्ये तसेच Third Person Plural Number ('They') 'were' लिहिले जाते.

Example **1.** Sita *was* laughing. सीता हसत होती.

2. You *were* going to the market. तू बाजारात जात होतास.

(b) **Negative Form** (नकारात्मक स्वरूप): ह्या नकारात्मक स्वरूपाच्या वाक्यात Subject नंतर was not आणि were not लिहिले जाते. Verb च्या नंतर ing जोडले जाते.

Example **1.** I *was not* teaching you. मी तुला शिकवित नव्हतो.

2. You *were not* laughing. तुम्ही हसत नव्हतात.

(c) **Interrogative Form** (प्रश्नार्थक रूप): ह्या प्रकारच्या वाक्यात Subject च्या आधी was आणि were लिहिले जाते.

Example **1.** *Was* he reading a book? तो पुस्तक वाचत होता काय?

2. *Were* you not eating a mango? तू आंबा खात नव्हतास काय?

Uses of Past Continuous Tense (अपूर्ण निरंतर भूतकाळाचे उपयोजन)

☞ **Rule 1**: ज्यावेळी एखादया कृतीचा बोध व्हावा ह्यासाठी Past Indefinite Tense (सामान्य भूतकाळ) मध्ये 'When' हा Adverb Clause उपयोजिलेला असतो तेव्हा–

Example : When I met her, she was doing her homework. मी ज्यावेळी तिला भेटलो तेव्हा ती गृहपाठ करीत होती.

☞ **Rule 2**: दोन कृती एकाच वेळी होत असताना, त्यातील एक कृती जर Past Imperfect (Continuous) Tense (अपूर्ण निरंतर भूतकाळा) त लिहिली जात असेल, तर अन्य कृतीही Past Imperfect Tense मध्येच लिहिली जाते.

Example : I was doing my work, while she was playing. मी माझे काम करीत होतो, तेव्हा ती खेळत होती.

3. Past Perfect Tense (पूर्ण भूतकाळ)

This tense is used to denote an action completed in the past before a certain moment. जी कृती काही काळापूर्वी पूर्ण झाली होती, त्या काळाच्या अवस्थेला Past Perfect Tense (पूर्ण भूतकाळ) असे म्हणतात.

Example **1.** I had read the novel. मी ते पुस्तक वाचून संपविले होते.

2. He had gone to the school. तो शाळेत गेला होता.

☞ **Rule**: अशा वाक्यात Subject च्या नंतर had चे आणि Verb च्या Third Form Past Participle चा वापर होतो.

Example : The train had left when Mohan reached the station. मोहन स्टेशनवर पोहोचला तेव्हा ट्रेन निघून गेली होती.

(a) **Affirmative Form** (सकारात्मक रूप): Subject नंतर 'had' लिहून Verb च्या Past Participle चे उपयोजन होते.

Example : The train ***had*** left before Sohan reached the station. सोहन स्टेशनवर पोहोचण्याच्या आधीच ट्रेन निघून गेली होती.

(a) **Negative Form** (नकारात्मक रूप): ह्या नकारात्मक रूपाच्या वाक्यात Subject नंतर had not चे उपयोजन होते.

Example : The police ***had not*** reached before the thieves ran away. पोलीसांच्या पोहोचण्याच्या आधी चोर पळाले होते.

(b) **Interrogative Form** (प्रश्नार्थक रूप): ह्या प्रकारच्या वाक्यात Subject च्या आधी had आणि Subject च्या नंतर Verb च्या Third Form चे, त्याच्यानंतर Past Indefinite चे उपयोजन होते.

Example : ***Had*** you finished your work before the bell rang? घंटा वाजण्यापूर्वीच आपण आपले कामकाज संपविले होते की काय?

Uses of Past Perfect Tense (पूर्ण भूतकाळ)

☞ **Rule 1 :** ज्यावेळी before आणि when शी संबंधित Clause (उपवाक्या) मध्ये Past Indefinite Tense चा बोध होतो, त्यावेळी आधीचे उपवाक्य Past Perfect Tense मध्ये लिहिले जाते.

Example : The rain had stopped ***before*** we returned home.
आम्ही घरी पोहोचण्याच्या आधीच पाऊस थांबला होता.

☞ **Rule 2 :** अशी कृती करण्यासाठी till, yesterday, till then Then अशा शब्दांची आवश्यकता असते.

Example : Rashmi had not completed her work ***till*** night.
रश्मीने तिचे काम रात्रीपर्यंत संपविले नव्हते.

4. Past Perfect Continuous Tense (पूर्ण निरन्तर भूतकाळ)

This tense is generally used to express an activity which was continuing but recently stopped. ह्या प्रकारच्या वाक्यात अशा कृतीविषयीचा बोध होतो, जी चालू होती पण नंतर थांबली.

Example : Ramesh ***had been*** living in Delhi for 10 years.
रमेश गेल्या दहा वर्षांपासून दिल्लीत राहत होता.

(a) **Affirmative Form** (सकारात्मक रूप): Subject नंतर 'had been' शी Main Verb ला 'ing' जोडले जाते.

Example : He was free in the evening but ***had been*** working the whole day.
तो संध्याकाळच्या वेळी मोकळाच होता, परंतु तो दिवसभर काम करीत होता.

(b) **Negative Form** (नकारात्मक रूप): ह्या नकारात्मक रूपाच्या वाक्यात Subject नंतर had लिहिले जाते व had नंतर not चे उपयोजन होते.

Example : He ***had not*** been living in Delhi for 10 years. तो गेल्या दहा वर्षांपासून दिल्लीत राहत नव्हता.

(c) **Interrogative Form** (प्रश्नार्थक रूप): ह्या प्रकारच्या वाक्यात Subject च्या आधी 'had' आणि 'had' नंतर 'been' शी Main Verb ला 'ing' जोडले.

Example : ***Had*** he not been living in Delhi for 10 years? तो मागील दहा वर्षांपासून दिल्लीत राहात नव्हता काय?

Uses of Past Perfect Continuous Tense (पूर्ण निरंतर भूतकाळ)

जर when आणि before शी संबंधित Clause (उपवाक्य) Past Definite Tense जुळविलेले असेल, तर मूळ Clause (उपवाक्यात)मध्ये since/for ला संबंधित असेल तर Past Perfect (Continuous) Tense (पूर्ण निरंतर भूतकाळा) चे उपयोजन होते.

Example : Shayam had been working hard for 20 years when he fell ill. श्याम वीस वर्षे परिश्रमपूर्वक काम करत होता जेव्हा तो आजारी पडला.

Future Tense (भविष्यकाळ)

When the time frame of the action under discussion is in the future, it is said to be in the Future Tense. येणाऱ्या काळात होऊ शकणाऱ्या कोणत्याही कृतीविषयीची सूचना देणाऱ्या काळास भविष्यकाळ असे म्हणतात.

Example **1.** I ***shall*** read this book मी हे पुस्तक वाचेन.

2. Reshma ***will*** write. रेश्मा लिहील.

Future Tense चे चार भेद असतात–

1. Future Indefinite Tense (सामान्य भविष्यकाळ)
2. Future Continuous Tense (अपूर्ण भविष्यकाळ)
3. Future Perfect Tense (पूर्ण भविष्यकाळ)
4. Future Perfect Continuous Tense (पूर्ण निरंतर भविष्यकाळ)

1. **Future Indefinite Tense** (सामान्य भविष्यकाळ)

☞ **Rule** : Future Indefinite Tense (सामान्य भविष्यकाळ) मध्ये I, We च्या सोबत 'shall' आणि अन्य सर्व Subject (उद्देश्य) च्या सोबत 'will' लिहिल्यानंतर Verb च्या First Form चे उपयोजन केले जाते.

(a) **Affirmative Form** (सकारात्मक रूप): मध्ये I, We च्या सोबत 'shall' आणि अन्य सर्व Subject (उद्देश्य) च्या सोबत 'will' लिहिल्यानंतर Verb च्या First Form चे उपयोजन केले जाते.

Example **1.** I ***shall*** miss you. मला तुझी आठवण येईल.

2. You ***will*** go to Kanpur. तुम्ही कानपूरला जाल.

(b) **Negative Form** (नकारात्मक रूप): ह्या नकारात्मक रूपाच्या वाक्यात Subject नंतर Will आणि Shall लिहिले जाते व 'not' चे उपयोजन होते.

Example **1.** I ***shall not*** abuse. मी अपशब्द काढणार नाही.

2. She ***will not*** run. ती धावणार नाही.

(c) **Interrogative Form** (प्रश्नार्थक रूप): ह्या वाक्यात Subject च्या आधी 'shall' अथवा 'will' चे उपयोजन होते.

Example **1.** ***Will*** she not come. ती येणार नाही?

2. ***Shall*** I read? मी वाचन करू का?

Uses of Future Indefinite Tense (सामान्य भविष्यकाल)

☞ **Rule** 1: अशा वाक्यातील कृतीविषयीचे वर्णन करण्यासाठी Future दर्शविणारा काळ next, tomorrow असा समयदर्शक शब्दांशी संबंधित असतो.

Example **1.** It ***will*** rain today. आज पाऊस पडेल.

2. I ***shall*** go tomorrow. मी उद्या जाईन.

☞ **Rule** 2 : अशा Order (आज्ञा), Threat (भय–सूचना), Promise (वचन), Threat आणि Determination (निश्चिय) यांच्याशी संबंधित वाक्यांत First Person चे Singular आणि Plural तसेच 'I' व 'We' च्या सोबत 'Will' आणि Second Person व Third Person च्या सोबत 'shall' चे उपयोजन होते.

Example **1.** I ***will*** go to Delhi today. (Determination) मी आज दिल्लीला जाणार.

2. Nobody ***should*** tell a lie. (Advice) कोणीही खोटे बोलायचे नसते.

3. He ***shall*** leave this place at once. (Order) त्याने लगेच ती जागा सोडली पाहीजे.

4. Rashmi shall be punished. (Threat) रश्मीला शिक्षा केली जाईल.

2. Future Continuous Tense (अपूर्ण भविष्यकाळ)

येणाऱ्या काळातील होत राहणाऱ्या कोणत्याही कृतीविषयीची सूचना देणाऱ्या समयदर्शक बोधास अपूर्ण भविष्यकाळ असे म्हणतात.

(a) **Affirmative Form** (सकारात्मक रूप): 'Shall' अथवा 'Will' चे उपयोजन Future Indefinite Tense (सामान्य भविष्यकाळ) सारखेच होत असते. त्यास 'be' हा शब्द लावून Main Verb ला 'ing' लावले जाते.

Example **1.** Ram ***will be*** reading. राम वाचन करीत असेन.

2. I ***shall be*** coming. मी येत असेन.

(b) **Negative Form** (नकारात्मक रूप): 'Shall' किंवा 'Will' चे उपयोजन करून त्यास 'not' जोडले जाते.

Example **1.** I ***shall not*** read. मी वाचन करीत नसणार.

2. Sita ***will not*** play. सीता खेळत नसावी.

(c) **Interrogative Form** (प्रश्नार्थक रूप): अशा वाक्यातील Subject च्या आधी 'Shall' किंवा 'Will' चे उपयोजन केले जाते.

Example **1.** ***Will*** he not be going? तो जात असणार नाही काय?

2. ***Will*** you be reading? आपण वाचणार आहात काय?

3. Future Perfect Tense (पूर्ण भविष्यकाळ)

ज्या काळाद्वारे असे स्पष्ट होते की येणाऱ्या काळात संबंधित कृती पूर्ण होणार आहे, त्या प्रकारच्या काळास Future Perfect Tense (पूर्ण भविष्यकाळ) असे संबोधतात.

(a) **Affirmative Form** (सकारात्मक रूप): Subject जर First Person मध्ये असेल तर Shall have, तसेच Subject हा Second Person अथवा Third Person मध्ये असेल तर Will have चे उपयोजन केले जाते. आणि Verb च्या Third Form मध्ये वापर केला जातो.

Example **1.** I ***shall have*** read this book. मी हे पुस्तक वाचून झालेले असेल.

2. His examination ***will have*** finished. त्याची परीक्षा संपलेली असेल.

(b) **Negative Form** (नकारात्मक रूप): अशा वाक्यात Verb च्या First Form च्या आधी Subject प्रमाणे Shall not have अथवा Will not have चे उपयोजन केले जाते.

Example **1.** Ram's examination ***will not have*** finished. रामची परीक्षा संपलेली नसेल.

2. I ***shall not have*** read this book. मी हे पुस्तक वाचून संपविलेले नसेल.

(c) **Interrogative Form** (प्रश्नार्थक रूप): अशा वाक्यातील Shall अथवा Will चे उपयोजन Subject च्या आधी तसेच Verb च्या Third Form मध्ये केले जाते.

Example **1.** ***Shall*** I ***have*** read this book? मी हे पुस्तक वाचलेले असेल काय?

2. ***Shall*** we ***have*** eaten our meal? आमचे जेवण झालेले असेल काय?

4. Future Perfect Continuous Tense (पूर्ण निरंतर भविष्यकाळ)

ह्या काळामुळे असा बोध होतो की कोणतीही कृती आरंभापासून येणाऱ्या काळात होत राहणार आहे, त्यास Future Perfect Continuous Tense (पूर्ण निरंतर भविष्यकाळ) असे संबोधतात.

(a) **Affirmative Form** (सकारात्मक रूप): Subject 'I', 'We' ह्या सर्वनामांच्या सोबत Shall have been, तसेच Second Person आणि Third person च्या सोबत Will have been चे उपयोजन केले जाते, त्यास Main Verb ला 'ing' जोडले जाते.

Example **1.** I ***shall have been*** reading for four hours. मी चार तासांपासून वाचत आलेलो असेल.

2. He ***will have been*** teaching for two years. तो दोन वर्षांपासून शिकवित असेल.

(b) **Negative Form** (नकारात्मक रूप): अशा वाक्यात Shall have been अथवा Will have been ह्यांच्यानंतर 'not' चे उपयोजन झालेले असते.

Example **1.** He ***will not have been*** reading for four hours. तो चार तासांपासून वाचत नसणार आहे.

2. Nobody ***will have been*** living in this flat for many years. कित्येक वर्षांपासून ह्या सदनिकेत कोणीही वास्तव्य करीत नसावा.

(c) **Interrogative Form** (प्रश्नसूचक रूप): अशा वाक्यातील 'Shall' अथवा 'Will' Subject च्या आधी जुळवून घेतले जाते.

Example **1.** ***Will*** he ***have been*** reading for four hours? तो चार तासांपासून वाचत असणार का?

2. ***Will*** she ***have been*** talking for many hours? ती कित्येक तासांपासून बोलत आलेली असावी?

स्मरणात ठेवण्याजोगे

ह्या भागात इंग्रजीतील Tense संदर्भात काही प्रचलित नियमांचे सुयोग्यपणे उपयोजन करता यावे म्हणून संक्षिप्तपणे आकलन करून देण्यात आले आहे.

1. मराठी वाक्यांचे इंग्रजीत अचूकपणे भाषांतर करीत असताना Tense (काळ) ची ओळख करून घेणे महत्त्वपूर्ण ठरते.
2. इंग्रजीत Tense प्रामुख्याने तीन प्रकारांत आढळतात. Present Tense (वर्तमानकाळ), Past Tense (भूतकाळ), Future Tense (भविष्यकाळ).

प्रयोग
(VOICE)

Definition (व्याख्या)

Voice is defined as the form of verb which shows that the person or thing denoted by the subject does something or something & done to the subject. Verb चे प्रयोग हे एक कृतिशील रूप आहे, जे उद्देश व्यक्ती अथवा वस्तूसाठी कार्य करते किंवा उद्देशकरवी करवून घेतले जाते.

Example **1.** ***Rama*** reads a book. राम पुस्तक वाचतो. (कर्ता – राम स्वतः कार्य करतो)

2. ***A book*** is read by Rama. रामाकरवी पुस्तक वाचले जात आहे. (कर्त्याकरवी कार्य करविले जाते)

अन्य शब्दांत सांगायचे झाले तर एक–तर एखाद्या कृतीसाठी Subject (कर्ता) Directly (प्रत्यक्षपणे) दायी असतो, किंवा त्या कृतीसाठी Subject (कर्ता) Indirectly (अप्रत्यक्षपणे) दायी असतो. हा बोध केवळ Voice (प्रयोगा) करवीच होऊ शकतो.

Types of Voice (प्रयोगा चे प्रकार)

Voice (प्रयोगा) चे दोन प्रकार असतात–

(1) Active Voice (कर्तरी प्रयोग)

(2) Passive Voice (कर्मणी प्रयोग)

Active Voice (कर्तरी प्रयोग)

A Verb is said to be in Active Voice, when the person or thing denoted by the subject acts. जेव्हा एखादी व्यक्ती वा वस्तू Subject (कर्त्या) च्या रूपात कार्य करतो, तेव्हा त्या कृतीला Active Voice (कर्तरी प्रयोग) असे संबोधले जाते.

Example* : *Sita writes a letter. सीता पत्र लिहीत आहे.

★ उपरोक्त वाक्यात सीता Subject (कर्त्या) च्या रूपात पत्रलेखन करण्याची क्रिया पार पाडत आहे. म्हणून हे वाक्य Active Voice (कर्तरी प्रयोग) होय.

Passive Voice (कर्मणी प्रयोग)

A Verb is said to be in the Passive Voice when the person or thing denoted by the subject does not act, but something is done to it. ज्या वाक्यात Object (विधेयाशी संबंधित असलेला कर्म) प्रधान कार्य करते, तेव्हा त्यास कर्तरी प्रयोगातील वाक्य असे म्हणतात.

Example* : *The book is written by the author. हे पुस्तक त्या लेखकाद्वारे लिहिले गेले आहे.

★ उपरोक्त वाक्यात पुस्तक लेखकाद्वारे लिहिले जाण्याची क्रिया पार पाडली जात आहे. म्हणून हे वाक्य passive Voice (कर्मणी प्रयोग) होय.

Active Voice ला Passive Voice मध्ये परिवर्तीत करण्याचे नियम :–

☞ **Rule 1** : Active Voice मध्ये जो शब्द Subject (कर्ता) असतो, त्याचे Passive Voice मध्ये Object (विधेयाशी संबंधित असलेल्या कर्मा) च्या स्थानावर उपयोजन होते.

Example **1.** ***I*** like a pen. (Active Voice) मला लेखणी आवडते.

2. ***Pen*** is liked by me. (Passive Voice) माझ्याकडून लेखणी आवडून घेतली जाते.

★ उपरोक्त वाक्यात Active Voice चा Subject (कर्ता) 'I' Passive Voice मध्ये Object

(विधेयाशी संबंधित असलेल्या कर्मा) च्या स्थानावर 'me' वर प्रयुक्त झाला आहे. सोबत Verb 'by' चेही उपयोजन झाले आहे.

☞ **Rule 2** : Subject (कर्ता) मध्ये Nominative case एखादे Pronoun असेल तर पुढील तक्त्यानुसार परिवर्तन होत जाते–

She – her	He – him	I – me	You – you
We – us	It – it	They – them	Who – whom

☞ **Rule 3** : Active Voice मध्ये जो Object आहे, तो Passive Voice मध्ये Subject (कर्त्या) च्या जागी प्रयुक्त केला जातो.

Example : ***Shayam*** likes Radha. (Active Voice) श्यामला राधा आवडते.

Radha is liked by Shyam. (Passive Voice) श्यामने राधाला आवडून घेतली आहे.

★ राधा हे नाम Active Voice मध्ये Object च्या स्थानी आहे, ते नाम Passive Voice च्या Subject (कर्ता) च्या जागी प्रयुक्त झाले आहे.

Her – She	Him – He	Me – I	You – You
Them – They	It – It	Us – We	Whom – Who

☞ **Rule 4** : Active Voice च्या Main Verb ला Passive Voice मध्ये Past participle च्या रूपात परिवर्तीत केले जाते.

Example : Sita likes a boy. (Active Voice) सीतेला एक मुलगा आवडतो.

A boy is liked by Sita. (Passive Vocie) सीतेने एक मुलगा आवडून घेतला आहे.

☞ **Rule 5** : Active Voice मधून Passive Voice मध्ये परिवर्तन होते वेळी Passive Voice चे Subject चे Number, Person आणि Tense यांच्यानुसार Verb 'to be' (am, is, are, was, were, be, been अथवा being) चे उपयोजन होते.

☞ **Rule 6** : काही Verb च्या सोबत Passive Voice ला 'by' न लावता अन्य Preposition (शब्दयोगी अव्यया) चे उपयोजन केले जाते. उदाहरणार्थ– Known to, alarmed at, annoyed at, pleased with, married with, satisfied with, contained in, disgusted with, displeased with, lined with, offended with, surprised at, interested in, shocked at, etc.

☞ **Rule 7** : जेव्हा एखाद्या कृतीला प्रधानत्व द्यायचे असते, तेव्हा Passive Voice मध्ये 'by' च्या सोबतीने Subject चे उपयोजन केले ज़ात नाही.

Example
1. ***We*** ought to respect our parents. (Active Voice)
   आपण आपल्या आई–वडिलांचा आदर ठेवलाच पाहिजे.
2. ***Our Parents*** ought to be respected by us. (Passive Voice)
   आपल्याकडून आपल्या आई–वडिलांचा आदर ठेवला गेलाच पाहिजे.

☞ **Rule** 8 : जेव्हा एकादे विश्वात्मक, चिरंतन सत्याच्या संदर्भात सांगायचे असते, तेव्हा 'by' च्या ऐवजी Passive Voice मध्ये 'It is said that' चे उपयोजन करावे लागते.?–

Example
1. People say that ***honesty is the best policy***. (Active Voice)
   लोक म्हणतात की प्रांजलपणा हीच सर्वात उत्तम नीती होय.
2. ***It is said*** that honesty is the best policy. (Passive Voice)
   असे म्हटले जाते की प्रांजलपणा हीच सर्वात उत्तम नीती होय.

☞ **Rule 9** : जेव्हा Active Voice मध्ये दोन Objects असतील तर Verb च्या निकट असलेल्या Object ला सुलभपणे Subject मध्ये परिवर्तीत केले जाऊ शकते.

Example
1. She teaches ***us French***. (Active Voice) त्या आम्हाला फ्रेंच भाषा शिकवितात.
2. ***We*** are taught French by her. (Passive Voice) आम्हाला तिच्याद्वारे फ्रेंच भाषा शिकविली जाते.

☞ **Rule 10** : इंग्रजीत दोन प्रकारांचे Verb असतात – Transitive Verb (सकर्मक क्रियापद) आणि Intransitive Verb (अकर्मक क्रियापद). Intransitive Verb म्हणजे जिचा प्रभाव केवळ Subject वर पडतो. ***Example*** **:** Mohan runs. मोहन धावतो.

★ उपरोक्त वाक्यात 'धावतो' ह्या Intransitive Verb (अकर्मक क्रियापदा) चा प्रभाव मोहनवर पडतो, कारण ती क्रिया केवळ मोहनशी संबंधित आहे, अशा प्रकारच्या Intransitive Verb (अकर्मक क्रियापदा) शी संबंधित असलेल्या वाक्यांचा प्रयोग परिवर्तीत होऊ शकत नाही.

Rules of Passive Voice of Tenses (कर्मणी प्रयोगातील कालदर्शक वाक्यरचनेसाठीचे नियम)

Present Indefinite (सामान्य वर्तमानकाळ)

☞ **Rule** : जेव्हा Subject हे First Person Singular Number ('I') असेल तर 'am'; First Person Plural Number ('We') आणि Second Person चे Singular तसेच Plural Number ('Thou' व 'You') आणि Third Person Plural Number ('They') असतील तर 'are'; आणि Third Person Singular Number (He, She, It) असेल तर 'is' चे उपयोजन होते. मग Main Verb प्रयुक्त झाल्यानंतर 'by' चे नियमानुसार उपयोजन होते.

Active Voice	***Passive Voice***
1st form + e/es	is/are/am + 3 form
I play football. मी फुटबॉल खेळतो.	Football is plyaed by me. फुटबॉल माझ्याकरवी खेळला जातो.
We love children. आम्ही लहान मुलांवर प्रेम करतो.	The children are loved by us. बालकांना आमच्याकरवी माया केली जाते.

Negative Sentences (नकारात्मक वाक्ये)

Active Voice	***Passive Voice***
do not/does + not + 1st Form	is, am, are, + not, + 3rd Form
Ram does not teach her. तिला राम शिकवीत नाही.	She is not tought by Ram. तिला रामकरवी शिकविले जात नाही.
We do not like mango. आम्हाला आंबे आवडत नाहीत.	The mango is not liked by us. आंब्यांना आमच्याकरवी आवडून घेतले जात नाही.

Interrogative Sentences (प्रश्नार्थक वाक्ये)

Active Voice	***Passive Voice***
(Do/Does + subject + Verb 1st Form)	is/am/are + Subject + Verb 3rd Form
Does he kill a rat?	Is a rat killed by him?
त्याने उंदीर मारला काय?	उंदीर त्याच्याकरवी मारला गेला काय?
Who kills a rat? कोणी उंदराला मारले?	By whom is the rat killed? उंदीर कोणाकरवी मारला जातो?

Note: जेव्हा प्रश्नाचा आरंभ Who अथवा Whom ने होत असेल, तर Sentences ला Passive Voice मध्ये परिवर्तीत करतेवेळी Who ला Whom मध्ये आणि Whom ला Who मध्ये परिवर्तीत करावे लागते.

Active Voice मध्ये What ने प्रश्नाची मांडणी झालेली असेल, तर तो Object चे कार्य करतो, परंतु Passive Voice मध्ये Subject चे कार्य करतो. तसेच helping Verb च्या आधी त्याची प्रयुक्ती केली जाते–

Active Voice	*Passive Voice*
What does he sell? तो काय विकतो?	What is sold by him? त्याच्याकरवी काय विकले जाते?

Present Continuous Tense अपूर्ण (निरंतर) वर्तमानकाळ

Present Continuous Tense असलेले वाक्य Active Voice पासून Passive Voice मध्ये परिवर्तीत करीत असताना Principal Verb चे Third रूप Participle (धातुविशेषण/धातुविकारित विशेषण) च्या तिसऱ्या Form पूर्वी 'being' चे उपयोजन केले जाते. तसेच 'being' च्या पहिल्या नियमानुसार 'is', 'am', 'are' जुळवून घेतले जाते.

Active Voice	*Passive Voice*
is/am/are + 1st form + ing	is/am/are + being + 3rd form
I am writing a letter. मी पत्र लिहीत आहे.	A letter is being written by me. माझ्याकरवी पत्र लिहिले जात आहे.

Present Perfect Tense पूर्ण वर्तमानकाळ

Present Perfect Tense असलेले वाक्य Active Voice पासून Passive Voice मध्ये परिवर्तीत करीत असताना Active Voice चे Object (कर्म), Subject मध्ये परिवर्तीत होते. त्यावेळी have been अथवा has been प्रयुक्त करून Verb चा तिसरा Form – Participle (धातुविशेषण/धातुविकारित विशेषण) उपयोजिला जातो.

Active Voice	*Passive Voice*
has/have + 3rd form	has/have + been + 3rd form
I have written a letter. मी पत्र लिहिले आहे.	A letter has been written by me. माझ्याकरवी पत्र लिहिले गेले आहे.

Past Indefinite Tense सामान्य भूतकाळ

Past Indefinite Tense (सामान्य भूतकाळ) असलेले वाक्य Active Voice पासून Passive Voice मध्ये परिवर्तीत करीत असताना First Person Singular Number ('I') आणि Third Person Singular Number ('He', 'She', 'It') च्या सोबत 'was' तसेच तिन्ही Person च्या Plural Number, आणि Second Person च्या Singular च्या सोबत 'were' आणि Verb चा तिसरा Form – Participle (धातुविशेषण/धातुविकारित विशेषण) चे उपयोजन केले जाते.

Active Voice	*Passive Voice*
2nd form/did not + 1st form	was/were + not + 3rd form
I ate a mango. मी आंबा खाल्ला.	A mango was eaten by me. माझ्याकरवी आंबा खाल्ला गेला.

Past Continuous Tense अपूर्ण (निरंतर) भूतकाळ

Past Continuous Tense अपूर्ण (निरंतर) भूतकाळ असलेले वाक्य Active Voice पासून Passive Voice मध्ये परिवर्तीत करीत असताना Object नंतर 'was/were' तसेच 'being' जुळवून घेतल्यानंतर Verb चा तिसरा Form – Participle (धातुविशेषण/धातुविकारित विशेषण) चे उपयोजन केले जाते.

Active Voice	*Passive Voice*
was/were + 1st form + ing	was/were + being + 3rd form
I was eating a mango. मी आंबा खात होतो.	A mango was being eaten by me. माझ्याकरवी आंबा खाल्ला जात होता.

Past Perfect Tense पूर्ण भूतकाळ

Object नंतर 'had been' जुळवून घेतल्यानंतर Verb चा तिसरा Form – Participle (धातुविशेषण/धातुविकारित विशेषण) चे उपयोजन केले जाते.

Active Voice	*Passive Voice*
had + 3rd form	had + been + 3rd form
I had eaten a mango. मी आंबा खाल्ला होता.	A mango had been eaten by me. माझ्याकरवी आंबा खाल्ला गेला होता.

Future Indefinite Tense सामान्य भविष्यकाळ

Active Voice पासून Passive Voice मध्ये परिवर्तीत करीत असताना Object चे Subject मध्ये, मग Subject च्या अनुसार 'shall be' अथवा 'will be' तसेच Verb चा तिसरा Form – Participle (धातुविशेषण/धातुविकारित विशेषण) चे उपयोजन केले जाते.

Active Voice	*Passive Voice*
will/shall + 1st form	will/shall + be + 3rd form
I shall read a book. मी पुस्तक वाचेन.	A book will be read by me. पुस्तक माझ्याकरवी वाचले जाईल.
She will write a letter. ती पत्र लिहील.	A letter will be written by her. तिच्याकरवी पत्र लिहिले जाईल.

Future Perfect Tense पूर्ण भविष्यकाळ

Active Voice पासून Passive Voice मध्ये परिवर्तीत करीत असताना Object चे Subject मध्ये, ex Subject च्या अनुसार 'shall have been' अथवा 'will have been' तसेच Verb चा तिसरा Form – Participle (धातुविशेषण/धातुविकारित विशेषण) चे उपयोजन केले जाते.

Active Voice	*Passive Voice*
will/shall have + 3rd form	will/shall have been + 3rd form
I shall have written a letter. मी पत्र लिहिले असेन.	A letter will have been written by me. माझ्याकरवी पत्र लिहिले गेले असेल.
We shall have written a letter. आम्ही पत्र लिहिले असू.	A letter will have been written by us. आमच्याकरवी पत्र लिहिले गेले असेल.
He will have written a letter. त्याने पत्र लिहिले असेल.	A letter will have been written by him. त्याच्याकरवी पत्र लिहिले गेले असेल.

Verbs Followed by Modals (अभिवृत्तिदर्शक क्रियापदे म्हणजेच अर्थवाचक सहाय्यक क्रियापदे): (Passive Voice मध्ये Modals नंतर 'be' आणि Verb चा तिसरा Form – Participle (धातुविशेषण/धातुविकारित विशेषण) चे उपयोजन)

ज्या वाक्यांत 'would', 'should', 'may', 'might', 'can', 'could must', 'ought to' चे उपयोजन होते, तेव्हा त्यास Passive Voice मध्ये परिवर्तीत करीत असताना Modals नंतर 'be' जुळवून घेऊन Verb चा तिसरा Form – Participle चे उपयोजन केले जाते.

Active Voice	*Passive Voice*
You should not waste your time. तू आपला वेळ वाया घालविता कामा नये	Your time should not be wasted. (by you) तुझ्याकरवी स्वतःचा वेळ वाया घालविला जाता कामा नये.
May I help the needy? मी गरजूंचे साह्य करू शकतो का?	May the needy be helped (by me)? माझ्याकरवी गरजूंचे साह्य केले जावू शकते का?
Meera can solve this problem. मीरा ह्या समस्येवरील उतारा शोधू शकेल.	This problem can be solved by (Meera). मीरेकरवी ह्या समस्येवरील उतारा शोधला जावू शकेल.

Imperative Sentences (आदेशात्मक वाक्य)

Imperative Sentences ना Passive Voice मध्ये परिवर्तीत करीत असताना वाक्याच्या आरंभी 'Let' चे उपयोजन केले जाते. त्यानंतर Verb चा तिसरा Form 'be' चे उपयोजन केले जाते. Please अथवा Kindly ला वगळून विनंती, शिक्षा किंवा आदेश स्वरूपी वाक्यांच्या सोबतीने Ordered to/advised to/ requested to जुळवून घेतले जाते.

Active Voice	*Passive Voice*
Close the gate. फाटक बंद कर.	Let the gate be closed. फाटक बंद करून घ्या.
Make tea at one. चट्कन् चहा कर.	Let tea be made at once. चट्कन् चहा केला जावू दे.
Please sign this letter. कृपा करून ह्या पत्रावर स्वाक्षरी करा.	You are requested to sign this letter. कृपा करून ह्या पत्रावर स्वाक्षरी केली जावू दे.

Optative Sentence (इच्छासूचक वाक्य)

Wish अथवा Blessing च्या भाव–भावनांना व्यक्त करणाऱ्या वाक्यांना Optative Sentence (इच्छासूचक वाक्य) असे संबोधतात. अशा वाक्यांना Passive Voice मध्ये परिवर्तीत करीत असताना वाक्याच्या आरंभी 'May' च्या ऐवजी 'It is prayed' चे उपयोजन केले जाते.

Active Voice	*Passive Voice*
God save the poor! परमेश्वराने दिनांचे सहाय्य करावे!	It is prayed that the poor should be saved. दीनांचे सहाय्य केले जावे अशी प्रार्थना करतो.

Prepositional Sentence (शब्दयोगी अव्ययवाचक वाक्य)

Active Voice मध्ये Verb च्या सोबतीने Preposition (शब्दयोगी अव्यय) जुळविलेले असेल तर, त्यास Passive Voice मध्ये परिवर्तीत करीत असताना Verb चा तिसरा Form – Participle च्या सोबत Preposition चे उपयोजन केले जाते.

	Active Voice	*Passive Voice*
1.	I am listening to you.	You are being listened by me.
2.	A scooter ran over a boy.	A boy was run over by a scooter.

★ उपरोक्त वाक्यांत आम्ही केवळ आठ प्रकारांच्या वाक्यांच्या संदर्भात विवेचन केले आहे. ज्या Tenses च्या संदर्भात विवेचन केले गेले नाही, ते म्हणजे Present Perfect Continuous, Past Perfect Continuous, Future Perfect Continuous तसेच Future Imperfect मधील Passive Voice चे उपयोजन करण्याचे प्रचलन इंग्रजीत नाही.

स्मरणात ठेवण्याजोगे

ह्या भागात इंग्रजीतील Voice (वाक्यप्रयोगां) च्या संदर्भात काही प्रचलित नियमांचे सुयोग्यपणे उपयोजन करता यावे म्हणून संक्षिप्तपणे आकलन करून देण्यात आले आहे.

1. Voice (प्रयोगा) चे दोन प्रकार असतात.
   i. Active Voice (कर्तरी प्रयोग)
   ii. Passive Voice (कर्मणी प्रयोग)
2. Active Voice मध्ये जो Subject असतो, तो Passive Voice मध्ये Object घडतो.

कथन
(NARRATION)

Definition (व्याख्या)

There are two ways of expressing what a person has said. We may quote his actual words. This is called direct speech. We may report what he said without quoting his exact words. This is called indirect speech. आपण कोणतीही गोष्ट दोन पध्दतीने सांगू शकतो. एक म्हणजे जसे वक्त्याने सांगितलेले असते, त्याच शब्दात मांडले जाते. दुसरी पध्दत अशी की वक्त्याने जे सांगितले ते आपण आपल्या शब्दांत मांडू शकतो. पहील्या पद्धतीत जे सांगितले गेले त्या मार्गाला Direct Speech (प्रत्यक्ष कथन) असे संबोधले जाते. दुसऱ्या मार्गाने सांगितले गेले त्या मार्गाला Indirect Speech (अप्रत्यक्ष कथन) असे संबोधले जाते.

Example : He said. "I am going to school now." ***(Direct Speech)***
He said that he was going to school then. ***(Indirect Speech)***

☞ **Basic Rule**: इंग्रजीत वक्त्याला Reporter असे संबोधले जाते. वक्त्याच्या कथनाचा आरंभ ज्या Verb ने होतो, त्यास Reporting Verb असे संबोधले जाते. तसेच वक्त्याच्या ज्या कथनाला आपण संबोधतो त्याला Reported Speech असे म्हटले जाते.

✯ Direct Speech (प्रत्यक्ष कथना) चे Indirect Speech (अप्रत्यक्ष कथना) त परिवर्तन करण्यासाठी पुढीलप्रमाणे काही नियम आहेत.–

1. Reporting Verb चा 'said to' वगळल्यानंतर Sentence (वाक्या) नुसार Reported Speech चे परिवर्तन होत असते.
2. Inverted Commas ("-") च्या ऐवजी Conjunction 'that' चे उपयोजन केले जाते.
3. पुढील तक्त्यानुसार सर्वनाम परिवर्तीत होतात.

Nominative Pronoun	*Possessive Pronoun*	*Objective Pronoun*	*Reflexive Pronoun*
I	My	Me	Myself
He	His	Him	Himself
We	Our	Us	Ourselves
She	Her	Her	Herself
You	Yours	You	Yourself, Your selves
They	Their	Them	Themselves

☞ **Rule 1** : Reported Speech मध्ये First Person चे Pronoun (I, Me, Mine, We, Us, Ours) ना Reporting Verb च्या Subject प्रमाणे परिवर्तीत केले जातात.

Example **1.** Mohini says, "I am in 12th class." ***(Direct)***
Mohini says that she is in 12th class. ***(Indirect)***

2. You say to me, "I will help you." ***(Direct)***
You tell me that you will help me. ***(Indirect)***

☞ **Rule 2** : Reported Speech मध्ये Second Person चे Pronoun (Thou, You, Yours) Reporting Verb च्या Object प्रमाणे परिवर्तीत केले जातात.

Example **1.** I said to him, "You have done your work." ***(Direct)***
I told him that he had done his work. ***(Indirect)***

2. Ravi said to me, "You have made a mistake." ***(Direct)***
Ravi told me that I had made a mistake. ***(Indirect)***

☞ **Rule 3** : Reported Speech मध्ये Thrd Person चे Pronoun (He, His, She, Her, It, Its, They, Their) परिवर्तीत केले जात नाहीत.

Example **:** He said to me, "The woman is coming." ***(Direct)***
He told to me that the woman is coming. ***(Indirect)***

Change of Tense (काळ–परिवर्तन)

Direct Speech – वाक्याचा काळ	**Indirect Speech – वाक्याचा काळ**
Present Indefinite Tense (सामान्य वर्तमानकाळ)	Past Indefinite Tense (सामान्य भूतकाळ)
Past Indefinite Tense (सामान्य भूतकाळ)	Past Perfect Tense (पूर्ण भूतकाळ)
Present Continuous Tense (अपूर्ण वर्तमानकाळ)	Past Continuous Tense (अपूर्ण भूतकाळ)
Past Continuous Tense (अपूर्ण भूतकाळ)	Past Perfect Tense (पूर्ण निरंतर भूतकाळ)
Present Perfect Tense (पूर्ण वर्तमानकाळ)	Past Perfect Tense (पूर्ण भूतकाळ)
Past Perfect Tense (पूर्ण भूतकाळ)	No change (परिवर्तन नाही)
Present Perfect Continuous (पूर्ण निरंतर वर्तमानकाळ)	Past Perfect Continuous (पूर्ण निरंतर भूतकाळ)
will	would
shall	would/should
can	could
may	might

☞ **Rule 1** : Direct Speech च्या Reporting Verb मध्ये Present Tense अथवा Future Tense असेल तर Indirect Speech ची मांडणी करतेवेळी Reported Speech मध्ये Verb च्या Tense कोणतेही परिवर्तन होत नाही.

Example **1.** The teacher says, "Komal writes eassy very well." ***(Direct)***
The teacher says that Komal writes eassy very well. ***(Indirect)***

2. The teacher will say, "Komal is dancing." ***(Direct)***
The teacher will say that Radhika is dancing. ***(Indirect)***

☞ **Rule 2** : Reporting Verb, हे Past tense मध्ये असेल तर Reported Speech पुढील नियमांप्रमाणे साकार झालेले दिसतात.

(a) Simple Present Indefinite ला Simple Past मध्ये परिवर्तीत केले जाते.
Example **:** Mohan said, "I learn my lesson." ***(Direct)***
Mohan said that he learnt his lesson. ***(Indirect)***

(b) Present Continuous ला Past Continuous मध्ये परिवर्तीत केले जाते.
Example **:** Vikas said, " Vinay is studying in the high school. ***(Direct)***
Vikas said that Vinay was studying in the high school. ***(Indirect)***

(c) Present Perfect ला Past Perfect मध्ये परिवर्तीत केले जाते.
Example : Seema said to me, "I have seen the Red Fort many times." ***(Direct)***
Seema told me that she had seen the Red Fort many times. ***(Indirect)***

(d) Present Perfect Continuous ला Past Perfect Continuous मध्ये परिवर्तीत केले जाते.
Example : Sita said, "I have been learning skating." ***(Direct)***
Sita said that she had been leartning skating. ***(Indirect)***

(e) Past Indefinite (सामान्य भूतकाळा) ला Past Perfect मध्ये परिवर्तीत जाते.
Example : Sudhir said, "I wrote a letter to my friend." ***(Direct)***
Sudhir said that he had written a letter to his friend. ***(Indirect)***

(f) Past Continuous ला Past Perfect Continuous मध्ये परिवर्तीत केले जाते.
Example : Sohan said, "They were listening to the song." ***(Direct)***
Sohan said that they had been listening to the song. ***(Indirect)***

(g) Past Perfect Tense आणि Past Perfect Continuous Tense मध्ये कोणतेही परिवर्तन होत नाही.
Example **1.** Reshma said, "She had killed a snake." ***(Direct)***
Reshma said that she had killed a snake. ***(Indirect)***
2. Shubham said, "I had been playing for two hours. ***(Direct)***
Shubham said that he had been playing for two hours. ***(Indirect)***

(h) Reported Speech चे Verb (क्रियापद) Future Tense मध्ये असेल तर Shall किंवा Will चे परिवर्तन Should किंवा Would मध्ये होते.
Example **1.** Ram said, "Sohan will do it." ***(Direct)***
Ram said that Sohan would do it. ***(Indirect)***
2. They said, "They shall go to see the Taj." ***(Direct)***
They said that they would go to see the Taj. ***(Indirect)***

(i) Can किंवा May चे परिवर्तन Could किंवा Might मध्ये होते.
Example **1.** Simran said, "I can solve this sum." ***(Direct)***
Simran said that she could solve that sum. ***(Indirect)***
2. Harish said, "It may rain today." ***(Direct)***
Harish said that it might rain that day. ***(Indirect)***

(j) is, am, are चे परिवर्तन Was किंवा Were मध्ये होते.
Example **1.** She said to Madhu, "You are stupid."
She told Madhu that she was stupid. ***(Indirect)***
2. He said, "I am ill." ***(Direct)***
He said that he was ill. ***(Indirect)***

(k) has, have चे परिवर्तन Had मध्ये होते.
Example **1.** Rajan said, "I have a new bike." ***(Direct)***
Rajan said that he had a new bike. ***(Indirect)***
2. Sonu said, "He has a son." ***(Direct)***
Sonu said that he had a son. ***(Indirect)***

☞ **Rule 3** : Reported Verb हे Past Tense मध्ये असेल आणि Reported Speech द्वारे, ज्यात कोणतेही परिवर्तन होण्याची शक्यता नसल्याने, Universal Truth (विश्वात्मक म्हणजेच चिरंतन

सत्या) चे, उद्घाटन होत असेल तर Indirect Narration मध्ये Reported Verb हा Past Tense असूनही Reported Speech च्या Verb मध्ये कोणतेही परिवर्तन केले जात नाही.

Example **1.** The professor said to the students, "The Earth is round." ***(Direct)***
The professor said to the students that the Earth is round. ***(Indirect)***

☞ **Rule 4** : Reported Verb हे Past Tense मध्ये असेल आणि Reported Speech मध्ये Past Historical Fact (भूतकालीन ऐतिहासिक तथ्या) चे वर्णन केले गेले असेल, तर Reported Speech चा Tense हा Reported Speech च्या Verb नुसार परिवर्तीत करता येत नाही.

Example **1.** The teacher said, "Ashoka renounced war after the Kalinga conquest." ***(Direct)***
The teacher said that Ashoka renounced war after the Kalinga conquest. ***(Indirect)***

☞ **Rule 5** : Reported Verb मध्ये काल्पनिक घटनेचे वर्णन केलेले असेल, तेव्हा Tense मध्ये कोणतेही परिवर्तन केले जात नाही.

Example **1.** Mohan said, "If I were rich, I should help the needy." ***(Direct)***
Mohan said that if he were rich, he would help the needy. ***(Indirect)***

☞ **Rule 6** : Reported Speech मध्ये would, could, should, must, might, ought अथवा had च्या सोबत 3 rd Form / to infinitive जुळवून घेतले असेल, तर त्यातील कशाचेही परिवर्तन होत नाही.

Example **1.** Shayam said to me, "You should obey your elders." ***(Direct)***
Shayam told me that I should obey my elders. ***(Indirect)***

Parts of Speech मधील Adjective, Adverb अथवा Verb वगळण्याची सूचना :–

Reported Speech हे Past Tense मध्ये असेल तर Reported Speech चे सर्व निकटत्व–सूचक किंवा वर्तमानकाळ–सूचक Adjective, Adverb अथवा Verb वगळून दूरस्थता–सूचक अथवा भूतकाळाशी संबंधित Adjective, Adverb अथवा Verb उपयोजिले जातात.

Direct Speech	***Indirect Speech***
This (हा, ही, हे)	That (तो, ती, ते)
Here (ये थे)	There (ते थे)
Now (आता)	Then (तेव्हा)
These (हे सर्व)	Those (ते सर्व)
Thus (अशा प्रकारे)	So (म्हणून)
Hither (इथे)	Thither (तिथे)
Hence	Thence
Ago (आधी – आजपासूनच्या मागील काळात)	Before (अगोदर)
May	Might
Can	Could
Shall	Should
Just (नुकताच, आताच)	Then (तदनंतर, मग)

Tomorrow	Next day
Today	That day
Yesterday	The previous day
Last night	The previous night
Next week	The following week
Will	Would
Come (येणे)	Go (जाणे)
Next day	The Previous day
The day before yesterday	The day before previous day
The day after tomorrow	The day after the next day

Example **1.** Ram said, "I saw Nikhil in ***this*** office today." ***(Direct)***
Ram said that he had seen Nikhil in ***that*** office that day. ***(Indirect)***

2. Shweta said, "***This*** is the place where my cousin lived." ***(Direct)***
Shweta said ***that*** was the place where her cousin had lived. ***(Indirect)***

Note :

(i) come ला go मध्ये त्यावेळी परिवर्तीत केले जाते, ज्यावेळी त्याच्यानंतर येणारा समीपता दर्शक शब्द सिद्ध असेल.

Example : Meera said, "Shweta ***came*** here." *(Direct)*
Meera said that Shweta had ***gone*** there. *(Indirect)*

(ii) Here, this, now हे शब्द कोणत्याही वस्तूस, वेळेस वा स्थानास उद्देशून संकेत करीत असतील व संवाद साधते वेळी ते समोर असतील तर, Indirect Speech मध्ये त्यात कोणतेही परिवर्तन केले जात नाही.

Example : Seema said, "Hari will buy it ***now***." ***(Direct)***
Seema said that Hari would buy it ***now***. ***(Indirect)***

Assertive Sentence (निश्चयवाचक वाक्य)

☞ **Rule**1 : Reporting Verb ला Reporting Speech सोबत जुळवून घेतेवेळी सामान्यतः 'that' ह्या Preposition चे उपयोजन केले जाते.

☞ **Rule** 2 : Said to चे told मध्ये रूपांतर केले जाते.

☞ **Rule** 3 : Indirect Speech च्या वाक्याचा प्रारंभ करतेवेळी Subject च्या सोबत 'say' अथवा 'tell' चे उपयोजन केले जाऊ शकते; परंतु 'say' अथवा 'tell' मुळे वाक्याला अपेक्षित अर्थ येऊ शकेलच असे नाही, यासाठी ह्या क्रियापदांच्या वापरावेळी आवश्यकतेनुसार अन्य Verb, उदाहरणार्थः – complain, assure, admit, deny, add, remark, reply, boast, object, explain, protest, obesrve, whisper ह्यांचे उपयोजन केले जाऊ शकते.

Example **1.** Ramesh said to us, "I am very happy that I am here today." ***(Direct)***
Ramesh told us that he was very happy that he was there that day. ***(Indirect)***

2. Raman said, "This is my pen." ***(Direct)***
Raman said that that was his pen. ***(Indirect)***

3. He said to Ram, "I am going away tomorrow." ***(Direct)***
He informed Ram that he was going away the next day. ***(Indirect)***

★ उपरोक्त Sentences मधील प्रथम sentence मध्ये Direct Speech चे Indirect Speech मध्ये रूपांतर करतेवेळी Said to चे Told मध्ये रूपांतर केले गेले आहे, आणि Reported Speech चे

Subject तसेच Tense नेहमीच्या नियमांप्रमाणे परिवर्तीत केले गेले आहेत. वाक्याच्या शेवटी here ला there मध्ये आणि today ला that day मध्ये रूपांतरीत केले गेले आहे.

★ उपरोक्त Sentences मधील द्वितीय sentence मध्ये Direct Speech चे Indirect Speecheध्ये रूपांतर करतेवेळी अवतरणचिन्ह ("–") वगळले गेले आहे. त्यांच्या स्थानी 'that' चे उपयोजन केले गेले आहे. Reporting Speech ला Indirect Speech मध्ये रूपांतर करतेवेळी ह्या पूर्वी जे नियम सांगितले गेले आहेत, त्यांच्यानुसार 'This' ला 'That' मध्ये रूपांतरीत करून Sentence च्या Tense ला Reporting Verb च्या Tense नुसार परिवर्तीत केले गेले आहे.

★ उपरोक्त Sentences मधील तृतीय sentence मध्ये Direct Speech चे Indirect Speech मध्ये रूपान्तर करतेवेळी वाक्याची स्वभाव–प्रकृती ध्यानात घेतली गेली आहे. Reporting Verb Said to चे 'informed' मध्ये रूपान्तर केले गेले आहे. अवतरणचिन्ह ("–") वगळले गेले आहे. Reporting Speech ला 'that' जुळवून घेण्यापूर्वी Reporting Speech चे Subject आणि Tense वगळले गेले आहेत. अन् सरतेशेवटी 'Tomorrow' ला 'Next day' मध्ये रूपांतरित केले गेले आहे.

Interrogative Sentences (प्रश्नार्थक वाक्य) :–

1. Say ला ask, enquire, want to know मध्ये परिवर्तीत केले जाते व Said ला Ask मध्ये परिवर्तीत केले जाते.
2. Tense, Pronoun इत्यादींचे परिवर्तन कथनवाचक वाक्यास अनुसरून केले जाते.
3. Reporting Verb ला Reporting Speech शी जुळवून घेण्यासाठी 'if' अथवा 'whether' चे उपयोजन केले जाते; परंतु जर Reporting Speech चा आरंभ Interrogative Word ने होणार असेल तर Reporting Speech शी जुळवून घेण्यासाठी त्याच Interrogative Word चे उपयोजन केले जाते.
4. Interrogative Sentences ला परिवर्तीत केल्यानंतर Assertive Sentence कथनात्मकतेचे रूप आकार घेते.

   Example* :** Ram said, "Is it so?" ***(Direct)
   Ram asked if it was so. ***(Indirect)***
5. Interrogative Sentence मध्ये जर do/does चे उपयोजन केले गेले असेल तर, त्यास Indirect Speech मध्ये रूपांतर करतेवेळी 'did' चे उपयोजन न करता Verb च्या Second Form चे उपयोजन केले जाते.

   Example **1.** He said to me, "Where do you live." ***(Direct)***
   He asked me where I lived. ***(Indirect)***
   2. I asked him, "When did you come back from Allahabad?" ***(Direct)***
   I asked him when he had come back from Allababad. ***(Indirect)***

★ उपरोक्त Sentences मधील प्रथम sentence मध्ये Direct Speech चे Indirect Speech मध्ये रूपांतर करतेवेळी Said to चे Told मध्ये, अवतरणचिन्ह ("–") च्या जागी 'if' चे, आणि do ला वगळून Reporting Speech चा Tense ह्यापूर्वी सांगितलेल्या नियमांनुसार Past Indefinite मध्ये रूपांतरित केले गेले आहेत. तसेच, द्वितीय वाक्यात Reporting Speech ला Past Indefinite मध्ये रूपांतरित करून Past Perfect मध्ये रूपांतरित केले गेले आहे.

Imperative Sentence (आदेशात्मक वाक्य) :–

Imperative Sentence मध्ये Order (आदेश, आज्ञा), Request (विनंती) आणि Advice (परामर्श) च्या भाव–भावना असतात. ह्या वाक्यांना Direct Speech मधून Indirect Speech मध्ये रूपांतरित करण्यासाठीचे नियम पुढीलप्रमाणे आहेत.–

☞ **Rule 1** : अशा वाक्यांतली Reporting Verb च्या शब्दाला परिवर्तीत केल्याने त्याच्या स्थानी Command, Order, Request, Ask, Beg अथवा Pray येतात.

☞ **Rule 2** : वाक्य जुळवून घेतेवेळी अवतरणचिन्ह ("–") च्या स्थानी 'to' चे उपयोजन होते.

☞ **Rule 3** : वाक्यात Prohibition (निषिद्धपणा, प्रतिबंध) असेल तर Forbid, Prohibit अथवा Prevent ह्या Verbs चे उपयोजन Reporting Verb च्या स्थानी केले जाते. असे उपयोजन केल्याने Imperative Sentence मधील 'not' हे Indirect Speech मधून वगळले जाते.

☞ **Rule 4** : Reported Speech मधील मुख्य क्रियापदाच्या आधी 'To' घेऊन त्याचे Indirect Speech केले जाते. जर Reported Speech नकारात्मक असेल तर त्यातील do वगळून त्या स्थानी 'Not to' चे उपयोजन केले जाते.

Example **1.** The teacher said to the boys, "Do not make a noise." ***(Direct)***
The teacher ordered the boys not to make a noise. ***(Indirect)***

2. My parents said to me. "Do not tell a lie." ***(Direct)***
My parents adviced me not to tell a lie. ***(Indirect)***

★ उपरोक्त Sentences मधील Reported Speech च्या मुख्य क्रियापदाच्या आधी do वगळून त्या स्थानी 'Not to' चे उपयोजन केले गेले आहे.

☞ **Rule** 5 : Reported Speech मधील मुख्य क्रियापदाच्या आधी 'Let' चे उपयोजन झालेले असेल, अन् त्यामुळे एखादे Proposal (प्रस्ताव), अथवा Suggestion (सूचना) दर्शवित असेल तर Reporting Verb 'said to' ला वगळून त्या स्थानी Should चे उपयोजन केले जाते.

Example **1.** Sneha said to me, "Let us go to see the movie." ***(Direct)***
Sneha proposed to me that we should go to see the movie. ***(Indirect)***

2. Suraj said to the father, "Let me go out to play." ***(Direct)***
Suraj requested the father to let him go out to play. ***(Indirect)***

★ उपरोक्त Sentences मधील प्रथम वाक्यात Reporting Verb 'said to' ला वगळून त्या स्थानी Proposed to चे आणि 'Let' ला वगळून त्या स्थानी Reporting Speech च्या Pronoun ला नियमाप्रमाणे परिवर्तीत करून 'Should' चे उपयोजन केले गेले आहे.

Optative Sentences (इच्छासूचक वाक्य)

☞ **Rule** 1 : Reported Speech करवी wish (इच्छा), pray (प्रार्थना), curse (शाप) अथवा blessing (आशीर्वाद) विषयीच्या भावाचा बोध होत असेल तर Indirect Speech मध्ये Reporting Speech मधील अर्थानुसार wish, blessing अथवा curse मध्ये परिवर्तन होते.

☞ **Rule** 2 : Direct Speech मध्ये येणारा Verb+Subject क्रम Indirect Speech मध्ये Subject+ Verb असा परिवर्तीत होतो. तसेच अवतरणचिन्हा ("–") च्या स्थानी 'That' चे उपयोजन केले जाते.

Example **1.** Ravi said to me, "May god bless you." ***(Direct)***
Ravi prayed that god might bless me. ***(Indirect)***

2. He said, "If we were a king." ***(Direct)***
He wished that he would be a king. ***(Indirect)***

★ उपरोक्त Sentences मधील प्रथम sentence मध्ये Direct Speech चे Indirect Speech मध्ये रूपांतर होत असताना प्रार्थनेच्या भावनेचा बोध होतो, म्हणून 'said to' चे रूपांतर 'prayed' मध्ये झाले. तसेच अवतरणचिन्हा ("–") च्या स्थानी 'That' चे उपयोजन केले गेले. Verb+Subject चा क्रम वगळून Sentence आणि Tense च्या नियमानुसार Subject Verb असे परिवर्तन करीत असताना Object मध्येही 'you' चे 'me' असे परिवर्तन केले गेले.

☞ **Rule** 3 : उपरोक्त Sentences मधील प्रथम sentence मध्ये Direct Speech चे Indirect Speech मध्ये रूपांतर होत असताना 'said' च्या जागी 'wished' चे आणि अवतरणचिन्हा ("–") च्या जागी 'That' चे उपयोजन केले गेले. Reporting Speech आणि Tense च्या नियमानुसार परिवर्तन केले गेले.

Example* :** He said to the teacher, "Good morning sir!" ***(Direct)
He respectfully wished his teacher good morning. ***(Indirect)***

★ उपरोक्त Sentence (वाक्या) ला Indirect Speech मध्ये रूपांतरित करतेवेळी 'said to' ला वगळून 'Respectfully wished' मध्ये रूपांतर करीत असताना Reporting Verb ला आहे तसे ठेवले गेले आहे.

☞ **Rule** 4 : कोणत्याही वाक्यातील Greeting (अभिवादन) विषयक Good Morning!, Good Afternoon!, Good Evening! इत्यादी स्वरूपाचे संबोधन होत असेल तर Reporting Verb चे रूपांतर 'wished' असे होते.

Example **:** The departing bride said, "Good bye friend." ***(Direct)***
The departing bride bade her friend good bye. ***(Indirect)***

Exclamatory Sentences (उद्‌गारवाचक वाक्य) :–

☞ **Rule** 1 : Indirect Narration (Indirect Speech) मध्ये Interjection (उद्‌गारवाचक) आणि Vocative case (संबोधन विभक्ती) वगळली जातात.

☞ **Rule** 2 : Indirect Narration (Indirect Speech) मध्ये Reporting Verb साठी 'Exclaim' चे उपयोजन केले जाते.

☞ **Rule** 3 : Indirect Narration मध्ये Reporting Verb साठी पुढील प्रमाणे शब्द–भावलेखन केले जाते.

(a) प्रसन्नावस्था – Exclaimed with joy
(b) शोकावस्था – Exclaimed with sorrow
(c) चकितावस्था – Exclaimed with surprise
(d) पश्चात्तापावस्था – Exclaimed with regret
(e) घृणावस्था – Exclaimed with contempt
(f) प्रशंसावस्था – Applauded .... saying
(Bravo! Hear उत्स्फुर्तावस्था)

☞ **Rule 4** : अवतरणचिन्हा ("–") च्या स्थानी 'That' चे उपयोजन केले जाते.

☞ **Rule 5** : What अथवा How हे शब्द वगळून Very अथवा Great ह्या क्रियाविशेषणांचे उपयोजन केले जाते. Tense, Pronoun हे सर्व नियमांप्रमाणे परिवर्तीत होतात.

Example
1. The team said, "Hurrah! We have won the final match." ***(Direct)***
The team exclaimed with joy that they have won the final match. ***(Indirect)***
2. Dev said, "Sorry! I cannot lend you my bike." ***(Direct)***
Dev exclaimed with regret that he could not lend him his bike. ***(Indirect)***
3. Sonam said, "Alas! I have lost all of my money." ***(Direct)***
Sonam said that she had lost all of her money. ***(Indirect)***

★ उपरोक्त प्रथम Sentence (वाक्या) मध्ये आनंद व्यक्त करण्याची कृती झाल्याने Indirect Speech ची मांडणी करतेवेळी 'said' ला 'exclaimed with joy' असे उपयोजिले जाते. अवतरणचिन्हा ("–") च्या स्थानी 'That' चे उपयोजन केले जाते, तसेच Reported Speech शी संबंधित Tense, Pronoun इत्यादींचे नियमांनुसार परिवर्तन होते.

स्मरणात ठेवण्याजोगे

ह्या भागात इंग्रजीतील Narration (कथना) च्या संदर्भात काही प्रचलित नियमांचा सुयोग्यपणे वापर करता यावा म्हणून संक्षिप्तपणे आकलन करून देण्यात आले आहे.

1. आपण कोणी इतर व्यक्तीने सांगितलेली गोष्ट दोन प्रकारे सांगू शकतो. पहिला प्रकार असा की जसे वक्त्याने सांगितलेले असते, ते आहे तसे मांडले जाते. जे कथन सांगितले गेले त्या मार्गाला Direct Speech (प्रत्यक्ष कथन) असे संबोधले जाते.
2. दुसरा मार्ग असा की वक्त्याने जे सांगितले ते आम्ही आमच्या शब्दांत मांडू शकतो. अन्य मार्गाने सांगितले गेले त्या मार्गाला Indirect Speech (अप्रत्यक्ष कथन) असे संबोधले जाते.

प्रश्न जोड़ना
(QUESTION TAG)

Definition (व्याख्या)

Question tags are formed with the auxiliary or modal verb from the statement and the appropriate subject- Auxiliary or modal verb (अभिवृत्तिदर्शक क्रियापदे (अर्थवाचक सहाय्यक क्रियापदे) च्या सहाय्याने Question tags ची मांडणी केली जाते. 'Tag' चा अर्थ आहे 'संलग्न करणे'. त्याच्या अनुषंगाने Question Tag चा अर्थ आहे –'संलग्न प्रश्नांकन' ('जोडप्रश्न'). कोणत्याही वाक्याच्या शेवटी प्रश्न संलग्न करण्याच्या क्रियेला 'संलग्न प्रश्नांकन' ('जोडप्रश्न') करणे असे म्हणता येते. ज्यावेळी वक्ता संवाद साधत असताना मध्येच 'असेच ना?', 'बरोबर ना?', 'कळाले का?' असे प्रश्न लावत राहतो, त्यावेळी त्या प्रश्नांकित संलग्नपणाला 'प्रश्नावली' असेही संबोधता येते.

Example **1.** We did not like her, did we? आम्हाला ती नाही आवडली, आवडली का?
2. He could not do this, could he? तो हे करू शकला नाही, शकला का?
3. Sita is going to Kanpur, isn't she? सीता कानपूरला जात आहे, होय ना?
4. We should not go to the police station, should we?
आम्हाला पोलिस–ठाण्यात जायचे नाहीये, जायचेय का?
5. She wasn't at home, was she? ती घरी नव्हती, ती होती?
6. It is very cold today, isn't it? आज बरीच थंडी आहे, नाही का?

Rules of Question Tag संलग्न प्रश्नांकन' ('जोडप्रश्ना') चे नियम

☞ **Rule 1 :** उपरोक्त सर्व वाक्ये लक्षपूर्वक वाचल्यानंतर पुढील तीन सूत्रे ध्यानात येतात–

1. वाक्य Positive अथवा Affirmative असेल तर वाक्याचा शेवट Question Tag ('जोडप्रश्न') Negative स्वरूपातील असतो.
2. वाक्य Negative असेल तर वाक्याच्या शेवटी Question Tag ('जोडप्रश्न') Positive अथवा Affirmative स्वरूपातील असतो.
3. Sentence मध्ये जो Tense असेल, तो Question Tag ('प्रश्नावली') मध्येही असतो.

☞ **Rule 2 :** Question Tag ('जोडप्रश्न') ची मांडणी करतेवेळी आम्ही सर्वजण Verb चे उपयोजन करीत असतो–

is, am, are, was. were.
Do – does – did Have – has – had
Will – would Shall – should
Can – could May – might
Must
Ought

☞ **Rule 3 :** पुढील भागातील तक्त्यात Question Tag ('जोडप्रश्न') आणखी काही उदाहरणे दिलेली आहेत. त्यांच्या आधारे आपण Question Tag ('जोडप्रश्न') ची मांडणी सुलभपणे करू शकाल.

S. No.	*Sentence*	*Question Tag*
1.	Narendra Modi is the Prime Minister of India.	Isn't he?
2.	We ought to serve our country.	Oughtn't we?
3.	Your wrist watch is very old.	Isn't it?
4.	She will tell the truth.	Won't she?

5.	I am a student of this college.	Amn't I?
6.	The poor needs our help.	Doesn't he?
7.	He sang very well.	Didn't he?
8.	I won't be with you tomorrow.	Will I?
9.	Khushi should not go to bed late.	Should she?
10.	You should not talk like this.	Should you?

☞ **Rule 4 :** उपरोक्त Sentences मध्ये helping Verb (सहाय्य क्रियापदे) आहेत, उदाहरणार्थ – is, ought, will, am, won't, should इत्यादी. ह्या sentences च्या शेवटी तीच Helping Verb (सहाय्य क्रियापद) Tag ('संलग्न') केली गेली आहेत; परंतु ज्या sentences मध्ये केवळ Main Verb आहे, उदाहरणार्थ – sang, need इत्यादी, त्यांच्या Tense ना do, does, did 'संलग्न' करून Tag ('जोडप्रश्न') केले जातात. Present Tense च्या Third Person Singular Number साठी 'does' चे, तर Plural Number साठी 'do' चे उपयोजन केले जाते.

☞ **Rule 5 :** उपरोक्त तक्त्यातील सातव्या वाक्यात main verb चे उपयोजन केले गेले आहे, म्हणून त्याच्याशी संलग्न असलेले Tag ('जोडप्रश्न') 'didn't' असे उपयोजिले गेले आहे. तर त्याच तक्त्यातील सहाव्या वाक्यात 'need' ला Present Indefinite चा Negative Question Tag (नकारात्मक जोडप्रश्न) उपयोजिला गेला आहे.

A

A. इंग्रजीत काही संयुक्त शब्दांचे संक्षिप्त रूप अत्यंत प्रचलित आहे. त्या संयुक्त शब्दांच्या संक्षिप्त रूपाचे अध्ययन व सवय करून घेणे अनिवार्य ठरते–

do + not = don't   does + not = doesn't   did + not = didn't
is + not = isn't   are + not = aren't   was + not = wasn't
were + not = weren't   has + not = hasn't   have + not = haven't
had + not = hadn't   will + not = won't   shall + not = shan't
can + not = can't   must + not = mustn't   could + not = couldn't
need + not = needn't   would + not = wouldn't   should + not = shouldn't

B. n't forms च्या n (प्रकारां) मध्ये 'n' नंतर येणाऱ्या अवतरण चिन्हा (') ला Apostrophe (अक्षरलोपी चिन्ह) असे संबोधतात.

B

Question Tag ('जोडप्रश्न') असलेल्या वाक्यांत विपरितार्थ युगूल उपयोजणेही प्रचलित आहे–

I did - Didn't I?   He is - Isn't he?   We are - Aren't we?
He was - Wasn't he?   You were - Weren't you?   They had - Hadn't they?
I must - Mustn't I?   You would - Wouldn't you?   She could - Couldn't she?
She does not - Does she?   You do not - Do you?

पुढील उदाहरणेदेखील वाचून घ्या–

I am – I'm – आइ'म   We are – We're – वी'आर
You are – You're – यू'अर   They are – They're – दे'अर
He is – He's – ही'ज
She is – She's – शी'ज

अशा पद्धतीने I have – I've, You have – You've, She is – She's, We have – We've They have – They've इत्यादी उपयोजन होत असते.

W – (डब्ल्यू गट)

W– (डब्ल्यू गटा)त त्या शब्दांची गणना होते, ज्यांच्या आद्याक्षरांचा आरंभ Wh मुळे होतो. ह्या गटात who, which, what, whose, when, whom, where, why आणि how हे शब्द समाविष्ट होतात. अशा प्रकारातील वाक्यात आरंभी Interrogative Word येतो, त्यानंतर Helping Verb, मग त्यानंतर Subject व Verb चे उपयोजन होते. सारांश सांगायचा झाल्यास पुढीलप्रमाणे मांडणी करता येईल Interrogative Word + Name + Helping Verb + Subject + Verb ....?

Example **:** आपण कोणता रंग निवडलात?

Interrogative Word + Name + Helping Verb + Subject + Verb

Which + colour + did + you + prefer?

★ उपरोक्त Sentence मध्ये Which हा Interrogative Word आहे. यासाठी Which ह्या शब्दाने वाक्याचा आरंभ होतो. ह्या वाक्यातील Object रंग आहे, यासाठी त्याचे उपयोजन Name च्या स्थानी होते. त्यानंतर क्रमशः Helping Verb (did), Subject (you) आणि Verb (prefer) असे उपयोजन होत जाते. तसे पाहिल्यास वाक्यात Which च्या नंतर Noun चे उपयोजन होत नाही. त्यात Interrogative Word नंतर Noun चे उपयोजन होत नाही.

Which – (कोणता?)

Which ह्या शब्दा (विशेषणा) चा अर्थ आहे –कोणता? बव्हंशी ह्या शब्दाचा संबंध निर्जीव वस्तूंशी येत असला तरी कित्येक वेळा त्याचा वापर व्यक्तीच्या संदर्भातही केला जातो. उदाहरणार्थ – Which boy got distinction in English?

Which चे उपयोजन

1. तुम्हाला कोणता विषय आवडतो?	Which subject do you like? विच सब्जेक्ट डू यू लाइक?
2. आपण कोणते पुस्तक विकत घेतले?	Which book did you buy? विच बुक डिड यू बाय?
3. मी कोणता लॅप–टॉप विकत घेऊ?	Which laptop shall I buy? विच लॅपटॉप शॅल आय बाय?
4. तुला कोणती वेळ सोयीस्कर वाटेल?	Which time will suit you? विच टाइम विल सूट यू?
5. तुम्ही कोणती भाषा बोलता?	Which language do you speak? विच लॅंग्वेज डू यू स्पीक?
6. तू कोणत्या वैद्याजवळ जातो आहेस?	Which doctor are you going to? विच डा.ॅक्टर आर यू गोईंग टु?
7. आपणास कोणता रंग आवडला नीळा की काळा?	Which colour did you prefer blue or red? विच कलर डिड यू प्रीफर ब्लू ऑर रेड?
8. आपण कोणते पुस्तक लिहित आहात?	Which book are you writing? विच बुक आर यू राइटिंग?
9. तुम्हास विशेष आवडलेला चित्रपट कोणता?	Which is your favourite movie? विच इज योर फेवरेट मूव्ही?
10. तुला आवडणारा खाद्यपदार्थ कोणता?	Which is your favourite dish? विच इज योर फेवरेट डिश?
11. आपण कोणते वृत्तपत्र वाचता?	Which newspaper do you read? विच न्यूजपेपर डू यू रीड?

What – (काय?)

What ह्या शब्दाचा अर्थ आहे – काय? बहुतेक ह्या शब्दाचा संबंध निर्जीव वस्तूंशी येतो.

Example : त्याला काय आवडते?

What + does + he + like?

Interrogative Word + Helping Verb + Subject + Verb

☞ उपरोक्त वाक्य Present Indefinite Tense मध्ये आहे. त्यात सर्वात प्रथम Interrogative Word च्या जागी What चे उपयोजन केले आहे. Present Indefinite चे Sentence असल्याने येथे Helping Verb च्या जागी does चे उपयोजन करण्यात आले आहे. त्यानंतर Subject च्या जागी he आणि Verb च्या जागी like असे W – Group (डब्ल्यू गटा) ची मांडणी झाली आहे.

What चे उपयोजनः

1. काय झाले? — What's the matter? व्हॉटस् द मॅटर?
2. हे काय आहे? — What's this? व्हॉटस् दिस?
3. त्याचे नाव काय? — What's his name? व्हॉटस् हिज नेम?
4. ह्याचा अर्थ काय? — What does it mean? व्हॉट डज इट मीन?
5. आपणास काय हवे? — What do you want? व्हॉट डू यू वॉन्ट?
6. वेळ काय झाला? — What's time? व्हॉटस् टाइम?
7. ह्या वेळी तू काय करीत असतोस? — What do you do at this time? व्हॉट डू यू डू ॲट दिस टाइम?
8. ते काय आहे? — What's this? व्हॉटस् दिस?
9. आपण त्यांना काय म्हणालात? — What did you tell him? व्हॉट डिड यू टेल हिम?
10. तुम्ही काय विकत घेऊ पाहत आहात? — What do you want to buy? व्हॉट डू यू वॉन्ट टु बाय?

When – (कधी?)

When ह्या शब्दाचा अर्थ आहे – कधी?

Example : तू तिला कधी भेटलास?

When + did + you + meet + her?

Interrogative Word + Helping Verb + Subject + Verb + Object

✯ उपरोक्त Sentence मध्ये When हा Interrogative Word आहे. यासाठी When ह्या शब्दाने वाक्याचा आरंभ होतो. त्यातही हे वाक्य Past Tense मध्ये आहे. त्यानंतर Helping Verb (did), Subject (you), Verb (meet) आणि Object (her) असे उपयोजन होत जाते. When च्या उपयोजनावेळी अन्य सर्व प्रश्नवाचक वाक्यांची रचना अशा पद्धतीने केली जाते.

When चे उपयोजन

1. तू कधी जागा होतोस? — When do you get up? व्हेन डू यू गेट अप?
2. तुम्ही आपल्या अभ्यासाची उजळणी कधी करता? — When do you revise your lesson? व्हेन डू यू रीवाइज युवर लेसन?

3. तू येथे कधी येतो आहेस? — When are you coming here? वेन आर यू कमिंग हीयर?

4. तुम्ही मुंबईहून कधी परतलात? — When did you come back from Mumbai? व्हेन डिड यू कम बॅक फ्रॉम मुंबई?

5. तुम्ही परत कधी याल? — When will you come back? व्हेन विल यू कम बॅक?

6. तू कधी झोपायला जातोस? — When do you go to bed? व्हेन डू यू गो टु बेड?

7. हे कधी घडले? — When did it happen? व्हेन डिड इट हॅपन?

8. तुला ह्या विषयी कधी समजले? — When did you come to know this? व्हेन डिड यू कम टु नो दिस?

9. तू तिला पहिल्यांदा कधी भेटलास? — When did you meet her the first time? व्हेन डिड यू मीट हर द फर्स्ट टाइम?

10. मी कधी उठायला हवे? — When should I get up? व्हेन शुड आय गेट अप?

Where – (कुठे?)

'Where' ह्या शब्दाचा अर्थ आहे – कुठे? Where असे विचारताना स्थानाच्या संदर्भातील प्रश्न असतो.

Example : तू कुठे कार्य करतोस?

Where + do + you + work?

Interrogative Word + Helping Verb + Subject + Verb

★ उपरोक्त Sentence मध्ये Where हा Interrogative Word आहे. यासाठी Where ह्या शब्दाने वाक्याचा आरंभ होतो, त्यानंतर Helping Verb (do), Subject (you), Verb (work) असे उपयोजन होत जाते. Where च्या उपयोजनावेळी अन्य सर्व प्रश्नवाचक वाक्यांची रचना अशा पद्धतीने केली जाते.

Where चे उपयोजन

1. तू कुठे राहतोस? — Where do you live? व्हेअर डू यू लिव?

2. ती कुठे गेली? — Where did she go? व्हेअर डिड शी गो?

3. तुम्हाला हे पुस्तक कुठे मिळाले? — Where did you find this book? व्हेअर डिड यू फाइंड दिस बुक?

4. माझा भ्रमणध्वनी तू कुठे ठेवलास? — Where did you put my mobile? व्हेअर डिड यू पुट माय मोबाइल?

5. तुम्ही आता कुठे जाल? — Where will you go now? व्हेअर विल यू गो नाउ?

6. आपण कुठून येत आहात? — Where are you coming from? व्हेअर आर यू कमिंग फ्रॉम?

7. तू कुठे कार्य करतोस? — Where do you work? व्हेअर डू यू वर्क?

8. आपण पुस्तके कुठून विकत घेता? — From where do you buy books? फ्रॉम व्हे. अर डू यू बाय बुक्स?

9. आपण हा स्वतःचा सूट कुठून विकत घेतलात? From where did you buy your suit? फ्रॉम व्हेअर डिड यू बाय यूअर सूट?

10. आपण कुठे वास्तव्य करता? Where do you live? व्हेअर डू यू लिव?

Whom – (कोण?)

Whom ह्या शब्दाचा अर्थ आहे – कोण? Whom असे विचारताना कोण, कोणाला, कोणासाठी, कोण ाक्रिता, कोणाचा इत्यादी व्यक्तीच्या संदर्भातील प्रश्न असतो.

Example : तू कोणाला सांगतो आहेस?

Whom + are + you + telling?

Interrogative Word + Helping Verb + Subject + Verb

★ उपरोक्त Sentence मध्ये Whom हा Interrogative Word आहे. यासाठी Whom ह्या शब्दाने वाक्याचा आरंभ होतो, त्यानंतर Helping Verb (re), Subject (you), Verb (Tell+ing = telling) असे उपयोजन होत जाते. Whom च्या उपयोजनावेळी अन्य सर्व प्रश्नवाचक वाक्यांची रचना अशा पद्धतीने केली जाते.

Whom चे उपयोजन

1. कोणाला सांगतो आहेस तू? Whom are you telling? हूम आर यू टेलिंग?
2. त्याने कोणाला मदत केली? Whom did he help? हूम डिड ही हेल्प?
3. आम्ही कोणाला विचारायचे? Whom shall we ask? हूम शाल वुई आस्क?
4. तू कुणाला मदत् करशील? Whom shall you help? हूम शाल यू हेल्प?
5. तुम्ही कुणाला विचारले? Whom did you ask? हूम डिड यू आस्क?
6. त्याला कोण आवडते? Whom does he like? हूम डज ही लाइक?
7. आपणास कोण आवडतो? Whom do you like? हूम डू यू लाइक?

Why – (का?)

Why ह्या शब्दाचा अर्थ आहे – का? Why (का?) असे विचारताना हेतू, प्रयोजन, कारण जाणून घेण्याच्या संदर्भातील तो प्रश्न असतो.

Example : आपण इतके आनंदी का आहात?

Why + are + you + so happy?

Interrogative Word + Helping Verb + Subject + Verb

★ उपरोक्त Sentence मध्ये Why हा Interrogative Word आहे. यासाठी Why ह्या शब्दाने वाक्याचा आरंभ होतो, त्यानंतर क्रमशः Helping Verb (re), Subject (you), Verb (so happy) हया विशेषण ासह उपयोजन होत जाते. Why च्या उपयोजनावेळी अन्य सर्व प्रश्नवाचक वाक्यांची रचना अशा पद्ध तीने केली जाते.

Why चे उपयोजन

1. तू इतके परिश्रम का करते आहेस? Why do you trouble yourself? व्हाय डू यू ट्रबल युवर सेल्फ?
2. तुम्ही इतके का गंभीर झालात? Why are you so serious? व्हाय आर यू सो सीरियस?
3. आपण इतके आनंदी का आहात? Why are you so happy? व्हाय आर यू सो हॅप्पी?
4. तू माझे म्हणणे का ऐकून घेत नाहीस? Why don't you listen to me? व्हाय डोंट यू लिसन टु मी?
5. तुम्हाला तिची ओळख पटते का? Do you recognise her? डू यू रेकग्नाईज हर?

6. आपण बाजारात का जात आहात? — Why are you going to the market? व्हाय आर यू गोइंग टु द मार्केट?

7. तू चिंता का करतेस? — Why do you worry? व्हाय डू यू वरी?

8. तुम्ही येथे का आलात? — Why have you come here? व्हाय हॅव यू कम हीअर?

9. आपण इतके आनंदी का दिसत आहात? — Why are you looking so happy? व्हाय आर यू लुकिंग सो हॅप्पी?

10. तुला असे का वाटते? — Why do you think so? व्हाय डू यू थिंक सो?

How – (कसे?)

How ह्या शब्दाचा अर्थ आहे – कसे? How (कसे?) चे प्रयोजन करतात. कार्यविधीचे, प्रसंगाचे, स्वभावाचे, वस्तूचे, आचरणाचे स्वरूप व अवस्था जाणून घेण्याच्या संदर्भातील तो प्रश्न असतो.

***Example* :** आपण कसे जाता?
How + do + you + go?
Interrogative Word + Helping Verb + Subject + Verb

★ उपरोक्त Sentence मध्ये How हा Interrogative Word आहे. यासाठी How ह्या शब्दाने वाक्याचा आरंभ होतो, त्यानंतर क्रमशः Helping Verb (do), Subject (you), Verb (go) असे उपयोजन होत जाते. How च्या उपयोजनावेळी अन्य सर्व प्रश्नवाचक वाक्यांची रचना अशा पद्धतीने केली जाते.

How चे उपयोजन

1. तुझे वय काय? — How old are you? हाउ ओल्ड आर यू?

2. तुम्ही कार्यालयात कसे जाता? — How do you go to office? हाउ डू यू गो टु ऑफिस?

3. आपण परत कसे आलात? — How did you return? हाउ डिड यू रिटर्न?

4. तुझी नैनितालमध्ये प्रकृती कशी होती? — How was your health in Nainital? हाउ वॉज यूवर हेल्थ इन नैनीताल?

5. तेथील वातावरण कसे होते? — How was the weather? हाउ वॉज द वेदर?

6. तुझ्या मुलाचे वय काय? — How old is your son? हाउ ओल्ड इज योर सन?

7. तो विद्यालयात कसा जातो? — How does he go to the school? हाउ डज ही गो टु द स्कूल?

8. येथून आपले घर कितपत दूरवर आहे? — How far is your home from here? हाउ फार इज योर होम फ्रॉम हीयर?

9. आता तुला कसे वाटते? — How are you feeling now? हाउ आर यू फी. लिंग नाउ?

10. तुम्ही कसे जाता? — How do you go? हाउ डू यू गो?

Who – (कोण?)

Who ह्या शब्दाचा अर्थ आहे–कोण? Who (कोण?) चे प्रयोजन व्यक्तीच्या संदर्भात जाणून घेण्यासाठी करतात.

***Example* :** कोण येत आहे?
Who + is + coming?
Interrogative Word + Helping Verb + Verb

★ उपरोक्त Sentence **मध्ये Who हा** Interrogative Word आहे. यासाठी Who ह्या शब्दाने वाक्याचा आरंभ होतो, त्यानंतर Helping Verb (is), Verb (is) असे उपयोजन होत जाते. Who च्या उपयोजनावेळी अन्य सर्व प्रश्नवाचक वाक्यांची रचना अशा पद्धतीने केली जाते.

Who चे उपयोजन

1.	आपण कोण आहात?	Who are you? हू आर यू?
2.	सर्वांत आधी कोण गेला?	Who went first? हू वेन्ट फर्स्ट?
3.	कोण जातो?	Who goes? हू गोज?
4.	ते कोण आहेत?	Who are they? हू आर दे?
5.	हे काम कोण करू शकतो?	Who can do this work? हू कॅन डू दिस वर्क?
6.	ह्या घराचे मालक कोण आहे?	Who is the owner of this house? हू इज द ऑनर ऑफ दिस हाउस?
7.	बाजारामध्ये कोण जाणार?	Who will go to the market? हू विल गो टु दी मार्केट?
8.	ते गीत कोणी गायिले?	Who sang the song? हू सँग द साँग?
9.	तो कोण आहे?	Who is he? हू इज ही?
10.	मला कोण मदत करणार?	Who will help me? हू विल हेल्प मी?

स्मरणीय

1. Tag का अर्थ होता है– जोड़ना या नत्थी करना। इस प्रकार Question Tag का अर्थ है किसी Sentence के अंत में प्रश्न जोड़ना।
2. W- ग्रुप में वे शब्द आते हैं, जिसका प्रारम्भ Wh से होता है, इसमें Who, Which, What,Whose, When, Whom, Where, Why और How शब्द आते हैं।

शब्द–संरचना
(WORD FORMATION)

Definition (व्याख्या)

The skill to change words from one part of speech to another part of speech is called 'Word Formation'. एका Parts of Speech (शब्दभेद) अथवा शब्दांच्या जातीतील शब्दांना अन्य Parts of Speech मध्ये परिवर्तीत करण्याच्या, तसेच दोन शब्द घेऊन त्यांच्यापासून आणखी एक Compound (संयुग) शब्द निर्माण करण्याच्या क्रियेला Word Formation (शब्द–संरचना) असे संबोधले जाते.

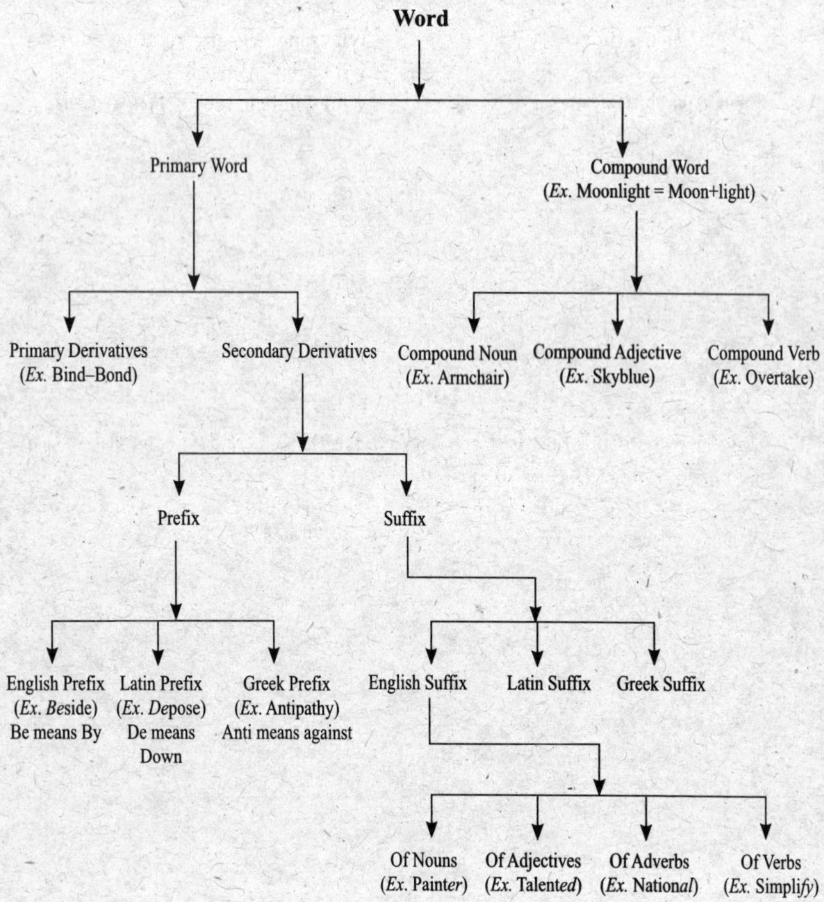

Formation of Words (शब्द–संरचना)

जे शब्द अन्य शब्दांपासून Derive उत्पन्न, संयुक्त किंवा विकसित झालेले नाहीत, त्यांना Primary (मूळ–शब्द वा रूढ–शब्द) असे म्हटले जाते. ते भाषेचे मौलिक शब्द असतात.

(i) **Compound Words** (संयुक्त–शब्द वा यौगिक–शब्द): दोन किंवा दोनांपेक्षा अधिक सामान्य शब्द एकत्रितपणे मिश्रित स्वरूपात आकारास येतात, त्यास Compound (संयुक्त–शब्द वा यौगिक–शब्द) असे म्हटले जाते. उदाहरणार्थ–Moonlight, nevertheless, undertake, man-of-war.

(ii) **Primary Derivatives** (प्राथमिक उत्पन्न–शब्द): सामान्य शब्द एकत्रितपणे मिश्रित स्वरूपात आकारास येत असतानाच काही आंतरिक स्वरूपातील अक्षर–परिवर्तन घडल्यामुळे शब्दांचेही रूप–परिवर्तन होते. त्यास Primary Derivatives (प्राथमिक उत्पन्न–शब्द) असे म्हटले जाते. उदाहरणार्थ–Bond from bind, breach from break, wrung from wring.

नोट–आंतरिक स्वरूपातील रूप–परिवर्तीत शब्दांचा एक महत्त्वाचा वर्ग, त्या मुख्य क्रियापदांच्या भूतकालीक रूपांपासून निर्माण झालेले असतात. अशा शब्दांना मुख्य शब्दांच्या Derivatives (उत्पन्न–शब्दां)च्या वर्गात समाविष्ट केले जात नाही.

(iii) **Secondary Derivatives** (गौण उत्पन्न–शब्द): शब्दांच्या आरंभी किंवा त्यांच्या शेवटी वेगळे शब्द जुळवून घेतल्याने नवे शब्द आकाराला येतात, अशास Secondary Derivatives (गौण उत्पन्न–शब्द) असे म्हटले जाते. उदाहरणार्थ–Unhappy, goodness.

शब्दांच्या आरंभी जुळवून घ्याव्या लागलेल्या शब्दांना Prefix (उपसर्ग किंवा पूर्व–प्रत्यय) आणि शब्दांच्या शेवटी जुळवून घ्याव्या लागलेल्या शब्दांना Suffix (प्रत्यय किंवा उत्तर–प्रत्यय) असे म्हणतात.

(i) Compound Words (संयुक्त–शब्द वा यौगिक–शब्द)

प्रामुख्याने नाम, विशेषण व क्रियापद यांच्याद्वारे Compound (संयुक्त–शब्द वा यौगिक–शब्द) साकार होतात. त्यावेळी पुढील प्रमाणे संयुग साकार होत असते. हे संयुग दोन शब्दांच्या Amalgamation (संमीलना) मुळे होत असते.

यौगिक नामांचे संयुग:

1. नाम + नाम: उदाहरणार्थ
   Moonlight, chess-board, armchair, postman, railway, airman, manservant, fire-escape, jailbird, horse-power, shoemaker, ringleader, screwdriver, tax-payer, teaspoon, haystack, windmill.
2. विशेषण + नाम: उदाहरणार्थ
   Sweetheart, nobleman, shorthand, black-board, quick-silver, strong-hold, halfpenny.
3. क्रियापद + नाम: उदाहरणार्थ
   Spendthrift, makeshift, breakfast, telltale, pickpocket, cut-throat, cutpurse, daredevil, scarecrow, hangman.
4. क्रियावाचक नाम + नाम: उदाहरणार्थ
   Drawing-room, writing-desk, looking-glass, walking-stick, blotting paper, stepping-stone, spelling-book.
5. क्रियाविशेषण (अथवा शब्दयोगी अव्यय) + नाम: उदाहरणार्थ
   Outlaw, afterthought, forethought, foresight, overcoat, downfall, afternoon, bypath, inmate, off-shoot, inside.
6. क्रियाविशेषण: + क्रियापद क्रियाविशेषण: उदाहरणार्थ
   Drawback, lock-up, go-between, die-hard, send-off.
7. क्रियापद + क्रियाविशेषण: उदाहरणार्थ
   Outset, upkeep, outcry, income, outcome.

यौगिक विशेषणांचे संयुग:

1. नाम + विशेषण (किंवा Participle अर्थात कृदन्त): उदाहरणार्थ
   Blood-red, sky-blue, snow-white, pitch-dark, breast-high, skin-deep, purse-proud, lifelong, world-wide, headstrong, homesick, stone-blind, seasick, note-worthy, heart-rending, ear-piercing, time-serving, moth-eaten, heart-broken, bed-ridden, hand-made, sea-girl, love-lorn.

2. विशेषण + विशेषणः उदाहरणार्थ

Red-hot, blue-black, white-hot, dull-grey, lukewarm.

3. क्रिया विशेषण + Participle (अर्थात कृदन्त): उदाहरणार्थ

Long-suffering, everlasting, never-ending, thorough-bred, well-deserved, outspoken, down-hearted, far-seen, inborn.

यौगिक क्रियांचे संयुगः

1. नाम + क्रियापद उदाहरणार्थ

Waylay, backbite, typewrite, browbeat, earmark.

2. विशेषण + क्रियापद उदाहरणार्थ

Safe-guard, white-wash, fulfil.

3. क्रियाविशेषण + क्रियापद उदाहरणार्थ

Overthrow, overtake, foretell, undertake, undergo, overhear, overdo, outbid, outdo, upset. ill-use.

टीपः बव्हंशी यौगिक नामांचे संयुगातील व यौगिक विशेषणांचे संयुगातील प्रथम शब्द त्यातील अन्य शब्दाचे रूप स्पष्ट करतात. Amalgamation (संमीलन) पूर्ण झाल्यानंतर ते स्पष्ट करणाऱ्या शब्दोच्चाराची Accent (ढब) निर्माण होते. ते पूर्ण झाल्यानंतरदेखील जर दोन्ही यौगिक शब्द केवळ अपूर्ण Amalgamated (संमीलन) रूपातच असतील तर त्या दोन्ही यौगिक शब्दांत Hyphen (संयोगित चिन्ह) लावले जाते, त्यामुळे शब्दोच्चाराची समान स्वरूपातील Accent (ढब) निर्माण होते.

(ii) Primary Derivatives (प्राथमिक उत्पन्न–शब्द)

1. क्रियापद + विशेषण यांचे Amalgamation (संमीलन) पूर्ण झाल्यानंतर निर्माण होणारे नाव.

Verbs	Nouns	Verbs	Nouns
Advise	Advice	Gape	Gap
Bear	Bier	Gird	Girth
Bind	Bond	Grieve	Grief
Bless	Bliss	Live	Life
Break	Breach	Lose	Loss
Burn	Brand	Prove	Proof
Choose	Choice	Sing	Song
Chop	Chip	Sit	Seat
Deal	Dol	Speak	Speech
Deem	Doom	Strike	Stroke
Dig	Ditch	Strive	Strife
	Dike	Wake	Watch
Float	Fleet	Weave	Web
			Woof
Adjectives	**Nouns**	**Adjectives**	**Nouns**
Dull	Dolt	Hot	Heat
Proud	Pride		

2. क्रियापद + नाम यांच्यामुळे निर्माण होणारे विशेषण.

Adjectives	Nouns	Adjectives	Nouns
Float	Fleet	Milk	Milch
Lie	Low	Wit	Wise

3. नाम + विशेषण यांच्यामुळे निर्माण होणारे क्रियापद.

Nouns	Verbs	Nouns	Verbs
Bath	Bathe	Gold	Gild
Belief	Believe	Grass	Graze
Blood	Bleed	Half	Halve
Breath	Breathe	Knot	Knit
Brood	Breed	Price	Prize
Cloth	Clothe	Sale	Sell
Drop	Drip	Sooth	Soothe
Food	Feed	Tale	Tell
Glass	Glaze	Thief	Thieve
		Wreath	Wreathe
Adjectives	**Verbs**		
Cool	Chill		
Hale	Heal		

(iii) Secondary Derivatives (गौण उत्पन्न–शब्द)

Prefix (उपसर्ग)

1. **Negative Prefix** (नकारात्मक उपसर्ग) – नकारात्मक उपसर्ग जेव्हा मूळ शब्दाशी जुळतात, तेव्हा मूलार्थाला नकारात्मक करतात. हे नकारात्मक उपसर्ग बव्हंशी Noun ला आणि Adjective ला तसेच कधी कधी Adverb लाही जुळतात. उदाहरणार्थ
   - (a) Non (नॉन) – न — non-smoker (धूम्रपान न करणारा), non-collegiate (महाविद्यालयात जाणारा), non-effective (अप्रभावी), non-cooperation (असहयोग)
   - (b) Il (इल) – illiterate (अशिक्षित), illegal (अवैध), illogical (अतर्क्य)
   - (c) In (इन) – insane (अविवेकी), ineffective (अप्रभावी), ineffectual (निष्प्रभावी), incurable (असाध्य)
   - (d) Im (इम) – improper (अनुचित), immovable (अचल), import (आयात)
   - (e) Ir (इर) – Irrelevant (असंगत), irregular (अनियमित)
   - (f) Dis (डिस) – Disloyal (निष्ठाहीन), disobey (अवज्ञा), dislike (नावड), disorder (अव्यवस्था)
   - (g) A (ए) – amoral (अनैतिक), asexual (अलिंगी)
2. **Antonym Prefix** (विपरितार्थ उपसर्ग) – विपरितार्थ उपसर्ग जेव्हा मूळ शब्दाशी जुळतात, तेव्हा मूलार्थाला विपरितार्थ प्राप्त होतो. उदाहरणार्थ–

(a) Un (अन्) – undo (पूर्ववत), untie (विमुक्त), unfit (अनुपयुक्त)
(b) De (डि) – decode (विवृत्तीकरण), defame (बदनामी / मानहानी), decentralize (विकेंद्रीकरण)
(c) Dis (डिस)– Disconnect (असंबद्ध), disown (अस्वीकार), discolour (विवर्ण / दीनवर्ण)

3. **Degenerative Prefix** (अप–कर्षक उपसर्ग) – अप–कर्षक उपसर्ग जेव्हा मूळ शब्दाशी जुळतात, तेव्हा मूलार्थाची हानी होऊ लागते. उदाहरणार्थ–

(a) Mis (मिस) – चूक या अर्थाने – Miscalculate (विगणना), Misfire (अपयश), mislead (कुनिर्देश करणे), misuse (दुरुपयोग), mismanage (गैरव्यवस्था), misrule (प्रामादिक)
(b) Mal (मल) – वाईट – Maltreatment (दुर्व्यवहार), malcontent (असंतुष्ट), malfunction (अकार्यान्वित), maltreat (निर्दय वागणूक), malformed (विकृत)
(c) Pseudo (स्युडो) – नक्कल / खोटे – Pseudoscientific (आभासी वैज्ञानिक), pseudointellect (आभासी बुद्धिमत्ता)

4. **Prefix of Size** (अवस्था / आकार–सूचक उपसर्ग) – अवस्था / आकार–सूचक उपसर्ग जेव्हा मूळ शब्दाशी जुळतात, तेव्हा अवस्था, स्थिती, आकार इत्यादींचा अर्थ स्पष्ट होऊ लागतो.

उदाहरणार्थ–

(a) Arch (आर्च) (प्रमुख, प्रधान) – Archbishop (प्रमुख पाद्री), archenemy (पक्का वैरी), archangel (मुख्य देवदूत)
(b) Super (सुपर) (उत्तम) – Supermodel (सुपरमॉडेल), superfine (सर्वोत्तम), supermarket (सुपरमार्केट)
(b) Out (आउट) (बाहेर, अति, अधि) – Outgrow (प्रगती), outlive (अति–आयुष्य), outrun (अमर्याद)
(d) Sur (सर) (अति, अधि) – Surtax (अतिरिक्त कर), surpass (अतिशयित), surcharge (अधिशुल्क / अधिभार)
(e) Sub (सब) (वाईट, क्षुद्र) – Subhuman (कुमानव), subnormal (कुबुद्धी), substandard (हलक्या दर्जाचा)
(f) Over (ओव्हर) (अनावश्यक) – Overacting (अतिअभिनय), overwrite (अधिलिखित), overdrink (अतिप्राशन), overdo (अतिरेक)
(g) Under (अण्डर) (अल्प, क्षुण्ण) – Underprivileged (उपेक्षित), underfood (उपभोजन)
(h) Hyper (हायपर) (अमर्याद) – Hypertention (अतिताण), hypercritical (अतिआलोचनीय), hypersensitive (अतिसंवेदनाशील)
(i) Ultra (अल्ट्रा) (अतिशक्ती) – Ultramodern (अत्याधुनिक), ultraviolet (अतिनील–किरण), ultranationalism (अतिराष्ट्रवाद)
(j) Mini (मिनी) (संकुचित) – Minibus (लहान–बस), miniskirt (लहान–परकर)

5. **Prefix Showing Behaviour** (व्यवहारसूचक उपसर्ग): व्यवहारसूचक उपसर्ग जेव्हा मूळ शब्दाशी जुळतात, तेव्हा क्रिया–प्रतिक्रियेमुळे जे शारीरिक व मानसिक आंदोलन होते, त्याविषयीचा अर्थ स्पष्ट होऊ लागतो. उदाहरणार्थ–

(a) Co (को) (सोबत) – Co-operate (सहयोग देणे), co-exist (सहजीवन), co-educate (सहशिक्षण)
(b) Counter (काऊंटर) (विरोधी क्रिया) –Co-unterrevolution (प्रतिक्रांती), co-unterattack (प्रतिआक्रमण), counter-act (प्रतिक्रिया)
(c) Anti (ॲण्टी) (विरोधी) – Antibody (प्रतिरक्षकद्रव्य), antisocial (असामाजिक), antibiotics (प्रतिजैवक)

(d) Pro (प्रो) (संगत) – Procommunist (कम्युनिस्ट समर्थक), proamerican (अमेरिका समर्थक)

6. **Prefix of Location** (स्थान–सूचक उपसर्ग) – स्थान–सूचक उपसर्ग जेव्हा मूळ शब्दाशी जुळतात, तेव्हा स्थान, परिसर, क्षेत्र याविषयीचा अर्थ स्पष्ट होऊ लागतो. उदाहरणार्थ–

(a) Sub (सब) (उप) – Subsection (उपखंड), subway (भूमिगत मार्ग)

(b) Inter (इण्टर) (परस्परता) – International (आंतरराष्ट्रीय), interview (साक्षात्कार/संवाद–भेट), interweave (आंतर–बंध), interstate (आंतरराज्यीय)

(c) Trans (ट्रान्स) (पार–गमन) – Transatlantic (प्रत्या–अटलाण्टिक), transplant (प्रत्यारोपण), transship (पार–नौका)

7. **Prefix of Time** (समय–सूचक उपसर्ग): – समय–सूचक उपसर्ग जेव्हा मूळ शब्दाशी जुळतात, तेव्हा समय, काळ याविषयीचा अर्थ स्पष्ट होऊ लागतो. उदाहरणार्थ–

(a) Pre (प्री) (अग्र) – Premarital (विवाह पूर्व), premedical (चिकित्सा पूर्व), preschool (पूर्वकथन)

(b) Fore (फोर) (पूर्व) – Foreknowledge (पूर्वज्ञान), forewarn (पूर्वसूचना), foretell (भविष्य वाणी करणे)

(c) Post (पोस्ट) (पश्चात्) – Post-war (युद्धोत्तर), post-election (निवडणूक पूर्व)

(d) Ex (एक्स) (माजी) – Ex-Prime Minister (माजी पंतप्रधान), Ex-president (माजी राष्ट्रपती)

(e) Re (रि) (पुन्हा) – Restructure (पुनर्रचना), reclaim (पुनर्ग्रहित), re-sell (पुनर्विक्री)

8. **Prefix of Numbers** (संख्या–सूचक उपसर्ग): – संख्या –सूचक उपसर्ग जेव्हा मूळ शब्दाशी जुळतो, तेव्हा संख्या, गणन याविषयीचा अर्थ स्पष्ट होऊ लागतो. उदाहरणार्थ–

(a) Uni (युनि) (एक) – Unisex (उभयलिंगी), unicycle (एक चक्रीय), unilateral (एकतर्फी)

(b) Bi/Di (बाय/डाय) (दोन) – Bifocal (द्विस्तरीय), bilingual (द्वि–भाषिक), decagram (दशमांश)

(c) Tri (ट्राइ) (त्रि/तीन) – Tricycle (त्रि–चक्रीय सायकल)

(d) Multi/Poly (मल्टी/पॉली) (बहु) – Multinational (बहुराष्ट्रीय), multipurpose (बहुउद्देशीय), polytechnique (बहुशिल्पी)

9. **Other Prefixes** (इतर उपसर्ग) – Vice, Neo, Semi, Proto आणि Auto इत्यादि–

(a) Vice (वाइस) (उप) – Vice-admiral, vice-captain (उप–कर्णधार), vice-president (उपाध्यक्ष)

(b) Neo (निओ) (नूतन) – Neo-romantism (नव–सौंदर्यवाद), neo-classicism (नव–अभिजाततावाद)

(c) Semi (सेमी) (अर्धा) – Semi-transparent (अर्धपारदर्शक), semi-circle (अर्द्धवृत्त/अर्द्ध वर्तुळ)

(d) Proto (प्रोटो) (आद्य/प्रती) – Proto-type (प्रतिकृती), proto-zoa (आद्य एकपेशी)

(e) Auto (ऑटो) (स्वयं) – Automatic (स्वयंचालित), autobiography (आत्मचरित्र)

(f) Pan (पॅन) (सर्व) – Pan-American (बृहत अमेरिका), Pan-Africa (बृहत आफ्रिका)

☞ काही उपसर्ग असे आहेत की, ज्यांच्या उपयोजनेद्वारे मूळ शब्द नाम इत्यादी पासून क्रियापदाची निर्मिती होते, उदाहरणार्थ–

Be - Be-spectacled चष्मा लावणे, bewitch भुरळ पडणे, becalm शांत होणे, स्थिर होणे
Em - Empower सबल होणे
En - Enlighten प्रबोधन करणे, En-danger संकटग्रस्त होणे

Negative (नकारात्मक) आणि **Positive Prefix** (सकारात्मक उपसर्ग) ची उदाहरणे

Non – (नकारात्मक)

Non-academic	शिक्षणेतर / विद्येतर	Non-alcoholic	मद्यार्कविरहित
Non-aligned	अलिप्त	Non-committal	अस्पष्ट / अनिश्चित / वैकल्पिक
No-conformity	अपालन	Non-existent	अस्तित्व नसलेला
Non-fiction	ललितेतर साहित्य	Non-renewable	अनूतनीकरणीय
Non-sense	मुर्खपणा	Non-smoker	धुम्रपान न करणारा
Non-violence	अहिंसा		

In – (नकारात्मक)

Inability	असमर्थतता	Inaccurate	अशुद्ध / चुकीचा
Inaction	निश्क्रियता	Inactive	निष्क्रिय
Inadequate	अपुरा / अपर्याप्त	Inadvisable	अविवेकी
Inanimate	निर्जीव	Inappropriate	अयोग्य
Inarticulate	अव्यक्त	Inattentive	बेपर्वा, गाफील, बेसावध
Inaudible	अश्रव्य / अश्रवणीय	Inauspicious	अशुभ / अमंगल
Incapable	अक्षम / असमर्थ	Incoherent	असंबध्द / विसंगत
Incomparable	अतुलनीय	Incompatible	अयोग्य
Incompetent	असमर्थ / अयोग्य	Incomplete	अपूर्ण / अर्धवट
Inconclusive	अनिर्णायक / अनिर्णीत	Inconsiderate	अविवेकी

Im – (नकारात्मक)

Imbalance	असंतुलन	Immature	अपरिपक्व / कच्चा
Immiscible	अमिश्रणीय	Immobile	अचल / स्थिर / गतिहीन
Immoral	अनैतिक / व्यभिचारी	Immortal	अमर / शाश्वत
Impatient	अधीर / आतुर	Imperceptible	अगोचर / अतिसूक्ष्म
Imperfect	अपूर्ण / उणीव	Implausible	अविश्वसनीय
Impolite	असभ्य	Impossible	असाध्य, अवघड, अशक्य
Impracticable	अव्यावहारिक	Improbable	असंभाव्य
Improper	अनुचित	Impure	अशुद्ध / दूषित

Ir – (नकारात्मक)

Irrational	विवेकहीन / अतर्क	Irreparable	असुधारणीय
Irresistible	अप्रतिरोध्य / मोहक	Irresponsible	बेजबाबदार

Mis – (प्रामादिक)

Misapprehension	कुकल्पना / विपरितग्रह	Misbehave	गैरवर्तन
Miscalculate	अशु(गणना करना)	Misconception	गैरसमज
Misconduct	दुराचरण	Misfit	अनुपयुक्त
Misfortune	दुर्भाग्य	Misguide	दिशाभूल करणे
Misinform	मिथ्याबोध करणे	Misinterpret	विपर्यास करणे
Misjudge	विन्याय करणे	Mislead	दिशाभूल करणे
Mismanage	अव्यवस्था / कुप्रबंध	Misplace	चुकीच्या जागी ठेवणे
Mispronounce	अशुद्ध उच्चारण करणे	Misread	चुकीचा अर्थ लावणे

Misrepresent	विपर्यास करणे	Misspell	अशुद्ध वर्णरचना करणे
Misspend	अपव्यय करणे	Mistrust	अविश्वास
Misunderstand	विपरितार्थ काढणे	Misuse	दुरुपयोग करणे

Dis – (विपरितार्थक)

Disability	असमर्थपणा / पंगूपणा	Disabuse	भ्रम दूर करणे
Disadvantage	प्रतिकूल परिस्थिती	Disaffected	अप्रभावित / विरक्त
Disagree	असहमत होणे	Disallow	अमान्य करणे / ग्राह्य न धरणे
Disappear	अदृष्य होणे (करणे)	Disappoint	अपेक्षाभंग करणे
Disapprove	अमान्य करणे	Disarm	निरस्त्र करणे
Disarrange	अस्ताव्यस्त करणे	Disassemble	मुक्त करणे
Disbelief	अविश्वास	Discharge	कर्तव्यकर्म करणे
Disclaim	अस्वीकार करणे	Disclosure	प्रकटीकरण / वाच्यता
Discolour	विरंग / दीनवर्ण	Discomfort	असुविधा / अस्वस्थपणा
Disconnect	अलग / खंडित करणे	Discontent	असंतोष
Discontinue	खंडित करणे	Discourage	हतोत्साहित करणे

Mal – (अप –; कु –; दु –)

Maladjusted	असमायोजित	Maladjustment	असमायोजन
Maladministration	कुप्रशासन	Malapropism	हास्यास्पद शब्द रचना
Malcontent	असंतुष्ट	Maldistribution	कुवितरण
Malformation	कुरचना	Malfunction	दुष्कार्यरत
Malnutrition	कुपोषण	Malodorous	दुर्गंधपूर्ण
Malpractice	कदाचार	Maltreat	दुर्व्यवहार / अत्याचार

Un – (नकारात्मक)

Unable	असमर्थ	Unacceptable	अस्वीकार्य
Unaccompanied	एकटा	Unaffected	अप्रभावित
Unarmed	निःशस्त्र	Unashamed	निर्लज्ज / लज्जाहीन
Unauthorized	गैरकानूनी / अवैध	Unavailable	अप्राप्य
Unavoidable	अनिवार्य	Unaware	अनभिज्ञ
Unbearable	असह्य	Unborn	अजात
Uncertain	अनिश्चित	Unchanged	यथावत
Unchecked	अनियंत्रित	Unclean	अस्वच्छ
Unclear	अस्पष्ट / अनिश्चित	Uncomfortable	असुविधजनक
Uncommon	असाधरण	Unconcerned	उदासीन

De – (नकारात्मक)

Deactivate	निष्क्रिय करणे	Debar	बहिष्कृत करणे
Debase	भ्रष्ट / दूषित करणे	Decamp	गाशा गुंडाळणे
Decease	मृत्यु	Declassify	विसूचीकरण करणे
Decolourise	रंगहीन / विरंग करणे	Decompose	विघटन / अपघटन
Decompress	विसंपीडित करणे	Deconsecrate	अप्रतिष्ठित करणे
De-emphasize	महत्त्व उणे करणे	De-energise	निष्क्रिय होणे
De-escalate	विनातातयी	Deface	विकृत करणे / विटंबना करणे

Defame	मानहानि / निंदा करणे	Deforestation	रानतोड / वृक्षतोड
Deform	विकृत करणे / विरूप करणे	Defray	फेडणे / चुकता करणे
Degenerate	अधोगत करणे / भ्रष्ट करणे	Degrade	पदावनती करणे

Under – (कम / अल्पतर)

Underachieve	अधःपराक्रम / अधःयश	Underact	संयत आचरण / संयत अभिनय
Underbelly	संयत आचरण / अभिनय	Underclass	निम्नवर्ग / नीचवर्ग
Underclothes	अन्तर्वस्त्रे	Undercover	गुप्त
Undercurrent	अंतःप्रवाह	Undercut	चढाओढीने अवमूल्यन
Underdeveloped	अविकसित	Underdress	अन्न कच्चे ठेवणे
Underestimate	अवकालन / कमी लेखणे	Underfeed	अल्पपोषण / कुपोषण
Underfoot	पदस्थल / पायतळे	Undergarment	अन्तर्वस्त्र
Undergo	साहणे / सहन करणे	Undergraduate	स्नातकपूर्व / पदवीपूर्व
Underground	भूमिगत	Undergrowth	निम्नरोह / खुरटी वाढ
Underline	अधोरेखित करणे	Undermentioned	निम्नलिखित
Undermost	निम्नतम / तळाचे	Underneath	तळभाग

Re – (पुनः)

React	प्रतिक्रिया करणे	Reaction	प्रतिक्रिया
Reactivate	पुनरू सक्रिय करणे	Reafforestation	पुनर्वनीकरण
Reassure	पुनश्चः आश्वासन देणे	Rebirth	पुनर्जन्म
Rebuff	झिडकारणे / फेटाळणे	Recall	माघारी बोलाविणे / प्रत्यावाहन
Recapture	पुनश्च हस्तगत करणे	Reclaim	पुनःप्रापण / भूमिवर्धन
Recognition	मान्यता	Recollect	पुनर्स्मरण करणे
Recommend	अनुशंसा करणे / संस्तुती करणे	Reconsider	पुनर्विचार करणे
Reconstitute	पुनर्संघटण करणे	Reconstruct	पुनर्रचना करणे
Record	नोंदविणे	Recount	पुनर्गणना करणे
Recourse	आश्रय / शरण	Recover	आजारातून उठणे / पुनर्प्राप्ती होणे
Recreate	पुनर्निर्माण / पुनर्निर्मिती	Recycle	पुनरावर्तन करणे
Redeem	पुनश्चः विकत घेणे / मुक्त करणे	Redo	पुनश्चः करणे
Refill	पुनश्च भरणे	Refine	शुद्ध करणे

Semi – (अंशत, अर्धा, निम्ने)

Semi-annual	अर्ध वार्षिक	Semi-arid	अर्ध–शुष्क / अर्ध–पर्जन्य
Semi-automatic	निम्म–स्वंचलित	Semi-centennial	अर्ध–शतवर्षीय
Semicircle	अर्धवृत्त	Semicolon	अर्धविराम
Semi-conductor	अर्धसंवाहक	Semi-conscious	अर्धचेतन
Semi-final	उपांत्य	Semi-lunar	अर्धचंद्राकार
Semi-monthly	अर्धमासिक / पाक्षिक	Semi-precious	अर्ध–मौल्यवान
Semi-rigid	अर्ध–टणक	Semi-solid	अर्ध–घन
Semi-tropical	अर्ध–उष्णकटिबंधीय		

Equi – (सम)

Equiangular	समकोणीय	Equidistant	समदूरस्थ
Equilateral	समभुज / समबाहु	Equipoise	साम्यावस्था / संतुलन
Equitable	न्यायसंगत	Equivalence	समतुल्य / तोडीस तोड
Equivocal	दुटप्पी / संशयास्पद	Equivocate	दुटप्पी / संशयास्पद

Mini – (अतिअल्प)

Minicomputer	लघु–संगणक	Minidisc	लघुचकती
Minimum	किमान		

Micro – (अतिसूक्ष्म)

Microbiology	सूक्ष्मजीवविज्ञान	Microbrewery	लघु मद्यनिर्माणशाला
Microchip	संगणकीय सूक्ष्म–कपची	Microcircuit	सूक्ष्मविद्युतसरणी
Microcomputer	सूक्ष्मसंगणक	Microeconomics	सूक्ष्म अर्थशास्त्र
Micrometer	सूक्ष्म–मापिका	Microorganism	सूक्ष्मजीव
Microphone	ध्वनिग्राहक यंत्र	Microscope	सूक्ष्म–दर्शकयंत्र
Microwave	सूक्ष्म तरंग		

Macro – (स्थूल, साकलिक)

Macrobiotic	स्थूलजैव	Macroeconomics	बृहत्–अर्थशास्त्र
Macromolecule	बृहत–अणू	Macroscopic	अतिदर्शक

Mega – (अतिसाकलिक)

Megabit	दशलक्षावा एकक	Megabucks	उण्यात उणी एक दशलक्षाची मुद्रा
Megalitre	एक दशलक्ष लिटर	Megaphone	ध्वनिप्रक्षेपकाचा मोठा कर्णा
Megapixel	संगणकीय चित्रातील	Megaproject	अतिप्रकल्प
Megaton	एक दशलक्ष टन		

Inter – (अंतर, मध्य)

Interact	अन्योन्यक्रिया	Interbreed	आंतरगोत्रीय संकर
Intercalary	अंतर्विष्ट	Intercede	भीड घालणे
Intercession	समेट/मध्यस्थ	Interchange	व्यतिहार/अदलाबदल
Intercity	आंतरनगरीय	Intercommunion	पारस्परिक संपर्क
Intercotinental	अंतरमहाद्वीपीय	Intercostal	अंतरापुर्शक
Intercourse	मैथुन/समागम	Intercurrent	(रागापोटी) उद्‌भवणारा
Interdependent	परस्परनिर्भर/अन्योन्याश्रित	Interdisciplinary	आंतरविद्याशाखा
Interface	आन्तरपृष्ठ	Interfaith	आंतरधर्मीय श्रद्धा
Interfuse	सम्मिश्रण	Interlining	अस्तर
Interlock	सांधणे	Intermarriage	आंतरजातीय विवाह
Intermediate	मध्यस्थ	Intermission	मध्यांतर
International	अंतरराष्ट्रीय	Internet	आंतरजाल
Interpreter	दुभाषी	Interracial	परिप्रश्न

Super – (उत्कृष्ट)

Superhuman	अलौकिक/अतिमानवीय	Superimpose	अध्यारोपित करणे
Supernatural	अद्‌भूत/अतिभौतिक	Supernova	अधिनवतारा
Superpower	महासत्ता	Supersonic	पराध्वनिक

Trans – (अंतर, प्रति)

Transaction	देवघेव/देवाणघेवाण	Transform	रूपांतर/रूपांतरण
Translate	अनुवाद करना	Translucent	पारभासी
Transmission	प्रसारण/सञ्चारण	Transparent	पादर्शक
Transport	परिवहन	Transpose	स्थान बदलना
Transverse	अनुप्रस्थ		

Ex - (भूतपूर्व)

Exacerbate	चिघळणे	Exact	यथार्थ/नेमके
Example	उदाहरण	Excess	अतिरिक्त/आधिक्य
Exchange	संबंध विनिमय	Exchequer	राजकोष
Excite	उत्तेजित करणे	Exclaim	चित्कारणे
Ex-communicate	वाळीत टाकणे	Exhale	उच्छवासणे

Exit	गमन/निकास (द्वार)	Exotic	देशविचित्र
Expat	निर्वासित	Expend	व्यय करणे
Expert	निपुण/विशेषज्ञ	Explain	स्पष्ट करणे/विशद करणे
Explosive	विस्फोटक	Export	निर्यात करणे
Expose	अनावृत्त करणे	Express	अभिव्यक्त करणे
Extend	विस्तार/प्रदीर्घ करणे	Extensive	सविस्तरपणे/विस्तृतपणे
External	बाह्य/बहिस्थ	Extort	खंडणी घेणे/उद्दीपीत करणे

Extra – (अतिरिक्त, असाधरण)

Extra-curricular	पाठ्येतर	Extraordinary	अलौकीक/विलक्षण/अचाट
Extraterrestrial	परग्रही जीव	Extraterritorial	अती प्रादेशीक

Sub – (अल्प, उप, लघु)

Subconscious	अवचेतन	Subcontinent	उपमहाद्वीप
Subcutaneous	अवत्वचीय	Subdivide	उप–विभाजित करणे
Subdue	वश/आधीन करणे	Sublime	उदात्त/अत्युच्च गुणवत्तेचा
Submarine	पाणबुडी	Submerge	बुडविणे/लपवणे
Submission	निवेदन/आज्ञापना	Submissive	आज्ञाधारक/विनम्र
Subordinate	अधीनस्थ	Subscribe	वर्गणी भरणे
Subsequent	अनुवर्ती/उत्तरवर्ती	Subside	ओसरणे/शमणे
Subsoil	अवमृदा	Substance	तत्त्व/पदार्थ
Sub-standard	अतिसामान्य	Subtitle	उपशीर्षक
Subtropical	उपोष्णीय	Subversion	समापन/विनाश
Subway	अधोमार्ग/बोगदा मार्ग		

Peri – (कडे घालणे)

Perimeter	परिमिती	Periscope	परिदर्शी

Ante – (अगोदर, आधी)

Antecede	पूर्वघटना/पूर्वपद	Antechamber	बाह्य बैठककक्ष
Antedate	पूर्व दिनांक	Antelope	काळवीट/कुरंग
Antemeridian	दिवसाच्या आधी/पूर्वाह्निक	Antenatal	प्रसूतिपूर्व

Pre – (अगोदर, आधी)

Preamble	भूमिकापूर्ण उपोद्घात	Precaution	काळजी/दक्षता
Precede	अलिकडे/अगोदर	Preconceive	पूर्वकल्पना करणे
Precondition	पूर्वअट	Precursor	अग्रसूचक
Predate	पूर्वघटित	Predestine	पूर्व नियत झालेले
Predominance	प्रबळ/वरचढ	Pre-eminent	सर्वोत्कृष्ट/सर्वोत्तम
Pre-exist	पूर्वारंभी अस्तित्व	Preface	भूमिका/प्रस्तावना
Prefix	उपसर्ग	Prehistoric	प्रागैतिहासिक
Premature	असामयिक	Premarital	विवाहपूर्व
Premeditated	पूर्वविमर्शित	Premonition	अशुभाविषयीची पूर्वसूचना
Premonition	अशुभाविषयीची पूर्वसूचना	Prenatal	प्रसवपूर्व/जन्मपूर्व

Prime – (प्रमुख)

Prime cost	मूल व्यय	Prime matter	मूल द्रव्य
Prime meridian	रेखावृत्त/दक्षिणोत्तर वृत्त	Prime minister	पंतप्रधान

Prime mover	प्रमुख प्रवर्तक	Prime number	अविभाज्य संख्या
Prime rate	मूल दर/मूल भाव	Prime time	आदर्श समय/आदर्श काळ

Post – (च्या नंतर)

Postmeridian	दुपारनंतर	Post-natal	प्रसवोत्तर
Post-paid	काही काळाने चुकविणे	Postpone विलंबित करणे	
Post-war	युद्धोत्तर		

Retro – (च्या मागे, पश्चात, अपगामी, अपगामी)

Retroact	प्रतिक्रिया व्यक्त करणे	Retroactive	पूर्वव्यापी/पूर्वप्रभावी
Retrograde	पतनोन्मुख/अपगामी	Retrospect	सिंहावलोकन

Semi – (अर्ध)

Semi-annual	अर्धवार्षिक	Semi-arid	अर्धशुष्क
Semi-automatic	अर्धस्वयंचलित	Semi-colon	अर्धविराम
Semi-final	उपान्त्य	Semi-literate	अर्धशिक्षित
Semi-precious	अर्धमौल्यवान	Semi-skilled	अर्धकुशल

Mono – (एकल)

Monochrome	एकरंगी/कृष्णधवल	Monolingual	एकभाषक/एकभाषिक
Monoculture	एकपिकी शेत	Monologue	एकपात्री
Monopoly	एकाधिकार	Monorail	एकल–रेल
Monosyllabic	एकाक्षरी/अल्पभाषी	Monotonous	रटाळ, कंटाळवाणे

Bi – (द्वि)

Bicentenary	द्विशताब्दी	Bicycle	दुचाकी
Bifurcate	दुभागणे		

Tri – (त्रि)

Triangle	त्रिकोण	Trident	त्रिशूल
Trilogy	नाटक–त्रय		

Quad – (चतुष्क, चार)

Quadrilateral	चतुष्कोण	Quadrilingual	चतुर्भाषक
Quadrinominal	चतुष्पाद	Quadripartite	चतुष्पक्षीय
Quadri-syllable	चतुरक्षर		

Penta – (पंच, पाच)

Pentagram	पंचकोण–तारक	Pentameter	पंचचरण
Pentastich	पंचपदी	Pentasyllable	पंचाक्षर
Pentatonic	पंचतान		

Hexa – (षष्ठ्यं, सहा)

Hexagram	षट्कोन	Hexameter	षट्पदीय पशू
Hexapod	षट्पदी–काव्य		

Sept – (सप्तं, सात)

Septcentenary	सप्तशताब्दी	September	सप्टेंबर
Septfoil	सप्तपत्री		

Octa – (अष्टं, आठ)

Octastyle	अष्टस्तंभ शैली		

Deca – (दशं, दहा)

Decalogue	बायबलमधील दहा नियम	Decameter	दहापट
Decapod	दशपाद जलचर	Decasyllable	दशाक्षर

Multi – (पुष्कळ, बहू)

Multicoloured	बहुरंगी	Multicultural	बहुसांस्कृतिक
Multifocal	बहुक्रेन्दीय	Multiform	बहुरूपीय
Multilateral	बहुपक्षीय		

Pro – (समर्थक, एकवादी अनुकूलता)

Process	प्रक्रिया	Procession	शोभायात्रा
Proclaim	उद्घोषित करणे	Procure	कष्टपूर्वक प्राप्त करणे
Product	उत्पादन	Profit	लाभ
Profound	गहन / गूढगम्य	Profuse	प्रचुर / विपुल
Prologue	प्रस्तावना	Promote	प्रोत्साहन
Proportion	प्रमाण	Propose	प्रस्ताव ठेवणे
Proposition	प्रस्ताव / सूचना	Proverb	वाक्प्रचार
Provide	पुरवणे / सोय करणे	Provocative	उत्तेजक

Auto – (स्वयं, स्वतः)

Autobiography	आत्मचरित्र	Autograph	सुप्रसिद्ध व्यक्तीकरवी स्वाक्षरी स्वाक्षरीसहित संदेश
Automate	स्वयंचलित यंत्र चालविणे	Automobile	वाहन–कार
Auto-rickshaw	तिचाकी यांत्रिक रिक्शॉ		

Co – (सोबत)

Co-education	सहशिक्षण	Coefficient	गुणांक / सहगुणक
Coexist	सहअस्तित्व	Cohabit	विवाहविरहित सहसंग करणे
Cooperate	सहकार्य / सहयोग	Coordinate	समन्वय करणे

Suffix (प्रत्यय)

एखाद्या शब्दाच्या शेवटी जो शब्दांश अर्थपरिवर्तन घडवून आणतो, त्या शब्दांशास Suffix (प्रत्यय) असे संबोध ातात. अशा शब्दांशाचे उपयोजन केल्यामुळे मूळ Part of Speech(शब्दभेदा) चे रूपपरिवर्तन होते. अभ्यासास पूरक व्हावे म्हणून पुढीलप्रमाणे आपण Suffix (प्रत्यय) चे विभाग करू शकतो.

1. **Noun Suffix** (नाम–प्रत्यय): शब्दाच्या शेवटी शब्दांशाचे उपयोजन केल्यामुळे Noun Suffix – (नाम–प्रत्यय) आकाराला येतात.
   - (a) let (लेट – लघू) – booklet (पुस्तिका), leaflet (पत्रक), starlet (तारका)
   - (b) ster (स्टर – युक्त असणे) – gangster (गुंड), gamester (क्रीडापटू)
   - (c) hood (हूड – स्थिती) – motherhood (मातृत्व,) brotherhood (भ्रातृत्व), manhood (पुरुषत्व), boyhood (बालपण)
   - (d) ess (ऐस – स्त्रीलिंग) – authoress (लेखिका), lioness (सिंहीण)
   - (e) ship (शिप – स्थिती) – friendship (मैत्री), membership (सदस्यत्व), dictatorship (एकतंत्री सत्ताधारी)

(f) ful (फुल – पूर्ण) – meaningful (अर्थपूर्ण), beautiful (सुन्दर), plateful (ताटभरून), spoon-ful (चमचाभर)

(g) cracy (क्रेसी – शासनप्रकार) – democracy (लोकतंत्र), bureaucracy (राज–पुरुषैक–सत्ततंत्र), autocracy (निरंकुशसत्तातंत्र)

(h) ing (इंग – चालन्त कृती) – going (जात आह), reading (वाचत आहे), writing (लिहीत आहे)

(i) ery (अरि – कृती, स्थान) – delivery (वितरण), slavery (दासप्रथा), machinery (यंत्र वगैरे)

(j) dom (डम – क्षेत्र, स्थिती) – kingdom (राज्य–संस्थान), officialdom (नियमपालक कार्यालय)

(k) ette (एट – लघु, संक्षिप्त) – kitchenette (स्वयंपाकघर), cigarette (सिगरेट)

2. **Adjective Suffix** (विशेषण–प्रत्यय): Noun (नाम) च्या अंत्य भागात शब्दांशाचे उपयोजन केल्यामुळे Adjective Suffix – (विशेषण–प्रत्यय) आकाराला येतात.

(a) ese (ईज – राष्ट्रियता) – Japanese (जपानी), Chineese (चिनी), Burmese (ब्रह्मदेशी)

(b) ist (इस्ट – पंथियता, व्यवसाय) – Buddhist (बौद्ध संप्रदायी), stylist (सज्जाकार), royalist (राजतंत्रवादी)

(c) ism (इझम – वाद, संप्रदाय) – Idealism (आदर्शवाद), capitalism (मूलद्रव्यवाद), dualism (द्वैतवाद)

3. **Verb** (क्रियापदा): च्या अंत्य भागात शब्दांशाचे चे उपयोजन केल्यामुळे Noun Suffix (नाम प्रत्यय) आकाराला येतात.

(a) er/-or (अर – संबंधित) – Writer (लेखक), employer (नियोक्ता) instructor (प्रशिक्षक)

(b) ant (एण्ट – संबंधित) – inhabitant (रहिवासी), informant (खबऱ्या / मुखबीर), constant (अनवरत)

(c) ee (ई – संबंधित) – employee (कर्मचारी), appointee (नियुक्त व्यक्ती), payee (आदाता)

(d) ation (एशन–संस्था / स्थिती / क्रिया) – exploration (समन्वेषण), victimization (शोषण करणे)

(e) al (अल – क्रिया) – refusal (अनिच्छा / नकार), revival (पुनरुज्जीवन / पुनरुद्धार), removal (उचलबांगडी, निरसन)

(f) ment (मेन्ट – संस्था / स्थिती / क्रिया) – arrangement (व्यवस्था), amazement (विस्मय), government (शासन)

(g) age (एज – विस्तार, परिमाण) – coverage (आवृत्त / व्याप्त क्षेत्र), wastage (निष्काळजी पणामुळची)

(h) ing (इंग – कृती चालत असणे) – bathing (आंघोळ करणे), driving (वाहन पिटाळणे), building (भवन)

4. **Adjective** (विशेषण) च्या शेवटच्या भागात शब्दांशाचे उपयोजन केल्यामुळे Noun Suffix (नाम प्रत्यय) आकाराला येतात.

(a) (ness) नैस– स्थिती, युग (happiness) हर्ष, संतोष (kindness) कृपा, दयाळुपणा, सौजन्य

(b) इटी (ity)– स्थिती, गुण (quality) शीघ्रता, त्वरा (rapidly) (diversity) वैविध्य

(c) अरी (ary)–चा, संबंधित (dictionary) शब्दकोश (military) सैनिकी (विशेषण) (imaginary) स्वैर

5. **Noun** (नामा) च्या शेवटी शब्दांशाचे उपयोजन केल्यामुळे Verb Suffix (क्रियापदीय प्रत्यय) आकाराला येतात.

(a) इफाय (ify) – कृतिवाचक (beautify) सुशोभित करणे (codify)सांकेतिकीकरण करणे (simplify) सुलभ करणे

(b) आयज (ise)– कृतिवाचक (simbolise) प्रतीकात्मक होणे (popularise)लोकप्रिय होणे (modernise) आधुनिक होणे

(c) एन (en)– वृद्धिदर्शक (ripen) पक्व होणे, पिकणे (widen) रूंद होणे (quicken) त्वरित होणे

6. **Noun** (नामा) च्या शेवटी शब्दांशाचे उपयोजन केल्यामुळे Adjective Suffix – (विशेषण–प्रत्यय) आकाराला येतात.

   (a) फुल (ful) – पूर्ण (delightful) सुखद (helpful) सहाय्यक (hopeful) आशादायक (beautiful) सुंदर

   (b) लायक (like) – सारखे (manlike) पुरुषासारखा (cowlike) गाईसारखी (childlike) बालकासारखा

   (c) ली – (ly) अवस्था, रित्या (publicly) सार्वजनिकरित्या (worldly व्यवहारी (manly) पुरुषोचित

   (d) ई (y) – गुणात्मक विशेषण (sandy) वालुकामय (creamy) मलईयुक्त / क्षीरजयुक्त (hairy) केसाळ

   (e) इश (ish)–गुणात्मकनाम / विशेषण (selfish) स्वार्थी (Swedish) स्वीडेनवासी (foolish) मुर्खतापूर्ण

7. Noun (नामा) च्या शेवटी some, worthy आणि arian शब्दांशाचे उपयोजन केल्यामुळे Adverb Suffix – (क्रियाविशेषण–प्रत्यय) आकाराला येतात.

   (a) सम (some) – स्वभावतः, समुहात्मक Bothersome कष्टदेय Cumbersome दुष्कर Lonesome एकाकी

   वर्दी (worthy)– योग्य, उचित (appreciative) कौतुकास्पद (remarkable) उल्लेखनीय (oceanic) समुद्रयोग्य

   अरियन (arian)– वादी, प्रधान स्वामित्वप्रधान, सत्तावादी (Authoritarian), खासदार (parliamentarian) (disciplinarian) अनुशासनप्रिय

8. Noun (नामा) च्या शेवटी al,ic,ive आणि ous शब्दांशाचे उपयोजन केल्यामुळे Adjective Suffix – (विशेषण–प्रत्यय) आकाराला येतात.

   (a) अल (al)– संबंधित (cultural) सांस्कृतिक(editorial)सम्पादकीय (musical) सांगितिक

   (b) इक(ic) – स्वाभाविकता (heroic) वीरतापूर्ण, शौर्यपूर्ण (problematic) समस्याग्रस्त (specific) विशिष्ट

   (c) इव्ह (ive) – गुणवत्तापूर्ण (attractive) आकर्षक (expositive) प्रदर्शनात्मक (protective) संरक्षणात्मक

   (d) अस –(ous) संपूर्णतः (authentic) प्रमादात्मक (ambitious) महत्त्वाकांक्षी (disdainful) तिरस्कारपूर्ण

   एबल (able) – शक्य (deplorable) खेदजनक (acceptable) स्वीकाराई (readable) वाचनीय

   (e) इश(ish) – गुणात्मकनाम / विशेषण (poorish) दरिद्रीसम (toolish) उंचवत् (foreign nature) विदेशी स्वभावाचा

   (f) एड(ed) – भूतकालिक अर्थ प्राचीरबाधित (woodwork) काष्ठमय, (acute) तीक्ष्ण (minded)विचारमनस्क

8. Adjective (विशेषण) च्या शेवटी शब्दांशाचे उपयोजन केल्यामुळे Suffix – (क्रियाविशेषण–प्रत्यय) आकाराला येतात.

   ली –(ly) ढंग,रीती (happily) हर्षामुळे (loudly) तारसप्तिक स्वराने (oddly) विचित्रपूर्णतेने (comically) विनोदपूर्णतेने

   वर्डस्(wards) – नंतर,दिशेने,कडेने (onwards) पुढच्या मार्गाने (backwards) मागील दिशेने (homewards) घराच्या मार्गाने

   वाइज (wise)– रीती,अनुसार (clockwise अनुघटी, सव्य (wetherwise) ऋतूप्रमाणे (education wise) शिक्षणानुसार

स्मरणात ठेवण्याजोगे

ह्या भागात इंग्रजीतील Word Formation च्या संदर्भात काही प्रचलित नियमांचे सुयोगयपणे उपयोजन करता यावे म्हणून संक्षिप्तपणे आकलन करून देण्यात आले आहे.

1. Prefix (उपसर्ग) आणि Suffix (प्रत्यय) यांच्या संयोगाद्वारे निर्माण होणाऱ्या शब्दाला Affix असे संबोधतात. Affixes मध्ये भिन्न उच्चारणे होतात, उदाहरणार्थ – amoral (अमॉरल), aback (अबॅक).
2. Head Word (शब्दकोशातल्या नोंदीतला प्रथम शब्द, त्याच्यानंतर त्याच्या अर्थाचे स्पष्टीकरण लागते) ला आरंभी लागणारा किंवा लागणाऱ्या शब्दांना जुळवून घेणाऱ्यास Prefix (उपसर्ग) आणि त्या शब्दांच्या शेवटी जुळवून घेणाऱ्यास (प्रत्यय) असे संबोधतात.

वाक्य–संरचना
(SENTENCE CONSTRUCTION)

Definition (व्याख्या)

A Sentence is a group of words which conveys complete sense. ज्या शब्दसमुहांद्वारे संपूर्ण अर्थ पोहोचविला जाऊ शकतो, त्या संरचनेस Sentence (वाक्य) असे संबोधतात.

Components of Sentence (वाक्यरचनेतील घटक)

The words which make a sentence are called components of Sentence. ज्या शब्दांच्या द्वारा वाक्यरचना होत असते, त्या शब्दांना Components of a Senetence (वाक्यरचनेतील घटक) असे संबोधले जाते. Subject (उद्देश्य – कर्ता) आणि Verb (क्रियापद) हे वाक्यरचनेतील प्रमुख Components (घटक) होत. त्यांच्याशिवाय वाक्यरचना संभवत नाही.

Example **1.** Sita came. सीता आली.
2. Geeta will sing. गीता गाईल.
3. You go. आपण जावे.

☆ Subject (उद्देश्य – कर्ता) आणि Verb (क्रियापद) यांच्या व्यतिरिक्त वाक्यरचनेत आणखी काही घटक कार्य करीत असतात, उदाहरणार्थ – Adjective (विशेषण), Adverb (क्रियाविशेषण), Preposition (शब्दयोगी अव्यय), case (कारक) इत्यादी. हे Components (घटक) आवश्यकतेनुसार कार्य करीत असतात. त्यांना Additional Components (अतिरिक्त घटक) असे म्हणतात.

Serial of Words (पदक्रम)

Serial of Words (पदक्रम) म्हणजे वाक्यातील पदांचा क्रम. प्रत्येक भाषेतील वाक्यात विविध स्वरूपांतील पदक्रम असू शकतो, उदाहरणार्थ – मराठीतील वाक्यरचनेचा पदक्रम उद्देश्य – कर्ता+ कर्म+ क्रियापद असा असतो तर इंग्रजीतील वाक्यरचनेचा पदक्रम Subject+ Verb + Object असा असतो.

Example : Ram reads a book. राम पुस्तक वाचतो.

Parts of the Sentence (भाषणातील काही भाग)

प्रत्येक Sentence चे दोन विभाग असतात, ते म्हणजे Subject आणि Predicate होत. ज्या विषयासंबंधी आपण सांगू पाहतो, वाक्यातील त्या विभागास Subject (उद्देश्य) असे संबोधतात, तर त्या विषयासंबंधी आपण काही माहिती देत असतो, त्या विभागास Predicate (विधेय) असे संबोधतात. ह्या संदर्भात पुढील तालिका लक्षपूर्वक वाचूया.

Subject	Predicate
Kites	fly
Lions	roar
He	shouted
We	slept
Lata	cooked
They	smiled

Ice	melts
Fire	burns

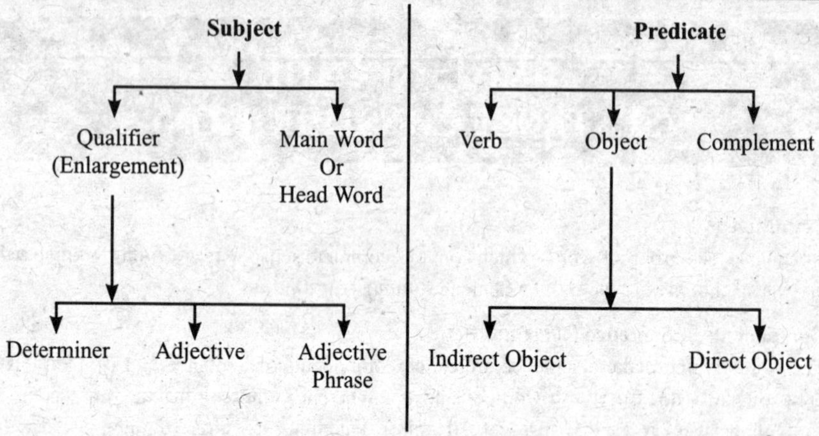

1. Subject: A person or thing that is being discussed, described, or dealt with is called subject.

ह्या संदर्भात पुढील तक्ता लक्षपूर्वक वाचा व ध्यानात ठेवा.

Subject				Predicate
Determiner	**Adjective**	**Noun**	**Adjectival Phrase**	
A	valuable	ring	made of gold	was found yesterday
A	tall	soldier	with long moustache	stepped forth
A		knife	stained with blood	was found in his bag
A	little	girl	from the cottage	stood before me
A		friend Garden	in need with cool shady trees	is a friend indeed sorrounded the village
The	tall Wild	boy beasts	in red shirt in small cages	is my brother. are a sorry sight

ह्या तक्त्यामध्ये Main Word (मूळ शब्दा) ची व्याख्या करता यावी यासाठी Determiner (निर्धारक), Adjective (विशेषण) आणि Adjectival Phrase (विशेषणात्मक शब्दबंधा/पदबंधा) चे उपयोजन झाले आहे. Adjectival Phrase (विशेषणात्मक शब्दबंधा/पदबंधा) चे उपयोजन Main Word (मूळ शब्दा) नंतर होते. हया तक्त्याद्वारे पुढील बाबी स्पष्ट होतात, म्हणून त्यातील रचना लक्षपूर्वक वाचा व ध्यानात ठेवा.

ज्यावेळी Subject (उद्देश्य) एकच शब्दात सामावलेला असतो त्यावेळी तो शब्द म्हणजे Noun (नाम), Pronoun (सर्वनाम), Gerund (' –ing' चे उपयोजन झालेला धातुसाधित म्हणजेच कृदंत) किंवा Infinitive (तुमंत म्हणजे धातूचे मूळ रूप, इंग्रजीत धातूचे मूळ रूप 'to' हेच असते.) असू शकतो.

1. ज्यावेळी Subject ची व्याख्या केली जाते, त्यावेळी Subject नेहमी Noun च असू शकतो.
2. ज्यावेळी Subject ची व्याख्या एकच शब्दरूपाशी संबंधित असेल, त्यावेळी तो शब्द Subject च्या आधी असेल. अशा शब्दास Qualifier (विशेषक) असे संबोधता येईल.

3. Subject ची व्याख्या करतेवेळी जर दोन शब्द प्रयुक्त झालेले असतील तर प्रथम शब्दास Determiner (निर्धारक) तसेच द्वितीय शब्दास Qualifier (विशेषक) असे संबोधता येते. अशा संरचनेवेळी Qualifier (विशेषक) हे Adjective (विशेषण) असते.
4. ज्यावेळी Subject ची व्याख्या Adjectival Phrase (विशेषणात्मक शब्दबंधा/पदबंधा) सह करावयाची असेल, तेव्हा त्याचे Subject नंतर उपयोजन होईल.

Note: Determiner (निर्धारक) तसेच Qualifier (विशेषक) चे उपयोजन Subject च्या आधी आणि Adjectival Phrase (विशेषणात्मक शब्दबंधा/पदबंधा) चे Subject नंतर होईल.

☞ आपण Gerund (Verb + ing) तसेच Infinitive (to + Verb) देखील Subject च्या रूपात उपयोजन होते, ह्याविषयीची माहिती ध्यानात ठेवलीच असेल. त्यांची व्याख्या करतेवेळी दोन–दोन शब्दांचे उपयोजन करावे लागते. हे शब्द त्यांचे Object (विधेय) वा Modifier (अर्थमर्यादासूचक/अपरिवर्तक) असतात. त्याविषयीचे जाणून घेण्यासाठी पुढील तक्ता वाचून घ्या.

Subject (Infinitive)	**Predicate**
To work	is to worship.
To drink	is bad for health.
To understand everything	is to forget everything.
To respect the elders	is our duty.
To suffer	is the lot of mankind.
To kill two birds with one stone	was his aim.
Subject (Gerund)	**Predicate**
Reading	makes a perfect man.
Seeing	is believing.
Telling lies	is a bad practice.
Eating between meals	is bad for health.

★ It किंवा There चे उपयोजन देखील Subject सारखेच होत असते. अशावेळी It चे उपयोजन impersonal अथवा Neutral प्रकारचे असते, तर There चे उपयोजन Introductory Adverb सारखा होतो. त्याविषयीचे जाणून घेण्यासाठी पुढील तक्ता वाचून घ्या.

Subject ('It' or 'There')	**Predicate**
It	is mid-night.
It	was the fifteenth of August.
There	are forty girls in the room.
There	is a hundred rupee note in my purse.

2. Predicate: The part of a sentence or clause containing a verb and stating something about the subject. मध्ये केवळ Noun आणि Pronoun असतात तसेच Subject च्या सोबत अन्य शब्द देखील असतात, ह्या विषयीची माहिती आपण मागील तक्त्यामध्ये पाहिली. तसेच Prediate मध्ये अन्य शब्द सुद्धा असतात. त्याविषयीचे जाणून घेण्यासाठी पुढील तक्ता वाचून घ्या.

Subject	Predicate
Sham	comes
We	laugh
Bimla	jumps
She	weeps

★ ह्या तक्त्यामध्ये Predicate हा एकमेव Verb च आहे.

Subject	Predicate	
	Verb	Object (Noun or Noun Phrase)
My father	trusts	me.
The snake	bit	the boy.
We	should help	the poor.
The girl	has lost	her doll.
The chairman	has called	a meeting.
The teacher	patted	Sham.

★ ह्या तक्त्यामध्ये Predicate हया एकमेव Verb च्या सोबत दोन Object (कर्म) आहे. प्रथम Object मध्ये व्यक्ती आणि वस्तू आहेत. प्रथम Object म्हणजे व्यक्तीला Indirect Object अन् द्वितीय Object ला म्हणजे वस्तूला Direct Object म्हणतात.

Subject	Predicate		
	Verb	Object (Indirect)	Object (Direct)
He	gave	me	a present.
My brother	sent	me	a watch.
Mr. Sharma	taught	us	English.
My friend	offered	me	all help.

★ कधी कधी Direct Object सजीवही असू शकतो, उदाहरणार्थ
He gave me a ***hen***.

Subject	Verb	Predicate Object (Gerund or Gerundial Phrase)
He	likes	boating.
I	hate	abusing others.
My brother	enjoys	playing hockey.
Mr. Kapoor	loves	teaching.
We	mustn't miss	seeing him.

★ ह्या तक्त्यामध्ये Predicate चे दोन उपविभाग आहेत. प्रथम विभागात Verb असून द्वितीय उपविभागात Gerund (' –ing' चे उपयोजन झालेला धातुसाधित म्हणजेच कृदन्त) आहे. येथे Gerund चे उपयोजन Object सारखेच आहे. Verb आणि Object हे उभयता Predicate ची निर्मिती करतात.

Subject	Predicate	
	Verb	Object (Infinitive or Infintive Phrase)
The crow	tried	to sing.
She	forgot	to return my book.
I	hoped	to secure first division.
Rakesh	proposes	to buy a flat

★ ह्या तक्त्यामध्ये Predicate चा Verb (क्रियापदा) चा Object (कर्म) Infinitive ('तुमंत' म्हणजे धातूचे मूळ रूप, इंग्रजीत धातूचे मूळ रूप to + Verb) आहे. Verb (क्रियापद) आणि Infinitive ('तुमंत') यांच्या योगाने Predicate ची निर्मिती होते.

Subject	Predicate		
	Verb	Object	Complement (Noun/Noun Phrase)
Pandit Motilal	named	his house	Anand Bhawan.
The teacher	appointed	Ravi	monitor.
The members	elected	him	Secretary.
They	chose	Ram	their leader.

★ ह्या तक्त्यामध्ये Predicate मध्ये Verb (क्रियापद), Object (कर्म) तसेच Complement (पूरक) हे घटक आहेत. Verb (क्रियापद), Object (कर्म) तसेच Complement (पूरक) हे घटक मिळून Predicate ची निर्मिती होते. Complement (पूरक) मध्ये Noun अथवा Noun Phrase (नाम शब्दबंध/रूपबंध) असतात. अशा रीतीने Complement (पूरक) ला Object अथवा Object Complement म्हणतात.

Subject	Predicate		
	Verb	Object	Complement (Adj./Adj. Phrase/Past Participle)
They	thought	it	urgent.
She	keeps	her house	clean.
Your letter	made	me	anxious.
The jury	found	him	guilty.
The Principal	thinks	the peon	very honest.

★ ह्या तक्त्यामध्ये Predicate मध्ये Verb (क्रियापद), Object (कर्म) तसेच Complement (पूरक) हे घटक आहेत. Verb (क्रियापद), Object (कर्म) तसेच Complement (पूरक) हे घटक मिळून Predicate ची निर्मिती झाली आहे. ह्या Complement (पूरक) मध्ये Adjective, Adjective Phrase अथवा Past Participle (ed जुळवून निर्माण झालेले भूतकालिक धातुविशेषण) आहे. अशा Complement (पूरक) ला Object अथवा Object Complement म्हणतात.

Subject	Predicate	
	Verb	**Object Complement**
Dalip	was	a king. (Noun)
He	is	a doctor. (Noun)
You	are	girls. (Noun)
She	was	lazy. (Adjective)
You	are	smart. (Adjective)
They	are	lucky. (Adjective)
The books	are	on the table. (Adverbial)
Nobody	is	inside. (Adverbial)

★ ह्या तक्त्यामध्ये Predicate मध्ये Verb (क्रियापद), तसेच Complement (पूरक) हे घटक आहेत. सुरुवातीच्या तीन वाक्यांत Complement (पूरक) च्या रूपात Noun (नाम) आहेत. पुढील दोन वाक्यांत Complement (पूरक) च्या रूपात Adjective (विशेषण) आहेत. तर अन्तिम तीन वाक्यात Adverbial शब्दघटक हा Complement (पूरक) आहे. Verb आणि Complement मिळून Predicate ची निर्मिती झाली आहे. अशा पद्धतीने Complement (पूरक) च्या ह्या घटकाला Subjective अथवा Subjective Compliment असे संबोधतात.

★ नेहमी लक्षात ठेवायला हवी ती महत्त्वाची बाब म्हणजे Verb to be (is, am, are, were) च्या नंतर वाक्य पूर्ण करण्यासाठी Complement (पूरक) चे उपयोजन केले जाते आणि Transitive Verb (सकर्मक क्रियापदे) आपल्या सोबत Object(कर्म) घेतात.

Kinds of Sentences

1. Assertive (निश्चयवाचक वाक्य)
2. Interrogative (प्रश्नार्थक वाक्य)
3. Imperative (आदेशात्मक वाक्य)
4. Exclamatory (उद्‌गारवाचक वाक्य)
5. Optative (इच्छासूचक वाक्य)

1. Assertive Sentences: (निश्चयवाचक वाक्य) (Subject + Verb + Object + ...) ही वाक्ये साधारण कथनात्मकता व्यक्त करतात. Affirmative (स्वीकारात्मक) अथवा Negative (नकारात्मक – निषेधात्मक) असू शकतात, उदाहरणार्थ

1. The earth moves round the sun. (Affirmative)
2. Smoking is injurious to health. (Negative)
3. Cricket is my favourite game. (Affirmative)

2. Interrogative Sentences: (प्रश्नार्थक वाक्य) (Verb + Subject + ...?) हया वाक्यांत प्रश्न विचारले जाण्याची कृती होते, उदाहरणार्थ

1. Is she a doctor?
2. Who knocks at the door?
3. Will you help me in this matter?
4. Where is she putting up these days?

3. Imperative Sentences: (आदेशात्मक वाक्य) हया वाक्यांद्वारे (1st form of Verb/Do not + 1st form + ...) order (आदेश), advice (परामर्श) request (विनंती) चा बोध होतो, उदाहरणार्थ

1. Type these letters at one. (Order)
2. Always help the needy. (Advice)
3. Please lend me your scooter. (Request)
4. Do not smoke in the library. (Prohibition)

4. **Exclamatory Sentences:** (उद्‌गारवाचक वाक्य) अशा वाक्यात विस्मय, नवल, आश्चर्य प्रकट करणे होते, उदाहरणार्थ
   1. Hurrah! we have won the match. (Joy)
   2. Alas! I have lost my umbrella. (Sorrow)
   3. How pretty the picture is! (Surprise)

5. **Optative Sentences:** (इच्छासूचक वाक्य) हया वाक्यात आशीर्वादभाव वा इच्छाभाव दिसून येतो, उदाहरणार्थ
   1. May you live long!
   2. Would that I were rich!
   3. May God grant you a son!

स्मरणात ठेवण्याजोगे

ह्या भागात इंग्रजीतील Sentence Building च्या संदर्भात काही प्रचलित नियमांचे सुयोग्यपणे उपयोजन करता यावे म्हणून संक्षिप्तपणे आकलन करून देण्यात आले आहे. इंग्रजी Sentence Building मध्ये Subject + Verb + Object + Other Words चे उपयोजन होते.

Example : Oh! Ratan, my best friend, when did you come here and what did you bring for me. (अरे! रतन माझ्या प्रिय मित्रा, तू येथे कधी आलास, आणि माझ्यासाठी काय घेऊन आलास?)

1. वरील वाक्यात ज्या प्रकारे मराठी वाक्य 'अरे' (केवलप्रयोगी अव्यय),' रतन' (नाम), माझ्या (सर्वनाम), 'सर्वोत्तम' (विशेषण), 'कधी' (क्रियाविशेषण), 'आलास' (क्रियापद) आणि संयोजक (साठी) ह्या शब्दयोगी अव्ययाचे उपयोजन केले गेले आहे, त्याच प्रकारे इंग्रजी वाक्य English Sentence मध्ये Oh (Interjection) Ratan (Noun) my (Pronoun) best (Adjective) when (Adverb) come (Verb) and Conjunction for Preposition चे उपयोजन केले गेले आहे.
2. आपण देखील Sentence Building च्या संदर्भात काही प्रचलित नियमांचे आकलन करून घेऊन सुयोग्यपणे Sentence Building चे उपयोजन करण्याचा अभ्यास करा.

सामान्य त्रुटियाँ (COMMON ERRORS)

इंग्रजी भाषेतील संभाषण होत असताना काही चुकाही होतात. त्या चुका आपण सर्वजण करीत असतो. आपण आपापल्या स्तरानुसार, पदानुसार सामान्य कर्मचारी असू, किंवा उच्च पदाधिकारी वर्गातील स्त्री–पुरुष असू, विद्यार्थी असू, किंवा व्यापारी–विपणक असू, किंवा कारागिरांच्या वर्गात मोडत असू, कोणीही असलो तरी ह्या भाषिक चुकांशी आपला संबंध येतोच. पुढील दोन स्तंभांत, आपल्या सुविधेसाठी शुद्ध वाक्ये व अशुद्ध वाक्ये नोंदिविलेली आहेत, ज्यांचे वाचन केल्यानंतर आपल्यास त्या सामान्य चुकांविषयीची किंचित कल्पना येऊ शकेल.

S. No.	Incorrect (अशुद्ध)	Correct (शुद्ध)
1.	My ***hairs are*** black.	My ***hair is*** black.
2.	I need a ***blotting***.	I need a ***blotting paper***.
3.	He works better than ***me***.	He works better than ***I***.
4.	I ***availed*** of the opportunity.	I ***availed myself*** of the opportunity.
5.	The two sisters are quarrelling with ***one another***.	The two sisters are quarrelling with ***each other***.
6.	He is guilty. Isn't ***it***?	He is guilty. Isn't ***he***?
7.	I beg ***you leave***.	I beg ***leave of you***.
8.	He is ***more cleverer*** than his brother.	He is ***cleverer*** than his brother.
9.	***The*** Gold is a precious metal.	Gold is a precious metal.
10.	She has ***got*** headache.	She has ***got*** a headache.

☞ वरील पंधरा वाक्ये दोन स्तंभांत दिलेली आहेत. प्रथम स्तंभातील सर्व वाक्ये अशुद्ध स्वरूपातील असून द्वितीय स्तंभातील सर्व वाक्ये शुद्ध स्वरूपातील आहेत. ह्या अशुद्ध स्वरूपाच्या वाक्यांत अनेक त्रुटी राहून गेल्या आहेत, ज्यांच्याविषयीचे ज्ञान इंग्रजी भाषा शिकू पाहणाऱ्या प्रत्येक व्यक्तीला असायला हवे. इंग्रजी भाषा ही एक महत्वपूर्ण भाषा आहे. त्यातील शब्द–प्रयोगांचे क्षेत्र निश्चितच व्यापक स्वरूपाचे असणे स्वाभाविकच आहे.

☞ मराठीदेखील एक समृद्ध भाषा आहे. ह्या भाषेतही इतके प्रयोग होत असतात की ज्यांच्याविषयीचे ती भाषा उमजून घेणाऱ्यांना सुलभपणे आकलन करून घेणे तितकेसे सुलभ–सोपे नसते. परंतु मराठी ही अभिजात आणि आपली मातृभाषा आहे. म्हणूनच तिच्यातील कित्येक अवघड वेटाळणी आणि वळणे आपल्याला जाणवत नाहीत, जितकी इंग्रजी भाषेतील आम्हाला जाणवू शकतात.

☞ ही अवघड वेटाळणी आणि वळणे कोणती बरे, ह्याविषयीची माहिती आम्ही आपणास देऊ. ज्यावेळी आपण प्रथम स्तंभातील वाक्य वाचता, त्यावेळी ते योग्यच आहे. असे वाटू शकते; परंतु जेव्हा आपण द्वितीय स्तंभातील वाक्य वाचता तेव्हा किंचितसे भय दिसू लागते. अल्पशा वेळेनंतर असेही वाटू लागते की कुठे तरी प्रमाद घडला आहे, तथापि नेमकेपणाने कुठे घडला आहे, त्याविषयीचे आकलन होणे अवघड होऊन जाते. द्वितीय स्तंभातील वाक्यास शुद्ध का म्हणायचे याविषयीचा गोंधळ होऊ शकतो.

☞ आपण आपल्यास जाणविणाऱ्या ह्या चुकांविषयीचे आकलन करून घ्यायचे आहे काय, ह्या प्रश्नाचे उत्तर 'होय' असे असेल तर त्या विषयीचा एक एक सोपान चढत आपण पुढे जाऊ.

Errors in the Use of Nouns (नामांचा उपयोग करतेवेळी होणाऱ्या चुका)

1. (a) Scenery, issue, hair, furniture, machinery, fruit (b) poor, rich, bread, work (Singular Foam) शब्द एकवचन मध्ये असतात.

S. No.	Incorrect (अशुद्ध)	Correct (शुद्ध)
1.	The ***sceneries*** of Kashmir ***are*** very charming.	The ***scenery*** of Kashmir ***is*** very charming.
2.	Sudha has no ***issues***.	Sudha has no ***issue***.
3.	She had gone to buy ***fruits***.	She had ***gone*** to buy ***fruit***.
4.	Her ***hairs are*** black.	Her ***hair is*** black.
5.	The mother feeds the ***poors***.	The mother feeds the ***poor***.
6.	I told ***these news*** to my father.	I told ***this news*** to my father.
7.	The fleet ***were*** destroyed by the enemy.	The fleet ***was*** destroyed by the enemy.
8.	These buildings are made of ***bricks*** and ***stones***.	These buildings are made of ***brick*** and ***stone***.
9.	He has no more ***breads*** to give to the beggars.	He has no more ***bread*** to give to the beggars.
10.	I'll go to the town on ***feet***.	I'll go to the town on ***foot***.

2. Advice, mischief, abuse, alphabetहे शब्द Singular Form (शब्द एकवचन) मध्येच असतात. Advices इत्यादींचे अनेकवचन होत नाही, पण pieces of advice असे म्हटले जाते.

1.	The teacher gave us many ***advices***.	The teacher gave us many ***pieces of advice***.
2.	My younger brother did many ***mischiefs***.	My younger brother did many ***acts of mischief***.
3.	The boys were shouting ***abuses***.	The boys were shouting ***words of abuse***.
4.	I have learnt the ***alphabets***.	I have learnt the ***letters of the alphabet***.

3. Rupee, dozen, mile, year, foot हे शब्द जेव्हा Numeral (संख्यावाचक शब्दा) च्या नंतर उपयोजिले जातात, तेव्हा Singular Form (शब्द एकवचन) मध्येच असतात, उदाहरणार्थ – Five Rupee note असे म्हटले जाते, Five Rupee note असे म्हणणे प्रामादिक ठरते.

1.	I have a five ***rupees*** note.	I have a five ***rupee*** note.
2.	They bought two ***dozens*** pencils.	They bought two ***dozen*** pencils.
3.	He ran in a two ***miles*** race.	He ran in a two ***mile*** race.
4.	Abida is a ten ***years*** old girl.	Abida is a ten ***year*** old girl.
5.	It's a three ***feet-rule***.	It's a three ***foot-rule.***

4. Vegetables (भाजी, भाज्या), Spectacle (उपनेत्र – चष्मा) Trousers (पॅण्ट, पाटलोण, पायजमा), Himalayas (हिमालय), People (जनसमुह), Orders (आदेश, आज्ञापत्र), Repairs (नाट–नीट करणे) हे शब्द नेहमी Plurals (अनेकवचना) तच उपयोजिले जातात, Singular Form (शब्द एकवचन) त नव्हे.

1.	I had gone to buy ***vegetable***.	I had gone to buy ***vegetables***.
2.	The road is closed for ***repair***.	The road is closed for ***repairs***.
3.	The court passed ***order*** for his release.	The court passed ***orders*** for his release.
4.	Very few ***peoples*** are hard-working.	Very few ***people*** are hard-working.
5.	His ***spectacle is*** very expensive.	His ***spectacles are very expensive.***
6.	The ***scissor is blunt.***	The ***scissors are blunt.***
7.	Your ***trouser is*** not ***loose.***	Your ***trousers are*** not loose.
8.	The ***Himalaya is*** the highest ***mountain***.	The ***Himalayas are*** the highest ***mountains***.

5. Fish (मासे, मीन), Deer (हरणे), Sheep (मेंढ्या), Cattle (गुरे–ढोरे), People (जनसमुह) उपयोजिले जाताना एकवचन असले तरी Plurals (अनेकवचना) तच असतात.

1.	The fisherman catches many ***fishes*** in the pond.	The fisherman catches many ***fish*** in the pond.
2.	I saw many ***sheeps*** and ***deers*** in the jungle.	I saw many ***sheep*** and ***deer*** in the jungle.
3.	The ***cattles are*** returning to the village.	The ***cattle is*** returning to the village.

कित्येक वेळा आपण संवाद करतेवेळी अपूर्ण स्वरूपाचा शब्द–संग्रह उपयोजतो. अशा प्रकारच्या प्रमादाद्वारे सभ्य स्वरूपाच्या समाजात वावरत असताना आपणास आपण हास्यास्पद पात्र म्हणून ओळखले जाऊ शकतो. अशा प्रमादापासून आपण सांभाळून राहिले पाहिजे.

1.	This is not my ***copy***.	This is not my copy-book.
2.	Bring some ***blotting*** from the office.	Bring some ***blotting paper*** from the office.
3.	Suman lives in the ***boarding***.	Suman lives in the ***boarding house***.
4.	Please, put your ***sign*** here.	Please, put your ***signature*** here.

Errors in the Use of Pronouns (सर्वनामांचा उपयोग करतेवेळी होणाऱ्या चुका)

S. No.	Incorrect (अशुद्ध)	Correct (शुद्ध)
1.	It is ***me***.	It is ***I***.
2.	I, ***you*** and ***he*** will go to Calcutta tomorrow.	You, ***he*** and ***I*** will go to Calcutta tomorrow.
3.	You are wiser than ***me***.	You are wiser than ***I***.
4.	Let her and ***I*** do this work.	Let her and ***me*** do this work.
5.	***One*** should do ***his*** duty.	***One*** should do ***one's*** duty.
6.	***Everyone*** must do ***their*** best.	***Every one*** must do ***his*** best.
7.	***Every man*** and boy is busy with ***their*** work.	***Every man*** and boy is busy with ***his*** work.
8.	These ***two*** sisters love ***one another***.	These ***two*** sisters love ***each other***.
9.	These ***three*** sisters love ***each other***.	These ***three*** sisters love ***one another***.
10.	***Neither*** Rekha ***nor*** Rani ***are*** in the class.	***Neither*** Rekha ***nor*** Rani ***is*** in the class.

☞ ज्यावेळी उपयोजन करीत असताना I (मी), You (तू, तुम्ही, आपण), He (तो), She (ती), It(ते) ह्या सर्वनामांचा उपयोग करतो, त्यावेळी You (तू, तुम्ही, आपण), She (ती), He (तो), It(ते) आणि सरतेशेवटी I (मी) असा क्रम ठेवला गेला पाहिजे.

☞ Let नंतर Her (तिला), him (त्याला), Me (मला) ही सर्वनाम येतात, She, he, I नव्हे.

☞ Everyone, every man नंतर संबंधबोधक सर्वनाम her, his चे उपयोजन होत नाही. परंतु One (Pronoun) नंतर One चे उपयोजन होते, her, his किंवा their नव्हे.

☞ दोन व्यक्तींच्या परस्पर संबंधांच्या संदर्भातील कृतीविषयक उपयोजनावेळी each other असे लिहिले जाते, परंतु तीन किंवा तिघांपेक्षा अधिक व्यक्तींच्या परस्पर संबंधांच्या संदर्भातील कृतीविषयक उपयोजनावेळी One another असे लिहिले जाते.

☞ Neither-nor च्या सोबत Singular Verb (क्रियापद) 'is' चे उपयोजन होते. दोन व्यक्तींच्या परस्पर संबंधांच्या संदर्भातील कृतीविषयक उपयोजनावेळी 'is' बोलले वा लिहिले जाते.

☞ अनेक वस्तूंच्या परस्पर संबंधांच्या संदर्भात 'कोणतीही नव्हे, कोणीही नव्हे' असा अर्थ होत असेल तर 'none' चे उपयोजन होते, 'Neither' चे नव्हे.

☞ Enjoy, hid, resign, apply, avail, absent ह्या क्रियापदांनंतर himself, herself, themselves, yourself, myself, ourselves इत्यादी सर्वनामांचे उपयोजन होते.

☞ My आणि Mine चा अर्थ आहे – माझा. Your आणि Yours अर्थ आहे – तुझा/तुमचा/आपला. Our आणि Ours चा अर्थ आहे आमचा. परंतु उपयोजन करतेवेळी (a) My, Your आणि Our ही सर्वनामे आली की त्यांच्या नंतर नामांचे उपयोजन होते. उदाहरणार्थ – my pen,your father, our mother, (b) ज्यावेळी ह्या सर्व सर्वनामानंतर नामांचे उपयोजन होत नाही, त्यावेळी ती mine, yours आणि ours शी जुळत असतात.

Errors in the Use of Adjectives (विशेषणांचा उपयोग करतेवेळी होणाऱ्या चुका)

S. No.	Incorrect (अशुद्ध)	Correct (शुद्ध)
1.	You are ***more stronger*** than I.	You are ***stronger*** than I.
2.	She is growing ***weak*** and ***weak*** everyday.	She is growing ***weaker*** and ***weaker*** everyday.
3.	Mohan is ***elder*** than Sohan	Mohan is ***older*** than Sohan.
4.	Delhi is ***older*** than other cities in India.	Delhi is the ***oldest*** city in India.
5.	Bombay is ***further*** from Delhi than Amritsar.	Bombay is ***farther*** from Delhi than Amritsar.
6.	Have you ***any*** ink?	Do you have ***some*** ink?
7.	Have she ***much*** books?	Does she have ***many*** books?
8.	Lila was her ***oldest*** daughter.	Lila was her ***eldest*** daughter.
9.	Lila was the ***eldest*** of the two sisters.	Lila was the ***elder*** of the two sisters.
10.	He is the ***youngest*** and ***most*** intelligent of my two sons.	He is ***younger*** and ***more*** intelligent of my two sons.

☞ Elder आणि Older ह्या दोन्ही शब्दांचा अर्थ आहे.– उभयतांतील कोणीही एकटा ज्येष्ठ. तौलनिकता त्या शब्दांचा गाभा आहे.. परंतु Elder चे उपयोजन नाते–संबंधितांच्या संदर्भात होते, उदाहरणार्थ – elder brother, elder sister. मात्र ज्यावेळी नाते–संबंधांचा संदर्भ नसतो त्यावेळी भिन्न भिन्न स्वरूपाच्या तौलनिकतेसाठी Older चे उपयोजन होते, उदाहरणार्थ – Mohan is older than Sohan.

☞ Further (पुढे, पुढला) आणि farther (दूरवरचा, लांबवर) ह्या शब्दांची उमज करून झाल्यानंतरच उपयोजन करायला हवे.

☞ Many हे संख्यावाचक विशेषण आहे, उदाहरणार्थ – many books (कितीतरी पुस्तके) तर Much हे परिमाणवाचक विशेषण आहे, उदाहरणार्थ – Much water (पुष्कळ पाणी).

☞ विशेषणांच्या Three degree (तीन अवस्थां) चे उपयोजन सांभाळून करायला हवे.

☞ Many सारखेच Few हे देखील संख्यावाचक विशेषण आहे आणि Much सारखेच Less हे परिमाणवाचक विशेषण आहे. त्यांचे उपयोजन सांभाळून करायला आहे.

Errors in the Use of Verbs (क्रियापदांचा उपयोग करतेवेळी होणाऱ्या चुका)

S. No.	Incorrect (अशुद्ध)	Correct (शुद्ध)
1.	Her father told me that honesty ***was*** the best policy.	Her father told me that honesty ***is*** the best policy.
2.	The cashier-cum-accountant ***have*** come.	The cashier-cum-accountant ***has*** come.
3.	The cashier and the accountant ***has*** come.	The cashier and the accountant ***have*** come.
4.	***Can*** I come in, sir?	***May*** I come in, sir?
5.	I'm so weak that I ***may not*** walk.	I'm so weak that I ***cannot*** walk.
6.	Tell me why ***are you*** abusing him.	Tell me why ***you are*** abusing him.
7.	Radha ***as well as*** her other sisters ***are*** beautiful.	Radha ***as well as her other sisters*** is beautiful.
8.	I ***am*** ill for two weeks.	I ***have been*** ill for two weeks.
9.	The ship ***was drowned***.	The ship ***sank***.
10.	He ***has stole*** a pen.	He ***has stolen*** a pen.

☞ Can आणि May चा अर्थ आहे शक्य होणे, शक्य करणे; परंतु can चे उपयोजन करताना शक्तीची, बलाची संकल्पना अभिप्रेत असते तर May चे उपयोजन करीत असताना आज्ञेची, परवानगीची संकल्पना अभिप्रेत असते.

☞ यद्यपी As well as च्या आधीचा कर्ता एकवचन मध्ये असेल, तर क्रियापद एकवचनाच्या स्वरूपातच असते.

☞ ज्यावेळी वाक्य Why इत्यादी शब्दांसहित Indirect Form मध्ये असते, त्यावेळी ते वाक्य Why are you च्या स्थानी why you are असे स्वरूप धारण करते. अशा वाक्यांच्या शेवटी प्रश्नचिन्ह लागत नाही.

☞ Drown आणि Sink ह्या दोन्ही शब्दांचा अर्थ 'बुडणे' असाच आहे, परंतु सजीव व्यक्ती, प्राणी पाण्यात बुडाली असे सांगावयाचे असल्यास Drown ह्या शब्दाचे उपयोजन होते, आणि निर्जीव वस्तू बुडाली तर Sink शब्दाचे उपयोजन होते.

☞ सामान्य भविष्यकाळ निर्देशित करण्यासाठी I, We च्या सोबत shall चे उपयोजन होते; परंतु He,She,They,You च्या सोबत will चे उपयोजन होते. ज्यावेळी Conviction (दृढनिश्चय) Threat (भयसूचना) द्यावयाची असेल तर I,We च्या सोबत 'will' चे उपयोजन होते आणि He, She,They,You च्या सोबत shall चे उपयोजन होते.

☞ Shall चे Past tense (भूतकाळ) should होते. ज्या वाक्यात should चे त्या अर्थाने उपयोजन होते, त्या वाक्यातील अन्य क्रियापददेखील Past tense (भूतकाळा) मध्येच होते.

☞ ह्या सारख्या Negative (नकारात्मक) शब्दांत अन्य Negative (नकारात्मक) शब्दांसारखे do, did चे उपयोजन होते. वरील तक्त्यांतील तेविसाव्या वाक्यात his children असे का लिहिले गेले, their children का नाही लिहिले गेले, ह्या प्रश्नाचे उत्तर असे की his चा संबंध father शी येतो, children शी येत नाही.

Errors in the Use of Adverbs (क्रियाविशेषणांचा उपयोग करतेवेळी होणाऱ्या चुका)

S. No.	Incorrect (अशुद्ध)	Correct (शुद्ध)
1.	I play basket-ball ***good***.	I play basket-ball ***well***.
2.	I am *very* ***much*** sorry.	I am ***very*** sorry.
3.	It is ***much*** cold today.	It is ***very*** cold today.
4.	The horse is ***too*** tired.	The horse is ***very*** tired.

5.	This girl is ***very*** poor *to* pay her dues.	This girl is ***too*** poor ***to*** pay her dues.
6.	She is ***too*** weak ***for*** walk.	She is ***too*** weak ***to*** walk.
7.	I am ***too*** pleased.	I am ***much*** pleased.
8.	We ***slowly walked***.	We ***walked slowly***.
9.	We should ***only*** fear *God*.	We should fear ***God only***.
10.	This house is ***enough large*** for them.	This house is ***large enough*** for them.

☞ Well (adverbs) च्या जागी Good (Adjective) चे उपयोजन होऊ शकत नाही.

☞ Too आणि Very चा अर्थ आहे 'बहु' ; परंतु too नंतर to चे उपयोजन होते, उदाहणार्थ – She is too weak to walk (i.e. She is so weak, that she cannot walk- – ती इतकी अशक्त आहे की ती चालू शकत नाही.)

☞ Slowly, clearly इत्यादी सर्व Adverb (क्रियाविशेषण) क्रियापदांच्या नंतर जुळतात.

☞ Comparatively better ही शब्दरचनाच मुळी चुकीची आहे. ज्या अर्थी 'better' मध्येच उभयतांतील एक उत्तम असा भाव दडलेला आहे, त्या अर्थी त्याला जुळवून घेणारा Comparatively हा तौलनिक शब्द आगावू ठरतो.

☞ वरील या आधीच्या तक्त्यांतील पंचविसाव्या वाक्यात He is now too strong to walk हे संपूर्ण वाक्य रचनेच्या दृष्टिकोनातून चुकीचा आहे. याचे कारण असे की ह्या वाक्याचा अर्थ असा होईल – तो इतका बलशाली आहे, की तो चाल–फिरू शकत नाहीये. म्हणजे मुळातला अर्थच मुळी विपरित आहे. म्हणून too strong च्या ऐवजी strong enough असे उपयोजन असायला हवे.

Errors in the Use of Conjunctions (उभयान्वयी अव्ययांचा उपयोग करतेवेळी होणाऱ्या चुका)

S. No.	Incorrect (अशुद्ध)	Correct (शुद्ध)
1.	***Though*** he works hard ***but*** he is weak.	***Though*** he works hard ***yet*** he is weak.
2.	The teacher asked ***that why*** I was late.	The teacher asked ***why*** I was late.
3.	Wait here ***till*** I ***do not*** come.	Wait here till I come.
4.	***No sooner*** we reached the station, the train started.	***No sooner did*** we reach the station, ***than*** the train started.
5.	***Not only*** he ***abused*** me ***but also*** beat me.	***Not only did*** he ***abuse*** me ***but*** beat me ***also***.
6.	We had ***hardly gone out before*** it began to rain.	We had ***hardly*** gone out ***when*** it began to rain.
7.	Run fast ***lest*** you ***should not*** be late.	Run fast ***lest*** you ***should*** be late.
8.	***As*** Satish is fat ***so*** he walks slowly.	***As*** Satish is fat, he walks slowly.
9.	I doubt ***that*** she will pass this year.	I doubt ***whether*** she will pass this year.
10.	***When*** I reached there ***then*** it was raining.	***When*** I reached there, it was raining.

☞ एकच वेळी काही योजक शब्दांचे परस्पर उपयोजन होत असते, उदाहरणार्थ – though---yet; no sooner---than; not only--- but also; hardly---when; lest---should; although---yet; such---as तसेच scarcely---when इत्यादी.

☞ No sooner--- then, Not only--- हे शब्द Negative (नकारात्मक) आहेत. अतः do, did चे उपयोजन त्यांच्यानंतर होते.

☞ Lest चा अर्थ असा आहे – 'असे होऊ नये'. म्हणून lest नंतर should चे उपयोजन होते, should not चे नव्हे.

☞ इंग्रजी भाषेतील वाक्यांत जर when ह्या शब्दाचा वापर झालेला असेल तर त्यात then चा वापर केला जात नाही.

Errors in the Use of Prepositions (शब्दयोगी अव्ययांचा उपयोग करतेवेळी होणाऱ्या चुका)

S. No.	Incorrect (अशुद्ध)	Correct (शुद्ध)
No preposition is used (शब्दयोगी अव्ययांचे उपयोजन होत नाही.)		
1.	My mother loves ***with*** me.	My mother loves me.
2.	He reached ***at*** the station.	He reached the station.
3.	He ordered ***for*** my dismissal.	He ordered my dismissal.
4.	Rajiv married ***with*** your cousin.	Rajiv married your cousin.
5.	Amitabh entered ***into*** the room.	Amitabh entered the room.
by चे उपयोजन		
6.	What is the time ***in*** your watch?	What's the time ***by*** your watch?
7.	They went to Banaras ***in*** train.	They went to Banaras ***by*** train.
8.	She was killed ***with*** a robber.	She was killed ***by*** a robber.
with चे उपयोजन		
9.	He is angry ***upon*** me.	***He is angry with me.***
10.	Are you angry ***on*** her?	Are you angry ***with*** her.
11.	My principal is pleased ***from*** me.	My principal is pleased ***with*** me.
12.	Wash your face ***in*** water.	Wash your face ***with*** water.
13.	The dacoit was killed ***by*** a sword.	The dacoit was killed ***with*** a sword.
14.	Compare Akbar ***to*** Rana Pratap.	Compare Akbar ***with*** Rana Pratap.
15.	She covered her face ***by*** her shawl.	She covered her face ***with*** her shawl.
at चे उपयोजन		
16.	Open your book ***on*** page ten.	Open your book ***at*** page ten.
17.	Ram lives ***in*** Sonepat.	Ram lives ***at*** Sonepat.
18.	Why did you laugh ***on*** the beggar.	Why did you laugh ***at*** the beggar.
19.	Who is knocking ***on*** the door.	Who is knocking ***at*** the door.
20.	The train arrived ***on*** the platform.	The train arrived ***at*** the platform.
on चे उपयोजन		
21.	We go to school ***by*** foot.	We go to school ***on*** foot.
22.	We congratulate you ***for*** your success.	We congratulate you ***on*** your success.
23.	The rioters set the house ***to*** fire.	The rioters set the house ***on*** fire.
24.	The house was built ***over*** the ground.	The house was built ***on*** the ground.
25.	Father spent a lot of money ***at*** her wedding.	Father spent a lot of money ***on*** her wedding.
to चे उपयोजन		
26.	Vimal was married ***with*** Shyam.	Vimal was married ***to*** Shyam.

27.	You are very kind ***on*** me.	You are very kind ***to*** me.
28.	We should pray God every day.	We should pray ***to*** God every day.
29.	I won't listen what you say.	I won't listen ***to*** what you say.
30.	I object ***at*** your statement.	I object ***to*** your statement.
	in चे उपयोजन	
31.	Swatantra Kumari lives ***at*** Bombay.	Swatantra Kumari lives ***in*** Bombay.
32.	He was walking ***into*** the garden.	He was walking ***in*** the garden.
33.	Please, write ***with*** ink.	Please, write ***in*** ink.
34.	I have no faith ***upon*** your story.	I have no faith ***in*** your story.
35.	The rain will stop ***after*** a little while.	The rain will stop ***in*** a little while.
	into चे उपयोजन	
36.	Divide the cake ***in*** five parts.	Divide the cake ***into*** five parts.
37.	Please look ***in*** the matter.	Please look ***into*** the matter.
38.	She jumped ***in*** the river.	She jumped ***into*** the river.
39.	I fear that she will fall ***in*** the hands of robbers.	I fear that she might fall ***into*** the hands of robbers.
40.	Translate this passage ***in*** Hindi.	Translate this passage ***into*** Hindi.
	of चे उपयोजन	
41.	She died ***from*** plague.	She died ***of*** plague.
42.	We are proud ***on*** our country.	We are proud ***of*** our country.
43.	The child is afraid ***from*** you.	The child is afraid ***of*** you.
44.	Hamida is not jealous ***to*** Abdul.	Hamida is not jealous ***of*** Abdul.
45.	We should take care ***for*** our books.	We should take care ***of*** our books.
46.	He died ***from*** hunger.	He died ***of*** hunger.
	from चे उपयोजन	
47.	My shirt is different ***to*** your.	My shirt is different ***from*** yours.
48.	His mother prevented him ***of*** going to cinema.	His mother prevented him ***from*** going to cinema.
49.	I commenced work ***since*** 14th July.	I commenced work ***from*** 14th July.
50.	He hindered me ***to*** do this.	He hindered me ***from*** doing this.
	for चे उपयोजन	
51.	He won't be there before ***four*** months.	He won't be there ***for*** four months.
52.	The employer blames her ***of*** careless-ness.	The employer blames her ***for*** careless-ness.
53.	Three scholarships are competed.	Three scholarships are competed ***for***.
54.	Free meals should be provided ***with*** the poor children.	Free meals should be provided ***for*** the poor children.

55.	Who cares *of* you?	Who cares *for* you?
between, among, since, up, against चे उपयोजन		
56.	Distribute the fruit ***among*** Kamla and Vimla.	Distribute the fruit ***between*** Kamla and Vimla.
57.	Divide this money ***between*** these girls.	Divide this money ***among*** these girls.
58.	Rakesh has been absent from college ***from*** last Monday.	Rakesh has been absent from college since last Monday.
59.	He tore ***away*** the bills.	He tore ***up*** the bills.
60.	The English fought ***with*** the Russians.	The English fought ***against*** Russians.

☞ इंग्रजीचे अध्ययन करू पाहणाऱ्या सर्व इच्छुकांना अशी विनंती आहे की त्यांनी Preposition (शब्दयोगी अव्ययां) चे उपयोजन मनोमन करीत राहिले पाहिजे.

Errors in the Use of Articles (The या निश्चितदर्शी व A, An या अनिश्चितदर्शी उपपदांचा उपयोग करतेवेळी होणाऱ्या चुका)

(i) The निश्चितदर्शी उपपद चे उपयोजन		
S. No.	**Incorrect** (अशुद्ध)	**Correct** (शुद्ध)
1.	***The*** Delhi is the capital of India.	Delhi is the capital of India.
2.	She met me in ***the*** Faiz Bazaar.	She met me in Faiz Bazaar.
3.	He has failed in ***the*** English.	He has failed in English.
4.	She was suffering from ***the*** typhoid.	She was suffering from typhoid.
5.	***The*** union is strength.	Union is strength.
(ii) अशा शब्दांशी जुळते 'The' चे उपयोजन		
6.	This is ***a*** best player I have ever met.	This is ***the*** best player I have ever met.
7.	Ganga flows into Bay of Bengal.	***The*** Ganga flows into ***the*** Bay of Bengal.
8.	Rose is sweetest of all flowers.	***The*** rose is ***the*** sweetest of all ***the*** flowers.
9.	Rich are happy but poor are unhappy.	***The*** rich are happy but ***the*** poor are unhappy.
10.	Ramayana and Mahabharata are epics of India.	***The*** Ramayana and the Mahabharata are ***the*** epics of India.

☞ नामासारखे शब्द, उदाहणार्थ – Gold, Siver इत्यादी, भाववाचक नामासारखे शब्द, उदाहणार्थ – Union, Honesty इत्यादी, तसेच रोगांची नावे इत्यादींच्या सोबत 'The' निश्चितदर्शी उपपदचे उपयोजन होत नाही.

☞ विशेषणाच्या तिसऱ्या अवस्थेत, पर्वत, प्रदेश, नदी, समुद्र इत्यादींच्या नावांच्या आधी, महत्त्वाच्या ग्रंथांच्या (Ramayana, Mahabharata) आधी, नामांच्या विशेषणात्मक स्वरूपातील शब्दांच्या आधी 'The' अनिश्चितदर्शी उपपदचे उपयोजन होते. तसेच कोणतीही वस्तू (rose, flower, epic) जिच्या संदर्भात ठसठशीतपणे निर्देश करावयाचा असेल तर त्यावेळीही 'The' चे उपयोजन होते.

(iii) अशा अवस्थेत a हे अनिश्चितदर्शी उपपद जुळविले जाऊ शकत नाही.

11.	*A* man is mortal.	Man is mortal.
12.	Your sister is in ***a*** trouble.	Your sister is in trouble.
13.	He made a rapid progress.	He made rapid progress.
14.	There is ***a*** vast scope for improvement.	There is vast scope for improvement.
15.	He writes ***a*** good poetry.	He writes good poetry.

☞ वाक्य क्रमांक 11 (अकरा) मध्ये विशेषत्वाने कोणत्याही एका माणसाविषयीचा संदर्भ आलेला नाही. तो संदर्भ मनुष्यमात्राशी संबंधित आहे. म्हणून अवस्थेत a हे अनिश्चितदर्शी उपपद जुळविले जाऊ शकत नाही. वाक्य क्रमांक 12 (बारा) मध्ये trouble हे भाववाचक नाम संख्यात्मक नाही. म्हणून अवस्थेत a हे उपपद जुळविले जाऊ शकत नाही. अशा रीतीने भाववाचक नाम तसेच द्रव्यवाचक नामाआधी a हे अनिश्चितदर्शी उपपद जुळविले जाऊ शकत नाही.

(iv) सामान्यतः Common Noun (सामान्यनामां) च्या आधी a हे अनिश्चितदर्शी उपपद जुळविले जाऊ शकते.

16.	Don't make noise.	Don't make a noise.
17.	The English ***is*** brave nation.	The English is ***a*** brave nation.
18.	I got headache.	I got ***a*** headache.
19.	Your words are not worth penny.	Your words are not worth ***a*** penny.
20.	He is an European.	He is ***a*** European.

(v) सामान्यतः ज्या शब्दांचा आरंभ Vowel (स्वरा) पासून होतो, अथवा उच्चारण स्वरात्मक होतो, तेव्हा 'n' हे अनिश्चितदर्शी उपपद जुळविले जाऊ शकते.

21.	She was not a Indian.	She was not an Indian.
22.	Please buy a umbrella from the bazaar.	Please buy an umbrella from the bazaar.
23.	I'll finish my work in a hour.	I'll finish my work in an hour.
24.	He was a M. L. A.	He was an M. L. A.
25.	She is a M. A.	She is an M. A.

☞ 'a' आणि 'an' ही अनिश्चितदर्शी उपपदे समान बलयुक्त उपपदे आहेत. वेगळेपणा इतकाच की ज्या शब्दांचा आरंभ Consonant (व्यंजना) ने होतो त्यावेळी a हे अनिश्चितदर्शी उपपद जुळविले जाते तर ज्या शब्दांचा आरंभ Vowel (स्वरा) पासून होतो,
अथवा उच्चारण स्वरात्मक होतो, तेव्हा 'an' हे अनिश्चितदर्शी उपपद जुळविले जाते.

☞ 'an' ह्या अनिश्चितदर्शी उपपदाच्या उपयोजनासाठीचे काही अपवाद स्वीकारले जातात. असे होण्याचे कारण की इंग्रजीत काही शब्द असे आहेत, की ज्यांचा पहिला वर्ण Silent (अनुच्चारित) च राहतो, उदाहरणार्थ – Hour (अवर), Honour (ऑनर), Honest (ऑनेस्ट) इत्यादी.

☞ काही Short Forms (शब्दांचे संक्षेप =संक्षिप्त रूपे) पाहा – M. A, M. L. A; ह्या शब्दांच्या आरंभी कोणत्या प्रकारातील उपपद जुळविता येऊ शकेल, असा प्रश्न पडतो. आपणास असे वाटत असेल की 'M' हे व्यंजन असल्याने a अनिश्चितदर्शी उपपद जुळविले जाऊ शकेल परंतु तसे होऊ शकत नाही, याचे कारण असे की M.A, M.L.A- ह्या शब्दांतील 'M' हे व्यंजन जरी असले तरी त्याचा स्वर a सारखा आहे. परिणामी ह्या दोन्ही नामांना 'an' हे अनिश्चितदर्शी उपपद जुळविले जाते.

☞ वाक्य क्रमांक 20 (वीस) मध्ये a European असे लिहिणे शुद्ध स्वरूपातील आहे, असे मानले जाते. असे होण्याचे कारण की E हे Silent (अनुच्चारित) आहे. तसेच Eu चे उच्चारण खणखणीतपणे u (युरोप, युरोपीअन) असे केले जाते. अशी उदाहरणे क्वचितच वाचायला मिळतात, म्हणून ती अपवादात्मकच मानायला हवीत.

यास्तव आपण आपल्या दैनंदिन संभाषणात अशुद्ध इंग्रजी भाषेचा अस्वीकार करावा आपण शुद्ध भाषेतच देवाण–घेवाण करू, असा दृष्टिकोन घडवाल तर आपल्या संभाषणातील अशुद्धपणा आपोआप निघून जाईल आणि आपण शुद्ध इंग्रजी बोलण्यात कुशल आहोत, असा स्वानुभव आपणास येऊ शकेल. इंग्रजी भाषेतील संवाद केवळ व्यावसायिकांना लाभदायक आहे असे नसून तो पुष्कळ आनंददायीही आहे.

अभिवादन
(GREETING)

इंग्रजीत संवाद साधता यावा म्हणून अभिवादन करण्याच्या संबंधांतल्या विभिन्न पद्धती समजून घेणे आवश्यक ठरते. आपल्या देशातील विविध जातींतील अथवा समुदायांतील व्यक्ती आपल्या धर्म अथवा जातीस अनुसरून 'नमस्कार' किंवा 'सत् श्री अकाल' असे म्हणून परस्परास अभिवादन करतात; परंतु इंग्रजी भाषेत वेळेला अनुसरून विविध स्वरूपांच्या शब्दांच्या आधारे अभिवादन करण्याची पद्धत रूढ आहे. पुढील भागात प्रत्येक मराठी भाषेतील वाक्याच्या समोर त्याचे इंग्रजी भाषांतर दिलेले आहे. इंग्रजी भाषेतील वाक्यरचना वाचताना काहीही अवघड वाटू नये म्हणून संबंधित वाक्याच्या समोर त्याचे देवनागरी लिपीतील लिप्यंतरणही दिले आहे.

सकाळच्या वेळी

महाशय, सुप्रभात!	Good morning, sir! गुड मॉर्निंग, सर!
काका, नमस्कार!	Morning, uncle! मॉर्निंग, अंकल!
मित्रांनो, नमस्कार!	Good morning, friends! गुड मॉर्निंग, फ्रेण्डस!

☆ अभिवादन करतेवेळी ' गुड मॉर्निंग,' व 'मॉर्निंग' अशी दोन्ही अभिवादनांचा उपयोग केला जातो. काका असोत, किंवा मामा असोत, इंग्रजीत दोहोंनाही Uncle असेच संबोधले जाते.

दुपारच्या वेळी

आजोबा, नमस्कार!	Good afternoon, grandpa! गुड आफ्ट(र) नून, ग्रँड' पा!
दीदी, नमस्कार!	Good afternoon, sister! गुड आफ्ट(र) नून, सिस्टर!

संध्याकाळच्या वेळी

काका, नमस्ते!	Good evening, uncle! गुड इव्हनिंग, अंकल!
महाशय, नमस्कार!	Good evening, sir! गुड इव्हनिंग, सर!
महोदया, नमस्ते!	Good evening, madam! गुड इव्हनिंग, मॅडम!

रात्री निरोप घेतेवेळी

शुभ रात्री (रजनी)!	Good night. गुड नाइट!

संवाद भेट किंवा भेट–वार्ता करतेवेळी

नमस्कार, कसे काय चाललेय?	I am pleased to meet you! आय' म प्लीजड् टू मीट यू!
देव, चांगला दिवस देवो!	May the sunshine brighten your day. मे द सन शाइन योर डे!

सोबत्यांना अथवा मित्रांना अभिवादन करतेवेळी

हॅलो, आकाश!	Hello Aakash! हॅलो, आकाश!
हाय, शबनम!	Hi, Shabnam! हाय, शबनम!
निधी, हॅल्लो!	Hey, Nidhi! हेय, निधी!

★ मराठी भाषेत अभिवादन करण्याकरिता 'नमस्कार' 'नमस्ते' असे म्हणत असताना वेळ–काळ महत्त्वाची नसते, तसेच इंग्रजीत हॅलो, हाय अथवा हेय असे कोणत्याही वेळी म्हटले जाऊ शकते. उपरोक्त Good Morning इत्यादी अभिवादनासाठीच्या शब्दांचा वापर केल्यास, अभिवादन करणाऱ्यांची Formal किंवा Sophisticated जीवनशैली असल्याचे मानले जाते. तसेच Hi! किंवा Hey! ही संबोधने अनौपचारिक अभिवादने असल्याचे मानले जाते.

सामान्यतः निरोप घेतेवेळी

चला मित्रांनो, भेटू आपण!	OK. bye friends! ओ. के., बाय फ्रेण्डस!
चला मित्रांनो, आपण पुनः भेटूया!	See you! सी यू अगेन!
आपण परत भेटू!	We will meet again! व्युइल मीट अगेन!

स्मरणात ठेवण्याजोगे

मराठी व इंग्रजी भाषेत अभिवादन करण्यातील वेगळेपणा

A. इंग्रजीत–

1. Grandfather (ग्रॅन फाद(र), ला संक्षिप्त स्वरूपात Grand-Pa (ग्रॅन–पा) असे संबोधले जाते.
2. Father साठी Dad (डॅड) अथवा Daddy (डॅडी) असे संबोधले जाते.
3. Grandmother साठी Grand ma (ग्रॅन' मा) असे संबोधले जाते.
4. Mother साठी Mom (मॉम) अथवा Mummy (मम्मी) असे संबोधले जाते.

B. इंग्रजीत–

1. चुलते, मामा, मावसा, आत्येचा पती ह्या सर्वांना Uncle (अंकल) असेच संबोधले जाते.
2. चुलती, मामी, मावशी, आत्ये ह्या सर्वांना Aunt (आण्ट) असेच संबोधले जाते.
3. परिचित असू दे वा नसू दे, सर्व पुरुषांना अभिवादन करतेवेळी Sir! (सर) असे संबोधले जाते.
4. परिचित असू दे वा नसू दे, सर्व महिलांना अभिवादन करतेवेळी Madam! (मॅडम!) असे संबोधले जाते.
5. चुलत भाऊ, मामेभाऊ, मावसभाऊ, आत्येभाऊ ह्या सर्वांना उद्देशून Cousin(कझन) असे संबोधले जाते. मात्र अभिवादन करतेवेळी Cousin-brother, Cousin-sister (कझन–ब्रदर, कझन–सिस्टर) असे संबोधले जात नाही.
6. स्त्री विवाहित असेल तर तिच्या नावाच्या आधी Mrs. (मिसेस) असे संबोधन जोडले जाते. अविवाहित असेल तर तिच्या नावाच्या आधी Miss. असे संबोधन जोडले जाते. स्त्री विवाहित असू दे वा अविवाहित, तिच्या नावाच्या आधी 'Ms.' असे संबोधन लावले जाते.
7. दीर, ज्येष्ठ भाऊ अथवा भावोजी यांच्यासाठी Brother-in-law ब्रद(र) इन–लॉ ह्या शब्दाचा वापर केला जातो.
8. नणंद, वहिनी आणि मेव्हणी यांच्यासाठी Sister-in-law सिस्टर इन–लॉ ह्या शब्दाचा वापर केला जातो.

शिष्टाचार
(ETIQUETTES)

इंग्रजीत संवाद साधावयाचा असल्यास उचित प्रकारांतील शिष्टाचार माहीत असणे अनिवार्य ठरते. इंग्रजीत शिष्टाचारांसहित संवाद साधण्यासाठी काही विनम्र स्वरूपांच्या शब्दरूपांचे, उदाहरणार्थ Please (कृपया), Thank (धन्यवाद), Welcome (स्वागत) अशा शब्दांचा वापर अत्यंत चतुराईपूर्वक करावा लागतो.

मराठीत जेष्ठ किंवा समवयस्क व्यक्तींना 'आपण' व लहानांसाठी 'तू' किंवा 'तुम्ही' असे संबोधतो. इंग्रजीत मात्र असा प्रकार नाही. त्या भाषेत सर्वांनाच संबोधित असताना 'You' असे संबोधले जाते. अर्थातच, इंग्रजी ही काही असभ्य भाषा नसून उठसूठ शिष्टाचार पाळण्याची प्रथा त्या भाषेने पाळलेली आहे, हेही तितकेच खरे. पुढे दिलेले इंग्रजी शब्द पाठ करून ते मनोमन सांभाळून ठेवायला हवेत, कारण इंग्रजी भाषेतील ते अत्यंत महत्त्वाचे शब्द होत. पुढील भागात प्रत्येक मराठी भाषेतील वाक्याच्या समोर त्याचे इंग्रजी भाषांतर दिलेले आहे. इंग्रजी भाषेतील वाक्यरचना वाचताना काहीही अवघड वाटू नये म्हणून संबंधित वाक्याच्या समोर त्याचे देवनागरी लिपित दिले आहे.–

1. Please प्लीझ् – कृपया
2. Allow me अ'लाउ मी – मला संधी द्यां
3. Thanks थँक्स – धन्यवाद
4. After you आफ्ट(र) यू – आपल्या मागोमाग
5. Welcome वेलकम् – स्वागत
6. Kindly काइण्डली – दयाळू , करुणाकर
7. Sorry सॉरी – क्षमा करा
8. Excuse me एक्सक्यूज मी – माफ करा
9. That is alright दॅट्स ऑल रायट –असू दे, असू दे
10. It's my pleasure इट'स माय प्लेजर – मला आनंद होतोय
11. Pardon पाड्न – काय म्हणालात?

शिष्टाचार प्रयुक्त व्हावे म्हणून इंग्रजी भाषेतील प्रमुख नियम

1. आपण 'Please' किंवा 'Kindly' ह्या शब्दांचे उपयोजन करू शकला नाहीत, तर आपणास असभ्य मानले जाईल. स्वतःला काही हवे असेल अन् ते कोणाजवळ मागावे लागले तर किंवा काही विचारावयाचे असेल तेव्हा वाक्यात Please ह्या शब्दाचा अंतर्भाव करा. उदाहरणार्थ –

अशुद्ध	अशुद्ध
गिव्ह मी योर बुक.	मला आपले पुस्तक द्या.
व्हॉटस् टाइम?	किती वाजले?
गिव्ह अ ग्लास ऑफ मिल्क	ग्लासभर दूध द्या
गिव्ह योर पेन.	आपली लेखणी द्या
शुद्ध	शुद्ध
गिव्ह मी योर बुक प्लिझ्	कृपा करून मला आपले पुस्तक द्या
टाइम, प्लीझ्?	किती वाजले ते सांगू शकाल काय?
अ ग्लास ऑफ मिल्क, प्लीझ्	कृपा करून एक ग्लासभर दूध द्या
मे आय हॅव्ह योर पेन प्लीझ्?	मी आपली लेखणी घेऊ शकतो काय?

2. एखाद्याने आपले लहानसे काम केले वा त्यास आपण काही विचारले तरी त्यास धन्यवाद म्हणायचे असते–

Many-many thanks to you. मेनी मेनी थँक्स टू यू. आपला अत्यंत आभारी आहे.

3. एखाद्याने आपले आभार मानले तरी त्यास उद्देशून पुढीलप्रमाणे प्रतिसाद द्यायचा असतोः

It's all right. इट्' स ऑल राइट असो, असो, मला ठिक आहे

My pleasure माय प्लेझर बरे वाटले. यापुढेही

You are welcome यू आ(र) वेलकम् तुमचे स्वागतच आहे

4. आपला एखादा मित्र किंवा अन्य व्यक्ती आपणास काही घेण्याचा आग्रह करीत असेल अन् आपणास ते घ्यायचे नसेल तर आपण पुढील प्रमाणे म्हणाल, अन्यथा आपणास असभ्य मानले जाईल

No, Thanks नो, थँक्स. नको. आभारी आहे.

5. आपल्याजवळ एखाद्याने काही मागितले अन् आपण त्या व्यक्तीस ती वस्तू देऊ इच्छिता, तर पुढील प्रमाणें बोलले पाहिजें–

Oh Yes, with great pleasure. निश्चित, हो, देईन ना, मोठ्या आनंदाने!
ओह्, यस्. व्युइथ ग्रेट प्लेझर!

OR

Yes, you are welcome. निश्चित, हो, देईन ना, तुमचे स्वागतच आहे.
यस्, यू आ(र) वेलकम

6. आपण एखाद्याला सहाय्य करू पाहत असाल तर त्यास पुढीलप्रमाणे विचारावे लागेल –

May I help you? मे आय हेल्प यू? मी आपणास काही मदत करू काय?

All love me अ'लाउ मी मला संधी द्या

7. आपण एखाद्या वृद्धाला प्रथम जाऊ देऊ पाहत असाल, तर त्यास पुढील प्रमाणे सांगावे लागेल

After you आफ्ट(र) यू. प्रथम आपण जा.

8. इंग्रजी भाषेने उठसूठ शिष्टाचार पाळण्याची प्रथा पाळलेली आहे, हेही तितकेच खरे. तेवढ्यासाठी Sorry (सॉरी - क्षमा करा), Excuse me (एक्स्क्यूझ मी - माफ करा), Pardon (पार्डन - ऐकले नाही, पुन्हा बोला) इत्यादी शब्दांचे उपयोजन केले जाते. आपणाकरवी तसे केले गेले नाही, तर आपण असभ्य वर्तनाची व्यक्ती आहात, असे मानले जाईल.

	प्रसंग	प्रतिक्रिया
(a)	बस–मेट्रोतील प्रवासावेळी इतरांना आपला स्पर्श सॉरी झाल्यास	- क्षमा करावी (खेद प्रकटन)
(b)	अवचितपणे एकाद्या सभेतून उठून जाण्यापूर्वी	इक' स्क्यूझ मी - क्षमा करा (खेद प्रकटन)
(c)	आपण दूरध्वनी यंत्रावरून बोलत असताना,नीटसे ऐकू न आल्यास	पाडन - नीट ऐकू येत नाही. (खेद प्रकटन)

(d) एखाद्याला भेटण्यासाठी प्रवेशाकरिता अनुमती घ्यावी लागल्यास मे आय कम इन प्लीझ्? - आत येऊ काय?

ती व्यक्ती म्हणेल – येस, प्लीझ् कम इन! व्युइथ अ ग्रेट प्लेझर! येस, ऑव्ह कोर्स! - अवश्य!

★ ह्या निमित्ताने असा परामर्श दिला जातो की इंग्रजी भाषेत प्राविण्य संपादत असताना, शिष्टाचाराच्या निमित्ताने उपयोजिले जात असलेल्या सर्व वाक्यांच्या साह्याने स्वतःच्या इष्ट–मित्र–सोबत्यांच्या सोबत संवाद साधण्याचा अभ्यास करीत असा.

Some Sentences of Politeness (सभ्यपणा, सुशीलपणा व्यक्त करू शकणारी काही वाक्ये)

मी आपली सेवा कशा प्रकारे करू शकतो?	How can I help you? हाउ कॅन आय हेल्प यू?
आपले अगणित उपकारच होतील!	It would be very kind of you. इट वूड बी व्हेरी काइण्ड ऑफ यू!
आपले उपकारच होतील!	Kind of you. काइण्ड ऑफ यू!
मी काही बोलू का?	May I say something? मे आय से समथिंग?
रागावू नको.	Please don't mind. प्लीझ् डोण्ट माइण्ड!
मदत केल्याबद्दल धन्यवाद!	Thanks for help. थँक्स फॉ(र) हेल्प!
आत्मीयतेने दिलेल्या सल्ल्यासाठी धन्यवाद	Thank you for your sensible advice. थँक यू फॉर योर सेन्सिबल अडव्हाइस!
येथे बसायलला मिळेल काय?	May I sit here? मे आय सीट हीअर?
माझी काळजी नका करू!	Don't worry about me. डोण्ट वरी अ'बाउट् मी!
परिश्रम नको करू!	Don't cause inconvenience.please डोण्ट कॉज इनकन्व्हिनियन्स प्लीझ्!
मला पुष्कळ वाइट वाटतेय!	I am very sorry. आय एम व्हेरी सॉरी!
आणखी काही वेळ थांब बरे!	Please stay a little while more. प्लीझ् स्टे, अ लिटल व्हाइल मोअ(र)
हे परिश्रम तुम्ही कशाला केलेत?	Why did you trouble yourself? व्हाइ डिड यू ट्रबल् योरसेल्फ?
आपण कशा आहात?	How are you? हाउ आ(र) यू?
आपणास भेटल्याने मला बरे वाटले!	Glad to meet with you. ग्लॅड टू मीट व्युइथ यू!
माझे उत्तम चाललेय. धन्यवाद!	Thanks, I am well/all right!. थँक्स! आय'म वेल! (थँक्स! आय'म ऑल राइट!)
आई कशा आहेत?	How is Mummy? हाउ इज मम्मी?
आपण भेटण्यासाठी आलात, बरे वाटले!	Thanks for your visit. थँक्स फॉर योर व्हिजिट.
माझ्या कार्यात तुमचा हातभार लागेल काय?	Will you facilitate my job? व्युइल यू फॅसिलिटेट माय जॉब?
मी नेहमीच आपला कृतज्ञ राहीन.	I would be always obliged to you. आय वूड ऑलवेज ऑब्लायज्ड टु यू.
माफ करा!	Excuse me. इक'स्क्यूझ मी!
मी आपला कृतज्ञच आहे.	I am greatly obliged to you. आय एम ग्रेटली ऑब्लायज्ड टु यू.
आभारी आहे.	Thank you. थँक यू!
आपणास असंख्य धन्यवाद!	Many-many thanks to you. मेनी मेनी थँक्स टु यू!
मी आपले मनःपूर्वक आभार मानतो.	I am heartly obliged to you. आय एम हार्टली ऑब्लायज्ड टु यू.

प्रिय मित्रा, तुला शतशः धन्यवाद!	Dear friend, thank you. डिअर फ्रेण्ड, थँक यू!
तुमचे कार्य पूर्ण करून मी संतुष्ट झालो	I am pleased to complete your work. आय एम प्लिझ्ड टु कम्प्लीट योर वर्क.
मी तुझ्यासाठी नेहमीच तत्पर आहे.	I am always ready for you. आय एम ऑल्वेज रेडी फॉर यू.
कृपा करून मला क्षमा करा.	Please, excuse me. प्लीज, इक'स्क्यूझ मी!
ह्याबद्दल मला खेद वाटतो.	I am sorry for this. आय एम सॉरी फॉर धिस्.
कसे चाललेय?	How do you do? हाउ डू यू डू?
हे माझे भाग्यच म्हणायचे!	It is my pleasure. इट'स माय प्लेझ(र).
आपण प्रथम जावे.	After you. आफ्ट(र) यू
क्षमा करा, मी किंचित विलंबाने आलो.	I am sorry, I got a little late. आय एम सॉरी, आय गॉट अ लिटल् लेट.
माझा परिचय मीच करून देतो झाले.	Let me introduce myself. लेट मी इण्ट्रोड्यूस मायसेल्फ.
आपणास भेटून मला आनंद झाला.	I am glad to meet you. आय एम गलॅड टु मीट यू
माझ्यावर उपकार कराल काय?	Will you please do me a favour? व्युइल यू डू मी अ फेव्हर?
चालेल श्रीमान!	All right, sir! ऑल राइट सर!
आभार मानण्याची गरज नाही?	There is no need of any thanks. देअ(र) इज नो नीड ऑव्ह एनी थँक्स!

स्मरणात ठेवण्याजोगे

1. मराठीत आदर व्यक्त करण्यासाठी सर्वनामाचे अनेकवचनी स्वरूप उपयोजिले जाते. इंग्रजीत आदरभाव व्यक्त करण्यासाठी एकवचनाचाही उपयोग होतो, उदाहरणार्थ –
   श्रीयुत राजीव निघून गेले! Mr. Rajiv has gone. मिस्टर राजीव हॅज गॉन!
2. मराठीत ज्येष्ठांविषयीचा आदर व्यक्त करण्यासाठी 'आपण' चा उपयोग होतो; परंतु इंग्रजीत 'तुम्ही' आणि 'आपण' ह्या सर्वनामांसाठी 'You' चे उपयोजन करावे लागते.
   आपले नाव काय? What is your name? वॉट इज योर नेम?
   ते कधी येणार आहेत? When will he come? व्हेन व्युइल ही कम?

स्वपरिचय
(SELF INTRODUCTION)

कित्येक वेळा आपल्यावर असे प्रसंग येतात की त्यावेळी स्वतःचा परिचय करून देणे क्रमप्राप्त ठरते. त्या विभिन्न प्रसंगांस अनुसरून आम्ही येथे मराठी माध्यमाद्वारे इंग्रजी भाषेत स्वतःचा परिचय करून देण्याची सोयीस्कर पद्धत तुमच्यासाठी सुचवत आहोत. इंग्रजीत स्वतःचा परिचय देण्याच्या अनेक सोयीस्कर पद्धती आहेत; तरीही ही एक पद्धत त्यांतीलच होय. पुढील भागात प्रत्येक मराठी भाषेतील वाक्याच्या समोर त्याचे इंग्रजी भाषांतर दिलेले आहे. इंग्रजी भाषेतील वाक्यरचना वाचताना काहीही अवघड वाटू नये म्हणून संबंधित वाक्याच्या समोर त्या वाक्याचे देवनागरी लिपितील रूपांतर दिले आहे.

ह्या पाठात स्वपरिचयाच्या संदर्भात, ज्याचा सामान्यतः आपण आपल्या दैनंदिन व्यवहारात वापर करीत असतो, अशा पन्नास वाक्यांद्वारे उचित अशी माहिती दिली गेली आहे.

मी समीर (माझे नाव समीर आहे.) I am Sameer. आय एम समीर.

☞ उपरोक्त वाक्यातील समीरच्या स्थानी आपण आपले नाव वापरून इंग्रजी भाषेत स्वतःचा परिचय देऊ शकता. तसेच ह्या पाठात दैनंदिन जीवनातील संवाद–वार्तालापावेळी उपयुक्त अशी पन्नासपेक्षा जास्त इंग्रजीत रूपान्तरित केलेली वाक्ये दिली गेली आहेत. ही वाक्ये निरनिराळया परिस्थितींत, स्थळी आणि नावांनिशी वापरली जाऊ शकतात.

मी दिल्लीत राहतो.	I live in Delhi. आय लिव्ह इ दिल्ही.
मी एक शिक्षक आहे.	I am a teacher. आय एम् ए टीचर.
मी स्टेट बँक ऑफ इंडियात लेखापाल आहे.	I am an accountant in State Bank of India. आय एम् एन् अकाउण्टण्ट इऩ स्टेट बँक ऑव्ह इण्डिया.
मी द्वितीय वर्षात अध्ययन करतो.	I read in the second year. आय रीड इन द सेकण्ड ईयर.
मी एम.बी.ए.चा पदवीधर आहे.	I have done M.B.A. आय हॅव डन् एम० बी० ए०.
मी अठरा वर्षांचा आहे. (माझे वय अठरा आहे.)	I am eighteen years old. आय एम् एटीन ईयर्स ओल्ड.
माझे विद्यालय मॉडेल टाऊनमध्ये आहे.	My school is situated at Model Town. माय स्कूल इज सिच्युएटेडे ऍट मॉडेल टाऊन.
माझे कार्यालय दर्यागंजमध्ये आहे.	My office is at Daryaganj. माय ऑफिस इज अ‍ॅट दर्यागंज.
मी ह्या कार्यालयात नव्यानेच लागलो आहे.	I am new in this office. आय एम् न्यू इन् धिस् ऑफिस.
विज्ञान हा माझा आवडता विषय आहे	My favourite subject is science. सायन्स इज माय फेव्हरिट सब्जेक्ट.
परिश्रम करण्यावर माझी श्रद्धा आहे.	I believe in hard work. आय बिलिव्ह इन हार्ड वर्क.

सत्यपणावर माझा विश्वास आहे.	I have faith on truthfulness. आय हॅव फेथ इन ट्रुथफुलनेस्
माझ्या दुर्बलतेतूनच सामर्थ्यनिर्मिती करण्यावर माझा विश्वास आहे.	I believe in turning my weaknesses into strength. आय बिलिव्ह इन टर्निंग माय व्युइकनेस इण्टू स्ट्रेन्थ.
आत्मविश्वास हीच माझी मोठी संपत्ती होय.	Self-confidence is my greatest asset. सेल्फ कॉन्फिडन्स इज माय ग्रेटेस्ट ऍसेट.
प्रांजलपणा हेच माझे मोठ सामर्थ्य होय.	Honesty is my greatest strength. ऑनेस्टी इज माय ग्रेटेस्ट स्ट्रेङ्गथ
क्रिकेट हा माझा आवडता खेळ आहे.	My favourite sport is cricket. माय फेव्हरिट स्पोर्ट इज क्रिकेट.
मी गणित विषयातील ऑनर्ससाठी प्रवेश घेतला आहे.	I have taken admission in maths honours. आय हॅव टेकन ऍडिमिशन इन मॅथ्स–ऑनर्स.
मी खालसा महाविद्यालयाचा विद्यार्थी आहे.	I am a student of Khalsa college. आय एम अ स्टुडण्ट ऑव्ह खालसा कॉलेज.
माझ्या वडिलांचे नाव सुभाष नागरे असे आहे.	My father's name is Subhash Nagar. माय फादर्स नेम इज सुभाष नागरे.
ते अभियंता/डॉक्टर आहेत.	He is a doctor/engineer. ही इज ऍन इंजिनीअर/अ डॉक्टर.
मी पोलीस विभागात सेवा–चाकरी करू इच्छितो.	I am interested to work in police department. आय इण्टरेस्टेड टु वर्क इन पोलिस डिपार्टमेण्ट.
मी सैन्याच्या भूदल विभागात सेवा करू इच्छितो.	I am interested to join army. आय इण्टरेस्टेड टु जॉइन आर्मी.
माझ्या विद्यालयाचे नाव.................... आहे.	The name of my school is .... द नेम ऑव्ह माय स्कूल इज....................

स्मरणात ठेवण्याजोगे

अभ्यासकांना असा सल्ला दिला जातो की त्यांनी इंग्रजीत दिलेल्या वाक्यांचा अर्थ मराठीत समजून घ्यावा, आणि आपल्या दैनंदिन संवादा–वार्तालापावेळी त्या वाक्यांचा वापर करीत राहावा. आपल्या नातेवाईकांशी तसेच मित्रांशी अशा वाक्यांद्वारे संवाद साधण्याचा प्रयत्न करीत राहिल्यास आपला आत्मविश्सास दृढ होईल.

उपरोक्त भागातील काही वाक्यांत ज्या ज्या ठिकाणी मोकळया जागा ठेवल्या आहेत, त्या ठिकाणी स्वतःच्या वा परिसराच्या नावांचे उपयोग करावा, जेणेकरून नव्या वाक्यांची निर्मिती होऊ शकेल.

ह्या पाठांच्या आधारे स्वपरिचयाची सिद्धता करा व त्याचा इंग्रजी भाषेत सतत अभ्यास करा.

नातेवाईकांचा परिचय
(INTRODUCTION OF RELATIVES)

स्वपरिचय करून देण्याचा अभ्यास करण्यास उपयुक्त असलेल्या पाठानंतर आता आपण स्वतःच्या नातेवाईकांचा परिचय करून देण्याच्या संदर्भात अभ्यास करावयाचा आहे. ह्या पाठातील वाक्यांचा सतत अभ्यास केल्याने स्वतःच्या नातेवाईकांच्या परिचय करून देण्यात सहजता लाभू शकेल.

माझे वडील प्रोफेसर आहेत. My father is a professor. माय फादर इज अ प्रोफेसर.

☆ उपरोक्त वाक्यातील प्रोफेसरच्या स्थानी आपण स्वतःच्या नातेवाईकांचा आणि त्यांच्या पदांचा परिचय करून देऊ शकता. तसेच ह्या पाठात दैनंदिन जीवनातील संवाद–वार्तालापावेळी उपयुक्त अशी काही इंग्रजीत रूपान्तरित केलेली वाक्ये दिली गेली आहेत. ही वाक्ये विभिन्न परिस्थितींत, स्थळी आणि नावांनिशी वापरली जाऊ शकतात.

माझे वडील प्रोफेसर आहेत.	My father is a professor. माय फादर इज अ प्रोफेसर.
माझी आई अध्यापिका आहे.	My mother is a teacher. माय मदर इज अ टीचर.
माझा मोठा भाऊ शासकीय सेवेत आहे.	My elder brother is in government service. माय एल्डर ब्रदर इज इन गव्हर्नमेण्ट सर्व्हिस
माझा मित्र साहिल हा रेल्वे खात्यात नोकरी करतो.	My friend, Sahil works in railway department. माय फ्रेण्ड साहिल वर्क्स इन रेल्वे डिपार्टमेण्ट.
माझे काका उच्च न्यायालयात न्यायाधीश आहेत.	My uncle is a judge in High Court. माय अंकल इज अ जज् इन हायकोर्ट.
आपले वडील काय करतात?	What's your father? वॉट'स योर फादर?
मी आपणास उत्तम रित्या ओळखतो.	I know you very well. आय नो यू व्हेरी वेल.
सिम्मी ह्या बालविधवा आहेत.	Simmy is a widow from childhood. सिम्मी इज अ विडो फ्रॉम हर चाइल्डहूड.
माझी मैत्रीण राधा ही एक कुशल गृहिणी आहे.	Radha, my friend is an expert house wife. राधा, माय फ्रेण्ड, इज ॲन एक्सपर्ट हाउसवाईफ.
माझी पत्नी रिता, ही एक कुशल गृहिणी आहे.	Reeta, my wife is an expert housewife. रीता, माय वाइफ, इज ॲन एक्सपर्ट हाउसवाईफ.
हे माझे साहेब.	Meet my boss. मीट माय बॉस.
या, हे माझे काका.	Come, meet to my uncle. कम, मीट माय अंकल.
माझे वडील पुढारी आहेत.	My father's is a leader. माय फादर इज अ लीडर
मीना आपले नाते कसले आहे?	What's Meena to you? वॉट'स मीना टू यू?
माझे आजोबा अभियंता आहेत.	My grandfather is an engineer? माय ग्रॅण्डफादर इज ॲन इंजिनीअर.
माझे आजोबा डॉक्टर आहेत.	My grandfather is a doctor. माय ग्रॅण्डफादर इज अ डॉक्टर.

माझे मित्र प्रफुल्लजी यांच्याशी आपला परिचय करून द्यायला मला आवडेल.	I'd like you to meet my frined, Prafullji. आय वूड लायक यू टू मीट माय फ्रेण्ड प्रफुल्लजी.
हे माझे पति पवन आहेत.	Meet my husband Pawan. मीट माय हजबण्ड पवन
ही माझी मैत्रीण सुधा आहे.	Meet my friend, Sudha. मीट माय फ्रेण्ड सुधा.
विनोदच्या वडिलांचे नाव सुधाकर आहे.	Vinod's father's namen is Sudhakar. विनोद'स फादर्स नेम इज सुधाकर.
सोहन, ही माझी पत्नी चारू.	Sohan, meet my wife, Charu. सोहन, मीट माय वाइफ चारू.
हॅलो रमेश! तू कुठे काम करतोस?	Hello Ramesh! Where are you working? हॅलो रमेश! व्हेअर आर यू वर्किंग?
माझा पुतण्या कुलपती आहे.	My nephew is a Chancellor. माय नेव्ह्यू, इज अ चॅन्सलर.
तुझे काका राज्यपाल आहेत का?	Is your uncle a Governor? इज योर अंकल अ गव्हर्नर?
माझा मोठा मुलगा अधिव्याख्याता आहे.	My elder son is a lecturer. माय येल्डर सन इज अ लेक्चरर.
माझी मोठी बहीण न्यायाधीश आहे.	My elder sister is a judge. माय येल्डर सिस्टर इज अ जज्
माझी लहान बहीण डॉक्टर आहे.	My younger sister is a doctor. माय यंगर सिस्टर इज अ डॉक्टर.
माझा लहान मुलगा व्यवस्थापकीय संचालक आहे.	My younger son is a managing director. माय यंगर सन इज अ मॅनेजिंग डायरेक्टर.
माझा मित्र राकेश, एक लघुलिपिक आहे.	My friend, Rakesh is a stenographer. माय फ्रेण्ड आशू इज ए स्टेनोग्राफर.
हा माझा नातेवाईक आहे.	He is my relative. ही इज माय रिलेटिव्ह.
माझे वडील गृहमंत्रालयात काम करतात.	My father is working in home ministry. माय फादर इज वर्किंग इन होम मिनिस्ट्री.

स्मरणात ठेवण्याजोगे

अभ्यासकांना असा सल्ला दिला जातो की त्यांनी इंग्रजीत दिलेल्या वाक्यांचा अर्थ मराठीत समजून घ्यावा, आणि

आपल्या दैनंदिन संवादा–वार्तालापावेळी त्या वाक्यांचे सतत वापर करीत राहावे. आपल्या नातेवाईकांशी तसेच मित्रांशी अशा वाक्यांद्वारे संवाद साधण्याचा प्रयास करीत राहिल्यास आपला आत्मविश्सास दृढ होईल.

निवेदन
(STATEMENT)

ह्या पाठात सामान्यतः दैनंदिन व्यवहारात वापरात येणाऱ्या विभिन्न वाक्यांची माहिती दिलेली आहे. संवाद–वार्तालापाच्या प्रसंगी कधी आणि कोणत्या वेळी, त्या वेळची परिस्थिती, व्यक्तिगत मनस्थिती इत्यादी ध्यानात घेवून कशा प्रकारची वाक्यरचना करायला हवी, त्याविषयीची माहिती दिलेली आहे. उदाहणार्थ –

आज सुट्टी आहे. Today is a holiday, टुडे इज अ हॉलिडे.

★ उपरोक्त वाक्यातील सुट्टीच्या दिवसाच्या जागी आठवड्याच्या अन्य दिवसांची नावे उपयोजिली जाऊ शकतात. ह्या पाठात तीस निवेदनात्मक मराठी वाक्यांद्वारा इंग्रजी वाक्यांची माहिती दिलेली आहे. सगळया मराठी वाक्यांद्वारे इंग्रजी रूपांतरांचे वाचन करा आणि त्यांचा अर्थ ध्यानात घेण्याचा प्रयत्न करा.

तो माझा उत्तम मित्र आहे.	He is my good friend. ही इज माय गुड फ्रेंड.
मी त्याला उत्तम रीतीने जाणतो.	I know him very well. आय नो हिम व्हेरी वेल.
त्याला काही पैशांची तातडीची आवश्यकता आहे.	Hs is in urgent need of money. ही इज इन अर्जण्ट नीड ऑफ मनी.
सूर्य पूर्वेला उगवतो.	The sun rises in the east. द सन राइजिस इन द ईस्ट.
पुस्तक टेबलावर आहे.	The book is on the table. द बुक इज ऑन द टेबल.
ट्रेन वेळेवर येत आहे.	The train is arriving on time. द ट्रेन इज अरायव्हिंग इन टाइम.
मी मजेत आहे.	I am fine. आय एम फाइन.
राज एक चांगला मुलगा आहे.	Raj is a good boy. राज इज अ गुड बॉय.
भारत हा एक विशाल देश आहे.	India is a large country. इंडिया इज अ लार्ज कंट्री.
आत्मनिर्भर व्हा.	Be self reliant. बी सेल्फ रिलाएण्ट.
राम हा एक परिश्रम करणारा पुरुष आहे.	Ram is a laborious man. राम इज अ लेबॉरियस मॅन.
त्याच्याकरवी काम करविणे अवघड आहे!	It is difficult to take work out of him. इट इज डिफिकल्ट टु टेक वर्क आऊट ऑफ हिम.
जानेवारी हा वर्षाचा प्रथम महीना आहे.	January is the first month of a year. जानेवारी इज द फर्स्ट मंथ ऑफ अ ईयर.
माझा जन्म सप्टेंबर मध्ये झाला.	I was born in September. आय वॉज बॉर्न इन द मंथ ऑफ सप्टेम्बर.

तो सोळा वर्षांचा आहे.	He is sixteen years old. ही इज सिक्सटीन इयर्स ओल्ड.
त्याच्याजवळ पैसे नाहीत.	He has no money. ही हॅज नो मनी.
तेथे कोणीही नाही.	Nobody is there. नोबडी इज देअ(र).
राजीव मुंबईत आहे.	Rajeev is in Mumbai. राजीव इज इन मुंबई.
आज सोमवार आहे.	Today is Monday. टुडे इज मण्डे.
उद्या राष्ट्रीय सुट्टी आहे.	Tomorrow is a national holiday. टुमारो इज अ नॅशनल हॉलिडे.
आज खूप गरम आहे.	It is too hot today. इट इज टू हॉट टुडे.
आमच्या कंपनीचे व्यावसायिक संबंध खुप चांगले आहेत.	Our company has very good business relations. अवर कम्पनी हॅज अ गुड बिझनेस रीलेशनशिप.
आदर्शची कंपनी नफा मिळवित आहे.	Aadarsh's company is making good profit. आदर्श'ज कम्पनी इज मेकिंग गुड प्रॉफिट.
हा एक प्रभावी लेख होय.	It is an impressive article. इट इज ॲन इंप्रेसिव्ह आर्टिकल.
ग्राहकांना आकर्षित करण्याचा हा प्रभावी मार्ग होय.	It is a sound way to attract customers. इट इज अ साऊंड वे टु ॲट्रॅक्ट कस्टमर्स.
आज मेट्रोत बरीच गर्दी दिसते.	There is too much crowd in the Metro today. देअ(र) इज टू मच क्राऊड इन द मेट्रो टुडे.
सीमा बरीच प्रसन्न दिसतेय.	Seema is looking happy. सीमा इज लुकिंग हॅपी.

स्मरणात ठेवण्याजोगे

अभ्यासकांना असा सल्ला दिला जातो की त्यांनी इंग्रजीत दिलेली Statements (निवेदन) चा अर्थ मराठीत समजून घ्यावा. त्यानंतर आपल्या दैनंदिन संवादावेळी त्या वाक्यांचा सतत वापर करावा. आपल्या मित्रांशी तसेच नातेवाईकांशी अशा वाक्यांद्वारे Conversation (संवाद–वार्तालाप) साधण्याचा प्रयत्न करीत राहिल्यास आपणास इंग्रजी संवादाचा आत्मविश्वास वाढू शकेल.

विनंती
(REQUEST)

वार्तालाप करीत असताना अधून–मधून विनंती–आवेदन करीत राहण्याची प्रक्रिया सामान्यतः चालूच असते, कारण ती जीवनातील एक आवश्यकताच आहे. इंग्रजीत विनंती करण्याच्या अनेक पद्धती आहेत. विनंती हे सामान्य स्वरूपाचे असू शकते. ते polite (विनम्र) असू शकते, तसेच Very Polite (अतिविनम्र) देखील असू शकते. हे सर्व आपण कोणत्या परिस्थितीत विनंती करताहात, त्यावर तसेच त्याच्याशी असलेल्या संबंधांवर आणि ज्याला उद्देशून विनंती करता त्याच्या पदावर अवलंबून असते. उदाहणार्थ –

चला, कामाला लागू या. Let us start the work. लेट अस स्टार्ट द वर्क.

✯ उपरोक्त वाक्यातील परिस्थिती ध्यानात घेतल्यानंतर, विनंती करण्यासाठी Let च्या स्थानी Please चे उपयोजन करून वाक्य रचना करता येते. इंग्रजी भाषेत प्रवीण होण्यासाठी विनंती करण्यातही प्रवीण होणे आवश्यक असते. ह्या पाठात तीसहून अधिक विनंती–आवेदनात्मक मराठी वाक्यांच्या द्वारा इंग्रजी वाक्यांची माहिती दिलेली आहे. ह्या सगळया मराठी वाक्यांच्या द्वारे इंग्रजी रूपांतराचे वाचन केल्यास, त्यांचा अर्थ ध्यानात घेऊन, नव्या वाक्यांची निर्मिती करण्याचा प्रयत्न करू शकाल.

चला, कामाला लागू या.	Let us start the work. लेट अस स्टार्ट द वर्क.
कृपा करून विलंब करू नका.	Please don't be late. प्लीज डोण्ट बी लेट.
कृपया नियमांचे पालन करा.	Please follow the rules.प्लीज फॉलो द रूल्स.
कृपया विसरू नका – 'अतिथी देवो भव'	Please attend to the guests. प्लीज अटेण्ड टु द गेस्ट्स्.
कृपा करून मित्रांना साह्य करा.	Please extend help to friends. प्लीज एक्सटेण्ड हेल्प टु फ्रेण्डस्.
कृपया येथे स्वाक्षरी करावी.	Please sign here. प्लीज साइन हीअ(र).
कृपा करून माझ्या बोलण्याचा विपर्यास करू नका.	Please don't mind my words. प्लीज डोण्ट माइण्ड माय वर्डस्.
कृपया कडेने चला.	Please move aside. प्लीज मुव्ह असायड.
कृपया आपल्या घडाळयात किती वाजलेत ते सांगावे.	Please tell me the time by your watch. प्लीज टेल मी टाइम बाय योर वॉच.
कृपया कामावर लक्ष असू द्या.	Please pay attention to your job. प्लीज पे अटेन्शन टु योर जॉब.
कृपया काही काळाकरिता मला एकट्याने राहू द्या.	Please leave me alone for a while. प्लीज लीव्ह मी अलोन फॉर अ व्हाइल.
कृपया मला काही वेळ द्या.	Please give me some time. प्लीज गिव्ह मी सम टाइम.
कृपया येथे आगमन करण्याचे श्रम करावेत.	Please come here. प्लीज कम हीअ(र).
कृपया पुन्हा प्रयास करा.	Please try again. प्लीज ट्राय अगेन.

कृपा करून माझ्यासाठी उसंत काढा. Please spare some time for me.
प्लीज स्पेअर सम टाइम फॉ(र) मी

कृपा करून येथे गोंधळ घालू नका. Please don't make a noise here.
प्लीज़ डोंट मेक नॉइज हिअ(र).

कृपया मला माझे म्हणणे मांडू द्या. Please allow me to say. प्लीज अलाउ मी टु से.

मला निकटच्या शुश्रुषालयाकडेची वाट सांगाल काय? Can you tell me the way to a nearby hospital?
कॅन यू टेल मी द वे टु निअरबाय हॉस्पिटल?

माझ्यावतीने त्यांची क्षमा माग. Offer apology on my behalf. ऑफर अपोलॉजी ऑन माय बिहाफ.

कृपा करून सावकाश बोला. Please speak slowly. प्लीज स्पीक स्लोली.

मी काही साह्य करू शकतो काय? Please tell me what can I do for you. प्लीज टेल मी व्हॉट कॅन आय डु फॉ(र) यू.

कृपा करून माझ्या सांगण्याकडे लक्ष द्या. Please listen to me carefully.
प्लीज लिसन टु मी केअरफुली.

कृपा करून ग्लासभर पाणी द्या. Pleae give me a glass of water.
प्लीज गिव्ह मी अ ग्लास ऑफ वॉटर.

या, आपले मनःपूर्वक स्वागत असो. You are most welcome. यू आ(र) मोस्ट वेलकम्.

आत यावे. Please come in. प्लीज कम ऑन इन.

कृपा करून कॉफी द्यावी. Coffee please. कॉफी प्लीज.

कृपया काही दिवसांसाठी मला सुट्टी द्यावी. Please grant me leave for a few days.
प्लीज ग्रॅण्ट मी लीव्ह फॉर अ फ्यू डेज.

कृपा करून मला पाच हजार रुपये उसने द्यावेत. Please lend me five thousand rupees.
प्लीज लेण्ड मी फाइव्ह थाउजण्ड रुपीज.

कृपया काही वेळेसाठी आपली कार द्यावी. Please give me your car for a while.
प्लीज गिव्ह योर कार फॉ(र) अ व्हाइल.

कृपा करून माझ्या मित्रास भेटा. Please meet my friend. प्लीज मीट माय फ्रेण्ड.

मी आपणासोबत येऊ काय? May I come with you? मे आय कम व्युइथ यू?

मी एक फोन करू काय? Can I make a call? कॅन आय मेक अ कॉल?

माझ्यासोबत कॉफी पिण्यास आपणास आवडेल काय? Will you take a cup of coffee with me?
विल यू लाइक टु टेक अ कप ऑव्ह कॉफी व्युइथ मी?

मी येथे धूम्रपान करू शकतो काय? May I smoke here? मे आय स्मोक हिअ(र) ?

आपल्या कारमधून मला आपण लिफ्ट देऊ शकाल काय? Will you please offer me a lift in your car?
विल यू ऑफर मी अ लिफ्ट इन युअर कार?

माझ्यासोबत चित्रपट पाहण्यासाठी येशील का? Would you like to go to a movie with me?
वूड यू लाइक टु गो टु अ मुव्ही व्युइथ मी?

कृपा करून मला सकाळी जागे करा.	Please wake me up in the morning. प्लीज वेक मी अप इन द मॉर्निंग.
कृपा करून विनम्रतापूर्ण स्वरात बोला.	Please talk politely. प्लीज टॉक पोलायटली.
कृपा करून आईला स्टेशनवर सोडून या.	Kindly drop mummy at the station. काइण्डली ड्रॉप मम्मी ऍट द स्टेशन.
कृपया त्यांना दिल्ली–दर्शन घडवा.	Kindly take them out for Delhi visit. काइण्डली टेक देम आउट फॉ(र) दिल्ली व्हिजिट.
कृपा करून मागील हिशेब तपासून घ्या	Please check the previous account. प्लीज चेक द प्रिव्हियस अकाउण्ट.
कृपया डॉक्टरांची वाट पाहा.	Please wait for the doctor. प्लीज वेट फॉ(र) द डॉक्टर
कृपा करून लवकर या.	Please come soon. प्लीज कम सून.
कृपया दिवे पेटवा.	Please switch on the light. प्लीज स्विच ऑन द लाइट्स.
कृपा करून मोटर थांबवा.	Please stop the car. प्लीज स्टॉप द कार.
कृपया राहिलेले पैसे (सांभाळून) ठेवा.	Please keep the balance amount. प्लीज कीप द बॅलॅन्स अमाउण्ट.
कृपा करून रागावू नका.	Please don't be angry. प्लीज डोण्ट बी ऍङ्ग्री.
कृपया हा घ्या चहा.	Please have tea. प्लीज हॅव टी
कृपया शांतता पाळा.	Please maintain silence. प्लीज मेण्टेन सायलन्स.
कृपया लाइनवर राहा.	Please hold on. प्लीज होल्ड ऑन द लाइन.
कृपया ही समस्या सोडवा.	Please solve this problem. प्लीज सॉल्व धिस् प्रॉब्लेम.
कृपया स्वतःचे स्थान ग्रहण करा.	Please take your seat. प्लीज टेक योर सीट.

स्मरणात ठेवण्याजोगे

अभ्यासकांना असा परामर्श दिला जातो की त्यांनी इंग्रजीत विनंती–आवेदन करीत राहण्याची प्रक्रिया उमजून घेत असताना वाक्यांचा अर्थ मराठीत समजून घ्यावा. तद्नंतर आपल्या दैनंदिन संवाद–वार्तालापावेळी त्या वाक्यांचे निरंतर उपयोजन करीत राहिल्याने प्राविण्य संपादता येईल. आपल्या मित्रांशी तसेच नातेवाईकांशी अशा वाक्यांद्वारे Conversation (संवाद–वार्तालाप) साधण्याचा प्रयास करीत राहिल्यास आपण दक्ष राहू शकाल. अशा दक्षपणात लक्षात ठेवण्यासारखी बाब म्हणजे भाव–भंगिमा, मनोभाव होय. संवाद–वार्तालाप करतेवेळी विनम्रता, विनयशीलता, कोमलता, काळजी प्रकटन, चिंता व्यक्त करणे अशा भाव–भंगिमांना, मनोभावांना विशेष महत्त्व असते. विनंती–आवेदन करीत असताना Please, May, Let, Would, Should आणि Could अशा शब्दांचे उपयोजन केल्यामुळे संयमपूर्ण शिष्टता पाळणाऱ्या व्यक्तिमत्वाचेही प्रतिबिंब निर्माण होते.

केवलप्रयोगी वाक्ये
(EXCLAMATORY SENTENCES)

इंग्रजी भाषेत विभिन्न मनोभावनांना प्रकट करण्याची स्वतःची वैशिष्ट्यपूर्ण पद्धत आहे. ह्या पाठात संवाद–वार्तालापावेळी आनंद, प्रसन्नता, नवलपूर्णता, विषाद, वेदना, राग–संताप–क्रोध इत्यादी भाव–भावनांना मराठी भाषेद्वारा इंग्रजीत रूपांतरण करीत असताना उपयोजनासाठीच्या सुलभ विधींच्या संदर्भात माहिती दिली गेली आहे. उदाहरणार्थ

किती प्रसन्न दृष्य आहे हे! What a pleasant scene! व्हॉट अ प्लेझण्ट सीन!

★ उपरोक्त वाक्यातील 'प्लेझण्ट सीन!' च्या स्थानी परिस्थितीस अनुलक्षून अन्य इंग्रजी शब्दांचे उपयोजन करून वाक्यांची रचना करता येतात.

किती सुखद–प्रसन्न दृष्य आहे हे!	What a pleasant scene! व्हॉट अ प्लेझण्ट सीन!
किती नवलपूर्ण आहे हे!	What a surprise! व्हॉट अ सरप्राइज!
मला तर हे खरेच वाटत नाहीये!	I cannot believe it! आय कॅनॉट बिलिव्ह इट!
ही तर देवाची इच्छा!	God heavens! गॉड हेवन्स!
अविश्वासाई सत्य!	Unbelievable but true! अनबिलिव्हेबल बट ट्रू!
वैताग नुसता!	What a bother! व्हॉट अ बॉदर!
माझ्याशी बोलण्यासाठीचे धाडस तुला झालेच कसे!	How dare you talk to me! हाउ डेअर यू टॉक टु मी!
किती लज्जास्पद आहे हे!	What a shame! व्हॉट अ शेम!
किती सुखद आश्चर्य हे! (अहो आश्चर्यम्!)	What a pleasant surprise! व्हॉट अ प्लेझण्ट सरप्राइज!
खरेच!	Really! रिअली!
खरेच का हे शक्य आहे!	Is it really possible! इज इट् रिअली पॉसिबल!
माझा विश्वासच बसत नाहीये!	How do I believe it! हाउ डु आय बिलिव्ह इट!
प्रभावशाली!	Splendid! स्प्लेण्डिड!
हे कल्पनातितच!	Wow! What an idea! व्हॉट एन आयडिया!
हे विस्मयकारकच!	That's wonderful! दॅट'स वण्डरफूल!
संयम ठेवा!	Have patience! हॅव पेशन्स!
आम्ही आपल्या सोबत आहोत!	We are with you. वुई आ(र) व्युइथ यू!
व्वा! तू जिंकलासच!	Wow! You have won! वॉव, यू हॅव वन!
चिंता नाही करायची	Don't worry! डोण्ट वरी!
किती अर्थहीन हे!	What nonsense! व्हॉट अ नॉनसेन्स!
किती किळसवाणी हे!	How disgusting! हाउ डिसगस्टिंग!
लक्ष द्या!	Attention please! अटेन्शन प्लीज!
गप बसा!	Keep quiet! कीप क्वाएट!
परमेश्वरा! हे काय झाले!	Oh God! what happened! ओह् गॉड, व्हॉट हॅपन्ड!

किती आकांताचे हे!	How terrible! हाउ टेर्रिबल!
किती व्यवस्थित!	Well done! वेल डन!
विजय असावा असा!	What a great victory! व्हॉट अ ग्रेट व्हिक्टरी!
अप्रतिम!	Wow! वॉव्!
किती सुंदर दृष्य हे!	What a beautiful scene! व्हॉट अ ब्यूटिफुल सीन!
किती अद्भूत तारांकित (चांदण) रात्र ही!	What a beautiful starry night! व्हॉट अ ब्यूटिफुल स्टारी नाइट!
किती सुंदर चरण आहे हा!	What a nice line! व्हॉट अ ब्यूटिफुल लाइन!
किती चित्तवेधक चित्रपट हा!	What an interesting film! व्हॉट ॲन इण्टरेस्टिंग फिल्म!
किती रमणीय तलाव आहे हा!	What a beautiful lake! व्हॉट अ ब्यूटिफुल लेक!
किती सुखावणारे (सुखदिणे) स्थान आहे हे!	What a beautiful sight! व्हॉट अ ब्यूटिफुल साइट!
मी इतके आनंददायी दृष्य यापूर्वी देखले नव्हते!	I have never seen such a beautiful scene! आय हॅव नेव्हर सीन सच अ ब्यूटीफल सीन!
किती लज्जास्पद हे!	How disgraceful! हाउ डिसग्रेसफुल!
माझे ऐकून तरी घ्या!	Listen to me. लिसन टु मी!
किती आल्हाददायक!	How pleasant! हाउ प्लेझण्ट!
अहा!	Hi! हाय!

स्मरणात ठेवण्याजोगे

1. अभ्यासकांना असा सल्ला दिला जातो की त्यांनी उद्गारवाचक चिन्हांचे अस्तित्व ध्यानात घ्यावे. मराठी भाषेत सामान्यता लेखन करतेवेळी जिथे जिथे स्वल्पविराम (,) अथवा पूर्णविराम (.) दिला जातो, त्या ऐवजी विभिन्न भाव–भावनांना, मनोभावांना प्रकट करण्यासाठी उद्गारचिन्ह (!) उपयोजिले जाते, उदाहरणार्थ –
   खरोखरच! Really रिअली!
   विस्मयकारक! Wonderful वंडरफुल!
2. संवादावार्तालापावेळी– हर्ष, क्रोध इत्यादी–संताप–राग, वेदना, विषाद, नवलपूर्णता, प्रसन्नता, भावमनोभावांना, भंगिमांना– मराठी भाषेद्वारा इंग्रजीत रूपांतरण करीत What, How इत्यादी प्रश्नवाचक शब्दांचे उपयोजन केले जाते.
3. केवलप्रयोगी वाक्यांचे उपयोजन करतेवेळी भाव मनोभाव, भंगिम–यांच्यानुसार ध्वनींतील आरोह–अवरोह यांचेही उपयोजन करणे अगत्याचे ठरते.

प्रश्नार्थक वाक्य (INTERROGATIVE SENTENCES)

इंग्रजीत संवाद–वार्तालाप करण्यासाठीचे कौशल्य अर्जित करीत असताना प्रश्न विचारण्याचेही कौशल्य संपादले पाहिजे. यद्यपि आपण प्रश्न विचारू शकलात तर वार्तालाप पुढे नेण्यात आपण महत्त्वाची भूमिका पार पाडू शकता.

इंग्रजीत प्रश्न विचारण्याच्या कैक पद्धती आहेत. त्यातील एक पद्धत ह्या पाठात स्वीकारलेली आहे. ह्या पाठात संवाद–वार्तालाप करीत असताना हर्ष–प्रसन्नता, वेदना, नवलपूर्णता, विषाद, क्रोध अशा मनोभावांचे, भंगिमांचे इंग्रजीत रूपांतर करावे लागते. तसे उपयोजन करीत असताना सुलभ स्वरूपाची भावविधी जपून ठेवावी लागते. त्या संदर्भात पन्नासहून अधिक मराठीतील प्रश्नार्थक वाक्यांची उदाहरणे देण्यात आली आहेत. इंग्रजीतील प्रत्येक वाक्याचे देवनागरीत रूपांतर केले आहे. असे केल्याने प्रश्नाचे मूळ स्वरूप ध्यानात घेता येणे सुलभ वाटू शकेल. उदाहरणार्थ–

आपण कोण आहात? तुम्ही कोण–कुठले? तू कोण? Who are you? हू आ(र) यू?

आपले वडील काय करतात बरे?	What does your father do? व्हॉट डज युअर फाद(र) डु?
तुम्हाला भाऊ–बहिणी किती?	How many brothers and sisters have you? हाउ मेनी ब्रदर्स ॲण्ड सिस्टर्स हॅव यू?
तुझे विद्यालय येथून किती लांबवर आहे?	How far is your school from here? हाउ फा(र) योर स्कूल फ्रॉम हिअ(र) ?
तुझ्या महाविद्यालयाचे प्राचार्य कोण आहेत बरे?	Who is the principal of your college? हू इज दि प्रिन्सिपॉल ऑफ योर कॉलेज?
येथे सर्वांत उच्च अधिकारी कोण आहेत?	Who is the senior most officer here? हू इज सिनिअर मोस्ट ऑफिसर हिअ(र) ?
आपणास मी किती वाजता भेटू शकतो?	At what time can I meet you? ॲट व्हॉट टाइम कॅन आय मीट यू?
माझे बोलणे तू स्वच्छपणे ऐकत आहेस ना?	Are you listening to me clearly? आर यू लिसनिंग मी क्लिअरली?
तुमचा घरमालक कोण आहेत बरे?	Who is your landlord? हू इज योर लॅण्डलॉर्ड?
आपण उद्या याल ना?	Will you come tomorrow? विल यू कम टुमारो
आपण/तू उद्या जोधपूरला जाणार ना?	Will you go to Jodhpur? विल यू गो टु जोधपूर?
तुमचे वडील निद्राधीन आहेत काय?	Has your father gone to sleep? हॅज युअर फाद(र) गॉन टु स्लीप?
तुम्ही प्रत्येक दिवशी किती वाजता उठता?	At what time do you get up? ॲट वॉट टाइम डु यू गेट अप?
ही कार आपली का?	Is this your car? इज धिस् योर का(र) ?

तेथे कोण राहतेय, ते तुला माहिती आहे का?	Do you know, who lives there? डु यू नो, हू लिव्हज् देअ(र) ?
तुझे वय काय रे?	How old you are? हाउ ओल्ड यू आ(र) ?
तू कितवीत शिकतोस?	In which class do you read? इन वीच क्लास डु यू रीड?
आपण कोणाशी बोलत आहात?	Whom are you talking to? हुम यू आ(र) टॉकींग् टु?
आपला सर्वात जवळचा मित्र कोण आहे?	Who is your best friend. हू इज योर बेस्ट फ्रेण्ड?
आम्ही सर्वजण कोठे जायचे?	Where will we go now? व्हेअर वील वुई गो नाऊ?
आपणास भेटण्यासाठी मी उद्या येऊ शकतो का?	Can I come to meet you tomorrow? कॅन आय कम टु मीट यू टुमारो?
आज एकही रुग्ण आला नाही का?	Did no patient come today? डिड नो पेशंट कम टुडे?
तुझ्या घरी आज कोण येतोय?	Who is coming to your home today? हू इज कमिंग टु योर होम टुडे?
तेथे पाऊस पडतोय का?	Is it raining there? इज इट रेनिंग देअ(र) ?
ती तुला आवडतेय का रे?	Do you like her? डु यू लायक ह(र) ?
तो प्रत्येक दिवशी येतो का?	Does he come everyday? डज ही कम् एव्हरी डे?
तो आला का?	Did he come? डिड ही कम्?
सीता कार्यालयास गेली का?	Did Seeta go to the office? डिड सीता गो ऑफिस?
काल मला कोणी भेटायला आले होते का?	Did anybody come to meet me yesterday? डिड एनीबडी कम् टु मीट मी यस्टरडे?
तू बाजारातून परत कधी येणार?	When will you return from the market? व्हेन विल यू रिटर्न फ्रॉम द मार्केट?

स्मरणात ठेवण्याजोगे

अभ्यासकांना असा सल्ला दिला जातो की

1. सर्वसाधारणपणे Helping Verb – is, am, are, was, were, had, will, would, shall. should इत्यादी शब्दांचे वाक्यारंभी उपयोजन करून इंग्रजी भाषेतील प्रश्नार्थक वाक्यांची निर्मिती केली जाते.
2. प्रश्नार्थक शब्दांचा आरंभ 'Wh' ने होतो, उदाहरणार्थ – What – (काय), Who – (कोण) Which–(कोणता) Where – कोठे, Why – कशासाठी Whose – कोणाचे.
3. Who चे उपयोजन मानवाच्या संदर्भात तर Which चे उपयोजन मानवेतरांच्या व निर्जीवांच्या संदर्भात केले जाते.

नकारात्मक वाक्य
(NEGATIVE SENTENCES)

सामान्यतः आपण जेव्हा संवाद–वार्तालाप–चर्चा करीत असतो तेव्हा काही वेळा आपणास नकारात्मक स्वरूपाच्या वाक्यरचनेची आवश्यकता जाणवू लागते. ह्या पाठात इंग्रजीतून भाषाव्यवहार करीत असताना आवश्यक वाटू शकणाऱ्या अशा पन्नास नकारात्मक स्वरूपाच्या वाक्यरचना दिल्या आहेत. इंग्रजीतील प्रत्येक वाक्याचे देवनागरीत रूपांतरही केले गेले आहे. असे केल्याने प्रश्नाचे मूळ स्वरूप ध्यानात घेता येणे सुलभ वाटू शकेल. अशा वाक्यांचे पुनः पुनः अध्ययन केल्याने आपण इंग्रजी नकारात्मक वाक्यांचे स्वतःच्या संवाद–वार्तालाप–चर्चेवेळी उपयोजन करण्याचे कौशल्य अर्जित करू शकतो. उदाहरणार्थ –

स्वयंपाकघरात सुरी नाही. There is no knife in the kitchen. देअ(र) इज नो नाइफ इन दि किचन.

★ उपरोक्त वाक्यातील 'चाकू' ह्या नामाच्या ऐवजी अन्य कोणत्याही नामाचे उपयोजन करून अत्यंत सुलभतेने नकारात्मक स्वरूपाच्या वाक्यरचनेची निर्मिती आपण करू शकता.

इंग्रजीत कसे बोलावे हे सुनिधी जाणत नाही.	Sunidhi does not know how to speak English. सुनिधी डज नॉट नो हाउ टु स्पीक इंग्लिश.
डॉक्टर रोग–चिकित्सालयात नाही.	The doctor is not in the clinic. डॉक्टर इज नॉट इन क्लिनिक.
मी हे करू शकत नाही./हे माझ्याने होणार नाही.	I cannot do this. आय कॅननॉट डू धिस्.
आज सुट्टीचा दिवस नव्हे.	Today is not a holiday. टुडे इज नॉट अ हॉलिडे.
त्याची प्रकृती चांगली नाही.	He is not well. ही इज नॉट वेल.
हरिच्या जवळ चांगली वस्त्रे नाहीत.	Hari doesn't have good clothes. हरि डज नॉट हॅव गुड क्लॉथस्.
मी बसने जाणार नाही.	I will not go by bus. आय विल नॉट गो बाय बस.
अशोक काल दिल्लीत नव्हता.	Ashok was not in Delhi yesterday. अशोक वॉज नॉट इन दिल्ली यस्टर्डे.
सूरज सत्यकथन करीत नाही आहे.	Suraj is not telling the truth. सूरज इज नॉट टेलिंग द ट्रूथ
मी तेथे जाऊ इच्छित नाही.	I don't want to go there. आय डोण्ट वॉण्ट टु गो देअ(र).
रश्मीला चहा प्यायला आवडत नाही.	Rashmi does not like to drink tea. रश्मी डज नॉट लाईक टु ड्रिंक टी.
सुमितला भूक लागलेली नव्हती.	Sumit was not hungry. सुमित वॉज नॉट हंग्री.
स्वातीला पैशाची गरज नाही.	Swati does not need money. स्वाती डज नॉट नीड मनी.

मला कोणीही मित्र नाही. — I have no friend. आय हॅव नो फ्रेण्ड.

तो चित्रपट पाहण्याची माझी इच्छा नाही. — I am not interested in watching the movie.
आय एम नॉट इण्टरेस्टेड इन वॉचिंग द मुव्ही.

तो माझा ज्येष्ठ बंधू नव्हे. — He is not my elder brother.
ही इज नॉट माय येल्डर ब्रदर.

तो तुला ऋण म्हणून पैसे देणार नाही. — He will not lend you money.
ही विल नॉट लेण्ड यू मनी.

मला क्रिकेट खेळता येत नाही. — I do not know how to play cricket.
आय डु नॉट नो हाउ टु प्ले क्रिकेट.

तुला हे सगळे करण्याची आवश्यकता नाही. — You don't have any need to do this.
यू डोण्ट हॅव एनी नीड टु डू धिस्

ती तुझ्यावर भाळलेली नाही. — She does not love you. शी डज नॉट लव्ह यू.

तिला चहा करता येत नाही. — She does not know how to make tea.
शी डज नॉट नो हाउ टु मेक टी.

माझ्या पायांत वेदना नाही. — I have no pain in my leg.
आय हॅव नो पेन इन माय लेग.

मी तहानलेलो नाही. — I am not thirsty. आय एम नॉट थर्स्टी.

हे कार्य अवघड नाही. — This is not a difficult work.
धिस् इज नॉट अ डिफिकल्ट वर्क.

माझा कोणताही आक्षेप नाही. — I have no objeciton. आय हॅव नो ऑब्जेक्शन.

माझे कार्य अद्यापि संपलेले नाही. — My work is not finished yet.
माय वर्क इज नॉट फिनिश्ड येट.

हे शक्य नाही. — It is not possible. इट इज इम्पॉसिबल.

स्मरणात ठेवण्याजोगे

आम्ही येथे सर्वसाधारणपणे दैनंदिन जीवनात जे Negative (नकारात्मक) शब्द वापरासाठी लागतात, त्यांच्याविषयीचे विवेचन केले आहे. सामान्यतः सामान्य व सकारात्मक (Assertive Sentences) वाक्यांना Negative (नकारात्मक) करण्यासाठी do, did, is, are, was, were, has, have, had, will, would, shall आदी Helping Verbs (सहाय्यक क्रियापदे) असतात, व अशा वाक्यांना मूळ क्रियापदांसह 'Not' हे क्रियाविशेषण असे लावता येते. त्यांच्या वापर सावधपपणे करा.

कार्यालयीन व्यावहारिक वाक्य
(OFFICIAL SENTENCES)

सामान्यतः आपण जेव्हा संवाद–वार्तालाप–चर्चा करीत असतो तेव्हा काही वेळा आपणास कार्यालयीन व्यावहारिक स्वरूपाच्या वाक्यरचनेची आवश्यकता जाणवू लागते. ह्या पाठात इंग्रजीतून भाषाव्यवहार करीत असताना आवश्यक वाटू शकणाऱ्या अशा पन्नास कार्यालयीन व्यावहारिक स्वरूपाच्या वाक्यरचना दिल्या आहेत. इंग्रजीतील प्रत्येक वाक्याचे देवनागरीत लिपित रूपांतरणही केले आहे. असे केल्याने प्रश्नाचे मूळ स्वरूप ध्यानात घेता येणे सुलभ वाटू शकेल. अशा वाक्यांचे पुनः पुनः अध्ययन केल्याने आपण इंग्रजी कार्यालयीन व्यावहारिक स्वरूपाच्या वाक्यांचे स्वतःच्या संवाद–वार्तालाप–चर्चेवेळी उपयोजन करण्याचे कौशल्य अर्जित करू शकतो. उदाहरणार्थ –

मला ह्या व्यावसायिक संस्थेच्या संचालकांना भेटायचे आहे. I want to meet the director of the company- आय वॉण्ट टू मीट दि डायरेक्टर ऑफ दि कम्पनी.

☆ उपरोक्त वाक्यातील डायरेक्टरच्या स्थानी अन्य कोणत्याही पदाचा उल्लेख करून इंग्रजी वाक्यरचना सिद्ध करता येतात.

मला ह्या व्यावसायिक संस्थेच्या संचालकांना भेटायचे आहे	I want to meet the director of the company. आय वाण्ट टू मीट दि डायरेक्टर ऑफ दि कम्पनी.
मला कोणाचा दूरध्वनी आला होता काय?	Was there any phone call for me? वॉज देअ(र) एनी फोन कॉल फॉर मी?
येथे आपण कोणत्या पदावर कार्यरत आहात?	In which post do you work here? इन विच पोस्ट डू यू वर्क हिअ(र) ?
ह्या पत्र त्वरित टंकलिखित करा.	Type the letter quickly. टाइप द लेटर क्विकली.
ह्या विषयावर कोणतीही चर्चा झाली नाही.	There was no discussion on this subject. देअ(र) वॉज नो डिस्कशन ऑन धिस् सब्जेक्ट.
साहेबांनी सुधाला पूर्वसूचना दिली.	Boss has warned Sudha. बॉस हॅज वॉर्नड सुधा.
अलिकडे कार्यालयात कामाचे दडपण वाढत आहे.	There is too much pressure of work in the office these days. देअ(र) इज टू मच प्रेशर ऑफ वर्क इन दि ऑफिस दीज डेज.
मी आपली यथायोग्य काळजी घेईन.	I will take proper care of you. आय वील टेक प्रॉपर केअ(र) ऑफ यू.
साहेब, शिस्तप्रिय व्यक्ती आहेत.	Boss is a disciplinarian person. बॉस इज अ डिसेप्लिनेरियन पर्सन.
तुमचे म्हणणे मला समजले.	I have understood your point. आय हॅव अण्डरस्टूड योर पॉइण्ट.
मी आपला मनःपूर्वक आभारी आहे.	I am greatly obliged. आय एम ग्रेटली ओब्लायज्ड.
कृपया जाण्यापूर्वी व्यवस्थापकास भेटून जा.	Please meet the manager before you leave. प्लीज मीट दि मॅनेजर बिफोर यू लीव्ह.

माझ्या मेजावरली धूळ झटकून घे बघू.	Please dust my table. प्लीज डस्ट माय टेबल
आपण कोणत्या पदावर कार्यरत आहात?	At which post are you working here? ऍट विच पोस्ट आ(र) यू वर्किंग हिअर?
कारखाना किती पाळयांत चालतो?	How many shifts are there in this factory? हाउ मेनी शिफ्ट्स आर देअ(र) इन धिस् कम्पनी?
आज तो विलंब कार्यालयात येणार आहे.	He will come late to the office today. ही विल कम लेट टु दि ऑफिस टुडेः.
रश्मी चार दिवसांच्या सुट्टीवर आहे.	Rashmi is on the leave for four days. रश्मी इज ऑन लीव्ह फॉ(र) फोअ(र) डेज.
शिपाई गेले चार दिवस कामावर येत नाही आहे.	The peon has not been coming to the duty since last four days. द प्यून हॅज नॉट बीन कमिंग टु दि ड्युटी सिन्स लास्ट फोअ(र) डेज.
ह्या बॅंकेचे कामाचे तास कसे आहेत?	What is the working hour of this bank? वॉट इज दि वर्किंग अवर ऑफ धिस् बॅंक?
तुझ्या सुट्टीच्या अर्जाला मंजुरी मिळाली आहे का?	Is your leave application approved? इज योर लीव्ह ऍप्लिकेशन अप्रूव्हड?
सोनिया ह्या कार्यालयात स्वागत–सुंदरीपदावर आहे	Sonia is a receptionist of the office. सोनिया इज अ रिसेप्शनिस्ट ऑफ धिस् ऑफिस.
कारखान्याचा दैनंदिन कामाचा कालावधी किती तासांचा आहे?	What is the working hour of this factory? वॉट इज दि वर्किंग अवर ऑव्ह धिस् फॅक्टरी?

स्मरणात ठेवण्याजोगे

अभ्यासकांना असा सल्ला दिला जातो की,

1. कार्यालयातील होणारे संवाद–वार्तालाप–चर्चा यात कोणत्या पदावरील व्यक्ती आहेत, ते जाणून घेण्याची काळजी घेतली गेली पाहिजे.
2. उपरोक्त पाठात दिलेल्या इंग्रजी रूपांतराचा मराठी अर्थ ध्यानात घेऊनच त्यांचे संवाद–वार्तालाप–चर्चेत उपयोजन करा.
3. नियम मुखोद्गत केल्याने इंग्रजी भाषा सुलभपणे ना बोलता येणार ना लिहिता येणार. इंग्रजी भाषेवर प्रभुत्व संपादण्यासाठी सातत्याने अभ्यास करीत राहाणे श्रेयस्कर ठरेल.

अभिनंदनपर वाक्य
(CONGRATULATIONS)

सामान्यतः आपण जेव्हा संवाद–वार्तालाप–चर्चा करीत असतो तेव्हा काही वेळा आपणास अभिनंदनपर स्वरूपाच्या वाक्यरचनेची आवश्यकता जाणवू लागते. ह्या पाठात इंग्रजीतून भाषाव्यवहार करीत असताना आवश्यक वाटू शकणाऱ्या अभिनंदनपर वाक्यांची माहिती देत आहोत. अशा अभिनंदनपर स्वरूपाच्या वाक्यरचना दिल्या आहेत. इंग्रजीतील प्रत्येक वाक्याचे देवनागरी लिपित रूपांतर केले आहे. असे केल्याने प्रश्नाचे मूळ स्वरूप ध्यानात घेता येणे सुलभ वाटू शकेल. अशा वाक्यांचे पुनः पुनः अध्ययन केल्याने आपण इंग्रजीतील अभिनंदनपर स्वरूपाच्या वाक्यांचे स्वतःच्या संवाद–वार्तालाप–चर्चेवेळी उपयोजन करण्याचे कौशल्य अर्जित करू शकतो. उदाहरणार्थ –

वाढदिवसाच्या हार्दिक शुभेच्छा! Happy birthday to you! हॅपी बर्थ डे टु यू!

✭ उपरोक्त वाक्यातील वाढदिवसाच्या स्थानी अन्य कोणत्याही विभिन्न परिस्थितीच्या संदर्भात उपयोजन करून सुलभपणे इंग्रजी वाक्यरचना सिद्ध करता येतात. पुढील काही वाक्यांचा अभ्यास केल्यास आपला आत्मविश्वास भक्कम होऊ शकेल.

वाढदिवसाच्या हार्दिक शुभेच्छा!	Happy Birthday to You! हॅपी बर्थ डे टु यू!
विवाहाच्या रौप्यमहोत्सवी दिवसासाठीचे मनःपूर्वक अभिनंदन!	Happy silver marriage anniversary to you. हॅपी सिल्वर मॅरेज एनिव्हर्सरी टु यू!
शुभ दसरोत्सव!	Happy Dashehra! हॅपी दशहरा!
शुभ दीपावली!	Happy Deepawali! हॅपी दीपावली!
होलिकोत्सवासाठीच्या शुभेच्छा!	Happy Holi! हॅपी होली!
ईद मुबारक!	Happy Eid! हॅपी ईद!
नाताळासाठीच्या शुभेच्छा!	Happy Christmas! मेरी क्रिसमस!
वाढदिवसासाठीच्या शुभेच्छा!	Many happy returns of the day! मेनी मेनी हॅपी रिटर्न्स ऑव्ह दि डे!
नववर्ष मंगलमय होवो!	Happy New Year! हॅपी न्यू ईयर!
नववर्षासाठीच्या मंगलकामना!	Warm wishes for the New year वॉर्म विशेश फॉ(र) दि न्यू ईयर!
सर्व मित्रगणांच्या वतीन आपले हार्दिक अभिवादन!	Greetings to you on behalf of all friends! ग्रीटिंगज टु यू ऑन बिहाफ ऑफ योर फ्रेण्डस्!
पदोन्नतीसाठी आपले अभिनंदन!	Congratulations on your promotion! कॉंग्रेच्युलेशन्स ऑन योर प्रोमोशन!
साफल्यासाठीचे आपले अभिनंदन!	Congratulations on your success! कॉंग्रेच्युलेशन्स ऑन योर सक्सेस!
अशा प्रसन्न प्रसंगी आपले हार्दिक स्वागत!	Warm welcome to all of you on this happy occasion. वॉर्म वेलकम् टु ऑल ऑफ यू, ऑन धिस् हॅपी ओकेजन!

आपल्या जन्मदिनी आपणास शुभेच्छा!	Best wishes on the occasion of your birthday! बेस्ट विशेश ऑन ओकेजन ऑफ योर बर्थडे!
कृपया माझ्याकडून आपल्या अभिवादनाचा स्वीकार करा!	Please accept my best wishes. प्लीज एक्सेप्ट माय बेस्ट विशेष टु यू!
साहेब! माझ्या मित्रांच्या वतीने मी आपणास अभिवादन करतो!	Sir, I am greeting you on behalf of all my friends. सर, आय एम ग्रीटिंग यू ऑन बिहाफ ऑव्ह ऑल माय फ्रेण्डस्!
आपण उन्नतीच्या शिखरापर्यंत जाल, याविषयीची खात्री वाटते!	I am sure you will reach the pinnacle of success one day. आय एम श्योर, यू विल रीच द पिनॅकल ऑफ सक्सेस वन डे!
आपणास भेटल्याने प्रसन्न वाटले!	I am pleased to meet you. आय एम प्लीज'ड् टु मीट यू!

स्मरणात ठेवण्याजोगे

अभ्यासकांना असा परामर्श दिला जातो की,

1. अभिनंदनपर संवाद–भेट करीत असताना चर्येवर निरंतर उत्साही व प्रसन्नतेचे चैतन्य जाणवत राहिले पाहिजे.
2. यद्यपि भावविरहित संवाद–भेट करीत राहिल्यास अभिनंदनपरतेचे स्वरूपच अपूर्ण राहू शकेल.
3. अशा अभिनंदनपर वाक्यांच्या शेवटी उद्‌गारचिन्हाचे उपयोजन करावे लागते.

आज्ञा–निर्देशपर वाक्य
(ORDER/INSTRUCTION)

सामान्यतः आपण जेव्हा संवाद–वार्तालाप–चर्चा करीत असतो तेव्हा काही वेळा आपणास आज्ञा/ निर्देश संबंधित स्वरूपाच्या वाक्यरचनेची आवश्यकता जाणवू लागते. ह्या पाठात इंग्रजीतून भाषाव्यवहार करीत असताना आवश्यक वाटू शकणाऱ्या आज्ञा/निर्देशपर तीस वाक्यरचनांची माहिती देत आहोत. अशा आज्ञा/ निर्देशपर स्वरूपाच्या वाक्यरचना दिल्या आहेत. इंग्रजीतील प्रत्येक वाक्याचे देवनागरी लिपित रूपांतर केले गेले आहे. असे केल्याने प्रश्नाचे मूळ स्वरुप ध्यानात घेता येणे सुलभ वाटू शकेल. अशा वाक्यांचे पुनः पुनः अध्ययन केल्याने आपण इंग्रजीतील अभिनंदनपर स्वरूपाच्या वाक्यांचे स्वतःच्या संवाद–वार्तालाप–चर्चेवेळी उपयोजन करण्याचे कौशल्य अर्जित करू शकतो. उदाहरणार्थ –

सांभाळून चला. Walk carefully. वॉक केअरफुली.

★ उपरोक्त वाक्यातील carefully च्या स्थानी अन्य कोणत्याही विभिन्न परिस्थितीच्या संदर्भात उपयोजन करून सुलभपणे इंग्रजी वाक्यरचना सिद्ध करता येतात. पुढील काही वाक्यांचा अभ्यास केल्यास आपला आत्मविश्वास भक्कम होऊ शकेल.

सर्व खाती तपासून घे.	Check the accounts. चेक दि अकांउंटस्.
साराला टॅक्सीस्टॅण्ड पर्यंत सोडून ये	Please drop Sara at the taxi stand. प्लीज ड्रॉप सारा ॲट द टॅक्सी स्टॅण्ड.
स्वतःचे कार्य कर./स्वतःचे काम कर.	Do your work. डू योर वर्क.
डाव्या कडेने जा.	Keep to the left. कीप टु द लेफ्ट.
कार सावकाशीने हाक.	Drive slow. ड्राइव्ह स्लो(ली).
सौजन्यपूर्वक वाग.	Be polite. बी पोलायट.
मद्यप्राशन करू नका.	Don't consume alcohol. डोण्ट कन्झ्यूम आल्कोहोल
धूम्रपान करू नका.	Don't smoke. डोंट स्मोक।
सर्व तयार ठेवा.	Keep everything ready. कीप एवरीथिंग रेडी।
मला कपभर उष्ण दूध द्या.	Give me a glass of hot milk. गिव्ह मी अ गलास ऑफ हॉट मिल्क.
कडकडीत चहा सावकाशीने प्या.	Sip the hot tea slowly. सिप द हॉट टी स्लोली.
इतरांच्या व्यवहारात नाक खुपसू नकोस.	Mind yourself. माइण्ड योरसेल्फ.
सांभाळून चला.	Walk carefully. वॉक केअरफुली.
प्रातः चार वाजता मला जागे करा.	Wake up me at 4 O'clock in the morning. वेक मी अप ऍट फोर ओ' क्लॉक इन दि मॉर्निंग.
असे नाही बोलायचे.	Don't say like this. डोण्ट से लायक धिस्.
तुम्ही तेथेच रहा.	You stay there. यू स्टे देअ(र).
जोपर्यंत मी परत येत नाही, माझी वाट पाहा.	Wait for me until I come back. वेट फॉ(र) मी अण्टिल आय कम बॅक.

धीर धरा	Have patience. हॅव पेशन्स.
तुमचे उत्तर लिखित स्वरूपात सादर करा.	Hope for good times. होप फॉ(र) गुड टाइम्स.
त्वरित ये.	Come soon. कम् सून.
आपले उत्तर लिहून द्या.	Tender your reply in writing. टेण्डर योर रिप्लाय इन रायटिंग.
बालकांची निगा राखा.	Take care of children. टेक केअ(र) ऑफ चिल्ड्रन.
रुग्णाची काळजी घ्या.	Look after the patient. लूक आफ्टर द पेशंट.
पडदे ओढून घ्या.	Draw the curtain. ड्रॉ द कर्टन्स.
पुनश्च भेटू.	Lets meet again. लेट'स मीट अगेन
द्वार उघडा.	Open the door. ओपन द डोअ(र).
ह्या बाबीचे मला योगय वेळी स्मरण द्या.	Remind me about this at appropriate time. रिमाइण्ड मी अबाउट धिस् ऍंट अप्रोप्रिएट टाइम.
उद्या मला ह्याविषयीचे स्मरण द्या	Remind me about this tomorrow. रिमाइण्ड मी अबाउट धिस् टुमारो.
नंतर या.	Come later. कम लेटर।
असत्य वचन बोलू नको	Always speak the truth. ऑलवेज स्पीक द ट्रूथ.
झूठ मत बोलो	Don't tell a lie. डोण्ट टेल अ लाय.
सिद्धता असू द्या.	Be ready. बी रेडी.
दिवे लाव.	Put on the light. पुट ऑन द लाइट.
विलंब लावू नको.	Don't delay. डोण्ट डिले.
दुसऱ्यांची अनुकृती करू नकोस.	Don't copy others. डोण्ट कॉपी अदर्स.
मला कळविण्यास विसरू नकोस.	Don't forget to inform me. डोण्ट फरगेट टु इन्फॉर्म मी.
पत्र टपालपेटीत टाक.	Post the letter. पोस्ट द लेटर.

स्मरणात ठेवण्याजोगे

अभ्यासकांना असा सल्ला दिला जातो की,

1. प्रस्तुत पाठात आपण जेव्हा संवाद–वार्तालाप–चर्चा करीत असतो तेव्हा आपणास उपयुक्त होऊ शकणाऱ्या आज्ञा/निर्देश संबंधित स्वरूपाच्या वाक्यरचनेचा परिचय करून देण्यात आला आहे, ज्याचा दैनंदिन जीवनाशी अत्यंत घनिष्ट संबंध असतो.
2. अशा वाक्यांचे सतत आपल्या Relatives (नातेवाईक) वा Friends (मित्रां) सोबत बोलत असताना अध्ययन करायला हवे. तसे केल्याने आपण इंग्रजीतील आज्ञा/निर्देश स्वरूपाच्या वाक्यांचे स्वतःच्या संवाद–वार्तालाप–चर्चेवेळी उपयोजन करण्याचे कौशल्य आत्मसात करू शकतो.

प्रोत्साहनपर वाक्य (ENCOURAGEMENT)

दैनंदिन जीवनात वावरत असताना आणि वार्तालाप व संवाद साधत असताना संबंधितांना प्रोत्साहनात्मक संदेश देण्याच्या क्रिया सातत्याने होत असतात. ह्या पाठात प्रोत्साहन देण्यासंबंधित असलेली मराठीतील वाक्यरचना करून, तिच्याद्वारे इंग्रजीतील वाक्यांची माहिती देण्यात आली आहे. प्रत्येक इंग्रजी वाक्याच्या सोबत संबंधित वाक्याचे उच्चारण कसे होत असते, त्याच्याविषयीचा निर्देश करण्यासाठी देवनागरी लिपीत सटिक रूपांतरण देखील दिले आहे, उदाहरणार्थ –

मला तुझा अभिमान वाटतो. I am proud of you. आय एम प्राऊड ऑफ यू.

✯ उपरोक्त वाक्याच्या आधारे परिस्थितीच्या संदर्भात उपयोजन करून सुलभपणे इंग्रजी वाक्यरचना करता येतात. पुढील काही वाक्यांचा अभ्यास केल्यास आपला आत्मविश्वास भक्कम होऊ शकेल.

घुटमळू नकोस.	Don't hesitate. डोण्ट हेजिटेट.
ते इतके महत्त्वाचे नाहीये.	Doesn't matter. डज'ण्ट मॅटर
माझ्याविषयी चिंता नको करूस.	Don't worry for me. डोण्ट वरी फॉ(र) मी.
जी वस्तू हवी, ती मागितल्यास चालेल.	You may borrow things you need. यू मे बॉरो थिंगज यू नीड.
चिन्ताविरहित राहा.	Don't worry. डोण्ट वरी.
श्रद्धा ठेव.	Have faith. हॅव फेथ.
लहान मुलासारखे रडू नकोस.	Don't cry like a child. डोण्ट क्राय लायक अ चाइल्ड.
काही समस्या असतील तर मला सांग.	Tell me if you face any problem. टेल मी इफ यू फेस एनी प्रॉब्लेम.
मला तुझा अभिमान वाटतो.	I am proud of you. आय एम प्राऊड ऑफ यू.
निष्कारण चिंताग्रस्त होत आहेस तू.	You are unnecessarily worrying. यू आर अननेसेसिरिली वरीइंग.
धाडस तर उत्तम दाखविलेस!	Bravado! You have done a great job. ब्रेव्हो! यू हॅव डन् अ ग्रेट जॉब!
व्यवस्थितपणे केलेस!	Well done! वेल डन!
रिटाचे कार्य प्रशंसनीयच आहे.	Rita's work is commendable. रिटा'ज वर्क इज कमेण्डेबल.
किती चांगले आहात आपण!	How nice of you. हाउ नाइस ऑफ यू!
तुम्ही मला पुष्कळ सहाय्य केलेत.	You have helped me a lot. यू हॅव हेल्पड् मी अ लॉट.
विश्वास ठेवा.	Rest assured. रेस्ट अश्युअर्ड.
इतके त्रस्त कशामुळे होत आहात?	What's bothering you? वॉट इज बॉदरिंग यू?

घाबरायचे नाही.	Don't be scared. डोण्ट बी स्केअर्ड.
तेवढ्याने मी चिंतित झालो नाही.	I am not bothered about it. आय एम नॉट बॉदर्ड अबाउट इट.
जेवढे हवे तेवढे घ्या.	Take whatever you need. टेक वॉटेव्हर यू नीड.
काळजी करू नको, मी तुझ्यासोबत आहेच	Dont't worry, I am with you. डोण्ट वरी, आय एम विथ यू.
अनमान करू नका, मला सांगा.	Don't hesitate, tell me. डोण्ट हेजिटेट, टेल मी.
तुम्ही करू शकता.	You can do it. यू कॅन डू इट।
देव त्यांना मदत करतो जे स्वतःला मदत करतात.	God help those who help themselves. गॉड हेल्प दोज, हू हेल्प देमसेल्वज्.

स्मरणात ठेवण्याजोगे

अभ्यासकांना असा सल्ला दिला जातो की

1. दैनंदिन जीवनात वावरत असताना आणि वार्तालाप व संवाद साधत असताना संबंधितांना प्रोत्सानपर संदेश देण्याच्या क्रिया सातत्याने होत असतात. ह्या पाठात प्रोत्साहन देण्याशी संबंधित असलेली मराठीतील वाक्यरचना करून, तिच्याद्वारे इंग्रजीतील वाक्यांची माहिती देण्यात आली आहे.
2. अशा वाक्यांचे पुनः पुनः आपल्या Relatives (नातेवाईक) वा Friends (मित्रां) सोबत बोलत असताना अध्ययन करायला हवे. तसे केल्याने आत्मविश्वासात वृद्धी होते आणि आपण इंग्रजीतील आज्ञा/निर्देश स्वरूपाच्या वाक्यांचे स्वतःच्या संवाद–वार्तालाप–चर्चेवेळी उपयोजन करण्याचे कौशल्य आत्मसात करू शकतो.

सांत्वनात्मक वाक्य
(CONSOLATION)

दैनंदिन जीवनात वावरत असताना आणि वार्तालाप व संवाद साधत असताना संबंधितांना सांत्वनात्मक संदेश देण्याच्या क्रिया सातत्याने होत असतात. ह्या पाठात सांत्वनात्मक संदेश देण्याशी संबंधित असलेली मराठीतील वाक्यरचना करून, तिच्याद्वारे इंग्रजीतील वाक्यांची माहिती देण्यात आली आहे. प्रत्येक इंग्रजी वाक्याच्या सोबत संबंधित वाक्याचे उच्चारण कसे होत असते, त्याच्याविषयीचा निर्देश करण्यासाठी देवनागरी लिपीत सटिक रूपान्तरण देखील दिले आहे, उदाहरणार्थ –

माझी सहानुभूती तुझ्या सोबत आहे. My sympathy is with you. माय सिम्पथी इज विथ यू.

✯ उपरोक्त वाक्याच्या आधारे परिस्थितीच्या संदर्भात उपयोजन करून सुलभपणे इंग्रजी वाक्यरचना सिद्ध करता येतात. पुढील काही वाक्यांचा अभ्यास केल्यास आपला आत्मविश्वास भक्कम होऊ शकेल.

ही तर मोठी दुःखदायक घटना होय.	It is very sad. इट इज व्हेरी सॅड.
परमेश्वराची इच्छा.	It was God's will. इट'स गॉड'स वील
परमेश्वरावर श्रद्धा ठेवा. संकट–निरसन होईल.	Trust God! Hard time will pass. ट्रस्ट गॉड, हार्ड टाइम विल पास अवे.
आपल्या वडिलांच्या निधनाबद्दल आपल्या शोकात आम्हीही आहोत.	Trust God, hard time will pass away. ट्रस्ट गॉड, हार्ड टाइम विल पास अवे.
जगण्याचे रहाटगाडे असेच चालते.	We are deeply grieved at the death of your father. वी आर डीपली ग्रीव्ड ॲट द डेथ ऑफ योर फादर.
जगण्याचे रहाटगाडे असेच चालते.	This is the way the world moves. दिस इज द वे द वर्ल्ड मुव्स्.
अशा शोकपूर्ण अवस्थेत आपणासाठी आम्ही	We offer our heartfelt condolences to you at this शोकसंवेदना व्यक्त करतो. juncture. वुई ऑफर अवर हार्टफेल्ट कंडोलन्सीस टु यू ॲट धिस् जंक्चर.
मोठी उदासजनक वार्ता होय.	It is very sad news. इट इज व्हेरी सॅड न्यूज.
कृपया खचून नका जाऊ.	Please don't lose heart. प्लीज डोण्ट लूज हार्ट.
आपल्या असफलतेमुळे वाईट वाटले.	I am sorry for your failure. आय एम सॉरी फॉ(र) योर फेल्युअर.
आम्ही सर्वजण तुमच्यासोबत आहोत.	We all are with you. वुई ऑल आर विथ यू.
माझी सहानुभूती तुझ्यासोबत आहे.	My sympathy with you. माय सिम्पथी विथ यू.

हे ऐकून पुष्कळ वाईट वाटले.	I felt sorry to hear this. आय फेल्ट सॉरी फॉ(र) धिस्.
परमेश्वर तुला इतकी हानी सहन करण्यासाठीची क्षमता देवो.	May God give you strength to bear this loss. मे गॉड गिव्ह यू स्ट्रेंथ टु बेअर धिस् लॉस.
त्याचे सांत्वन करा./ तिचे सांत्वन कर.	Consol him/her. कन्सोल हिम/हर.
ज्यावर उपचार नाही, त्यावर सुविचाराने मात करा.	What cannot be cured must be endured. वॉट कॅनॉट बी क्युअर्ड, मस्ट बी एण्ड्युअर्ड.
परमेश्वरावर भिस्त ठेवा, दुर्भाग्याचा विलय होईलच.	Have faith in God, misfortune will pass. हॅव फेथ इन गॉड, मिस्फॉर्च्युन विल पास अवे.

स्मरणात ठेवण्याजोगे

अभ्यासकांना असा परामर्श दिला जातो की,

1. दैनंदिन जीवनात वावरत असताना आणि वार्तालाप व संवाद साधत असताना संबंधितांना सांत्वनपर संदेश देण्याच्या क्रिया सातत्याने होत असतात. ह्या पाठात संबंधितांना सांत्वनापर संदेश देण्याशी संबंधित असलेली मराठीतील वाक्यरचना करून, तिच्याद्वारे इंग्रजीतील वाक्यांची माहिती देण्यात आली आहे.
2. संबंधितांना सांत्वनापर संदेश देत असताना चर्येवर निरंतर सांत्वनशीलतेचा भाव–भंगिमा तरळत राहिला पाहिजे.
3. अशा वाक्यांचे पुनः पुनः आपले Relatives (नातेवाईक)वा Friends (मित्रां) सोबत बोलत असताना अध्ययन करायला हवे. तसे केल्याने आत्मविश्वासात वृद्धी होते आणि आपण इंग्रजीतील सांत्वनापर संदेश देण्याच्या क्रिया–स्वरूपाच्या वाक्यांचे स्वतरूच्या संवाद–वार्तालाप–चर्चेवेळी उपयोजन करण्याचे कौशल्य अर्जित करू शकतो.

प्रशंसापर वाक्य
(PRAISE)

दैनंदिन जीवनात वावरत असताना आणि वार्तालाप व संवाद साधत असताना संबंधितांना प्रशंसापर संदेश देण्याच्या क्रिया सातत्याने होत असतात. ह्या पाठात प्रशंसापर संदेश देण्याशी संबंधित असलेली मराठीतील वाक्यरचना करून, तिच्याद्वारे इंग्रजीतील वाक्यांची माहिती देण्यात आली आहे. प्रत्येक इंग्रजी वाक्याच्या सोबत संबंधित वाक्याचे उच्चारण कसे होत असते, त्याच्याविषयीचा निर्देश करण्यासाठी देवनागरी लिपीत रूपांतरण देखील दिले आहे, उदाहरणार्थ –

तुम्ही किती चांगले गृहस्थ आहात. How a nice person you are! हाउ अ नाइस परसन यू आर!

★ उपरोक्त वाक्याच्या आधारे परिस्थितीच्या संदर्भात उपयोजन करून सुलभपणे इंग्रजी वाक्यरचना सिद्ध करता येतात. पुढील काही वाक्यांचा अभ्यास केल्यास आपला आत्मविश्वास भक्कम होऊ शकेल.

आपण उत्तम कार्य केलेत.	You did a good job. यू डिड अ गुड जॉब.
तो आनंदी आणि सुखात आहे.	He is fine. ही इज फाईन.
ते सर्व पाहिल्यानंतर मी आनंदी जाहलो.	I felt happy looking at that. आय फेल्ट हॅपी लूकिंग् ॲट दॅट.
आपण सत्यवचनच बोलत आहात?	Do you tell the truth? डु यू टेल द ट्रूथ.
तुम्ही किती चांगले गृहस्थ आहात.	How nice a person are you! हाउ नाइस परसन यू आर!
ती स्त्री देखणी आहे.	She is a good-looking lady. शी इज गुड–लूकिंग् लेडी.
तो मला पुष्कळ भावतो.	I like him very much. आय लायक हिम व्हेरी मच.
आपण हे काम इतक्या लवकर कसे करू शकलात?	How could you do this job so fast? हाउ कुड यू डू धिस् जॉब सो फास्ट?
आपल्या सेवेसाठी मी आजन्म कृतज्ञ राहीन.	I will remain grateful to you for your service. आय विल रिमेन ग्रेटफूल टु यू फॉ(र) योर सर्व्हिस.
तुमच्यासारखे इतरांना बोलताच येत नाही.	No one can talk the way you do. नो वन् कॅन टॉक द वे यू डू.
देवाचे आभार! आपली भेट होऊ शकली.	Thank God, I could meet you. थँक गॉड, आय कुड मीट यू.
उत्तम भाषेत बोलणाऱ्याच्या मुखात देव वसत असतो.	To talk well, you need God's grace. टु टॉक वेल, यू नीड गॉड' स ग्रेस.
ती स्त्री शकुंतलाच कशी दिसते.	How long hair that lady has? हाउ लॉग हेअर दॅट लेडी हॅज.
तुझ्या सोबत येथे बसणे, प्रसन्न करती सर्व बहाणे!	How nice it is to sit here with you! हाउ नाइस इट इज टु सिट हिअर विथ यू
ती किती मोहक आहे!	How charming she is! हाउ चार्मिंग शी इज!

तिला काय सुंदर डोळे लाभलेत!	What pretty eyes she has got! वाट प्रेटी आइज शी हॅज गॉट!
किती चित्त्वेधक कल्पना ही!	What a fascinating idea it is! वाट ए फॅसिनेटिंग आइडिया इट इज!
तुम्ही साह्यभूत झाल्याबद्दल मी अभिस्वीकृती देतो.	I acknowledge your obligation. आइ अॅक्नॉलेज योर ओबलिगेशन.
आपल्या साह्यभूततेसाठी मी नेहमी आभारी राहीन.	I shall always be under your obligation. आय शाल आलवेज बी अंडर योर ओबलिगेशन।
केवढे भव्य प्रदर्शन हे!	What a grand show! वॉट अ ग्रांड शो!
किती सार्थ विचार आहे हा!	What an idea! वॉट एन आइडिया!
किती हर्षभरितपणा हा!	How joyful! हाउ जॉयफुल!
किती भव्य विजय हा!	What a great victory! वॉट अ ग्रेट विक्ट्री
आपण हे धाडसी कार्य केलेत.	That was very brave of you. दैट वाज वेरी ब्रेव ऑफ यू।
किती अचंबापूर्ण.	That's wonderful. दॅट्स वंडरफुल।
तुझे कार्य प्रशंसादायक आहे.	Your work is praiseworthy. योर वर्क इज प्रेजवर्दी.
तू किती साह्यभूत झालास मला.	You have been a great help to me. यू हॅव बीन अ ग्रेट हेल्प टु मी.

स्मरणात ठेवण्याजोगे

अभ्यासकांना असा परामर्श दिला जातो की,

1. दैनंदिन जीवनात वावरत असताना आणि वार्तालाप व संवाद साधत असताना संबंधितांना सांत्वनपर संदेश देण्याच्या क्रिया सातत्याने होत असतात. ह्या पाठात संबंधितांना सांत्वनापर संदेश देण्याशी संबंधित असलेली मराठीतील वाक्यरचना करून, तिच्याद्वारे इंग्रजीतील वाक्यांची माहिती देण्यात आली आहे.
2. संबंधितांना सांत्वनापर संदेश देत असताना चर्येवर निरंतर सांत्वनशीलतेचा भाव–भंगिमा तरळत राहिला पाहिजे.
3. अशा वाक्यांचे पुनः पुनः आपले Relatives (नातेवाईक)वा Friends (मित्रां) सोबत बोलत असताना अध्ययन करायला हवे. तसे केल्याने आत्मविश्वासात वृद्धी होते आणि आपण इंग्रजीतील सांत्वनापर संदेश देण्याच्या क्रिया–स्वरूपाच्या वाक्यांचे स्वतरूच्या संवाद–वार्तालाप–चर्चेवेळी उपयोजन करण्याचे कौशल्य अर्जित करू शकतो.

क्षमा–याचना / खेद प्रदर्शन (APOLOGY)

दैनंदिन जीवनात वावरत असताना आणि वार्तालाप व संवाद साधत असताना संबंधितांना क्षमा–याचना एवं खेद–प्रदर्शनपर संदेश देण्याच्या क्रिया सातत्याने होत असतात. ह्या पाठात क्षमा–याचना किंवा खेद–प्रदर्शनपर संदेश देण्याशी संबंधित असलेली मराठीतील वाक्यरचना करून, तिच्याद्वारे इंग्रजीतील वाक्यांची माहिती देण्यात आली आहे. प्रत्येक इंग्रजी वाक्याच्या सोबत संबंधित वाक्याचे उच्चारण कसे होत असते, त्याच्याविषयीचा निर्देश करण्यासाठी देवनागरी लिपीत रूपांतरण देखील दिले आहे, उदाहरणार्थ –

मला क्षमा करा. I am sorry. आय एम सॉरी.

- उपरोक्त वाक्याच्या आधारे परिस्थितीच्या संदर्भात उपयोजन करून सुलभपणे इंग्रजी वाक्यरचना सिद्ध करता येतात. पुढील काही वाक्यांचा अभ्यास केल्यास आपला आत्मविश्वास भक्कम होऊ शकेल.

मी असे करायला नको होते.	I am sorry. आय एम सॉरी.
बाळा, मी काहीच करू शकत नाही.	My son, I am sorry. माय सन, आय एम सॉरी.
साहेब, मी खेद प्रकट करतो.	I am sorry, sir. आय एम सॉरी, सर.
मला हे देता येत नाही.	I am really sorry. आय एम रीअली सॉरी.
आई, तुला मी सांगायला हवे होते.	Mummy, I am really very sorry. मम्मी, आय एम रीअली वेरी सॉरी.
माझ्या वतीने त्यांच्याकडे क्षमायाचना करा.	Beg pardon of them on my behalf. बेग पार्डन ऑफ देम ऑन माय बिहाफ.
अशा असुविधेसाठी खेद व्यक्त करतो.	I am sorry for this inconvenience. आय एम सॉरी फॉर दिस इनकन्वीनिअंस.
तुझ्या ह्या अवस्थेला मी कारणीभूत आहे.	I am very sorry. आय एम वेरी सॉरी.
कृपया माझे सांगणे मनाला लावून घेऊ नका.	Please don't mind. प्लीज़ डोंट माइंड.
मी तर गंमत करीत होतो.	I was just joking. आय वॉज जस्ट जोकिंग.
मला क्षमा करा, मी वेळेवर पोहोचू शकलो नाही.	I am sorry, I got late. आय एम सॉरी, आय गॉट लेट.
विक्षेप आणल्याबद्दल कृपया क्षमा करावी.	I am sorry for interrupting you. आय एम सॉरी फॉर इंटरप्टिंग यू.
अजाणतेपणामुळे असे घडले.	It was done unknowingly. इट वॉज डन अननोइंगली.
कृपया क्षमा करावी, मी आपणाशी संपर्क साधू शकलो नाही.	Sorry, I could not call you. सॉरी, आय कुड नॉट कॉल यू.
हा दोष तुझा नव्हता.	It was not your fault. इट वाज नॉट योर फॉल्ट.

आपणास माझ्यामुळे इतका वेळ माझी वाट पाहावी लागली.	I am sorry to have kept you waiting so long. आय एम सॉरी टु हॅव केप्ट यू वेटिंग सो लॉन्ग.
अजाणतेपणामुळे मी आपणास यातना	I am very sorry if I have unknowingly hurt you. दिल्या असतील, तर क्षमा करावी. आय एम वेरी सॉरी इफ आय हॅव अननोइंगली हर्ट यू.
हे चुकून घडून गेले.	It was done by mistake. इट वॉज डन बाइ मिस्टेक.
चिंताग्रस्त नका होऊ, तशी इजा झालेली नाहीये.	Don't worry, no harm is done. डोंट वरी, नो हार्म इज डन.
वस्तुतः तो तुमचा प्रमाद नव्हता.	Indeed it was not your fault. इन्डीड इट वॉज नॉट योर फॉल्ट.
मी तुला कदापि क्षमा करणार नाही.	I will never forgive you. आय विल नेवर फॉरगिव यू.
त्याने गंमतीने म्हटले होते.	He said it light heartedly. ही सेड इट लाइट हार्टेडली.
क्षमस्व, माझ्याकरवी प्रमाद घडला खरा.	Excuse me, I did mistake. एक्सक्यूज मी, आय डिड मिस्टेक.
माझ्याने हे करवणार नाही.	I am sorry. आय एम सॉरी.
तुला जे काही सांगितले ते मनावर घेऊ नकोस.	Don't feel sorry for what I said. डोण्ट फील सॉरी फोर व्हॉट आय सेड.

स्मरणात ठेवण्याजोगे

अभ्यासकांना असा सल्ला दिला जातो की

1. दैनंदिन जीवनात वावरत असताना आणि वार्तालाप व संवाद साधत असताना संबंधितांना क्षमा–याचना किंवां खेद–प्रदर्शनपर संदेश देण्याच्या क्रिया प्रत्येक इंग्रजी वाक्याचे नेमके व योग्य उच्चारण करा.
2. यद्यपि कोणी एखादा क्षमा मागतो आहे किंवा खेद व्यक्त करतो आहे असे दिसले की त्या प्रसंगी पुढील वाक्यांचे उपयोजन करा –
   मनावर घेऊ नका– Don't worry –डोण्ट वरी.
   उत्तम–It's okay–इट्' स ओके.
3. अशा वाक्यांचे पुनः पुनः आपल्या Relatives (नातेवाईक) किंवा Friends (मित्रां) सोबत बोलत असताना अध्ययन करायला हवे. तसे केल्याने आत्मविश्वासात वृद्धी होते आणि आपण इंग्रजीतील सांत्वनापर संदेश देण्याच्या क्रिया–स्वरूपाच्या वाक्यांचे स्वतःच्या संवाद–वार्तालाप–चर्चेवेळी उपयोजन करण्याचे कौशल्य अर्जित करू शकतो.
4. इंग्रजीतील वाक्याद्वारे क्षमा मागताना तसेच क्षमा करताना चर्या व स्वर अत्यंत विनम्र असायला हवा, म्हणून प्रयत्न करा.

मुलाखत
(INTERVIEW)

दैनंदिन जीवनात वावरत असताना आणि वार्तालाप व संवाद साधत असताना संबंधितांना सेवा–चाकरीच्या शोधात घराच्या बाहेर पडावे लागते. त्यावेळी Interview (मुलाखत) देण्याच्या क्रिया सातत्याने होत असतात. ह्या पाठात Interview (मुलाखत देण्याशी संबंधित असलेली मराठीतील वाक्यरचना करून, तिच्याद्वारे इंग्रजीतील वाक्यांची माहिती देण्यात आली आहे. प्रत्येक इंग्रजी वाक्याच्या सोबत संबंधित वाक्याचे उच्चारण कसे होत असते, त्याच्याविषयीचा निर्देश करण्यासाठी देवनागरी लिपीत योग्य रूपांतरण देखील दिले आहे, उदाहरणार्थ –

मुलाखतीला कधी प्रारंभ होईल? When will the interview begin? व्हेन विल द इंटरव्यू बिगिन?

✯ उपरोक्त वाक्याच्या आधारे परिस्थितीच्या संदर्भात उपयोजन करून सुलभपणे इंग्रजी वाक्यरचना सिद्ध करता येतात. पुढील काही वाक्यांचा अभ्यास केल्यास आपला आत्मविश्वास भक्कम होऊ शकेल.

मुलाखतीला कधी प्रारंभ होईल?	When will the interview begin? व्हेन विल द इंटरव्यू बिगिन?
मुलाखतीला प्रारंभ झाला का?	Has the interview begun? हॅज द इंटरव्यू बिगन?
माझे नाव हर्षवर्धन असून माझे नाव अद्यापि घेतले गेले नसावे.	I am Harshvardhan. Hope I have not been called in yet. आय एम हर्षवर्धन, होप आय हॅव नॉट बीन काल्ड इन ऐट.
मी मुलाखतीसाठी उपस्थित आहे.	I am present for the interview. आय एम प्रेजेंट फॉर द इन्टरव्यू.
सर, मी आत प्रवेश करू का?	Sir, may I come in? सर, मे आय कम इन?
नमस्ते, माझे नाव हर्षवर्धन आहे.	Good morning sir, my name is Harshvardhan. गुड मार्निंग सर, माय नेम इज हर्षवर्धन.
मी डेस्क टॉप पब्लिशिंग संगणक–प्रचालकाच्या पदासाठी अर्ज दिला आहे.	I have applied for the post of D.T.P. operator. आय हॅव अप्लाइड फॉर द पोस्ट ऑफ डी.टी.पी. ऑपरेटर.
दिल्लीतील एनआयआयटी संस्थेत प्रशिक्षण घेतले आहे.	I got trained at NIIT Delhi. आय गोट ट्रेन्ड ॲट एनआइआइटी डेल्ही.
मी पदवी परीक्षा उत्तीर्ण झालो आहे.	I am a graduate. आय एम ए ग्रेजुएट.
इतिहास व राज्यनीतिशास्त्र हे माझे अभ्यासाचे विषय होत.	My subjects are History and Political Science माय सब्जेक्ट्स आर हिस्ट्री ॲण्ड पोलिटिकल सायन्स.
संगणकक्षेत्रात माझा तीन वर्षांचा कार्यानुभव आहे.	I have three years of experience in computer. आय हॅव थ्री इअर ऑफ एक्सपीरियंस इन कम्प्यूटर.

कला आणि संगीत ह्यांचा मला छंद आहे.	My hobby is art and music. माय हॉबी इज आर्ट ॲण्ड म्यूजिक.
अध्यापन करण्यात मला विशेष रस आहे.	I have interest in teaching. आय हॅव इंट्रेस्ट इन टीचिंग.
मी दिल्ली विद्यापीठात एम.ए. चा अभ्यासक्रम पूर्ण केला आहे.	I have done M.A. from Delhi University. आय हॅव डन एम ए फॉम दिल्ली यूनिवर्सिटी.
मी येथे बसल्यास चालेल काय?	May I sit here? मे आय सिट हिअर?
आपण साह्य केलेत म्हणून आभार मानतो!	Thanks for your help! थैंक्स फॉर योर हेल्प!
मी आपणास कशा प्रकारे साह्य करू शकतो?	How can I help you? हाउ कॅन आय हेल्प यू?
आपण तेथील सेवा–चाकरी सोडून दिली?	Have you left the job? हॅव यू लेफ्ट द जॉब?
अद्यापि नाही; परंतु तशी संधी मिळाल्यास ती घेऊ पाहतो.	No, but I am looking for a chance now. नो, बट आय एम लुकिंग फॉर अ चान्स नाउ.
पण आता सेवा–चाकरीत परिवर्तन का करू पाहता?	But, why are you looking for a chance. बट वाय आर यू लुकिंग फॉर अ चान्स?
किती पर्यंतच्या वेतनाची तुम्हाला अपेक्षा आहे?	What salary do you expect? व्हॉट सॅलरी डू यू एक्सपेक्ट?
आपणास इंग्रजीत संवाद–वार्तालाप करता येतो का?	Can you communicate in English? कॅन यू कम्यूनीकेट इन इंग्लिश?
निश्चितच.	Of course, I can. ऑफ कोर्स आय कॅन.
आम्ही आपणास लवकरच कळवू.	We will let you know soon. वी विल लेट यू नो सून.

स्मरणात ठेवण्याजोगे

अभ्यासकांना असा सल्ला दिला जातो की

1. अशा वाक्यांचे पुनः पुनः आपले Relatives (नातेवाईक) वा Friends (मित्रां)सोबत बोलत असताना अध्ययन करायला हवे. तसे केल्याने आत्मविश्वासात वृद्धी होते आणि आपण इंग्रजीतील वाक्यांचे मुलाखत देण्याच्या क्रियेवेळी उपयोजन करण्याचे कौशल्य अर्जित करू शकतो.
2. इंग्रजीतील वाक्याद्वारे साक्षात्कार–मुलाखत देण्याच्या क्रियेवेळी चर्या व स्वर अत्यंत विनम्र असायला हवा, म्हणून प्रयत्न करा.

पूर्वसूचना
(WARNING)

सामान्यतः दैनंदिन जीवनात वावरतेवेळी कोणतेही कार्य करताना ते यथायोग्यपणे केल्यास, वा न केल्यास सोबत्यांना, सहकाऱ्यांना, मित्रांना आणि बालकांना सावधानतेसाठीच्या पूर्वसूचना द्याव्या लागतात. त्यावेळी सावधानतेसाठीच्या पूर्वसूचनांशी संबंधित असलेली मराठीतील वाक्यरचना करून, तिच्याद्वारे इंग्रजीतील वाक्यांची माहिती देण्यात आली आहे. प्रत्येक इंग्रजी वाक्याच्या सोबत संबंधित वाक्याचे उच्चारण कसे होत असते, त्याच्याविषयीचा निर्देश करण्यासाठी देवनागरी लिपीत रूपांतरण देखील दिले आहे, उदाहरणार्थ –

येथे कार ठेवू नका. No parking here. नो पार्किंग हिअर।

★ उपरोक्त वाक्याच्या आधारे परिस्थितीच्या संदर्भात उपयोजन करून सुलभपणे इंग्रजी वाक्यरचना सिद्ध करता येतात. पुढील काही वाक्यांचा अभ्यास केल्यास आपला आत्मविश्वास भक्कम होऊ शकेल.

डावीने घ्या.	Keep to the left side. कीप टु द लेफ्ट साइड.
येथे कार ठेवू नका.	No parking here. नो पार्किंग हिअर
सावकाश हाका.	Drive slowly. ड्राइव स्लोली.
गवतावरून चालू नका.	Keep off the grass. कीप ऑफ द ग्रास.
केवळ स्त्रियांसाठी.	For ladies only. फॉर लेडिज ओंनलि.
छायाचित्रे घेणे वर्जित आहे.	Photography is prohibited. फोटोग्राफी इज प्रोहिबिटेड.
येथे धूम्रपान करू नका.	Don't smoke here. डोण्ट स्मोक हिअर.
पुढे धोकादायक वळण आहे.	Dangerous turn ahead. डेंजरस टर्न अहेड.
घर भाड्याने देणे आहे.	To let. टु लेट.
मार्गाच्या पलिकडे जाण्यापूर्वी उजव्या व डाव्या कडेने पाहा.	Before crossing the road, see right and left. बिफोर क्रॉसिंग द रोड, सी राइट ॲण्ड लेफ्ट.
कृपया रांगेत उभे राहा.	Please stand in a queue. प्लीज़ स्टॅण्ड इन अ क्यू.
तिकीटाविना प्रवास करणे अपराधजनक होय.	It is crime to travel without ticket. इट इज क्राइम टु ट्रवेल विदाउट टिकट.
धावत्या बसमध्ये चढणे धोकादायक असते.	It is dangerous to board a running bus. इट इज डेंजरस टु बोर्ड ए रनिंग बस.
स्त्रियांना आणि ज्येष्ठ नागरिकांना बसण्यास आसन द्या.	Offer space to women and elderly. ऑफर स्पेस टु वुमेन एंड एल्डरली.
कृपया आणीबाणीच्या काळात साखळी खेंचा.	Please pull the chain during emergency. प्लीज़ पुल द चेन ड्यूरिंग इमरजेंसी.
पुढील मार्ग बंद आहे.	Road closed ahead. रोड क्लोज्ड अहेड.
हा सार्वजनिक मार्ग नव्हे.	This is not a public road. दिस इज नॉट ए पब्लिक रोड.
येथे विज्ञापने लावण्यास अनुमती नाही.	Stick no bills. स्टिक नो बिल्स.
झुडपावरली फुले काढणे वर्जित आहे.	Plucking flower is prohibited. प्लकिंग फ्लाआर इज प्रोहिबिटेड.

कुत्र्यांपासून सावध राहा.	Beware of dogs. बीवेयर ऑफ डॉग्स.
शिष्टाचारांचे पालन करा.	Follow good manners. फॉलो गुड मॅनर्स.
त्याचा निरोप घ्या.	See him off. सी हिम ऑफ.
तिला चिडवू नका ग.	Don’t tease her. डोंट टीज हर.
त्वरित वाढा.	Serve fast. सर्व फास्ट.
लाद्यांवर थुंकू नका.	Do not spit on the floor. डोण्ट स्टिप ऑन द फ्लोर.
पृष्ठांचे कोपरे दुडू नका.	Don't turn the corners of the pages. डोंट टर्न द कॉर्नर्स ऑफ द पेजेस.
कार्यरत असताना पेंगू नका.	Don't doze while working. डोण्ट डोज वाइल वर्किंग.
पादत्रांणाविना बाहेर नका जाऊ.	Don't go out barefoot. डोण्ट गो आउट बेयरफुट.
इतरांवर विसंबून राहू नका.	Don't depend on others. डोण्ट डिपेंड ऑन अदर्स.
पुस्तक हाताळताना, हात स्वच्छ ठेवा.	Handle a book with clean hands. हॅण्डल अ बुक विथ क्लीन हॅण्ड्स.

स्मरणात ठेवण्याजोगे

अभ्यासकांना असा परामर्श दिला जातो की

1. इंग्रजीत सावधानतेसाठीच्या पूर्वसूचना देताना त्यांचा मराठी अर्थ ध्यानात असावा.
2. अशा वाक्यांचे पुनः पुनः आपल्या Relatives (नातेवाईक) वा Friends (मित्रां) सोबत बोलत असताना अध्ययन करायला हवे. तसे केल्याने आत्मविश्वासात वृद्धी होते आणि आपण इंग्रजीतील वाक्यांचे सावधानतेसाठीच्या पूर्वसूचना देण्याच्या क्रियेवेळी उपयोजन करण्याचे कौशल्य अर्जित करू शकतो.
3. इंग्रजीतील वाक्याद्वारे सावधानतेसाठीच्या पूर्वसूचना देताना चर्या व स्वर अत्यंत विनम्र असायला हवा, म्हणून प्रयत्न करा.

संतापदर्शक वाक्य
(ANGER)

सामान्यतः दैनंदिन जीवनात वावरतेवेळी कोणतेही कार्य करताना ते यथायोग्यपणे केल्यास, वा न केल्यास सोबत्यांना, सहकाऱ्यांना, मित्रांना आणि बालकांना संबोधताना क्रोध–संताप संबंधित वाक्यांचे उपयोजन करावे लागते. त्यावेळी संबंधित असलेली मराठीतील वाक्यरचना करून, तिच्याद्वारे इंग्रजीतील वाक्यांची माहिति देण्यात आली आहे. प्रत्येक इंग्रजी वाक्याच्या सोबत संबंधित वाक्याचे उच्चारण कसे होत असते, त्याच्याविषयीचा निर्देश करण्यासाठी देवनागरी लिपीत रूपांतरण देखील दिले आहे, उदाहरणार्थ –

आपणास मी इजा केली आहे काय? What harm have I done to you? व्हॉट हार्म हॅव आय डन टु यू?

★ उपरोक्त वाक्याच्या आधारे परिस्थितीच्या संदर्भात उपयोजन करून सुलभपणे इंग्रजी वाक्यरचना सिद्ध करता येतात. पुढील काही वाक्यांचा अभ्यास केल्यास आपला आत्मविश्वास भक्कम होऊ शकेल.

आपण माझ्यावर का रागावता आहात?	Why are you angry on me? व्हाय आर यू अँग्री ऑन मी?
आपणास मी इजा केली आहे काय?	What harm have I done to you? व्हॉट हार्म हॅव आइ डन टु यू?
तुलाच परिवर्तीत व्हायला पाहिजे.	You have to mend yourself. यू हॅव टु मेंड योरसेल्फ.
आपण शुद्धीवर आहात ना?	Are you in your senses? आर यू इन योर सेंसज?
तुम्ही निष्कारण का वादावादी करीत आहात?	Why are you unnecessarily quarrelling? व्हाय आर यू अननेससेरली क्वॉयरलिंग?
हा विषय अधिक वाढवू नकोस.	Don't stretch the matter further. डोंट स्ट्रेच द मॅटर फर्दर.
जा मसणात.	Go to hell. गो टु हेल.
माझ्यासमोर उभी राहू नकोस.	Get lost. गेट लॉस्ट.
येथे पुनश्च नको येऊस.	Don't come here again. डोण्ट कम हिअर अगेन.
तुझ्यात मला रस नाही.	I don't care for you. आय डोण्ट केअर फॉर यू.
ह्या बाबींशी तुझा कसला संबंध?	How are you concerned with these things? हाउ आर यू कन्सर्न्ड विथ दिज थिंग्स.
शेवटी वादावादीचा निर्णय झाला बुवा.	The quarrel is settled. द क्वॉरल इज सेटल्ड.
पुनश्च असली बाब काढायची नाही.	Don't say things like this again. डोण्ट से थिंग्ज लाइक धिस अगेन.
त्याला दोन्ही पक्षांमध्ये समेट घडवू दे.	Let him mediate between the two parties. लेट हिम मेडिएट बिटवीन द टु पार्टीज.
मला त्रस्त करू नकोस.	Don't irritate me. डोण्ट इरीटेट मी.

तुझे तीर्थरूप पुष्कळ संतापी स्वभावाचे आहेत.	Your father is very hot tempered. योर फादर इज वेरी हॉट टेम्पर्ड.
बाष्कळपणा नको.	Don't talk nonsense. डोण्ट टॉक नॉनसेन्स.
तुझ्या निर्लज्जपणाला कसलीच मर्यादा राहिली नाही.	There is no limit to your shamelessness. देअर इज नो लिमिट टु योर सेमलेसनेस.
मी कदापि अवमान सहन करू शकत नाही.	I never tolerate insult. आइ नेव्हर टॉलरेट इनसल्ट.
तू ना अतिचतुर व्यक्ती आहेस.	You are too clever. यू आर टु क्लेव्हर.
चालू लाग येथून.	Get out from here. गेट आउट फ्रॉम हिअर.
त्याचा साहेब क्रोधसंतप्त झाला होता.	His boss was extremely angry. हिज बॉस वॉज एक्सट्रीमलि अँग्री.
तो चेकाळला आहे.	He has gone crazy. ही हॅज गॉन क्रेझी.
असले अर्थशून्य बोलणे बंद कर आता.	Stop talking nonsense like this. स्टॉप टॉकिंग नॉनसेन्स लाइक धिस.
त्याने कोणत्या विषयावर वादावादी केली बरे?	Over which matter he quarreled? ओव्हर विच मॅटर ही क्वार्ल्ड?
केवळ तूच ही वादावादी संपुष्टात आणू शकतेस.	Only you can settle the quarrel. ओनलि यू कॅन सेट्ल द क्वारल.
हे प्रमाद तू करीत आहेस.	You are committing mistakes. यू आर कॅमीटिंग मिस्टेकस्.
स्वतःच्या कार्यात लक्ष ठेवा.	Mind your business. माइंड योर बिजनेस
इतके निरखून निरखून काय पाहतेस?	Why are you eyeing me? व्हाय आर यू आईंग मी?

स्मरणात ठेवण्याजोगे

अभ्यासकांना असा परामर्श दिला जातो की

1. इंग्रजीत क्रोध–संताप संबंधित वाक्यांचे उपयोजन करीत असताना त्यांचा मराठी अर्थ ध्यानात असावा.
2. अशा वाक्यांचे पुनः पुनः आपल्या Relatives (नातेवाईक) वा Friends (मित्रां) सोबत बोलत असताना अध्ययन करायला हवे. तसे केल्याने आत्मविश्वासात वृद्धी होते आणि आपण इंग्रजीतील वाक्यांचे क्रोध–संताप संबंधित क्रियेवेळी उपयोजन करण्याचे कौशल्य अर्जित करू शकतो.
3. इंग्रजीतील वाक्याद्वारे क्रोध–संताप संबंधित वाक्यांचे उपयोजन करीत असताना चर्या वेडी–वाकडी व स्वर अत्यंत कर्कश व तार–सप्तकात असायला हवा, म्हणून प्रयत्न करा. हळुवारपणे क्रोध–संताप संबंधित वाक्यांचे उपयोजन केल्यास श्रोत्यावर यथोचित प्रभाव पडू शकणार नाही.

प्रवासातील वाक्य (JOURNEY)

सामान्यतः दैनंदिन जीवनात वावरतेवेळी प्रवास–यात्रा संबंधित वाक्यांचे उपयोजन करावे लागते. त्यावेळी संबंधित असलेली मराठीतील वाक्यरचना करून, तिच्याद्वारे इंग्रजीतील वाक्यांची माहिती देण्यात आली आहे. ती अत्यंत लक्षपूर्वक अभ्यासून तिचे दैनंदिन संवादात वा वार्तालापावेळी उपयोजन करा. प्रत्येक इंग्रजी वाक्याच्या सोबत संबंधित वाक्याचे उच्चारण कसे होत असते, त्याच्याविषयीचा निर्देश करण्यासाठी देवनागरी लिपीत सटिक रूपांतरण देखील दिले आहे, उदाहरणार्थ –

ट्रेन किती वाजता येईल बरे? When will the train arrive? व्हेन विल द ट्रेन अराइव?

☆ उपरोक्त वाक्याच्या आधारे परिस्थितीच्या संदर्भात विविध ट्रेन्स आणि बसेस यांचे उपयोजन करून सुलभपणे इंग्रजी वाक्यरचना सिद्ध करता येतात. पुढील काही वाक्यांचा अभ्यास केल्यास आपला आत्मविश्वास भक्कम होऊ शकेल.

घाई करा, कृपा करा.	Hurry up, please. हरी अप प्लीज़.
हा प्रवास बराच लांबवरचा आहे बरे.	It's a long journey. इट्स अ लॉन्ग जर्नी
आपण कुठे उतरलात?	Where are you staying? वेअर आर यू स्टेइंग?
तुम्ही तुमचे तिकीट काढलेत का?	Have you bought the ticket? हैव यू बॉट द टिकिट?
मी साडेदहाच्या ट्रेनने कोलकोतास जाईन.	I'll go to Kolkata by the 10.30 train. आइ विल गो टु कोलकाता बाइ द टेन–थर्टी ट्रेन.
आपण सोबतीनेच जाऊ.	We'll go together. वी'ल गो टुगेदर.
आम्ही वेळेवर पोहोचू.	We'll reach in time. वी'ल रीच इन टाइम.
ट्रेन कोणत्या फलाटावर येणार आहे बरे?	On which platform will the train arrive? ऑन विच प्लेटफॉर्म विल द ट्रेन अराइव?
येथून रेल्वे–स्टेशन किती लांब आहे?	How far is the railway station from here? हाउ फॉर इज द रेल्वे स्टेशन फॉम हिअर?
मी त्यांना आणण्यासाठी रेल्वे–स्टेशनवर जाते आहे.	I'm going to the station to receive them. आय एम गोइंग टु द स्टेशन टु रिसीव देम.
मार्ग– चांगल्या स्थितीत आणण्यासाठी बंद ठेवला आहे.	The road is closed for repairs. द रोड इज क्लोज्ड फॉर रिपेअरस्.
मला सायकल चालवायला आवडते बाई.	I'm fond of cycling. आय एम फॉण्ड ऑफ साइक्लिंग.
सहारनपूरात मी अन्य ट्रेन घेतली.	I changed the train at Saharanpur. आय चेंज्ड द ट्रेन ॲट सहारनपुर.
ही ट्रेन सरळ कोलकात्यालाच जातेय ना?	Is this a direct train to Kolkata? इज धिस अ डायरेक्ट ट्रेन टु कोलकाता.
तुझ्या सोबत मी रेल्व–स्टेशनपर्यंत येईन.	I'll accompany you to the station. आय विल कंपनी यू टु द स्टेशन.

रेल्वे–रुळांवरून जाणे वर्जित आहे.	Crossing the railway tracks is prohibited. क्रॉसिंग द रेल्वे ट्रॅक्स इज प्रोहिबिटेड.
पुढचे स्टेशन दिल्ली आहे.	The next station is Delhi. द नेक्स्ट स्टेशन इज डेली.
ट्रेन सुटायला अद्यापि अर्धा तास आहे.	There is still half an hour for the train to start. देअर इज स्टिल हाफ अॅन आवर फॉर द ट्रेन टु स्टार्ट.
गाडीची वेळ साडे–अकराची आहे.	The train is due at half-past eleven. द ट्रेन इज ड्यू अॅट हाफ–पास्ट इलेवन.
वाटेवरच आमची कार मोडली.	Our car broke down on the way. आवर कार ब्रोक डाउन ऑन द वे.
तो मुंबईत सोमवारी उतरेल.	He will land in Mumbai on Monday. ही विल लँड इन मुंबई ऑन मंडे.
मी एक घोडा भाड्याने घेतला आहे.	I hired a horse. आइ हायर्ड अ हॉर्स.
हा कम्पार्टमेण्ट तर सैनिकांसाठी राखीव ठेवला आहे.	This bogey is reserved for soldiers. धिस बोगी इज रिजर्व्ड फॉर द सोल्जर्स.
आम्ही शयनयान कोचमधून प्रवास करीत आहोत.	We are travelling by the sleeper coach. वुई आर ट्रॅव्हलिंग बाय द स्लीपर कोच.
हमाल, येथे या बरे.	Coolee, come here. कुली, कम हिअर.
कृपया प्लॅटफॉर्मवर माझे सगळे सामान घेऊन चला.	Please carry all my luggage to the platform. प्लीज़ कॅरी ऑल माय लगेज टु द प्लेटफॉर्म.
राखीव आसनांविषयीचा तक्ता कोठे आहे बरे?	Where is the reservation chart placed? व्हेअर इज द रिजर्वेशन चार्ट प्लेस्ड?
राखीव आसनांचा तक्ता तपासून पाहुया.	Let us check the reservation chart. लेट अस चेक द रिजर्वेशन चार्ट.

स्मरणात ठेवण्याजोगे

अभ्यासकांना असा सल्ला दिला जातो की

1. उपरोक्त भागात प्रवास–यात्रा संबंधित माहिती दिलेली आहे.
2. अशा वाक्यांचे पुनः पुनः आपल्या Relatives (नातेवाईक) वा Friends (मित्रां) सोबत बोलत असताना अध्ययन करायला हवे. तसे केल्याने आत्मविश्वासात वृद्धी होते आणि आपण इंग्रजीतील वाक्यांतील प्रवास–यात्रा संबंधित माहितीचे उपयोजन करण्याचे कौशल्य करू शकतो.
3. इंग्रजीतील वाक्याद्वारे प्रवास–यात्रा संबंधित माहिती देणाऱ्या वाक्यांचे उपयोजन करीत असताना हावभाव व स्वर अत्यंत विनम्र असायला हवा, म्हणून प्रयत्न करा.

खरेदी–विषयक वाक्य
(SHOPPING)

सामान्यतः दैनंदिन जीवनात वावरतेवेळी क्रय–विक्रयशी संबंधित वाक्यांचे उपयोजन करावे लागते. त्यावेळी संबंधित असलेली मराठीतील वाक्यरचना करून, तिच्याद्वारे इंग्रजीतील वाक्यांची माहिती देण्यात आली आहे. ती अत्यंत लक्षपूर्वक अभ्यासून तिचे दैनंदिन संवादात वा वार्तालापावेळी उपयोजन करा. प्रत्येक इंग्रजी वाक्याच्या सोबत संबंधित वाक्याचे उच्चारण कसे होत असते, त्याच्याविषयीचा निर्देश करण्यासाठी देवनागरी लिपीत रूपांतरण देखील दिले आहे, उदाहरणार्थ –

हे फळ कसे दिले? How much for this fruit? हाउ मच फॉ(र) धिस् फ्रूट?

- उपरोक्त वाक्याच्या आधारे परिस्थितीच्या संदर्भात विविध फळे, वस्तू इत्यादी शब्दांशी संबंधित नामांचे उपयोजन करून सुलभपणे इंग्रजी वाक्यरचना सिद्ध करता येतात. पुढील काही वाक्यांचा अभ्यास केल्यास आपला आत्मविश्वास भक्कम होऊ शकेल.

तुमच्याकडे सर्फ एक्सेल मिळेल काय?	Is Surf Excel available in your shop. **इज सर्फ एक्सेल अव्हेलेबल इन योर शॉप?**
मला एका किलोग्रामचे एक पॅकेट द्या पाहू.	Give me a packet of one K.G. **गिव्ह मी वन् पॅकेट ऑफ वन् किलोग्रॅम्स.**
डव साबणाच्या दोन वड्या द्या.	Please give me two cakes of Dove soap. **प्लीज गिव मी टू केक्स ऑफ डव्ह सोप.**
मी किती पैसे द्यायचे?	How much do I have to pay? **हाउ मच डु आय हॅव टु पे?**
हे फळ कसे दिले?	How much for this fruit? **हाउ मच फॉ(र) धिस् फ्रूट?**
योग्य अशा किंमतीत देतोय बाई.	Quite reasonable. **क्वायट रिझनेबल.**
योग्य अशा किंमतीत म्हणजे काय उमजायचे बरे?	What's meant by reasonable price? **व्हॉटस् मेण्ट बाय क्वायट रिझनेबल प्राइस?**
हे फळ तर अद्यापि पिकलेले नाहीये.	This fruit is not ripe enough. **धिस् फ्रूट इज नॉट राइप इनफ.**
ते बहुधा पुरेसे पिकलेले नाहीत.	They haven't ripened, perhaps. **दे हॅवण्ट रायपण्ड इनफ, परहॅप्स.**
शंका नका दाखवू.	Don't doubt. **डोण्ट डाउट.**
मग करू तरी काय? आहेत तसेच घेऊ की काय?	What do I do then? Buy them impromptu? **वॉट डू आय डू देन? बाय देम इम्प्रॉम्पट्यू?**
तसे म्हणायचे नाहीये. रागावू नका.	Not like that! Don't get angry. **नॉट लाइक दॅट. डोण्ट गेट अँग्री.**
तुमच्याजवळ चांगली संत्री आहेत काय?	Have you got good quality oranges? **हॅव यू गॉट गुड क्वालिटी ऑरेंजस?**
हो, किंचित महाग आहेत पण.	They are expensive. **दे आर एक्सपेन्सिव्ह.**

गुणवत्तेने यथोचित आहेत, परंतु किंमत नाही.	Quality is fine but not the price. क्वालिटी इज फाइन, बट नॉट द प्राइस.
पेरू पाहून तो आताच खाऊन टाकावा असे वाटतेय.	Looking at guavas I feel like eating at once. लुकिंग ॲट गवाज, आय फील लाइक ईटिंग ॲट वन्स.
परंतु त्यावर काळे ठिपके पडले आहेत.	But there are dark spots on them. बट देअ(र) आर डार्क स्पॉटस् ऑन देम.
काय पण बोललात, इतके महाग?	What's the matter, so much price! वॉट'स द मॅटर? सो मच प्राइस?
ही सफरचंदे कुजली आहेत.	These apples are rotten. दीज ऍपल्स आ(र) रॉटन.
ही आवृत्ती पटापटा विकली जात आहे.	This edition is selling like hot cake. धिस् एडिशन इज सेलिंग लाईक हॉट केक.
माझ्याजवळ पन्नास रुपये कमी आहेत.	I am short by fifty rupees. आय'म शॉर्ट ऑफ फिफ्टी रुपीज.
नवीन आलेल्या वस्तू दाखवा ना!	Show me some fresh stuffs. शो मी सम् फ्रेश स्टफ.
ह्या दुधात भेसळ आहे.	This is adulterate milk. धिस् इज अडल्टरेट मिल्क.
हे घ्या. नवीन आले आहे.	Take this, it's new brand. टेक धिस्. इट्'स न्यू ब्रॅण्ड
आपण किती देवू इच्छिता?	How much do you want to pay? हाउ मच डू यू वॉण्ट टु पे?
साखरेची स्वस्त दरात विक्री होत आहे.	Suger is selling cheap. शुगर इज सेलिंग चीप.
त्याने मला दहा रुपये कमी दिले.	He returned me ten rupees short. ही रिटर्नड् मी टेन् रुपीज शॉर्ट.
बरे तर, ह्याची किंमत किती?	Well, how much will you charge for it. वेल्, हाउ मच विल यू चार्ज फॉ(र) धिस्?
सगळ्या वस्तू पटापट विकल्या गेल्या.	All the goods found a ready sale. ऑल द गुडस् फाउण्ड अ रेडी सेल.

स्मरणात ठेवण्याजोगे

अभ्यासकांना असा परामर्श दिला जातो की,

1. उपरोक्त भागात दुकानदाराच्या सोबत क्रय–विक्रयशी संबंधित वाक्य–रचनांविषयक माहिती दिलेली आहे.
2. अशा वाक्यांचे पुनः पुनः आपल्या Relatives (नातेवाईक) वा Friends (मित्रां) सोबत बोलत असताना अध्ययन करायला हवे. तसे केल्याने आत्मविश्वासात वृद्धी होते आणि आपण दुकानदाराच्या सोबत क्रय–विक्रयशी संबंधित माहितीचे इंग्रजी वाक्यांतील उपयोजन करण्याचे कौशल्य अर्जित करू शकतो.

स्वास्थ्य संबंधित वाक्य
(HEALTH)

आपल्याला दैनंदिन जीवनात केव्हा ना केव्हा आपल्या नातेवाईकांच्या स्वास्थ्यासंबंधी समस्यांना सामोरे जावे लागते.अशावेळी आपल्याला कुठल्या तरी डॉक्टरच्या क्लीनिक मध्ये किंवा इस्पितळात जाउन उपचारासंबंधी सल्ला घेण्याची आवश्यकता निर्माण होते. या पाठात मराठी भाषेतून स्वास्थ्यासंबंधी इंग्रजी वाक्यांची माहिती देण्यात आलेली आहे. प्रत्येक इंग्रजी वाक्यासोबत त्याच्या इंग्रजी वाक्याच्या उच्चारणाचीही माहिती देण्यात आलेली आहे. जसे की –

माझे पोट ठीक नाही आहे. My stomach is upset. माय स्टमक इज अपसेट.

✯ पाठक वाचक उपरोक्त वाक्यांसारखी स्वाथ्यसंबंधी आणखी वाक्य बनविण्याचा अभ्यास करू शकतात.

येथे जवळ असलेल्या डॉक्टरांच्या दवाखान्याकडे जायचा रस्ता सांगाल काय?	Would you tell me the way to the nearest clinic of a doctor? वुड यू टेल मी द वे टू दि निअरेस्ट क्लिनिक ऑफ अ डॉक्टर?
माझी पचनक्रिया बिघडली आहे.	My stomach is upset. माय स्टमक इज अपसेट्.
माझ्या छातीत वेदना होत आहेत.	I have pain in chest. आय हॅव पेन इन चेस्ट
आलोकचा ताप आता उतरलाय.	Alok's fever is down now. आलोक'स फीव्हर इज डाउन नाउ.
मोहितला डेंग्यू झाला आहे.	Mohit is suffering from dangue. मोहित इज सफरिंग फ्रॉम डेंग्यू.
आता त्याची प्रकृती धोक्याच्या बाहेर आहे.	His condition is out of danger now. हिज कंडिशन इज आउट ऑव्ह डेंजर नाउ.
रुग्णाची अवस्था चिंताजनक आहे.	The patient's condition is critical. द पेशंट'स कंडिशन इज क्रिटिकल.
मी डॉक्टरांचा सल्ला घ्यायचा आहे.	I have to consult a doctor. आय हॅव टु कन्सल्ट अ डॉक्टर.
मला अपचन झाले आहे.	I have constipation. आय हॅव कॉन्स्टिपेशन.
त्याचे आजोबा हृदयविकाराने ग्रस्त आहेत.	His grand father is having heart trouble. हिज ग्रॅण्डफादर इज हॅविंग हार्ट ट्रबल.
माझे हृदयाचे ठोके जलद गतीने पडत आहेत.	My heart is beating fast. माय हार्ट इज बीटिंग फास्ट.
प्रत्येक चार तासांनंतर औषधांचा डोस घ्या.	Take a dose of the medicine after every four hours. टेक अ डोस ऑव्ह मेडिसीन अफ्टर एव्हरी फो(र) अवर्स.
उपायांपेक्षा प्रतिबंध करणे अधिक श्रेयस्कर होय.	Prevention is better than cure. प्रिव्हेंशन इज बेट(र) देन क्युअ(र).

सकाळी चालने आपल्या आरोगयाला उपयुक्त होय.	Morning walk is useful for our health. मॉर्निंग वॉक इज युजफुल फॉ(र) अवर हेल्थ.
उत्तम आरोगयासाठी झोप आवश्यक असते.	Sleep is necessary for good health. स्लीप इज नेसेसरी फॉ(र) गुड हेल्थ.
माझे डोळे ठीक नाहीत.	My eyes are not well. माय आइज आ(र) नॉट वेल.
उत्तम आरोगयात सौंदर्य असते.	There is beauty in good health. देअ(र) इज ब्युटी इन गुड हेल्थ.
कर्करोग हा एक भयंकर रोग आहे.	Cancer is a serious disease. कॅन्सर इज अ सिरियस डिसीस.
खूप खाऊ नका.	Don't eat too much. डोंट इट टू मच्.
मला ओकारी येते आहे, असे वाटते.	I feel like vomiting. आय फील लायक वोमिटिंग.
ह्या उष्णतेमुळे मला भोवळ आल्यासारखे वाटते.	The heat has made me feeling giddy. द हीट हॅज मेड मी गिडी.
मला ताप असल्यासारखे वाटते आहे.	I am feeling feverish. आय एम फीलिंग फिव्हरिश
तुला उष्णतामापक यंत्र (थर्मामीटर) वाचता येते?	Can you read the thermometer? कॅन यू रीड द थर्मामीटर?
उत्तम आरोग्य ही एक प्रकारे संपत्ती आहे.	Health is wealth. (गुड) हेल्थ इज वेल्थ.
स्वस्थ शरीर हे एक प्रकारे वरदानच आहे.	Healthy body is a boon. हेल्दी बॉडी इज अ बून.
उत्तम आहार म्हणजेच सर्वोत्तम वैद्य (डॉक्टर) होय.	A good diet is the best doctor. अ गुड डाइट इज दि बेस्ट डॉक्टर.

स्मरणात ठेवण्याजोगे

अभ्यासकांना असा परामर्श दिला जातो की

1. अशा वाक्यांचा पुनः पुनः आपल्या Relatives (नातेवाईकां) शी वा Friends (मित्रां) शी बोलत असताना अभ्यास करायला हवा. तसे केल्याने आत्मविश्वासात वृद्धी होते आणि आपण कालिक संदर्भांशी संबंधित माहितीचे इंग्रजी वाक्यांतील उपयोजन करण्याचे कौशल्य अर्जित करू शकतो.
2. Ache चा उच्चार 'एक्' असा असून, त्या शब्दाचा अर्थ 'वेदना' असा आहे. शरीरातील अंगे–प्रत्यांगे यांची इंग्रजीतील नामे आरंभी जुळवून त्या त्या अंगा–प्रत्यांगाची वेदना सांगता येते, उदाहरणार्थ – Haedache, Bodyache, Toothache इत्यादी.

वाढदिवसाचे अभिनंदन
(BIRTHDAY)

सामान्यतः दैनंदिन जीवनात वावरताना कोणाच्या न कोणाच्या वाढदिवसासाठीचे, जन्मदिवसासाठीचे स्नेहसंमेलन आयोजित केली जातात. ह्या संदर्भात संवाद–वार्तालाप करीत असताना उचित वाक्यांचे उपयोजन करावे लागते. त्यावेळी संबंधित असलेली यथोचित मराठीतील वाक्यरचना करून, तिच्याद्वारे इंग्रजीतील वाक्यांची माहिती देण्यात आली आहे. ती अत्यंत लक्षपूर्वक अभ्यासून तिचे दैनंदिन संवादात वा वार्तालापावेळी उपयोजन करा. प्रत्येक इंग्रजी वाक्याच्या सोबत संबंधित वाक्याचे उच्चारण कसे होत असते, त्याच्याविषयीचा निर्देश करण्यासाठी देवनागरी लिपीत रूपांतरण देखील दिले आहे, उदाहरणार्थ –

वाढदिवसाच्या हार्दिक शुभेच्छा. Happy birth day. हॅपी बर्थडे.

★ उपरोक्त वाक्याच्या आधारे परिस्थितीच्या संदर्भात जन्मदिवसासाठीच्या स्नेहसंमेलनादी शब्दांशी संबंधित नामांचे उपयोजन करून सुलभपणे इंग्रजी वाक्यरचना सिद्ध करता येतात. पुढील काही वाक्यांचा अभ्यास केल्यास आपला आत्मविश्वास भक्कम होऊ शकेल.

मला माझ्या मैत्रिणीचा वाढदिवस साजरा करण्यासाठी जायचे आहे.	I have to go to a friend's birthday party. आय हॅव टु गो टु अ फ्रेंड'स् बर्थडे पार्टी
ह्या पुडक्यात काय आहे?	What is in the packet? वॉट इज इन् द पॅकेट?
ह्यात शोभनेला देण्यासाठीची भेटवस्तू आहे.	It is a gift for Shobhna's birthday. इट् इज अ गिफ्ट फॉ(र) शोभना' ज बर्थडे.
तिच्यासाठी उत्तम भेटवस्तू मला विकत घ्यायची आहे.	I have to buy a great gift for her. आय हॅव टु बाय अ ग्रेट गिफ्ट फॉ(र) ह(र).
ही एक सुंदर भेटवस्तू होय.	It is a beautiful gift. इट् इज अ ब्युटिफुल गिफ्ट.
वाढदिवसाच्या हार्दिक शुभेच्छा, शोभना	Happy birthday, Shobhna. हॅपी बर्थ डे शोभना.
शोभना, हा दिवस तुझ्या आयुष्यात पुनः पुनः येवो.	Many happy returns of the day, Shobhna. मेनी हॅपी रीटर्न्स ऑफ द डे, शोभना.
तुझे घर तू अत्यंत सुंदरपणे सजवले आहेस.	You have decorated your home beautifully. यू हॅव डेकोरेटेड योर होम ब्युटिफुली
आभारी आहे.	Thank you. थँक यू.
शोभना, आज तू खुप सुंदर दिसते आहेस.	Shobhna, you are looking so beautiful today. शोभना, यू आर लूकिंग सो ब्युटिफूल टुडे.
शोभना, ह्या कपड्यांत तू खुप छान दिसतेस.	You look fabulous in this dress. यू लूक फॅब्युलस इन धिस् ड्रेस, शोभना.
मी तुमच्यासाठी खास भेटवस्तू घेऊन आलोय.	I have brought a special gift for you. आय हॅव ब्रॉट अ स्पेशल गिफ्ट फॉ(र) यू.
या खास भेटवस्तूसाठी अत्यंत आभारी आहे.	Thanks for this special gift. थँक्स फॉ(र) धिस् स्पेशल गिफ्ट.
संकेत, तुझे इतर मित्र कोठे आहेत?	Sanket, where are your other friends? संकेत, व्हेअर आ(र) योर अदर फ्रेंडस्?

आतल्या खोलीत सर्वजण तुझीच वाट पाहताहेत.	Inside the room, all are waiting for you. इनसाइड द रूम, ऑल आ(र) वेटिंग फॉ(र) यू.
अल्पोपाहार घ्या बरे का!	Have some refreshments. हॅव सम रिफ्रेशमेण्ट.
चला, आता तेथेच जाऊ.	Ok. Let us go there. ओ. के., लेट'स गो देअ(र).
स्नेहसंमेलन अगदीच नीरस होते	The party was boring. दि पार्टी वॉज बोअरिंग.
स्वागतसमारंभ चांगला होता.	Reception was nice. रिसेप्शन वॉज नाइस.
माझ्यासोबत नाच कराल?	Would you dance with me? वूड यू डान्स वीथ मी?
आनंदाने!	It's my pleasure. इट'स माय प्लेझर.
भागयदेवता आपल्यासोबत नेहमीच राहो.	My luck be with you./Best of luck. मे द लक बी वीथ यू./बेस्ट ऑफ लक.
ही भेटवस्तू बरीच महागडी आहे.	This is a very expensive gift. धिस् इज अ व्हेरी एक्सपेंसिव्ह गिफ्ट.
आपण नेहमी भागयवान राहा.	May you always be lucky. मे यू ऑल्वेज बी लकी.
मी सर्वांच्या वतीने आपले अभिनंदन करतो.	I congratulate you on behalf of all. आय कॉंग्रेच्युलेट यू ऑन बिहाफ ऑफ ऑल.
आपणास जे सर्वोत्तम आहे, ते लाभो.	Wish you all all the best. विश यू ऑल द बेस्ट
चला, आपण भोजन करू.	Let's have food now. लेट'स हॅव फूड नाउ.
कृतज्ञता व्यक्त करण्यासाठी माझ्याजवळ शब्द नाहीत.	I have no words to express my gratitude to you आय हॅव नो वर्डस् टु एक्सप्रेस माय ग्रॅटिट्यूड.
मी आपणा सर्वांची कृतज्ञ आहे.	I am much grateful to you. आय'म ग्रेटफुल टु यू.
आपल्या वाढदिवशी आपले हार्दिक अभिनंदन.	Hearty felicitations on your birthday. हार्टी फेलिसिटेशन ऑन योर बर्थडेः.

स्मरणात ठेवण्याजोगे

अभ्यासकांना असा सल्ला दिला जातो की

1. उपरोक्त वाक्यांच्या द्वारे वाढदिवसासाठीचे, जन्मदिवसासाठीचे स्नेहसंमेलन साजरे करीत असताना कसा भाषाव्यवहार करावयाचा याविषयीचे उचित मार्गदर्शन केले आहे.
2. अशा वाक्यांचे पुनः पुनः आपल्या Relatives (नातेवाईक) वा Friends (मित्रां) सोबत बोलत असताना अभ्यास करायला हवा. तसे केल्याने आत्मविश्वासात वृद्धी होते आणि आपण कालिक संदर्भांशी संबंधित माहितीचे इंग्रजी वाक्यांतील उपयोजन करण्याचे कौशल्य अर्जित करू शकतो.

कायदा–विधी विषयक (LAW)

सामान्यतः दैनंदिन जीवनात वावर करतेवेळी समाज आणि शासनसंस्था यांनी उद्‌घोषित केलेल्या विधी–नियम–संकेताशी संबंधित वाक्ये उपयोजावी लागतात. ह्या संदर्भात संवाद–वार्तालाप करीत असताना उचित वाक्यांचे उपयोजन करावे लागते. त्यावेळी संबंधित असलेली यथोचित मराठीतील वाक्यरचना करून, तिच्याद्वारे इंग्रजीतील वाक्यांची माहिती देण्यात आली आहे. ती अत्यंत लक्षपूर्वक अभ्यासून तिचे दैनंदिन संवादात वा वार्तालापावेळी उपयोजन करा. प्रत्येक इंग्रजी वाक्याच्या सोबत संबंधित वाक्याचे उच्चारण कसे होत असते, त्याच्याविषयीचा निर्देश करण्यासाठी देवनागरी लिपीत रूपांतरण देखील दिले आहे, उदाहरणार्थ –

हा अत्यंत अघोरी अपराध होय. This is a heinous crime. धिस् इज अ हिनस क्राइम.

- उपरोक्त वाक्याच्या आधारे परिस्थितीच्या संदर्भात समाज आणि शासनसंस्था यांनी उद्‌घोषित केलेल्या विधी– नियम–संकेतादी शब्दांशी संबंधित नामांचे उपयोजन करून सुलभपणे इंग्रजी वाक्यरचना सिद्ध करता येतात. पुढील काही वाक्यांचा अभ्यास केल्यास आपला आत्मविश्वास भक्कम होऊ शकेल.

हा अत्यंत भयंकर अपराध होय.	This is a heinous crime. धिस् इज अ हिनस क्राइम.
या प्रकरणाची चौकशी चालू आहे.	Investigation regarding this case is going on. इनव्हेस्टिगेशन रिगार्डिंग धिस् केस इज गोईंग ऑन
गुन्हेगाराच्या विरोधात अटक आदेश काढण्यात	A warrant has been issued against the criminal. आला आहे अ वॉरंट हॅज बीन इश्श्यूड अगेंस्ट द क्रिमिनल.
गुन्हा सिद्ध झाला आहे.	Crime has been proved. क्राइम हॅज बीन प्रुव्हड
पुरावा काय आहे?	What is the evidence? व्हॉट इज द एव्हिडेंस?
पोलिसांकडे खरा पुरावा आहे.	The police have authentic proofs. पोलिस हॅव्ह ऑथेण्टिक प्रूफस्.
अमरेश हे एक हुशार वकील आहेत.	Amresh is an intelligent lawyer. अमरेश इज ॲन इंटिलजंट लॉयर.
त्याच्या विरोधात पोलिसांकडे तकार केली आहे.	A complaint has been lodged against him. अ कम्प्लेंट हॅज बीन लॉज्'ड अगेंसट हिम.
त्याची कारागृहातून सुटका करण्यात आली आहे.	He has been released from prison. ही हॅज बीन रीलीज्'ड फ्रॉम प्रिझन.
माझ्यावर खोटा आरोप करू नका.	Don't blame me. डोण्ट ब्लेम मी.
मुकेशचा निष्कारण छळ करण्यात आला आहे.	Mukesh has been tortured unnecessarily. मुकेश हॅज बीन टॉर्चर'ड अननेसेसरिली.
हे प्रकरण पुढे ढकलण्यात आले आहे.	The case has been postponed. धिस् केस हॅज बीन पोस्टपोन'ड

तो एक सराईत अपराधी आहे.	He is a hardcore criminal. ही इज अ हार्डकोअर क्रिमिनल.
न्यायालयाने मनूला दोषी ठरविले होते	Manu was convicted by the court. मनू वॉज कनव्हिक्टेड बाय द कोर्ट.
ती तर क्रूर हत्या होती.	It was a brutal murder. इट् वॉज अ ब्रुटल मर्डर.
गुन्हेगार फरार झाला आहे.	The criminal has absconded. दि क्रिमिनल हॅज अबस्काउंडेड.
आपले कार्य अवैध आहे.	Your act is illegal. योर ॲक्ट इज इल्लिगल.
ही सगळी बनावट कागदपत्रे आहेत.	These are all forged documents. दिज आर ऑल फोर्ज'ड डॉक्युमेंटस्.
वकिलाने साक्षीदाराची उलट तपासणी घेतली.	The lawyers cross examined the witness. दी लॉयर्स क्रॉस एक्झामिन'ड द विटनेस.
गुन्हेगाराला मृत्युदंडाची शिक्षा सुनावली आहे.	The criminal has been sentenced to death. दि क्रिमिनल हॅज बीन सेंटेन्स'ड् टु डेथ.
ह्या प्रकरणाचा निकाल काय लागला?	What is the judgement in the case? वॉट इज दि जजमेण्ट इन धिस् केस?
तेजपाल हा प्रत्यक्षदर्शी साक्षीदार होता.	Tejpal is an eyewitness. तेजपाल इज एन आय–विटनेस.
न्यायाला विलंब म्हणजेच न्याय नाकारणे होय.	Justice delayed is justice denied. जस्टिस डिलेयड इज जस्टिस डिनायड.
प्रतिवादी वकीलाने ह्या प्रकरणावेळी उत्तम युक्तिवाद केला.	The defence counsel argued the case well. दि डिफेन्स कौन्सल आर्ग्यूड दि केस वेल.
न्यायसमितीने त्याच्या बाजूने निकाल दिला.	The jury gave its verdict in his favour. द ज्यूरी गेव्ह वर्डिक्ट इन हिज फेव्हर.
तो कायद्याचे पालन करणारा माणूस आहे.	He is a law abiding man. ही इज लॉ–अबायडिंग मॅन.

स्मरणात ठेवण्याजोगे

अभ्यासकांना असा परामर्श दिला जातो की

1. भाषाव्यवहार करावयाचा, याविषयीचे उचित व सटिक मार्गदर्शन केलेले असले तरी अशा वाक्यांचा पुनःपुनः आपले Relatives (नातेवाईक) वा Friends (मित्रां) सोबत बोलत असताना उपयोजन करायला हवे संबंधित वाक्ये ज्ञात असल्याने आत्मविश्वासात वृद्धी होते आणि आपण विधी–नियम–संकेताशी संबंधित वाक्ये योजून संदर्भाशी संबंधित माहितीचे इंग्रजी वाक्यांतील उपयोजन करण्याचे कौशल्य अर्जित करू शकतो.

देणे–घेणे विषयक
(DEALING)

सामान्यतः दैनंदिन जीवनात वावर करतेवेळी आपल्याला वस्तू द्याव्या लागतात, घ्याव्या लागतात. त्यावेळी पैसेही चुकते करावे लागतात. क्रय व विक्रय म्हणजे देवाण–घेवाण मानवी व्यवहारास सुस्पष्ट करतात. हा व्यवहार करताना वेगळाच भाषाविष्कार होत असतो. ह्या संदर्भात संवाद–वार्तालाप करीत असताना उचित वाक्यांचे उपयोजन करावे लागते. त्यावेळी संबंधित असलेली यथोचित मराठीतील वाक्यरचना करून, तिच्याद्वारे इंग्रजीतील वाक्यांची माहिती देण्यात आली आहे. ती अत्यंत लक्षपूर्वक अभ्यासून तिचे दैनंदिन संवादात वा वार्तालापावेळी उपयोजन करा. प्रत्येक इंग्रजी वाक्याच्या सोबत संबंधित वाक्याचे उच्चारण कसे होत असते, त्याच्याविषयीचा निर्देश करण्यासाठी देवनागरी लिपीत सटिक रूपान्तरण देखील दिले आहे, उदाहरणार्थ –

माझ्याजवळ रोकड पैसे नाहीत. I don't have cash आय डोण्ट हॅव कॅश.

★ उपरोक्त वाक्याच्या आधारे परिस्थितीच्या संदर्भात क्रय व विक्रय म्हणजे देवाण–घेवाणा आदी शब्दांशी संबंधित नामांचे उपयोजन करून सुलभपणे इंग्रजी वाक्यरचना सिद्ध करता येतात. पुढील काही वाक्यांचा अभ्यास केल्यास आपला आत्मविश्वास भक्कम होऊ शकेल.

पैसे मोजून घ्या.	Please count the money. प्लीज काउण्ट द मनी.
त्याने स्वतःची संपत्ती व्यापारात गुंतविली आहे.	He has invested his wealth on business. ही हॅज इनवेस्टेड हिज वेल्थ इन बिजिनेस.
माझ्याकडे आर्थिक टंचाई आहे.	I have shortage of funds. आय हॅव शॉर्टेज ऑफ फण्डस्
आपणाजवळ किती रुपये आहेत?	How many rupees do you have. हाउ मेनी रुपीज डू यू हॅव?
सगळे पैसे खर्च करण्यात आलेले आहेत.	All the money has been spent. ऑल द मनी हॅज बीन स्पेण्ट.
मला पाचशे रुपये उधार देऊ शकाल?	Will you lend me five hundred rupees? विल यू लेण्ड मी फाइव्ह हण्ड्रेड रुपीज?
आगावू पैसे द्यावे लागतील.	Advance money will have to be paid. अडव्हान्स मनी विल हॅव टु बी पेड.
तो स्वतःचे सगळे पैसे बँकेत जमा करील.	He will deposit all his money in the bank. ही विल डिपॉझिट ऑल हिज मनी इन दि बँक.
कृपया कामाचे वेतन चुकते करा.	Please settle the wages. प्लीज सेटल् दि वेजीस.
सोन्याचा दर काय आहे?	What is the rate of gold? वॉट इज दि रेट ऑफ गोल्ड.
तुमचा व्यवसाय कसा काय चाललाय?	How is your business going? हाउ इज योर बिझनेस् गोइंग?
कृपया बिल करा.	Please prepare the bill. प्लीज प्रीपेर द बिल
उत्पन्नापेक्षा अधिक खर्च करू नका.	Don't spend more than you earn. डोण्ट स्पेण्ड मोअर, देन यू अर्न

त्याने स्वतःच्या लाभासाठी माझी दिशाभूल केली.	I got duped by him. आय गॉट ड्यूप'ड बाय हिम.
हे बनावट नाणे आहे.	This is a counterfeit coin. धिस् इज अ काउण टरफिट कॉइन.
आपले कामाचे वेतन मिळाले का?	Did you get your wages? डिड यू गेट योर वेजिस?
आपण एकमेकाचे काहीही देणे नाही.	Now I'm square with you. नाउ आय एम स्क्वेअर विथ यू.
हातांत किती रोकड पैसे आहेत ?	How much is the cash in hand? हाउ मच इज दि कॅश इन हॅण्ड?
मी पैशांच्या मागे लागलेलो नाहीये.	I am not after money. आय एम नॉट आफ्टर मनी.
मी माझी सर्व गुंतवणूक व्यापारात करीन.	I'll invest everything in the business. आय'ल इन्व्हेस्ट एव्हरीथिंग इन द बिझनेस.
किती तरी देणी मला चुकता करायची आहेत.	I have to pay several bills. आय हॅव टु पे सेव्हरल बिल्स.
अलिकडे मला पैशांची चणचण आहे.	I'm hard up these day. आय'म हार्ड अप दीज डेज.
धान्य–बाजार कसा आहे?	How is the grain market? हाउ इज दि ग्रेन मार्केट?

स्मरणात ठेवण्याजोगे

अभ्यासकांना असा परामर्श दिला जातो की

1. क्रय व विक्रय म्हणजे देवाण–घेवाण मानवी व्यवहारास उपयुक्त असल्याने ह्या पाठात उपयुक्त माहिती देण्यात आली आहे.
2. भाषाव्यवहार करावयाचा, याविषयीचे उचित व सटिक मार्गदर्शन केलेले असले तरी अशा वाक्यांचे पुनःपुनः आपल्या Relatives (नातेवाईकां) शी वा Friends (मित्रां) शी बोलत असताना उपयोजन करायला हवे. देवाण–घेवाणाशी संबंधित वाक्ये ज्ञात असल्याने आत्मविश्वासात वृद्धी होते आणि आपण विधी–नियम–संकेताशी संबंधित वाक्ये जाणून संदर्भांशी संबंधित माहितीचे इंग्रजी वाक्यांतील उपयोजन करण्याचे कौशल्य अर्जित करू शकतो.

निमंत्रण / आमंत्रण (INVITATION)

आनंददायी क्षण घालविणे, तेवढ्यासाठी निमंत्रण–आमंत्रण देणे हे जीवनाचे अभिन्न अंग होय. त्यामुळेच सामान्यतः दैनंदिन जीवनात आपल्याला अनेक कारणांमुळे भोजनसमारंभ, स्नेहसंमेलने, विवाह आदी शिष्टाचारस्वरूप कार्ये यांच्याविषयीची माहिती असावी लागते तसेच त्यांच्या संदर्भात बोलावेही लागत असते. त्यावेळी वेगळाच भाषाविष्कार होत असतो. अशा भाषाविष्काराशी संबंधित वाक्ये उपयोजावी लागतात. ह्या संदर्भात संवाद–वार्तालाप करीत असताना उचित वाक्यांचे उपयोजन करावे लागते. त्यावेळी संबंधित असलेली यथोचित मराठीतील वाक्यरचना करून, तिच्याद्वारे इंग्रजीतील वाक्यांची माहिती देण्यात आली आहे. ती अत्यंत लक्षपूर्वक अभ्यासून तिचे दैनंदिन संवादात वा वार्तालापावेळी उपयोजन करा. प्रत्येक इंग्रजी वाक्याच्या सोबत संबंधित वाक्याचे उच्चारण कसे होत असते, त्याच्याविषयीचा निर्देश करण्यासाठी देवनागरी लिपीत सटिक रूपांतरण देखील दिले आहे, उदाहरणार्थ –

चला पाय मोकळे करू या. Please come for a walk. प्लीज कम् फॉ(र) वॉक्.

★ उपरोक्त वाक्याच्या आधारे परिस्थितीच्या संदर्भात निमंत्रण–आमंत्रण देण्याविषयीच्या शब्दांशी संबंधित नामांचे आणि वाक्यांचे उपयोजन करून सुलभपणे इंग्रजी भाषाविष्कार सिद्ध करता येतो. पुढील काही वाक्यांचा अभ्यास केल्यास आपला आत्मविश्वास भक्कम होऊ शकेल.

माझ्यासोबत चित्रपट पाहायला येणार का?	Will you come with me for a movie? विल यू कम् व्युइथ मी फॉ(र) अ मुव्ही?
चल, मेट्रोतून जाऊया.	Come, let's go by metro. कम्, लेट'स गो बाय मेट्रो.
चल, नृत्य करूया.	Come, let us dance. कम्, लेट'स डान्स.
तू माझ्यासोबत नृत्यांगणात येणार का?	Will you come with me to the dancing floor? विल यू कम् विथ मी ऑन डान्स फ्लोर?
चल, पत्ते खेळूया.	Let us play cards. लेट'स प्ले कार्डस्.
उद्याचा सगळा दिवस तू माझ्यासोबत घालवणार का?	Will you spend all day with me tomorrow? विल यू स्पेण्ड ऑल द डे विथ मी टुमार्रो?
तुम्ही दिलेल्या रात्रिभोजनासाठीच्या निमंत्रणाबद्दल आभारी आहे.	Thanks for your invitation for dinner. थॅंक्स फॉ(र) योर इनव्हिटेशन फॉर डिनर.
माफ करा, मी आपले निमंत्रण स्वीकारू शकत नाही, कारण उद्या दिवसभर मी व्यस्त आहे.	I am sorry, I can not accept you invitation because I am busy tomorrow. आय ॲम सॉरी, आय कॅन नॉट ॲक्सेप्ट योर इनव्हिटेशन बीकॉझ आय ॲम बिझी टूमार्रो.
आपणास रात्रभोजनासाठी निमंत्रित केले आहे.	You are invited to dinner. यू आ(र) इनवायटेड टु डिनर.
कृपया आत यावे.	Come in, please. कम् इन प्लीज.
कृपया आपण या बाजूला याल का?	Will you please come over here? विल यू प्लीज कम् ओव्हर हिअ(र) ?

कृपया काही थंड पेय घ्या.	Please have something cold. प्लीज हॅव समथिंग कोल्ड.
रात्रिभोजनासाठी तुमच्याकडून आलेल्या निमंत्रणाबद्दल आभारी आहे.	Thanks for your invitation to dinner. थँक्स फॉ(र) योर इनव्हिटेशन टु डिनर.
तुमच्याकडून आलेल्या निमंत्रणाबद्दल मनःपूर्वक आभारी आहे.	Many thanks for your kind invitation. मेनी थँक्स फॉ(र) योर काइण्ड इनव्हिटेशन.
माफ करा, मी आपले रात्रिभोजनासाठीचे निमंत्रण स्वीकारू शकत नाही.	I am sorry. I can't accept your invitation to dinner. आय'म सॉरी, आय कॅन नॉट ॲक्सेप्ट योर इन्व्हिटेशन टु डिनर.
चला, बसमधून जाऊ या.	Let's go by bus. लेट'स गो बाय बस.
आपण सर्वजण हार्दिक आमंत्रित आहात.	You are cordially invited. यू आर कॉर्डियली इनवायटेड.
चला, कॉफी प्यायला जाऊया.	Come, let's go for coffee. कम्, लेट'स गो फॉ(र) कॉफी.
आमच्या सोबत दुपारच्या जेवणासाठी येण्यास तुला आवडेल काय?	Would you like to join us for lunch? वुड यू लायक टु जॉइन अस टु लञ्च?

स्मरणात ठेवण्याजोगे

अभ्यासकांना असा परामर्श दिला जातो की

1. निमंत्रण–आमंत्रण देण्याविषयीचा परिचय मानवी व्यवहारास उपयुक्त असल्याने ह्या पाठात ती माहिती देण्यात आली आहे.
2. भाषाव्यवहार करावयाचा, याविषयीचे उचित व जवळून मार्गदर्शन केलेले असले तरी अशा वाक्यांचे पुनः पुनः आपल्या Relatives (नातेवाईक) वा Friends (मित्रां) सोबत बोलत असताना उपयोजन करायला हवे. देवाण–घेवाणाशी संबंधित वाक्ये ज्ञात असल्याने आत्मविश्वासात वृद्धी होते आणि आपण विधी–नियम–संकेताशी संबंधित वाक्ये जाणून संदर्भाशी संबंधित माहितीचे इंग्रजी वाक्यांतील उपयोजन करण्याचे कौशल्य अर्जित करू शकतो.
3. इंग्रजीतील वाक्याद्वारे निमंत्रण–आमंत्रण देण्याविषयीची माहिती देणाऱ्या वाक्यांचे उपयोजन करीत असताना सस्मित चर्या व स्वर अत्यंत विनम्रपणाशी जुळलेला असायला हवा, म्हणून प्रयत्न करा.
4. केवळ Thanks असे म्हणण्याने आपल्या रुक्षपणाचा परिचय होऊ शकतो, म्हणून Thank you असे म्हणणे तुमच्या विनम्र स्वभावाचे परिचायक ठरते.

संकीर्ण वाक्ये
(MISCELLANEOUS SENTENCES)

ह्यापूर्वी जे अध्याय उपलब्ध करून देण्यात आले, त्याच्याद्वारे आपणास अभिवादन, आदेशसूचक, निमंत्रणसंबंधी, प्रश्नवाचक तसेच शिष्टाचाराच्या संदर्भात इंग्रजी वाक्यांचा चांगलाच परिचय एव्हाना झाला असेल. ह्या संदर्भातील हा आपला संवाद–वार्तालाप इंग्रजी भाषेवरील प्रभुत्वाचा परिचायक ठरतो. उपरोक्त सर्व प्रकार ह्या पाठात इंग्रजी वाक्यांच्या सोबत दिले आहेत. ती अत्यंत लक्षपूर्वक अभ्यासून तिचे दैनंदिन संवादात वा वार्तालापावेळी उपयोजन करा. प्रत्येक इंग्रजी वाक्याच्या सोबत संबंधित वाक्याचे उच्चारण कसे होत असते, त्याच्याविषयीचा निर्देश करण्यासाठी देवनागरी लिपीत निकट रूपांतरण देखील दिले आहे, उदाहरणार्थ

इतकी त्वरा कशासाठी बरे? What is the hurry? व्हॉट इज द हरी?

★ उपरोक्त वाक्याच्या आधारे परिस्थितीच्या संदर्भात वाक्प्रचारात्मक भाषाविष्काराशी संबंधित वाक्यांचे उपयोजन करून सुलभपणे इंग्रजी भाषाविष्कार सिद्ध करता येतो. पुढील काही वाक्यांचा अभ्यास केल्यास आपला आत्मविश्वास भक्कम होऊ शकेल.

या, माझ्या कुटुंबियांसोबत आपली ओळख करून देतो.	Let me introduce you to my family. लेट मी इण्ट्रोड्यूस यू टु माय फॅमिली.
ही माझी पत्नी माधुरी, माझे सुपुत्र सौरभ आणि सिद्धांत.	Please meet my wife Madhuri, my sons Saurabh and Siddhant. प्लीज, मीट माय वाइफ माधुरी, माय सन्स सौरभ ॲण्ड सिद्धांत
तुमची मुले सुंदर आहेत.	You have lovely children. यू हॅव लव्हली चिल्ड्रन.
आपणास काय घ्यायला आवडेल, चहा की कॉफी?	What would you like to have tea or coffee? वॉड वुड यू लाइक टु हॅव, टी ऑ(र) कॉफी?
आपले आभार व्यक्त करण्यासाठी माझ्याकडे शब्द नाहीत.	I have no words to express my thanks to you. आय हॅव नो वर्डस् टु एक्सप्रेस माय थँक्स टु यू.
आपले विवाहीत जीवन सुखी होवो.	May your married life be happy! मे योर मॅरिड लाइफ बी हॅपी.
मला भूक लागलीय.	I am hungry. आय एम हंग्री.
नाश्ता तयार करा.	Make the breakfast ready. मेक दि ब्रेकफास्ट रेडी.
तुमच्याकडे काही गोड आहे काय?	Have you got some sweets? हॅं यू गॉट सम स्वीटस्?
कृपया, चव घेऊन पाहा.	Please taste it. प्लीज टेस्ट इट्
आपण तर काहीच खाल्ले नाही.	You did not eat anything. यू डिड नॉट ईट एनिथिंग.
कृपया, आणखी थोडे घ्या.	Please have some more. प्लीज हॅव सम मोअर.
कृपया, मला काही ताजे लोणी द्या पाहू.	Please give me some fresh butter. प्लीज़ गिव मी सम फ्रेश बटर
मला अजून थोडे द्या.	Give me little more. गिव्ह मी लिटल् मोअर.

तू शाकाहारी आहेस काय?	Are you vegetarian? आर यू अ वेजेटेरियन?
आज मी बाहेरच जेवण करीन.	I will dine out today. आय विल डाइन आउट टुडे.
मला गोड नाही आवडत.	I don't like sweets. आय डोण्ट लाइक स्वीटस्.
रात्रीच्या जेवणानंतर गोड पदार्थ काय आहे?	What sweet dish is there after dinner? व्हॉट स्वीट डिश् इज देअ(र) आफ्टर डिनर?
मी अद्यापि तहानलेलाच आहे.	I am still thirsty. आय एम स्टिल थर्स्टी.
नुपूर ही एक चांगली पत्नी आहे.	Nupur is a good wife. नुपूर इज अ गुड वाइफ.
ती स्वादिष्ट जेवण बनवते.	She makes tasty food. शी मेक्स टेस्टी फूड
कृपया ताट बदली करा.	Please change the plate. प्लीज चेंज दि प्लेट.
मला जरासा रस्सा (सूप) द्या पाहू.	Give me a little soup. गिव मी लिटल् सूप.
शाही–पनीर हे माझे आवडते व्यंजन आहे.	*Shahi paneer* is my favourite dish. शाही–पनीर इज् माय फेव्हरिट डिश्.
रिकाम्या पोटी पाणी पिऊ नकोस.	Don't drink water on an empty stomach. डोण्ट ड्रिंक वॉटर ऑन ॲन् एम्पटी स्टमक्.
चार चपात्या मला पुरेशा नाहीत.	Four *chappaties* are not enough for me. फोर चपाती'ज आर नॉट इनफ् फॉ(र) मी.
तिचे वेतन कमी आहे.	Her wages are low. हर वेजीस आ(र) लो(व).

स्मरणात ठेवण्याजोगे

अभ्यासकांना असा सल्ला दिला जातो की

1. इंग्रजीतील वाक्याद्वारे शिष्टाचारविषयक माहिती देणाज्या वाक्यांचे उपयोजन करीत असताना सस्मित चर्या व स्वर अत्यंत विनम्र भावभंगिमेशी जुळलेला असायला हवा, म्हणून प्रयत्न करा. क्रोध ाधी भावनांचे अस्तित्व ध्यानात ठेवा.
2. ज्या शब्दांच्या शेवटी ant अशी अक्षर–रचना होते, त्यावेळी ते शब्द नाम अथवा विशेषण असतात. काही केवळ नामच असतात, उदाहरणार्थ – applicant (आवेदक).
3. ज्या शब्दांच्या शेवटी ent अशी अक्षर–रचना होते, त्यावेळी ते शब्द नाम अथवा विशेषण असतात, उदाहरणार्थ – Ascent (चढण), Violent (हिंसक) इत्यादी. ह्याविषयीचे जाणीवपूर्वक अध्ययन करणे आवश्यक होय.

संवाद कौशल्यासाठीच्या सूचना
(TIPS FOR CONVERSATION)

ज्याव्यक्ती संवादरूप वार्तालाप करण्याची कला जाणतात, त्या कोणत्याही अन्य व्यक्तीशी, कसल्याही विषयावर सरळ–सुलभपणे आपल्या मातृभाषेत भाषिक व्यवहार करू शकतात. त्यांच्या सारखेच अन्य लोक देखील ह्या संवादरूप वार्तालाप करण्याच्या कलेला विकसित करून इंग्रजीतही संवादरूप वार्तालाप करू शकतात. यशप्राप्ती करण्यासाठी संवादरूप वार्तालाप करण्यात प्रवीण असणे अनिवार्यच असते. ह्या पार्श्वभूमीवर स्वतःचे मत–विचार इतरांपर्यंत जावे ह्यासाठी येथे काही युक्तिप्रवर्तक सूचना दिल्या आहेत. ह्या युक्तीच्या सूचना समजून घेण्यासाठी पुढे दिलेला लेख वाचा.

वस्तुतः संवादरूप वार्तालाप हा वैचारिक आदान–प्रदान करण्याचा एक प्रकार होय. तसे पाहिले तर हा प्रकार अगदी सरळ–सुलभ आणि अनौपचारिक स्वरूपाचा करता येतो. अपरिचितांना भेटल्यानंतर आपण सर्वजण प्रसन्नपणाच्या वातावरणात वावरतो, अन् संवादरूप वार्तालाप करण्याचे क्षण आले की आपण त्या अपरिचितांचे अंतरंग उमजून घेण्याचा नकळतपणे प्रयत्न करीत असतो. वार्तालाप, थट्टा आणि बौद्धिक चर्चा आपण विभिन्न पद्धतींनी साकार करीत असतो.

एवढ्यासाठी प्रारंभी स्वतःस एक उत्तम श्रोता होता आले पाहिजे. इतरांना नेमका प्रश्न विचारण्यासाठी त्यांच्या कथनाला ध्यानपूर्वक श्रवण करता आले पाहिजे. संवादरूप वार्तालाप करण्याची कला आत्मसात करण्यापूर्वी ह्या सर्व बाबी लक्षात ठेवणे अनिवार्य असते. अनवरतपणे केलेल्या अभ्यासानंतर कोणालाही संवादरूप वार्तालाप करण्याची कला आत्मसात करता येते.

संवादरूप वार्तालाप करण्याच्या कलेला विकसित करण्यासाठी काही युक्तिप्रवर्तक सूचना

इच्छा जागृत करा आणि जिज्ञासू व्हा. ज्या व्यक्ती इतरांबद्दल कुतूहल व्यक्त करतात, त्या व्यक्ती स्वतःही उत्कंठापूर्वकच असतात. स्वतः इतरांबद्दल जिज्ञासू होऊ शकतो, तर इतरांच्या मनात स्वतः आपणाबद्दल उत्कंठा निर्माणही करू शकतो. स्वतः जर उत्साहित होऊ शकतो, तर इतरांनाही त्यांच्या स्वतःतला जिज्ञासूपणा प्रकट करण्यासाठी प्रोत्साहित करू शकतो. एवढ्यासाठी त्या इतरांच्या नजरेला नजर भिडवून इतरांचे कथन लक्षपूर्वक श्रवण करा.

असेही होऊ शकेल – स्वतःचे कथन प्रकट करणे आपणास वेळ हवा असेल किंवा मनाची सिद्धता करावयाची असेल तर इतरांना त्यांचे कथन प्रकट करण्यासाठी आवश्यक ते वातावरण निर्माण करा. हा एक प्रकारे सामंजस्याचा प्रकार मानता येतो.

संवादरूपी वार्तालाप करता यावा यासाठी हे सामंजस्य निर्माण करणे आवश्यक असते, कारण जर संवादरूप वार्तालाप करणाऱ्यांतील एक पक्ष रस घेत नसेल तर अन्य पक्षही सहभागी होण्यापासून परावृत्त होऊ लागतात आणि संवादरूप वार्तालापात विघ्न निर्माण होते. आपोआप संवादरूप वार्तालाप समाप्त होऊ पाहतो.

संवादरूपी वार्तालापात त्रुटी निर्माण हौण्यासाठीची कैक कारणे आहेत. उदाहरणादाखल – संवाद साधतान निराशा येऊ लागते. ह्या निराशेमुळे स्वतः उदास होऊ लागतो. अशा मनोवस्थेत वार्तालापासाठी आवश्यक असलेली सूत्रे विस्मरणात जाऊ लागतात. अशा मनोवस्थेत किंचित स्वरूपाचा दीर्घ–सुदीर्घ–प्रदीर्घ श्वासोच्छवास करा. त्यानंतर कष्टपूर्वक का असेना मूळ विषयाशी संबंधित सूत्रांवर लक्ष केंद्रीत करा. चर्येवर स्मित आणा आणि जे काही बोलू पाहत होतात, ते बोलण्यास आरंभ करा. वार्तालापाच्या संदर्भात सहभाग घेणारी अन्य पक्षातील व्यक्ती असंबद्ध बोलू पाहत असेल, तर त्यास विश्वासात घेण्याचा प्रयत्न करा. इतके करूनही जर ती व्यक्ती सहकार्य करू पाहत नसेल तर विनम्रतापूर्वक क्षमा मागून त्या स्थानापासून दूरवर जा.

आपण स्वतःच्या संवादरूप वार्तालापात केवळ गप्पाच आहेत, असे आपणास वाटत असेल तर निदान आपण स्वतःतील उणीवाबाबत जागरूक झालात, हेही नसे थोडके.

संवादरूप वार्तालापावेळी स्वतः आक्रमक शैलीत बोलतो आहोत, असे जाणवू लागले तर स्वतःला अशी

कोणती सल बाध्य करीत आहे किंवा का आपण उत्तेजित होतो आहोत ज्यामुळे स्वतः इतके आक्रमक झालो होतो, याविषयातील स्वतःचे परीक्षण करू पाहिले पाहिजे. तेवढ्यासाठी पूर्वी कधी तरी अशा प्रकारे झालेल्या संवादरूप वार्तालापावेळी स्वतः आक्रमक शैलीत बोलत असताना स्वतः इतरांना बोलू देण्याची संधी दिली होती का, हा प्रश्नही स्वतःलाच विचारायला हवा. एक नियम ध्यानात ठेवला पाहिजे, अन् तो म्हणजे स्वतः एकादे सूत्र मांडले की समोरच्या श्रोत्याकडे पाहिले पाहिजे. त्याच्या दृष्टीत एक संकेत असतो, तो म्हणजे – 'चालेल, तुम्ही बोलत राहा' , किंवा 'अंहं, आता मला माझा मत–विचार मांडायचा आहे' . किंवा असेही शक्य आहे की तो तुमचे बोलणेच ऐकत नाहीये. तो येथे, तेथे, सर्वत्र पाहतो आहे; किवा 'हां' , 'हूं' इतकेच बोलतो आहे किंवा उगीच बसलेला आहे. त्यावेळी ओळखायचे की तो वैतागलेला आहे.

उत्तम संवादरूप वार्तालापावेळी स्वतःजवळ संबंधित विषयाची उत्तम माहिती असणे आवश्यक असते. ती उच्च कोटीतीलच असायला हवी असे काही नसते; परंतु स्वतःचे छंद विभिन्न स्वरूपाचे असले पाहिजेत. अन्यथा 'अहो रूपं, अहो ध्वनिम्' अशी परिस्थिती निर्माण होईल. केवळ स्वतःचेच सांगत राहण्यापलीकडे काहीही निष्पन्न होणार नाही. चौफेरच्या घटना, प्रतिष्ठित व्यक्ती, क्रीडा, संगीत, विज्ञान अशा क्षेत्रांविषयीचे संज्ञान असणे गरजेचे असते. उत्तम संवादरूप वार्तालापावेळी स्वतःशी प्रांजळपणा असणे ही अगत्यपूर्वक असलेली आवश्यकता होय. परिणामी आपण जे नाही आहोत, ते आहोत असे दर्शविण्याच्या प्रयत्नात आपण खोटे पडतो.

संवादरूपी वार्तालापावेळी स्वतः सस्मित हास्यासहित उत्साहीत असणे आवश्यक असते. परिणामी स्वतःच प्रसन्न राहतो. ढोंगीपणा टाळणे आवश्यक असते. संवादरूपी वार्तालापावेळी स्वतः सम्मुख व्यक्तीच्या जवळ जाऊन आरंभी परिचय देणे गरजेचे असते. सामाजिक जीवनात गाठीभेटीतील हा पहिला सोपान असतो. स्वतः हस्तांदोलनही करू शकतो. स्वतःहून इतरांनाही भेटू शकतो. स्वतःचे सौहार्दपूर्ण, सौजन्यपूर्ण वागणे इतरांवर यथोचित प्रभाव टाकते. इतके करूनही नाही मिळाला प्रतिसाद, तरीही निराश होण्यासारखी ती बाब नसते. स्वतः कितीही ग्रेट मूडमध्ये असलो तरीही इतर त्याच मूडमध्ये ओतप्रोत असतील, अशी अपेक्षा बाळगण्याची आवश्यकता नसते. म्हणून वार्तालाप आणि व्यवहार या परस्परांतील वेगळेपणा जाणून सुधारणा करीत जाणे आवश्यक असते. तसे पाहिले तर ती सुधारणा करण्यासाठी अपरिचितांच्या संमेलनात जाण्यापूर्वी, स्वतः स्वतःच्या गोतावळयात राहणे उत्तम. तो गोतावळा तुमच्या मागे तुमची थट्टा न करता प्रोत्साहित करू शकतो. तेवढ्यासाठी पुढील मुख्य सूत्रे पाळावीच लागतात.

- ★ संवादरूपी वार्तालापावेळी स्वतः इतरांच्या बोलण्यात अडथळे आणायचे नाहीत. त्यांना त्यांचे कथन पूर्ण करू दिले पाहिजे.
- ★ स्वतःच्या सम्मुख असलेली व्यक्ती जे काही कथन करते आहे, ते नाही मानवले तरी ते लक्षपूर्वक श्रवण केलेच पाहिजे.
- ★ प्रत्येक व्यक्तीला मोकळेपणाने कथन करू दिले गेले पाहिजे.
- ★ काही विषय संवेदनाशील असतात, उदाहरणार्थ – राजनीती, धर्म आणि लैंगिकता. त्यांवर कथन करीत असताना स्वतःचे मंतव्य देणे शक्य तितके टाळावे, कारण त्या विषयांत आपण तज्ज्ञ असतोच असे नाही.
- ★ देश–विदेशातील माहिती, वृत्त यांच्या संज्ञानाचे, तसेच समसामयिक घटना–प्रसंग विषयांचे आकलन करून घेणे आवश्यक वाटले पाहिजे. ती एक प्रकारची अभिरुची होय.

उत्तम संवादरूपी वार्तालापाचे गुण

1. काही व्यक्तींच्या संवादरूप वार्तालाप करण्याच्या पद्धती इतरांपेक्षा अधिक प्रभावी असतात. ते 'जरा से हटके' स्वरूपाचे तंत्र उपयोजतात का, ह्या प्रश्नाच्या सोबतीने असाही आणखी एक प्रश्न विचारला पाहिजे, तो म्हणजे, असे कोणते गुण त्या व्यक्तींच्या अंगात असतात, जे इतरांच्यात नसतात?
2. स्वार्थात गुंतून, भारावून असे काही बोलून बसू नका, ज्यामुळे संपूर्ण वार्तालापच निरस होऊ शकेल.
3. स्वतःच्या सम्मुख असलेल्या व्यक्तीची इयत्ता पाहून कुतूहलजनक प्रश्न विचारले जावेत.
4. संवादरूप वार्तालाप करू पाहणारा समुह असा असला पाहिजे जो वार्तालापात सहभागी होऊ पाहील, अन्यथा त्याला टाळा.
5. काही वेळा संवादरूपी वार्तालाप करीत असताना काही संदर्भ विस्मरणात जातात आणि तारतम्य तुटते, परंतु केवळ त्यामुळे सम्मुख असलेल्याला आपण प्रताडित होतो आहोत, असे वाटू देऊ नका.
6. कित्येक वेळा व्यावसायिक, विपणकीय, व्यापारी विषयाशी संबंधित संवादरूप वार्तालाप होत असतात; तथापि केवळ तोच एक विषय राहू देऊ नका. संवादरूप वार्तालापात हवी ती निष्ठा. ज्या विषयावर संवादरूप वार्तालाप करायचा आहे, त्या विषयातील आपले संज्ञान महत्त्वाचे असते.

7. काही वेळा संवादरूपी वार्तालापावेळी गंभीर प्रसंग निर्माण होण्याची शक्यता असते. अशावेळी एकरसात्मक संवादरूपी वार्तालापाच्या कार्यक्रमाला नवी दिशा देऊन तो कुतूहलजनक करता येणे शक्य असते.
8. संवादरूपी वार्तालापात कोणाचाही अधिक्षेप होणार नाही, याविषयीची काळजी घेणे अत्यावश्यक असते. कोणालाही घालून–पाडून बोलण्याचे टाळावे.
9. संवादरूपी वार्तालापावेळीही वेळापत्रक आणि वाहतूकीचे सूचकदीप ध्यानात घ्यावे लागतात. आरंभीच्या तीस सेकंदाच्या काळात तुम्ही बोलत असता, त्यावेळी तुमच्या सम्मुख असलेली व्यक्ती श्रवण करीत असते, म्हणजेच तुमच्यासाठी तो हिरवा दिवा पेटलेला असतो. तुम्ही तरीही बोलत राहता, तेव्हा ती व्यक्ती गोंधळते, म्हणजेच तुमच्यासाठी तो पिवळा दिवा पेटलेला असतो. तरीही तुम्ही बोलण्याला विराम देणार नसाल तर ती व्यक्ती वैतागून निघून जाईल, म्हणजेच तुमच्यासाठी तो तांबडा दिवा पेटलेला असतो.
10. संवादरूपी वार्तालापावेळी मौनालाही विशेष मोल असते. निःशब्द असूनही प्रत्यक्षपणे किंवा उपरोक्षपण ो शेकडो शब्दांचा मथितार्थ तुम्ही बोलून गेलेला असता.
11. सामुहिक संवादरूपी वार्तालापात सर्वांना समान संधी, अवसर लाभला पाहिजे. जे आपणहून बोलत नाहीत, तेदेखील बोलतील अशी तुमच्याकरवी वातावरणनिर्मिती केली गेली पाहिजे.
12. संवादरूप वार्तालापावेळी लिखित नोंदी ठेवणे हे दक्षपणाचे लक्षण होय. त्यामुळे पुढील भागात बोलत असताना ह्या नोंदी उपयुक्त वाटू शकतात.
13. गोष्टी ऐकने– संचार विशेषज्ञ म्हणतात की संवादरूपी वार्तालापावेळी कथा–निरूपण करण अत्यंत उपयुक्त ठरते. मग ती कथा सत्यरूपी असो किंवा काल्पनिक असो.
14. वार्तालाप केव्हा संपवावा– संवादरूपी वार्तालापाला कुठेतरी थांबविणे आवश्यक असते. 'मार्गे मार्गे निर्मलं ब्रम्हवृन्दं । वृन्दे वृन्दे तत्वचिन्तानुवादः।। वादे वादे जायते तत्वबोधो। बोधे बोधे भासते चन्द्रचूडः ।। असे झाले नाही तर करता काय? कित्येक वेळा येऊन–जाऊन पुनश्च मुख्य सूत्राकडे संवादरूपी वार्तालाप येऊ लागला की ओळखायचे, तो आता गुंडाळला पाहिजे. तुमच्या सम्मुख असलेली व्यक्ती किंचित जरी चुळबूळ करू लागला की ओळखायचे, येथे पूर्णविराम दिला पाहिजे. अशा वेळी बरे वाटले आपणास भेटून. पुढे कधीही असेच भेटू आणि संवादरूपी वार्तालाप करू असे सांगून सौहार्दपूर्ण, सौजन्यपूर्ण भाव निर्माण करून इतिश्री करणे उत्तम!

बँकेत
(IN THE BANK)

सामान्यतः दैनंदिन जीवनात वावरतेवेळी पतपेढी, बँकेत जावे लागते. त्यावेळी वार्तालाप करताना तो विनम्रतापूर्वक, संक्षिप्त आणि केवळ कामापुरता असेल, याविषयीचा दक्षपणा आपण पाळला पाहिजे.

ग्राहक :	मी आपणास तसदी देतोय, पण मला ह्या बँकेत बचत खाते उघडायचे आहे.	**Customer** :	Excuse me sir! I want to open a saving bank account in this bank. एक्सक्यूज मी सर! आय वॉण्ट टु ओपन अ सेव्हिंग्ज बँक अकाउण्ट इन धिस् बँक.
बँक–कर्मचारी :	धन्यवाद साहेब, मी आपणास एक आवेदन–पत्र देतो.	**Bank Off.** :	Thanks sir, I am giving you an application form. थँक्स सर, आय एम गिविंग यू अँन ऍप्लिकेशन फॉर्म.
ग्राहक :	महाशय, हे आवेदन–पत्र कसे भरायचे असते?	**Customer** :	Sir, how do I fill it? सर, हाउ डू आय फिल इट?
बँक–कर्मचारी :	ते काळजीपूर्वक वाचून घ्या. त्यानंतर ते यथोचित भरा.	**Bank Off.** :	Read it carefully and then fill up in correct mnner. रीड इट केअरफुली अँड देन फिल अप इन करेक्ट मॅनर.
ग्राहक :	पत्रासोबत काही अधिकृत कागदपत्रे द्यायची असतात काय?	**Customer** :	Are some documents to be attached with this application? आर सम डॉक्युमेण्टस् टु बी अ‍ॅटॅचड वीथ धिस् अ‍ॅप्लिकेशन?
बँक–कर्मचारी :	ह्या आवेदन–पत्रासोबत ठेव म्हणून एक हजार रुपये भरा.	**Bank Off.** :	Make a deposit of rupees one thousand along with this application. मेक अ डिपॉझिट ऑफ रुपीज वन् थाउजण्ड अलाँग वीथ धिस् अ‍ॅप्लिकेशन.
ग्राहक :	महाशय, आणखी काही?	**Customer** :	Anything else, sir? एनिथिंग एल्स, सर?
बँक–कर्मचारी :	ह्या आवेदन–पत्रावर आमच्या बँकेच्या कोणत्याही खातेदाराची तो तुम्हाला ओळखतो म्हणून अधिप्रमाणन करणारी त्याची स्वाक्षरी हवीय.	**Bank Off.**:	This application form is required to be introduced/ authenticated by a customer having account in this bank. धिस् अ‍ॅप्लिकेशन फॉर्म इज रिक्वायर्ड टु बी इण्ट्रोड्युसड्/ ऑन्थिटेकेटेड बाय अ कस्टमर हॅव्हिंग एक अकाउण्ट इन् धिस् बँक.

ग्राहक	: याचा अर्थ काय!	**Customer** :	What does it mean? **वॉट डज इट मीन?**
बँक–कर्मचारी :	तसे काही विशेष नव्हे. तो केवळ स्वाक्षरी करील, इतकेच.	**Bank Off.** :	Nothing, he will just put his signature on it. **नथिंग, ही विल जस्ट पूट हिज सिग्नेचर.**
ग्राहक :	इतके केल्यानंतर आपण खाते–पुस्तिका (पास–बुक) देणार ना?	**Customer** :	Do you issue a pass book after this? **डू यू इश्यू अ पास–बुक् अफ्टर धिस्?**
बँक–कर्मचारी :	निश्चितच.	**Bank Off.** :	Yes, sure. : **ऑफ् कोर्स, श्योर.**
ग्राहक :	मेल ट्रान्सफर हे लाभदायक कसे?	**Customer** :	How is mail transfer beneficial? **हाउ इज दि मेल–ट्रान्सफर बेनेफिशियल?**
बँक–कर्मचारी :	ती व्यवस्था धनपत्रीय अनुरोध (डिमाण्ड ड्राफ्ट) पेक्षा कितीतरी सुलभ आहे.	**Bank Off.** :	It is simpler than a D/D. **इट् इज सिम्पलर देन दि डिमाण्ड ड्राफ्ट.**
:	कितीही रोख पैसे भरले की ती सरळ तुमच्या खात्यावर जाते.	:	If you deposit any cash it gets credited directly in to your account. **इफ् यू डिपॉझिट एनी कॅश इट् गेट्स क्रेडिटेड डायरेक्टली इण्टु योर अकाउण्ट.**
ग्राहक :	मला काही प्रॉपर्टी विकत घ्यायची आहे. आपली बँक कर्जसुविधा पुरविते काय?	**Customer** :	I want to purchase a property. Does your bank extends loan facility? **आय वॉण्ट टु परचेज ए प्रॉपर्टी.डज योर बँक एक्सटेण्ड लोन फॅसिलिटी?**
बँक–कर्मचारी :	आपण हे प्रपत्र भरा. आपणास कर्ज दिले जाईल.	**Bank Off** :	Fill this form. Loan will be extended. **फिल धिस् फॉर्म. लोन विल बी एक्स्टेण्डेड.**
ग्राहक :	अलंकारादी वस्तू सुरक्षित ठेवण्यासाठी कुलुपाच्या खणाची (लॉकर) सुविधा आहे काय?	**Customer.** :	Do you have locker facility for safe-keeping of jewellery? **डू यू हॅव लॉकर फॅसिलिटी फॉ(र) सेफ–कीपिंग ज्वेलरी?**
बँक–कर्मचारी :	हो, आम्ही आमच्या पतपेढीवर (बँकेत) कुलुपाच्या खणाची (लॉकर) सुविधा उपलब्ध करतो.	**Bank Off** :	Yes, we provide the locker facility in our bank. **येस, वुइ प्रोव्हायड द लॉकर फॅसिलिटी इन अवर बँक.**

कपड्याच्या दुकानात
(AT CLOTH SHOP)

सामान्यतः दैनंदिन जीवनात वावरतेवेळी कपड्यांच्या दुकानात जावे लागते. त्यावेळी विक्रेत्याने सदैव ग्राहकाच्या सोबत विनम्रतापूर्वक वार्तालाप करायला हवा, याविषयीचा दक्षपणा पाळला पाहिजे, ज्यामुळे ग्राहक त्या दुकानात आपल्या आवडीची वस्त्रे विकत घेण्यास उत्साहित होऊ शकतील.

दुकानदार	:	**या, या. असे आत या. येथे बसा.**	**Shopkeeper**	:	Come in, come in please be seated. कम् इन, कम् इन, प्लीज बी सीटेड.
	:	**काय हवेय? काय पाहायला आवडेल?**		:	What do you want? What would you like to see? वॉट डू यू वॉण्ट? वॉट वुल्ड यू लायक टु सी?
ग्राहक	:	**मला काही साड्या दाखवा.**	**Customer**	:	Show me some sarees. शो मी सम् सारीज.
दुकानदार	:	**किती किमतीपर्यंत दाखवू मॅडम?**	**Shopkeeper**	:	What's the price range? वॉट'ज द प्राइस रेंज?
ग्राहक	:	**स्वस्तातल्या दाखवा.**	**Customer**	:	Something cheaper. समथिंग चिपर.
	:	**आपल्याकडे रेशमी साड्या आहेत काय?**		:	Do you have silk sarees also? डू यू हॅव सिल्क सारीज आल्सो?
दुकानदार	:	**आहेत, पण बऱ्याच महागड्या. आहेत**	**Shopkeeper**	:	I have, but they are quite expensive. आय हॅव, बट दे आर क्वायट एक्सपेन्सिव्ह.
ग्राहक	:	**ह्या साड्या आपण आणता कुठून?**	**Customer**	:	Where from do you buy these sarees? व्हेअर फ्रॉम डू यू बाय दीज सारीज?
दुकानदार	:	**वेगवेगळ्या राज्यांतून,**	**Shopkeeper**	:	From different states. फ्रॉम डिफरण्ट स्टेटस्.
ग्राहक	:	**ह्या साडीची किंमत किती?**	**Customer**	:	What's the price of this saree? वॉट इज दि प्राइस ऑफ धिस् सारी?
	:	**मला असली आवडत नाही.**		:	I don't like this one. आय डोण्ट लाइक धिस् वन?
दुकानदार	:	**ही आवडत नसेल, तर अन्य एखादी दाखवितो**	**Shopkeeper**	:	If you don't like this one, I will show another. इफ् यू डोण्ट लायक धिस् वन्, आय विल शो यू अनदर.
ग्राहक	:	**अशा नव्हे. रोजच्या वापरासाठीच्या साड्या दाखवा.**	**Customer**	:	Not these but show me something for daily use. नॉट दीज, बट शो मी समथिंग फॉ(र) डेली यूज.

	: ह्या साडीची लांबी किती आहे?	:	What's the length of *saree*? वॉट'स दि लेंथ ऑफ सारी?
दुकानदार	: प्रत्येक साडी सहा मीटरची असते.	**Shopkeeper :**	Each *saree* is 6 metres long. इच् सारी इज ऑफ सिक्स मीटर्स
ग्राहक	: मला एक कापड हवे आहे; परंतु मला योग्य मापातले द्या.	**Customer :**	I want a piece of cloth. आय वॉण्ट अ पीस ऑफ क्लॉथ; But give me in proper size. बट गिव्ह मी इन प्रॉपर साइज.
	: येथील वस्त्रे पाहिली की सगळीच घ्यावीत असे वाटू लागले आहे.	:	I feel like buying all clothes stocked here. आय फिल लाइक बाईंग ऑल क्लॉथ स्टॉक्ड हिअर.
दुकानदार	: मग वेळ कशाला लावताय? लगेच खरेदी करा.	**Shopkeeper :**	Why delay, buy it now. देन व्हाय डिले? बाय इट् नाउ.
ग्राहक	: माझ्याजवळ तितके पैसे नाहीयेत. तसे असते तर सगळेच घेऊन टाकले असते.	**Customer :**	I am short of cash or else I would have bought all. आय हॅव शॉर्ट ऑफ कॅश. एल्स, आय वुड हॅव बॉट ऑल.
दुकानदार	: आपल्याजवळ पैसे कमी असतील तरी काळजी करू नका. तुम्ही नंतर देऊ शकता.	**Shopkeeper :**	Don't care if you are short of money. You can always pay later. डोण्ट केअर इफ यू आर शॉर्ट ऑफ मनी. यू कॅन ऑलवेज पे लेटर.
ग्राहक	: ते कसे काय?	**Customer :**	How can? हाउ कॅन?
दुकानदार	: कसलीच समस्या नाहीये. आम्ही पत–पत्रिका स्वीकारतो.	**Shopkeeper :**	No problem. We accept payment through credit cards. नो प्रॉब्लेम. व्युइ एक्सेप्ट क्रेडिट–कार्डस्.
ग्राहक	: नाही नको. धावणाऱ्याने दूध प्राशन कशाला करायचे?	**Customer :**	Oh no, why should I drink milk while rushing? ओह, नो. व्हाय शूड आय ड्रिंक मिल्क व्हाइल रशिंग?
	: छान! आपल्यासारखे सर्वच जण असते तरी उत्तम होते?	:	It is so nice, the world would have been much better if all people had been like you? इट् इज सो नाइस. दि वर्ल्ड वुड हॅव बीन मच् बेटर इफ ऑल पीपल हॅड बीन लायक यू.

दोन मित्रांतील संवाद
(CONVERSATION BETWEN TWO FRIENDS)

सामान्यतः एखादे स्नेहसंमेलन अथवा अशा एकाद्या अनौपचारिक स्वरूपातील भेटीत असा वार्तालाप होत असतो. अशा प्रसंगी तत्काल चुरचुरीत भाषेत प्रत्युत्तर देताना मनोरंजन करण्याचा प्रकारही घडतो, ज्याच्यामुळे त्या प्रसंगाच्या वातावरणात गंमत व जिवंतपणा निर्माण होत जातो.

एक मित्र :	आपण कोणता खेळ खेळता?	**1st Friend :**	Which game do you play? व्युइच् गेम डू यू प्ले?
अन्य मित्र :	मला बुद्धिबळ खेळायला आवडते.	**2nd Friend :**	I like to play chess. आय लायक टु प्ले चेस्.
	आपणास कोणता आवडतो?	:	Which game do you prefer? व्युइच गेम डू यू प्रीफ्र(र)?
एक मित्र :	मला फुटबॉल खेळायला आवडते.	**1st Friend :**	I like to play football. आय लायक टु प्ले फुटबॉल.
अन्य मित्र :	ते सर्व कोणत्या खेळात कुशल क्रीडापटू आहेत?	**2nd Friend :**	Which game do they excel in? व्युइच गेम डू दे एक्सेल इन?
एक मित्र :	ते सर्वजण कबड्डी खेळण्यात आनंद घेतात.	**1st Friend :**	They enjoy playing *kabaddi*. दे एन्जॉय प्लेइंग कबड्डी.
अन्य मित्र :	अलिकडे क्रिकेटला अधिक प्रोत्साहन लाभते आहे.	**2nd Friend :**	Cricket is getting quite an encouragement these days. क्रिकेट इज गेटिंग एनकरेजमेण्ट दीज डेःज.
एक मित्र :	बंधोः, हे प्रोत्साहन अलिकडचे नसून फार पूर्वीपासूनचे आहे, आपणास ज्ञात नाहीये हे, नवलच म्हणायचे.	**1st Friend :**	It's not only these days but it has always been encouraged, don't you know that? इट् इज नॉट ओनली दीज डेज,बट इट् हॅज ऑल्वेज बीन एनकरेज्ड, डोण्ट यू नो दॅट?
अन्य मित्र :	क्रिकेट व्यतिरिक्त अन्य क्रीडाच नाही की काय?	**2nd Friend :**	Is there no game other than cricket? इज देअ(र) नो गेम अदर देन दि क्रिकेट?
एक मित्र :	मी उंच उडीच्या क्रीडेत आनंद घेतो बुवा.	**1st Friend :**	I enjoy high jumps. आय एन्जॉय हाय जम्पस्.
अन्य मित्र :	आपण त्या क्रीडेत इतरांना मागे टाकू शकता काय?	**2nd Friend:**	Do you hope to excel in that? डू यू होप् टु एक्सेल इन् दॅट?

एक मित्र	: छे! छे! त्याच्याऐवजी मला ती क्रीडा पाहायला आवडते.	**1st Friend**	: No! No! I enjoy watching instead. नो! नो! आय एन्जॉय वॉचिंग इनस्टेड.
अन्य मित्र	: तो कोण आहे, माहिताय का आपणास?	**2nd Friend**	: Do you know who is he? डू यू नो हू इज ही?
एक मित्र	: हो न्, तो अतिधावपटू आहे.	**1st Friend**	: I know, he is a sprinter. आय नो, ही इज अ स्प्रिण्ट(र).
अन्य मित्र	: ह्या आपल्या संस्थेत प्रत्येक दिवशी विविध क्रीडांसाठी समयसारिणी आहे काय?	**2nd Friend**	: Do you get a period allotted for games every day in your. institution? डू यू गेट पिरीयड अलॉटेड फॉ(र) गेम्स एव्हरी डेः इन योर इन्स्टिटूशन?
एक मित्र	: हो तर! आम्ही प्रतिदिन संध्याकाळी चार वाजता क्रीडांगणावर जातो.	**1st Friend**	: Yes! We go to the play ground every day at 4p.m. येस! व्युइ गो टु दि प्लेग्राउण्ड एव्हरी डेः टु ऍट फो(र) ओ क्लॉक.
अन्य मित्र	: आपण सर्वजण तेथे कोणता खेळ खेळता?	**2nd Friend**	: Which games do you play there? व्युइच् गेम डू यू प्ले देअ(र)?
एक मित्र	: मी सांगितल्यानंतर आपण खो खो हसणार नसाल तर सांगेन.	**1st Friend**	: I will tell you provided you don't breakout into laughter. आय'ल टेल यू प्रोव्हायडेड यू डोण्ट ब्रेक इण्टो लाफ्टर.
अन्य मित्र	: नाही मी हसायचो, सांगा ना.	**2nd Friend**	: Tell me, I won't laugh. टे मी, आय वोण्ट लाफ.
एक मित्र	: आम्ही तेथे गोट्यांनी खेळतो.	**1st Friend**	: We play a game of glass व्युई प्ले अ गेम ऑफ ग्लास मार्बल्स.
अन्य मित्र	: त्याला पोहायला आवडते.	**2nd Friend**	: He likes swimming. ही लाइक्स स्विमिंग.
एक मित्र	: पण तेथे जलकुंड कुठाय?	**1st Friend**	: But there is no water. बट देअ(र) नो वॉटर.
अन्य मित्र	: क्रीडेत कोणता पक्ष जिंकेल वा पराभूत होईल ते सांगता येत नाही.	**2nd Friend**	: No one knows which side will win or lose the game. नो वन् नोज, व्युइच् साइड व्युइल विन, ऑर लूज दि गेम.
एक मित्र	: एक शक्यता मात्र नक्की की क्रीडापटूंचे आरोग्य स्वस्थ असते. फर्स्ट फ्रेण्ड	**1st Friend**	: At least one thing is for sure. Players stay healthy. : ऍट लीस्ट,वन् इज फॉ(र) श्योर. प्लेयर्स स्टे हेल्दी.प्लेयर स्टे हेल्दी.

दोन व्यापाऱ्यांतील संवाद (CONVERSATION BETWEN TWO BUSINESSMEN)

ज्यावेळी, कोणत्याही प्रदेशातील का असेना, दोन व्यावसायिक परस्परास भेटतात त्यावेळी ते औपचारिक स्वरूपाचा वार्तालाप करीत असतात. त्यावेळी प्रत्येकाने केवळ अत्यंत विनम्रपणे व उदारपणे आचरण केले पाहिजे. अशा स्थानी वार्तालाप करीत असताना लहानसहान वाक्यांत कथनात्मकता आणि प्रश्नात्मक आशयाचे उपयोजन केले पाहिजे.

संदीप	:	हाय! डेव्हिड, कसे आहात? कसे चाललेय?	**Sandeep**	:	Hi! David how do you do? हाय! डेव्हिड हाउ डू यु डू?
डेव्हिड	:	सर्वोत्तम.	**David**	:	I am fine. आय एम् फाइन.
संदीप	:	व्यवसाय कसा चाललाय?	**Sandeep**	:	How is your business running? हाउ इज योर बिझनेस रनिंग?
डेव्हिड	:	तो मात्र सर्वोत्तम नाहीये.	**David**	:	Not so fine. नॉट सो फाइन.
संदीप	:	का, झाले तरी काय?	**Sandeep**	:	What happened? व्हॉट हॅपण'ड?
डेव्हिड	:	असा एक काळ होता, जेव्हा येथे केवळ माझे भांडार होते.	**David**	:	Those days mine was the only shop here. दोज डे:ज माइन वॉज दि ओनली शॉप हिअ(र).
	:	मी उत्तम व्यवहार करीत होतो.		:	I was doing well that time. आय वॉज डुइङ्ग वेल दॅट टाइम.
	:	माझा व्यवहार पाहून दोघा–तिघांनी स्वतःची दुकाने उघडली.			Taking a cue from me, two three peopleopened shops. टेकिंग अ क्यू फ्रॉम मी, टु–थ्री पीपल ओपन'ड शॉप्स.
	:	ह्या तिघांच्या व्यापाराने माझ्या व्यवसायावर प्रतिकूल परिणाम केला.		:	This adversely affected my business. धिस ॲडव्हर्सली अफ्फेक्टेड माय बिझनेस.
संदीप	:	चिंता नका करू.	**Sandeep**	:	Don't worry. डोण्ट वरी.
	:	परमेश्वरावर श्रद्धा ठेवा आणि प्रसन्न राहा.		:	Have faith in God and be happy. हॅव फेथ इन गॉड ॲंड बी हॅपी.
	:	आपण उत्तम व्यवसाय करीत आहात.		:	You are doing a good business. यु आर डुइंग अ गुड बिझनेस.
	:	आम्ही आपल्या सोबत आहोतच.		:	We are with you. व्युई आ(र) विथ यु.

:	आमचा पाठिंबा सदैव आपणासच राहील.	:	Our support is always with you. अवर सपोर्ट इज ऑलवेज व्युइथ यु.
:	आपण निश्चितच यशवंत व्हाल.	:	You would definitely succeed. यु वुड डेफिनेटली सक्सीड.
:	चिंता करू नका.	:	Never worry. नेव्हर वर्री.
:	व्यापारात चढ–उतार चालूच असतात.	:	Every business has ups and downs. एव्हरी बिझनेस हॅज अप'स् अॅण्ड डाउन'स्.
:	आत्मविश्वासासहित पुढे चला.	:	Proceed with confidence. प्रोसीड व्युइथ कॉनफिडन्स.
:	व्यापारासाठी ऋण हवे असेल तर आम्हाला सांगा.	:	Ask us if you need loan for business. आस्क अस इफ यु नीड लोन फॉर बिझनेस.
:	परंतु आशाहीन नका होऊ.	:	But never lose hope. बट् नेव्हर लूज होप.
:	आशादायक राहिलात तर हारलेले सगळे पुनश्चः परत येईल.	:	When there is hope, even the lost things will come back to you. व्हेन देअ(र) इज होप, इव्हन द लॉस्ट थिंग्स विल कम टु यु.
:	आपण योग्य मार्गावर आहात.	:	You are on the right path. यु आर ऑन द राइट पाथ.

दूरध्वनीवरील संवाद
(TELEPHONIC CONVERSATION)

ज्यावेळी, कोणत्याही प्रदेशातील का असेना, दोघेजण दूरध्वनीवरील संभाषणाद्वारे परस्परास भेटतात त्यावेळी ते अनौपचारिक स्वरूपाचा वार्तालाप करीत असतात. त्यावेळी प्रत्येकाने केवळ अत्यंत विनम्रपणे व मित्राची परिस्थिती उदारपणे उमजून घेतली पाहिजे. अशा स्थानी वार्तालाप करीत असताना लहानसहान वाक्यांत कथनात्मक आणि निमंत्रणात्मक आशयाचे उपयोजन केले पाहिजे.

राकेश	: मी परवाच्या दिवशी स्नेहसंमेलन आयोजित करतो आहे.	**Rakesh**	:	I am organizing a party day after tomorrow. आय एम् ऑर्गनायझिंग अ पार्टी डेः आफ्टर टुमार्रो.
	: त्यावेळी आपणास यायचेय हं.		:	Please ensure your presence प्लीज एन्श्योअ(र) योर प्रेझेन्स.
मोहन	: हे स्नेहसंमेलन कोठे आयोजित केले आहे आपण?	**Mohan :**		Where is the party? व्हेअर इज दि पार्टी?
राकेश	: माझ्याच निवासात.	**Rakesh**	:	At my home. ॲट माय हाऊस.
मोहन	: तेथून बसेस खेपा घालतात ना?	**Mohan**	:	Do buses ply there? डू बसेस प्लाय देअर?
राकेश	: कृपया आत यावे.	**Rakesh**	:	Please come in. प्लीज कम ऑन इन.
	: कृपया, तेथे पंख्याच्या खाली निवांत बसावे.		:	Please be seated underneath the fan प्लीज बी सीटेड अण्डरनीथ दि फॅन.
मोहन	: उद्या सर्वजण नाटक पाहण्यासाठी जाणार आहोत.	**Mohan**	:	All are going to witness play tomorrow. ऑल आ(र) गोइंग टु विटनेस अ प्ले टुमारो.
राकेश	: आपणही जाणारा आहात की काय?	**Rakesh**	:	Would you go? वुड यू गो?
मोहन	: असे नाही काही. वस्तुतः मला उद्या काही काम आहे.	**Mohan**	:	It is not like that. In fact I have some work to do tomorrow. मोहन : इट् इज नॉट लायक दॅट. इन् फॅक्ट आय हॅव सम वर्क.

न्याहारी करतेवेळी एक कुटुंब

कौटुंबिक संमेलनाचे स्थान हे दिवसभरातील सर्वांत महत्त्वाचे परस्पर–परिणामकारक स्थान होय. हाच एक असा समय असतो ज्यावेळी आपण परस्पर–संबंधांमुळे आपल्या भावना, इच्छा, राग–लोभ, रुसवे–दुरावे यांच्या संदर्भात देवाणघेवाण करू शकतो. त्यावेळी संप्रेषणासाठी कोणत्याही विशिष्ट क्षणी विधि–नियमांना न दुखावता शक्य तितक्या कौशल्याने ते कार्य करावे लागते.

आई	:	सुप्रभात टिना, सुप्रभात राहुल, उठायची वेळ झाली की नाही अद्यापि?
मुले	:	सुप्रभात आई.
आई	:	अंथरूण गुंडाळल्याशिवाय उठायचे नाही कोणी. वाईट सवय आहे तसे न करण्याची. पलंगपूस सुरळीत करा. उश्या नीट लावा. पांघरूणे नेटकेपणे घड्या करून ठेवा. हे केल्यानंतर माझ्यावर दया करा, प्रातविधीही पूर्ण करा.
टिना	:	माझे दंतमंजन कुठाय?
राहुल	:	आणि माझा टॉवेल कुठाय?
आई	:	स्वतःच्या वस्तूंची निगा राखण्याविषयीचे शिकून घ्या आता. वाढीला पडलेली मुले तुम्ही. राहुल तुझ्या कपाटात पाहा बरे. तुझा टॉवेल तेथेच असावा. आणि टिना माझ्या शयनगृहातील दंतमंजन घेऊ शकतेस. राहुल, तुझे शूज पॉलिश केलेले आहेत ना रे?
राहुल	:	आई, विसरलोच की ग. स्नान करण्यापूर्वी मी त्यांना पॉलिश करेन.
आई	:	चालेल, आंघोळीनंतर दप्तर नेटकेपणाने लावून घ्या आणि न्याहारीसाठी या. (आई मेजावर न्याहारी लावून घेते.)
टिना	:	आज न्याहारीसाठी काय काय आहे?
आई	:	ऑम्लेट आणि तुम्हा उभयतांसाठी दोन पेले दूध.
वडील	:	(घाईत) माफ कर प्रिये, मीदेखील न्याहारी करू शकतो का? ओह, माझी नेमकी नऊ वाजता एक बैठक आहे, त्याविषयीचे तुला सांगण्याचे माझ्याकडून राहूनच गेले बघ.
आई	:	हे अगोदरच नाही का सांगायचे? मी मुलांचे बघते आहे ना? शाळेत जाण्यासाठी त्यांना उशीर होता कामा नये. कृपा करून तुम्हीच करून घ्या सर्व–सगळे. शीतकपाटात (रेफ्रिजरेटर) फल–रस आहे, अन् येथे मेजावर दोन–एक सॅण्डविचेसही आहेत.
टिना	:	ही बघ तुझी कॉफी, आई. तुला ती कपात घालून द्यायला मला आवडले असते पण शाळेची वेळ झालीये बघ.
आई	:	असू दे ती बाळे, आभारी आहे बरे का मी तुझी. तुझ्या भावना कळतात हो मला!

A FAMILY AT BREAKFAST

A family get together is the most interactive place in a day. It's the time when we interact with all members of the family and share our day-to-day life proceedings with opinions and advice galore.

Mother : Good morning, Tina! Good morning, Rahul! Isn't it time you get up?

Children : Morning, mom.

Mother : Please don't leave your bed unmade. It's a bad habit. Smoothen the bed sheet, put the pillows right, and fold the covering sheets properly. Kindly attend to your daily morning routine after that.

Tina : Where is my toothpaste?

Rahul : And where is my towel?

Mother : Learn to take care of your things. You've grown up children now. Rahul, look into your drawer. Your towel may be there and Tina, you can take toothpaste from my bedroom. Are your shoes polished, Rahul?

Rahul : Oh! I forgot mummy. I'll just polish them before taking bath.

Mother : Ok, after taking bath, arrange your school bags and come for breakfast.

(Mother lays the breakfast table)

Tina : What is there in breakfast, mom?

Mother : Omelet and two glasses full of milk for you two.

Father : *(enters in a hurry)* sorry dear, can I have my breakfast too. Oh! I forgot to tell you that I have a meeting at sharp 9'o' clock.

Mother : You should have told me. I'm attending to children. They shouldn't be late for school. Please help yourself, take out the juice from the fridge and here are a couple of sandwiches.

Tina : Here is your coffee, mom. I would love to serve you but it is already our school time.

Mother : It's alright dear, thanks. I appreciate your sentiments.

आई आणि मुलगा यांच्यातील संवाद

आई आणि तिचा मुलगा यांच्यातील संवादात त्याच्या भविष्याविषयीचा आशय–विषय असतो. त्यानुसार सल्ला देत असताना दृष्टिकोनाची आणि मतांची देवाणघेवाण होते.

आई : (तिच्या मुलाला) तुला उशीरसा झाला, सोनू. आता तीन वाजत आले, तुझी परीक्षा तर दुपारी एक वाजताच संपलेली असणार, नाही का?

सोनू : ओह! आई ग, मी शाळेत खेळण्यास आरंभ केला होता.

आई : मला सांगायचे नाही का बाळा.

सोनू : कसे सांगायचे सांग पाहू. काही विद्यार्थी बॅडमिण्टन खेळू लागले आणि त्यांनी मला निमंत्रण दिले. माझ्याने राहवले नाही. माझे शारीरिक शिक्षण देणारे गुरूजी पुष्कळ छान आहेत. परीक्षेनंतर सर्व विद्यार्थ्यांनी अल्पसा विरंगुळा घेतला पाहिजे, असे ते म्हणतात. ते खेळण्यासाठी आम्हाला रॅकेट आणि बॅडमिण्टनसाठीची जाळीही देतात.

आई : कळाले, कळाले हो, आता मला सांग परीक्षेविषयीचे.

सोनू : ती चांगली झाली. मला बव्हंशी सगळी उत्तरे माहीत होती.

आई : छान! आजच्या नंतर शाळेत असा अतिवेळ नको राहूस. अभ्यास कसा चाललाय?

सोनू : छानच! बव्हंशी सर्व शिक्षक चांगले आहेत, एक संस्कृतचे सोडून.

आई : का रे, काही घडलेय का रे?

सोनू : बव्हंशी ते वर्ग घेत नाहीत. ते शाळेच्याच कामांत व्यस्त असतात. आई ग, तू तर संस्कृत उत्तम जाणतेस. मग माझा विषय उमजविण्यासाठी मला तू साह्य का नाही करीत मला?

आई : मोठ्या आनंदाने करीन हो बाळा. तुझे मित्रमंडळ कसे आहे?

सोनू : ते सर्व चांगलेच आहेत ग, एक तो निगम सोडला तर. तो येता–जाता माझ्यावर टिका करतो आणि माझ्यामागे माझ्यासंबंधी वाईट–साईट बोलतो. शिवाय तो वर्गप्रमुखही आहे, त्यात काहीसा पुंडही आहे.

आई : बोलेन मी तुझ्या वर्गशिक्षकांशी. आणि मी त्या निगमच्या आईलाही ओळखते. तिच्याशीही मी बोलेन. सोनूबाळा, मित्रांची निवड शहाणपणा बाळगून करायची असते. तो कोणाच्या संगतीत आहे, हे पाहून त्याचा परिचय करून घेतात. शिवाय वाईट मित्र तुझ्या मनावर वाईट सवयी बिंबवत राहतात आणि तुझे वय तर शीघ्रसंस्कारग्रहण करणारे आहे ना!

सोनू : मी काळजीपूर्वक वागेन, आई.

आई : छान, आणि हो न्याहारीसाठी मेजावर ठेवलेले ग्लासभर दूध नको विसरूस. तुला काषायपेय म्हणजे चहा आवडतो ते मला ज्ञात आहे, तरीही तो तुला मिळण्याची शक्यता अंहं!

सोनू : चालेल आई, पण रविवारच्या दिवशी चहा–प्राशन करू शकतो ना?

आई : हो, हो. आणि मग रात्री उशिराची जागरणे नको करूस मग. तू सदैव उशिराची निद्रा घेतोस. तू कादंबऱ्या वगैर वाचत तर नाहीस ना?

सोनू : नाही ग आई, पण मी हार्डी–बॉइजच्या कादंबऱ्या वाचतो. त्या चांगल्या असतात.

आई : तशी हानी नाही रे होत पण त्या वाचण्याचे व्यसन लावून घेऊ नकोस. तसेच दोन तासांपेक्षा अधिक वेळ घेऊ नकोस. संध्याकाळी खेळायला जा. मी लिहून दिलेल्या वेळापत्रकाला चिकटून राहा.

सोनू : होय आई. मी तसेच करीन.

A DIALOGUE BETWEEN MOTHER AND SON

A conversation between mother and her son invariably discusses future prospects, advice, and exchange of views and opinions.

Mother	:	*(to son)* you're late, Sonu. It is 3'o' clock now, your exam must have been over by 1'o' clock.
Sonu	:	Oh! Mom I began to play in the school!
Mother	:	You should have told me.
Sonu	:	How mom? Some students were playing badminton and they invited me. I couldn't help it, you know our PTI sir is very good. He says that after the exam, students should relax a bit. He gives us net and badminton rackets to play......
Mother	:	Ok, ok tell me about your exam.
Sonu	:	It was well. I knew most of the answers.
Mother	:	That's good. In future don't overstay in school. How are your studies going?
Sonu	:	All right. Most of our teachers good except that of Sanskrit.
Mother	:	What's the matter?
Sonu	:	Many times he doesn't take class. He is busy with some school work. You know Sanskrit so well, mom. Why don't you help me cover the topic?
Mom	:	I'll gladly do that. How is you friend circle?
Sonu	:	They are all good boys except Nigam. He criticizes me and talks ill of me behind my back. Besides, he is the monitor of the class and bit of a bully.
Mom	:	I'll talk to your class teacher and I think I know his mother. I'll talk to her also. Sonu, choose you friends wisely, a person is known by the company he keeps. Besides bad friends, inculcate bad habits and yours is a very impressionable age.
Sonu	:	I'll be careful, mom.
Mom	:	Good, also don't avoid the glass of milk at your breakfast table. I know you like tea, but that is ruled out.
Sonu	:	All right mom but can I drink tea on Sundays?
Mom	:	Ok, also don't wakeup late hours. You usually sleep late. I hope you aren't into reading novels.
Sonu	:	No mom. But sometimes I do read Hardy Boys novel, they are good.
Mom	:	No harm, but don't make it a habit and do not exceed the time limit of two hours' play in the evening stick strictly to the time table, I have made for you.
Sonu	:	Ok mom, I'll do that.

डॉक्टरांशी विचारविमर्श

अशा ठिकाणी करावयाचा वार्तालाप संक्षिप्त तसेच सूत्रबद्ध असायला हवा. स्वतःची शारीरिक तसेच मानसिक दुखणी आणि लक्षणे सविस्तरपणे सांगायला हवीत.

रुग्ण	:	मागील कित्येक दिवसांपासून मला बरे वाटत नाही डॉक्टरसाहेब.
डॉक्टर	:	सांगा पाहू काय होतेय ते निश्चितपणे.
रुग्ण	:	(खोकतो) पाहिलेत डॉक्टर, असे खोकत राहायला होते. तसेच मला हुडहुडी भरते, जरी हिंवाळ्याचा ऋतू नसला तरी.
डॉक्टर	:	(रुग्णाचा रक्तदाब आणि तापमान तपासतो.) आपला रक्तदाब तर चांगला आहे, परंतु आपणास किंचित ज्वर मात्र आहे. अंगात कोठे दुखते–खुपते काय ?
रुग्ण	:	एकाच भागात दुखते असे नाहीये, तथापि सदैव मला थकल्यासारखे आणि शक्तिपात झाल्यासारखे वाटत राहते. अंथरुणातही मला अस्वस्थ व्हायला होते डॉक्टर.
डॉक्टर	:	असे वाटणे किती दिवसांपासून चालू आहे बरे?
रुग्ण	:	तसे दोन–तीन दिवसांपासून.
डॉक्टर	:	जीभ बाहेर काढा पाहू आणि घसाही पाहू द्या मला. (खात्री करतो.) छान, हा गळयाला किंचित स्वरूपाचा संसर्ग झाला असे मला वाटते. आणखी काही सांगण्यासारखे आहे असे वाटते काय?
रुग्ण	:	आताच सांगितले तसे सदैव मला अस्वस्थ आणि शक्तिपात झाल्यासारखे वाटत राहते, आणि खोकत राहतो. गळयात जळजळल्यासारखी संवेदना जाणवत राहते. कदाचित् त्यामुळेच हा घशातील संसर्ग झाला असावा. तसा मी बाहेर खाण्याच्या आणि पिण्याच्या बाबतीत अत्यंत सावध असतो.
डॉक्टर	:	तसे निश्चितपणाने नाही सांगता येत. काहीवेळा आपण श्वासोच्छवासावेळी सूक्ष्म जीवजंतू गळ्यात घेऊ शकतो. शीतपेयांचे घुटके घेतल्यानेही घशात सूज निर्माण होऊ शकते. येथे पाहा. ह्या गोळया आणि हा मधुपर्क घ्या, आणि उद्या या.
रुग्ण	:	काही गंभीर स्वरूपाचे दुखणे–बिखणे तर नाही ना डॉक्टर?
डॉक्टर	:	नाही, नाही. तसले काही नाहीये. तो अत्यंत सामान्य स्वरूपाचा संसर्ग आहे. मिरच्या, आंबट, आणि शीतपेये टाळायची बरे का! काही दिवसांतच आपण संपूर्ण बरे व्हाल.
रुग्ण	:	अगणित आभार मानतो हो तुमचे.

IN CONSULTATION WITH A DOCTOR

This type of conversation should be brief and to the point. One has to tell his physical and mental ailments in details and also the symptoms of the affected disease to the doctor.

Patient	:	I have not been feeling well for the last few days.
Doctor	:	Tell me about it:
Patient	:	*(coughs)* you see doctor there is this cough, also I'm feeling cold all the time although it is no season for cold.
Doctor	:	*(checks his BP and temperature)* Your BP is alright but you are running a mild temperature. Anywhere pain in the body.
Patient	:	Not pain at any exact place but all the time I seem run down and exhausted. I'm restless even in bed.
Doctor	:	For how many days it has been like that?
Patient	:	Well two, three days.
Doctor	:	Take out your tongue and let me see your throat. *(Checks)* well it seems to me a mild sort of throat infection. Is there any other thing that you would like to tell me?
Patient	:	As I told you, I feel restless, exhausted and cough at times – a sort of burning sensation in throat which might have caused this throat infection. I'm very careful about not eating or drinking out.
Doctor	:	You can never say. Sometimes, you can even inhale germs; sometimes the throat gets irritated by spices or very cold drinks. Here, take these tablets and syrup three times a day and come tomorrow.
Patient	:	I hope it is nothing serious.
Doctor	:	Oh no! It's just an ordinary infection. Avoid chilies, sour things and cold water. You'll be alright within a few days.
Patient	:	Thanks doctor.

व्यवसायमार्ग (करिअर) संबंधात समुपदेशन

हा वार्तालाप अन्य सामान्य–साधारण वार्तालापाहून पृथक् स्वरूपाचा असतो. व्यवसायमार्ग (करिअर) निवडीच्या संदर्भातील समुपदेशन करीत असताना तज्ज्ञ किंवा समुपदेशक विद्यार्थ्यांशी बोलतात आणि विषयांच्या निवडीबाबत, तसेच उच्च शिक्षण चालू ठेवण्याविषयक, अन् व्यवसायमार्ग कसा असावा आणि त्यांचा त्यांनीच कोणता स्वीकारावा ह्या विषयीचा त्यांना सल्ला देतात. अशावेळी ज्या निरपेक्ष वृत्तीने तज्ज्ञाने किंवा समुपदेशकाने आपणास उद्देशून म्हटले आहे त्या म्हणण्याची प्रतिक्रिया त्याच स्वरात द्या अन् वार्तालाप चालू राहू द्या.

लोकेश	:	क्षमा करा सर, माझ्यासाठी काही उसंत काढू शकाल काय? मी माझ्या व्यवसायमार्गविषयी जाणून घेऊ इच्छितो.
समुपदेशक	:	खचितच. आपली अर्हता काय आणि वयही.
लोकेश	:	सर, मी अठरा वर्षांचा असून साहित्यशाखेतील बारावी इयत्ता मी उत्तीर्ण झालो आहे.
समुपदेशक	:	म्हणजे लेखाव्यवसाय किंवा वैद्यकविज्ञान हे विषय ध्यानात घ्यायला वावच नाही राहिला म्हणायचे. किती प्रतिशत गुणांक लाभलेत आपणास?
लोकेश	:	पंच्याऐंशी प्रतिशत.
समुपदेशक	:	छान, आपण मग अध्यापनाच्या क्षेत्रात जाऊ शकता. आपले जे आवडते विषय आहेत त्यात पदवीपरीक्षा देऊ शकता.
लोकेश	:	नाही सर, माझ्याजवळ ती तसली अभियोग्यता म्हणजे अंगची कळा नाहीये.
समुपदेशक	:	संरक्षणविषयक परीक्षा देण्याविषयीची कल्पना कशी वाटते?
लोकेश	:	नाही सर, माझी प्रकृती तितकी छानशी नाहीये. शिवाय माझी दृष्टिक्षमता दुबळी आहे.
समुपदेशक	:	आपणास संगणकीय क्षेत्र मानवते का?
लोकेश	:	हो ना, सर. मला संगणक हाताळायला आवडते.
समुपदेशक	:	तसे असेल तर मग इन्दिरा गांधी नॅशनल ओपन युनिव्हर्सिटीची बॅचलर इन कम्प्युटर ॲप्लिकेशन्स म्हणजे बीसीएची परीक्षा देऊ शकता. आपणास कोणत्याही विद्यापीठात प्रवेश मिळू शकेल कारण आपल्या गुणांकांचे प्रतिशत उत्तमच आहे. बीसीए केल्यानंतर आपण मास्टर्स इन कम्प्युटर ॲप्लिकेशन्सची परीक्षा देऊ शकता. त्यामुळे आपणास घसघशीत स्वरूपाची नोकरी लाभू शकते. आपल्या चित्रकलेचे कसे काय? परीक्षेसाठी तो एक विषय होता किंवा नाही?
लोकेश	:	चित्रकलेत मी उत्तमच आहे.
समुपदेशक	:	उत्तम. तसे असेल तर आपण स्थापत्यशास्त्रक्षेत्रातही जाऊ शकाल. त्यावेळी आपले संगणकीय ज्ञान मोठे साहाय्यक होऊ शकेल.
लोकेश	:	ही एक उत्तम कल्पना आहे, असे दिसते. सर, त्यासाठी मी आवेदनपत्र कोठे पाठवायचे बरे?
समुपदेशक	:	आयटीओ चौकात स्थापत्यशास्त्र आणि नियोजन महाविद्यालय आहे. त्यात स्वतःची प्रमाणपत्रे आणि प्रशंसापत्रे घेऊन जा. प्रवेश देण्याची प्रक्रिया अद्यापि चालू आहे असे वाटते. प्रवेशासाठीचे आवेदनपत्र भरा.
लोकेश	:	दिल्लीत अशीच अन्य एखादी संस्था आहे काय?
समुपदेशक	:	तशी नाहीये. पण नाहीच मिळाला प्रवेश येथे तर मग आपण नाशिकला जा. नासिक स्थापत्यशास्त्र महाविद्यालयास चांगलाच नावलौकिक–प्रतिष्ठा लाभलेली आहे.
लोकेश	:	धन्यवाद हं. आपण म्हणालात तसेच करीन.

CAREER COUNSELLING

This kind of conversation is different from normal discussion. In career counselling, experts or counsellors talk and advise the students to opt for their choice of subjects and continue their higher education, and make a career for themselves.

Lokesh : Good morning, sir, could you spare me a little time. I want to consult you about my career.

Counsellor : Sure, What is your qualification and age?

Lokesh : I'm eighteen sir, I have passed my 12th in Arts stream.

Counsellor : Well, any career in accountancy or medicine is ruled out. What is your percentage?

Lokesh : Average 85% in all subjects.

Counsellor : Good you can go in teaching line. You can do graduation with honors in your favourite subjects.

Lokesh : No sir, I don't have any aptitude for that.

Counsellor : What about appearing in defense services exams.

Lokesh : No sir, I do not keep very good health, besides my eye sight is weak.

Counsellor : Do you like computers?

Lokesh : Yes sir, I like computer operating.

Counsellor : Well, then you can do BCA from IGNOU. You can get admission in any university because your percentage is good. After BCA or MCA you can get a handsome job in any MNC. How is your drawing? Was it one of your subjects?

Lokesh : I'm very good at drawing.

Counselor : Good, then you can go in architecture line also. Your expertise in computers will be of great help.

Lokesh : That seems a good idea, sir. Where should I apply?

Counsellor : There is a School of Architecture and Planning at ITO crossing. Go there with your certificates and testimonials. I hope the admission is still open, fill up the application form for admission.

Lokesh : Any other institute in Delhi.

Counsellor : No, but you can go to Nasik if you don't get admission here. Nasik Architecture School has a very good reputation.

Lokesh : Thank sir, I'll do as you advise.

विद्यार्थ्यांचा महाविद्यालयातील पहिला दिवस

ज्यावेळी संमेलने असतात, त्यावेळी उपस्थितांशी, त्यांच्याशी भेट झाल्यामुळे, अल्प–स्वल्प वार्तालाप होत असतात, जे त्या संमेलनातील वातावरणाला समृद्धच करीत असतात. त्यांच्याशी मिसळून जाणे हा एक उत्तम उपाय. हे अल्प–स्वल्प वार्तालाप नंतर अधिक मोठ्या चर्चांना जन्म देऊ शकतात. वार्तालापात सहभागी होत असताना स्वतःचा भाषाविष्कार करीत असताना वाक्प्रचारांचे यथोचित उपयोजन करण्याची क्षमता प्रदर्शित करणे उपयुक्त ठरू शकते, त्यामुळे वार्तालापाच्या क्रमाला गतीही लाभू शकते.

एक विद्यार्थी : (अस्वस्थ–उदासपणे गर्दीकडे पाहत आणि तेथेच उभ्या असलेल्या एका मुलाशी जाणीवपूर्वक संपर्क करीत) नमस्कार!

अन्य विद्यार्थी : नमस्कार! तू येथे नव्यानेच आलेला दिसतोस, हो ना?

प्रथम विद्यार्थी : हो ना. माझे नाव मुकेश आहे.

अन्य विद्यार्थी : मी आकाश.

मुकेश : (हस्तांदोलन करीत) तुला भेटून प्रसन्न वाटले. विषय कोणते घेतलेत?

आकाश : बी. कॉम. तुझे कोणते आहेत?

मुकेश : इंग्रजी (ऑनर्स). आजचा माझा येथला पहिलाच दिवस आणि अस्वस्थ–उदासपणा जाणवतोय. पाण्यातून मीन बाहेर आल्यासारखा!

आकाश : माझेही तसेच झालेय म्हणेनास, पण अस्वस्थ–उदासपणा जाणवून लाभ होणार का? उलट तो आमच्या पथ्यावर पडणार नाही.

मुकेश : नेमकेपणाने बोललास. छळवादाविषयीचे ऐकलेहेस तू? रॅगिंग रे. आमच्यासारखे नव्यानेच आलेले आणि अस्वस्थ–उदासपणा जाणवून घेणारेच त्यांचे लक्ष्य होतात.

आकाश : चल, आपण बाहेर जाऊया, आणि तेथील उद्यानात बसूया. (दोघेही एका बाकड्यावर बसतात.)

मुकेश : कोणत्या विद्यालयातून तू तुझी बारावी केलीस?

आकाश : दर्यागंजमधील अँग्लो–संस्कृत विद्यालयात.

मुकेश : मी रामकृष्णपुरम् मधील एस. बी. व्ही.त.

आकाश : मी सूचना–पटलावर न्याहाळले, पण माझा वर्ग कोठे आहे, ते काही कळाले नाही. तू तसा प्रयत्न केला आहेस?

मुकेश : हो ना, आणि मलासुद्धा काही नाही जमले बुवा. इतकी लोकदाटी झालीय तेथे. आता येथून फुटूया आणि उद्याच येऊया, कसे?

आकाश : (आंगोपांगाने पुंड विद्यार्थी कसा एकटा त्यांच्या दिशेने येतो.)

विद्यार्थी : आपण येथे नव्यानेच आलेले आहात ना?

दोघेही : (उठत) होय, सर.

विद्यार्थी : (हसतो.) मी येथील ज्येष्ठ आहे. आम्ही नवागतांचे ओळख–संचलन करतोहोत. चला माझ्यासोबत.

दोघेही : (अतिअस्वस्थ–उदास) जाऊ द्या ना आम्हाला, सर.

विद्यार्थी : (पुनश्च हसतो.) बंधोः, मी गंमत करीत होतो. वस्तुतः प्राचार्यांनी मला येथे कोठेही छळवाद–रॅगिंग तर होत नाही ना, ते पाहण्यासाठी प्रतिनियुक्त केले आहे मला. निवांत राहा. माझे नाव संजीव मेहता आहे. बी. कॉम.च्या तृतीय वर्षात आहे. (हस्तांदोलन करतात.)

मुकेश : सर, मीदेखील बी. कॉम.चा विद्यार्थी आहे. मी माझा वर्ग शोधत होतो. आम्हाला साह्य कराल. हा आकाश इंग्रजी ऑनर्स आहे.

संजीव : माझ्या सोबत या. मी तुम्हाला मदत करतो.

FIRST DAY OF A STUDENT IN COLLEGE

Small talk is used at parties, when meeting people, etc. to be kind and get along with others at the events. Hopefully, small talk leads to more interesting conversations. However, the ability to small talk and use appropriate phrases can help get the conversation flowing.

A student	:	*(nervously looks at the crowd and consciously approaches a boy standing apart)* Hello!
Other student	:	Hello, are you new here?
First student	:	Yes, my name is Mukesh.
Other student	:	I am Akash.
Mukesh	:	*(shakes his hand)* Glad to see you. What is your subject?
Akash	:	B.Com, what is yours?
Mukesh	:	English Honours. It is my first day here and I'm feeling very nervous, like a fish out of water.
Akash	:	The same here, but nervousness is of no use, rather it may be to our disadvantage.
Mukesh	:	Right, have you heard about ragging! Nervous new comers like us are sitting targets!
Akash	:	Come, let's go out and sit in the garden there. *(Both sit on a bench)*
Mukesh	:	From which school did you pass your 12th?
Akash	:	Anglo Sanskrit School in Daryaganj.
Mukesh	:	I'm from SBV, R.K. Puram.
Akash	:	I looked at the notice board but couldn't locate my class. Did you try?
Mukesh	:	*(laughs)* Yes and I also failed. There is so much crowd here. Why not leave now and come tomorrow. *(A burly fellow approaching them)*
Fellow	:	Are you guys new here?
Both	:	*(nervously standing up)* Yes, sir.
Fellow	:	*(laughs)* I'm your senior we're parading the fresher's here, come, get up.
Both	:	*(very nervously)* please let's go, sir.
Fellow	:	(again laughs) I was joking. Actually, I have been deputed by the principal to check out if there is any ragging. Be at ease, I'm Sanjeev Mehta. 3rd year B.Com. *(Shakes hands with them)*
Mukesh	:	Sir, I was looking for my class. I'm also a B.Com student. Could you help us, Akash is English honors.
Sanjeev	:	Come with me. I'll help you.

महाविद्यालयात मुलाचा मुलीशी वार्तालाप

आपण जेव्हा नवी मैत्री करतो, तेव्हा त्या नव्या मित्राशी सर्वसाधारणपणे तीन विभागांत वार्तालाप साध ाला गेला पाहिजे. प्रथमतः शुभेच्छा दिल्या गेल्या पाहिजेत. ह्या विभागात तुमच्या नव्या मित्राने आणि तुम्ही परस्परांना प्रथमतः अभिवादन केले पाहिजे आणि एकमेकाच्या नावाचा परिचय करून दिला पाहिजे. द्वितीय विभाग वार्तालापाचा असतो. काही वेळा वार्तालाप म्हणजे अल्पसा संवाद असतो किंवा कोणत्या तरी महत्त्वाच्या विषयाशी संबंधित चर्चा असू शकते. त्यानुसार परामर्श देत असताना दृष्टिकोनाची आणि मतांची देवाणघेवाण होते. तिसऱ्या विभागातील वार्तालापात एकमेकाचा निरोप घेण्यासाठीचा संवाद असतो. त्यावेळी आपला परिचय झाल्याने प्रसन्नता लाभली असे त्या नव्या मित्रास तुम्ही सांगायचे असते आणि मगच निरोप घ्यायचा असतो.

प्रथम वर्षातील विद्यार्थी	:	क्षमा करा हं, काल श्रीयुत कोहलींनी वर्ग घेतला का हो?
विद्यार्थिनी	:	आपण ह्या पूर्वी कधी भेटलो आहोत का हो?
प्रथम वर्षातील विद्यार्थी	:	मी कुणाल कपूर. आपण उभयता एकाच वर्गात आहोत. आपला वेळ दवडला म्हणून रागावू नका हं. मी काल महाविद्यालयात आलो नव्हतो ना, म्हणून.
विद्यार्थिनी	:	काल श्रीयुत कोहलींनी वर्ग घेतला.
कुणाल	:	काल आपण वर्गात होतात ना?
विद्यार्थिनी	:	हो ना.
कुणाल	:	तसे असेल, तर आपण टिपणे काढलीच असतील, आपणास कोणतीही अडचण नसेल तर मी ती पाहू शकेन का? श्रीयुत कोहली हे माझे आवडते अध्यापक आहेत. मी त्यांचे वर्ग कधीच चुकवत नाहीये.
विद्यार्थिनी	:	श्रीयुत कोहली हे माझेही आवडते अध्यापक आहेत. पाहते हं, त्यांची टिपणे कोठे ठेवलीत ती. अगोबाई, माझे नाव संजना, संजना गर्ग.
कुणाल	:	छान वाटले संजनाजी, आपणाशी परिचय झाला म्हणून.
संजना	:	(एका वहीचे पान उलटून) हं, येथे आहेत त्यांची टिपणे.
कुणाल	:	अगणित आभार मानतो हो आपले. ही टिपणे लवकरातल्या लवकर परत करीन आपणास. मध्यंतरीच्या काळात आपण एक, म्हणजे आपला आक्षेप नसेल तरच हं, करार करूया का?
संजना	:	करार? कसला करार?
कुणाल	:	जेव्हा–तेव्हा श्रीयुत कोहलींचे व्याख्यान चुकेल, तेव्हा आपणापैकी जो किंवा जी असेल, त्याने किंवा तिने त्यांची टिपणे परस्परांना द्यायची, मान्य
संजना	:	मान्य. आता वर्गात जायची वेळ झालीय. भेटू पुन्हा.
कुणाल	:	हो, हो.

A BOY TALKING TO A GIRL IN COLLEGE

While making new friends, there are usually three parts of the conversation you will have with your new friend. The first is the greeting. In this part, you and your new friend will greet each other and tell each other your names. The second part is the conversation. Sometimes, the conversation is small talk and sometimes the conversation is about important matters; the third part of the conversation is the leave-taking. In this part, you tell your new friend that you are happy to meet him and that you must end the conversation.

A first year student: Excuse me; did Mr. Kohli take class yesterday?

Girl : Do I know you?

Boy : I am Kunal Kapoor. We study in the same class. Sorry for the botheration, I didn't come to college yesterday.

Girl : Mr. Kohli took the class.

Kunal : *(after a pause)* did you attend his class?

Girl : Yes.

Kunal : You must have taken notes if it is not much of trouble, could I have a look at them. Mr. Kohli is my favourite lecturer. I never miss his classes.

Girl : He is my favourite too. Let me see where his notes are. By the way I'm Sanjana Garg.

Kunal : Glad to meet you, Sanjana.

Sanjana : *(opening a page in the notebook)* Here are the notes.

Kunal : Thanks, I'll give it back to you in a short while. If you don't mind, let's make a pact.

Sanjana : What pact?

Kunal : Whenever one of us misses Mr. Kohl's lecture. The other one will help him or her with notes.

Sanjana : Agreed. It's time for class now, bye!

Kunal : Bye!

खाते उघडतेवेळी बँकेतील दृष्य

अशा ठिकाणी वार्तालाप करताना बरेच औदार्य दाखवावे लागते. एकीकडे ऐकण्याचे औदार्य दाखवावे लागते, तर दुसरीकडे केवळ ऐकण्याचे औदार्यच नव्हे तर आपल्या समोर जो बोलणारा असतो तो काही महत्त्वाचे बोलतोय आणि त्यास कान देणे महत्त्वाचे होय, असे वाटून घ्यावे लागते.

ग्राहक : (बँकेतील कर्मचाऱ्यास) साहेब, मला एक खाते उघडायचे आहे. त्याच्यासाठीची सुविहित रीती काय आहे?

कर्मचारी : (त्यास एक आवेदनप्रपत्र देत) आपण कोठे राहता?

ग्राहक : लक्ष्मीनगरात.

कर्मचारी : छान, कृपया हे नियम अतिलक्षपूर्वक वाचून घ्या. आपणास कोणत्या प्रकारांतील खाते उघडायचे आहे, बचत खाते की चालू खाते?

ग्राहक : बचत खाते

कर्मचारी : संयुक्त खाते की एकल खाते?

ग्राहक : एकल खाते.

कर्मचारी : छान. मी संबंधित कागदपत्रांचे काम उरकतो. तुम्हाला हे दोन उभे छेद दिसताहेत ना, त्यांतील प्रत्येकासाठी आपणास दोन अधिकृत पुरावे आणावे लागतील. उदाहरणार्थ घरचा पत्ता. ह्या एका उभ्या छेदासाठी आपण विजेचे किंवा एमटीएनएलचे देयक आणू शकाल. ह्या अन्य उभ्या छेदासाठी आपण निवडणूक परिचयपत्र किंवा वाहकपत्र किंवा पारपत्र आणू शकाल.

ग्राहक : खाते उघडण्यासाठी मला किती पैसे ठेव म्हणून द्यावी लागेल?

कर्मचारी : आपणास धनादेशाची सोय हवीय का?

ग्राहक : होय.

कर्मचारी : आपणास खाते उघडण्यासाठी ठेव म्हणून एक सहस्र रुपये ठेवावे लागतील. आपणास खाते उघडल्यानंतर दहा ते पंधरा दिवसांत धनादेश–पुस्तिका मिळेल.

ग्राहक : मला एटीएम कार्डदेखील मिळू शकेल काय?

कर्मचारी : का नाही मिळणार? आपण केवळ आवेदनप्रपत्रातील ह्या स्थानी टिक्–मार्क करा. धनादेश–पुस्तिकेप्रमाणेच आपणास ते कार्डही मिळून जाईल.

ग्राहक : (आवेदनप्रपत्र वाचतो.) येथे असे म्हटलेय की दोन साक्षीदार हवेत, आणखी एक व्यक्ती जिचे खाते ह्या बँकेत आहे.

कर्मचारी : हो बुवा, तो भाग अत्यंत महत्त्वाचा आहे. एक व्यक्ती जिचे खाते ह्या बँकेत आहे, तो आपणास परिचित हवा. त्या व्यक्तीची स्वाक्षरी आणि खाते–क्रमांक तर लागेलच. साक्षीदार आपल्या शेजाऱ्यांतील असतीलच, त्यांच्या करवी व्यवस्था करू शकाल. आपले हे आवेदनप्रपत्र स्वीकारले गेल्यानंतर आणि एक हजार रुपयांची ठेव ठेवल्यानंतर आपणास खाते–पुस्तिका मिळू शकेल.

ग्राहक : आपले आभार हां.

कर्मचारी : त्यात आभार ते कसले मानायचे? आवेदनप्रपत्र लक्षपूर्वक भरा, आणि आपली दोन छायाचित्रे लागतील बरे का.त्यातली एक ह्या आवेदनप्रपत्रावर चिकटवायचा. अन्य छायाचित्र आपल्या खातेपुस्तिकेवर चिकटवला जाईल.

ग्राहक : आपले पुनश्चः आभार हां.

BANK SCENARIO FOR OPENING AN ACCOUNT

A conversation demands great generosity. On the one hand, it demands the generosity of listening. And perhaps not just of listening but of assuming that the other person is saying something of value, something worth listening to.

Customer : *(to a bank employee)* Sir, I would like to open a bank account, what is the procedure?

Employee : *(gives him an application form)* where do you live?

Customer : In Laxmi Nagar.

Employee : Ok, please read this form very carefully. Do you want to open savings or current account?

Customer : Savings.

Employee : Joint or single?

Customer : Single

Employee : Ok, here I'll work the relevant papers. You see two columns here, you'll have to bring a document for each column for address proof, and for example, from this column you can bring an electricity bill or MTNL phone bill. For the other column you can bring your election ID card or driving license or passport.

Customer : How much I'll have to deposit for opening the account?

Employee : Do you want a cheque book?

Customer : Yes.

Employee : You have to open the account with one thousand rupees. You'll get the check book by post after 10 or 15 days from the date you open the account.

Customer : Can I have an ATM card also?

Employee : Why not? Just tick at the relevant column. Like check book, you'll get it after some time.

Customer : *(reads the form)* It says two witnesses are needed and a person whose account is in this bank.

Employee : Yes, that is very important, a person who has his account here must be known to you. His signature and account number will be needed, witness you can arrange from your neighbourhood, after your form is accepted and you have deposited Rs. 1000, and you'll be issued the passbook.

Customer : Thanks, Sir.

Employee : That's alright, fill in the form carefully and two photos will be needed, one you have to affix on the form, the other will be pasted on your passbook.

Customer : Again thanks, sir.

दूरध्वनीवरून चित्रपटाच्या तिकिटाचे आरक्षण

अशा ठिकाणी वार्तालाप करताना व्यक्ती जे काही बोलू इच्छिते ते त्या बोलण्यातील भावनेसरशी उमजून घ्यायचे असते व त्यावर आपले मत मांडायचे असते.

ग्राहक	:	नमस्कार.
कर्मचारी	:	नमस्कार साहेब.
ग्राहक	:	मला 'सिंघम्' चित्रपटासाठीची तिकिटे आरक्षित करावयाची आहेत.
कर्मचारी	:	कोणत्या खेळासाठी?
ग्राहक	:	सव्वासातच्या.
कर्मचारी	:	किती तिकिटे?
ग्राहक	:	चार, तिकिटांचे मूल्य किती हो
कर्मचारी	:	बाल्कनीसाठी एकशे दहा रुपये.
ग्राहक	:	आसने आरक्षित करण्यासाठी मी काय करायला हवे? माझ्या क्रेडिट कार्डची आवश्यकता आहे का?
कर्मचारी	:	त्याची गरज नाहीये. केवळ आपले नाव सांगा साहेब.
ग्राहक	:	एस. के. वर्मा.
कर्मचारी	:	तितके पुरेसे आहे. आपली तिकिटे आरक्षित झाली आहेत.
ग्राहक	:	मी तिकिटे कोठून मिळवायची बरे?
कर्मचारी	:	ज्या स्वागतकक्षाजवळ 'बाल्कनी' असे लिहिले आहे, तेथून आपण आपली तिकिटे मिळवू शकाल.
ग्राहक	:	धन्यवाद.
कर्मचारी	:	कसचे! कसचे!

BOOKING MOVIE TICKETS ON PHONE

In this type of telephonic conversation, react to what a person says in the spirit in which that comment was offered.

Customer : Hello, is it the Delite Cinema?
Employee : Yes, Sir.
Customer : I'd like to book tickets for the movie 'Singham.'
Employee : Which show?
Customer : 7:15 p.m.
Employee : How many tickets?
Customer : Four, what is the rate of tickets?
Employee : Rs. 110 for balcony.
Customer : What is to be done for booking? Do you need my credit card number?
Employee : No sir, just tell me your name.
Customer : S.K. Verma.
Employee : That's enough, your tickets are booked.
Customer : From where do I collect my tickets?
Employee : You can collect them from the ticket counter marked 'Balcony'
Customer : Thanks.
Employee : It's alright, sir.

कार्यपालकाकरवी साहेबाला अहवाल

अशा ठिकाणी वार्तालाप करताना सर्व व्यक्ती एकाच विषयावर चर्चा करीत असल्याने तो केवळ वार्तालाप नसतो व त्यावर आपले मत मांडायचे असते.

साहेब : मागील सप्ताह कसा गेला?

कार्यपालक : पुष्कळ छान साहेब. वीस 'प्योर वॉटर' यंत्रणांच्या विक्रीचे लक्ष्य साध्य करायचे असे ठरले होते. त्यातील चौदा यंत्रणांची विक्री झाली.

साहेब : लक्ष्य पूर्ण करण्यात सहा कमीच पडल्या ना, मग पुष्कळ छान साहेब असे कसे म्हणू बरे?

कार्यपालक : साहेब, माझे कार्यक्षेत्र आहे गीता वसाहत. तेथे विमाधारकच आहेत तीस–एक जण. माझ्याजवळ चौघांचा चमू आहे. ते सकाळी दहा वाजल्यापासून दुपारी चार वाजेपर्यंत वावर करतात साहेब. तो परिसर ध्यानात घेतल्यास मला वाटते माझ्या संघाने पुष्कळ छान वावर केला आहे साहेब.

साहेब : तो परिसर आहे तरी कसा?

कार्यपालक : तो काही उच्चभ्रु वर्गाचा परिसर नाहीये साहेब. तसेच जल–मंडळाकरवी जो पाण्याचा पुरवठा होतो, तो उत्तम स्वरूपाचा आहे. बरे तर बरे, लोकांच्या घरी नळही आहेत. परिणामी, उत्तमोत्तम पाण्यासाठी एक सहस्र रुपयांचा व्यय करा, असे त्यांना उमजावून सांगणे अवघड होते, साहेब.

साहेब : जे चौघे तुमच्या हाताखाली वावर करतात, ते प्रांजल–प्रामाणिक आहेत काय किंवा कसे?

कार्यपालक : तसे आहेत ते, एक सोडून. त्याच्या ऐवजी लवकरच अन्य व्यक्तिला घेईन म्हणतो.

साहेब : अन्य परिसरांतील विक्रीविषयक अहवाल तुमच्यापेक्षा उत्तमोत्तम आहेत. तुमच्या वावरासाठीच्या प्रयासात तीव्रता येऊ द्या.

कार्यपालक : मला माझा सेवकवर्ग वाढवायचा आहे साहेब. माझ्या ध्यानात चार भांडार–केंद्रे आहेत, जेथे आम्ही प्योर वॉटर यंत्रणांविषयीची 'प्योर वॉटर इज श्योर वॉटर' अशी शब्दरचना असलेली चित्तवेधक विज्ञापने लावू शकू. त्यांच्यासोबत निर्जंतुकरणाची खात्रीही देऊ शकू.

साहेब : हे अशी शब्दरचना असलेली विज्ञापन इतके चित्तवेधक आहेसे मला नाही वाटत. अन्य चमूंकरवी जी विज्ञापने लावली जाताहेत, त्यातील दोन–एक मी आपणास देईन. ह्या यंत्रणेविषयीचे विज्ञापन अशा व्यस्त परिसरात लावण्याची कल्पना छान आहे, पण ग्राहकांना पटेल अशा भाषेत बोलू शकणारी तरतरीत–चुणचुणीत मुली–मुले तेथे बसतील त्याविषयीची खातरजमा करा. मार्गाच्या कडेला स्थलांतर करू शकणारे भांडार उभे करता येत असेल तर पाहा.

कार्यपालक : ते करीन साहेब.

साहेब : या आता. पुढच्या आठवड्यात मला अहवाल द्या, त्यावेळी विक्रीविषयक उत्तमोत्तम आकडे आणा म्हणजे झाले.

SALES EXECUTIVE
REPORTING TO HIS BOSS

This kind of conversation is different from a discussion. In a discussion everyone in talking about something.

Boss	:	How did the last week go?
Executive	:	Pretty well sir, we had targeted to sell 20 'Pure Water' systems. We sold 14.
Boss	:	We fell six short, I can't call it pretty well!
Executive	:	My area is Geeta Colony, sir, where about 30 insured people are living. I have a team of four persons; they're working from ten to four. Seeing the locality, I think they have worked well.
Boss	:	What about the locality?
Executive	:	It's not a posh colony sir, secondly the water supply from the Jal Board is good and people have taps. So, it becomes rather hard to convince them to spend Rs. 1000 more for better water.
Boss	:	The four people working under you, are they sincere?
Executive	:	They are, except one, I'll soon replace him.
Boss	:	Sales reports from other areas are better than yours. Intensify your efforts.
Executive	:	I'll have to increase my staff, sir. I have in my mind four busy shopping centres where we can display our 'Pure water' system with catchy slogans like 'Pure water is sure water' with surity of being germ-free.
Boss	:	I don't think it is a very catchy slogan. I'll provide you with one or two which others are using. Displaying the system in busy areas is a good step, but be sure that smart girls and boys sit there, who can offer a convincing talk. You can also arrange make-shift stalls on road-side.
Executive	:	I'll do that, sir.
Boss	:	You may go now, report to me next week with better sale figures.

भ्रमणध्वनी देयकासंबंधी तक्रार

अशा प्रकारच्या दूरध्वनीवरून करावयाचा वार्तालाप संक्षिप्त तसेच सूत्रबद्ध असायला हवा तक्रार करीत असताना भाषा ठाम स्वरूपाची असायला हवी असली तरी उद्धट–उर्मट असता कामा नये.

ग्राहक :	(दूरध्वनीवरून) हे 'ग्लोबल फोन'चे कार्यालय आहे काय?
प्रतिसाद :	हो ना.
ग्राहक :	वाढीव देयकाच्या संदर्भात मला कागाळ नोंदवायची आहे.
प्रतिसाद :	कृपा करून आपल्या हातात असलेल्या देयकावरील ग्राहक सेवा क्रमांक शोधून काढा आणि त्यावर संपर्क साधा.
ग्राहक :	धन्यवाद. (ग्राहक सेवा क्रमांकावर संपर्क साधू पाहतो.) नमस्कार, मी दिवाकर रोहतगी बोलतोय. हा विषय माझ्या दूरध्वनीच्या देयकासंबंधीचा आहे. अहो, हे देयक माझ्या कल्पनेच्या पलीकडले आहे हो.
प्रतिसाद :	मला आपला दूरध्वनी क्रमांक द्या पाहू. आणि देयकावरील रक्कम किती आहे ती, तेही सांगा.
दिवाकर :	माझा भ्रमणध्वनीचा क्रमांक आहे 9771056256 आणि देयक रक्कम आहे वीस सहस्र रुपये.
प्रतिसाद :	काही क्षण थांबा हं. (विराम) साहेब, देयक तर यथोचितच आहे.
दिवाकर :	कसे शक्य आहे हे? कृपा करून मला आपल्या व्यवस्थापकाशी संपर्क करून द्या. (व्यवस्थापक दूरध्वनीवर) साहेब, मला वीस सहस्र रुपयांचे देयक मिळाले आहे. कोठेतरी काहीतरी बिनसलेय. हे पाहा, मी कार्यालयात वावर करणारा माणूस असून मी व्यापारीमाणूस नाहीये. मी दूरध्वनींवरून अधिक बोलतही नाहीये. माझी देयके कधीही दोन सहस्र रुपयांच्या वर गेली नाहीत. कृपा करून माझे देयक संपूर्णपणे तपासून पाहा. मी व्यक्तिशः आपणास भेटण्यासाठी यायला हवे का हो?
व्यवस्थापक :	नाही, नको. लगेचच, माझ्याकडून कळू शकेल आपणास.

(उद्याच्या दिवशी)

व्यवस्थापक :	(दूरध्वनीवरून) नमस्कार, श्रीयुत दिवाकर बोलताहेत का हो?
दिवाकर :	हो, बोलतोय.
व्यवस्थापक :	साहेब, आपले देयक सुधारून घेतले आहे. तो संगणकीय चूक होती साहेब.
दिवाकर :	मग आता देयकावरील रक्कम किती झाली म्हणायचे?
व्यवस्थापक :	दोन हजार रुपये.
दिवाकर :	धन्यवाद. ह्याच्या पुढे काळजी घ्या. अशा चुका होता कामा नये पुन्हा.

COMPLAINT ABOUT MOBILE PHONE BILL

This type of conversation should be to the point and concise as well as very official. One must be firm while complaining, but not rude.

Customer : *(on phone)* is it global phone office?
Answer : Yes, please.
Customer : I have to make a complaint about an inflated cell phone bill.
Answer : Please locate the customer care number on your phone bill and ring that number.
Customer : Thanks, *(rings customer care number)* Hello, I'm Diwakar Rohatgi speaking; it is about my phone bill. The amount is beyond my imagination. Please tell me your phone number and the amount of bill that you have received.
Mr. Diwakar : My cell phone number is 9771056756 and the bill amount is Rs. 20,000.
Employee : Please hold on for a moment. *(After a pause)* Sir, the bill is alright.
Diwakar : It's impossible; please connect me to your manager. *(Manager on line)* Sir, I have received a bill of Rs. 20,000. There is something wrong somewhere. You see I'm an office goer and no businessman. I don't make many calls. My bills are never over Rs. 2000/-. Please get my bill thoroughly checked. Shall I come to you in person?
Manager : No, It's alright, you'll shortly hear from me.

Next Day

Manager : *(on phone)* Hello! Mr. Diwakar speaking?
Diwakar : Yes.
Manager : Sir, your bill has been corrected, It was a computer mistake.
Diwakar : What's the bill amount now?
Manager : Rs. 2000/-
Diwakar : Thanks, please take care that such mistakes don't happen in future.

महाविद्यालयात प्रवेश मिळविणे

अशा स्थानी वार्तालाप करताना तो अत्यंत लक्षपूर्वक, संक्षिप्त आणि सूत्रबद्ध स्वरूपात राहू द्या.

विद्यार्थी	:	(येण्याचे निमंत्रण मिळाल्यानंतर कक्षात प्रवेश करतो) सुप्रभात सर.
अधिष्ठाता	:	सुप्रभात. बसून घ्या. आपले नाव व्ही. के. सारस्वत आहे.
व्ही. के.	:	हो सर, वेद कुमार सारस्वत.
अधिष्ठाता	:	बी. कॉम. (ऑनर्स) साठी आपण आवेदनपत्र सादर केले आहे.
व्ही. के.	:	हो सर.
अधिष्ठाता	:	कोणत्या विद्यालयातून आपण उत्तीर्ण झालात?
व्ही. के.	:	मॉडर्न पब्लिक स्कूल, सर.
अधिष्ठाता	:	(प्रतिलेख–उतारे वाचत) एकंदर नव्वद टक्के, अन् चौऱ्यांण्णव वाणिज्यमध्ये. प्रभावी आहे हे सर्व.
व्ही. के.	:	धन्यवाद सर.
अधिष्ठाता	:	आपणास हेच महाविद्यालय स्वीकारावेसे का वाटले बरे?
व्ही. के.	:	दिल्ली विद्यापीठाच्या उत्तर विभागीय संकुलातील हे सर्वांत अधिक नामांकित महाविद्यालय आहे सर. त्यातही, येथील वाणिज्य आणि अर्थशास्त्र विभाग विशेष स्वरूपाचे आहेत.
अधिष्ठाता	:	हे सर्व आपण कसे जाणता?
व्ही. के.	:	माझ्या ज्या मित्रांनी येथे शिक्षण घेतलेले आहे, त्यांनी मला हे सांगितले सर.
अधिष्ठाता	:	तसे असेल तर येथे अनेक शिक्षणेतर कार्यक्रम होत असतात, हेही आपण जाणत असाल.
व्ही. के.	:	हो सर, आणि मी आपणास निराश नाही करणार. सांघिक क्रीडा आणि आंगिक क्रीडा यांविषयीचे मी सांगू शकणार नसलो तरी मला रंगभूमी, नाट्यकला, वादविवाद इत्यादींत विशेष आवड आहे. मी माझ्या विद्यालयातील वार्षिक नियतकालिकाचा संपादकही होतो.
अधिष्ठाता	:	इंग्रजीतही चांगले गुणांक आहेत आपले, मग त्या विषयाकडे आपण का वळत नाहीत?
व्ही. के.	:	वाणिज्य आणि अर्थशास्त्र हे विषय मला आकर्षित करतात. ते माझे विशेष आवडते विषय आहेत सर.
अधिष्ठाता	:	श्रीयुत सारस्वत, आता आपण जाऊ शकता, अन् हो, आपण येथे आल्याबद्दल आपले आभार. प्रवेशाविषयीचा निकाल उद्या जाहीर होईल.
व्ही. के.	:	आपले मनःपूर्वक आभार, सर.

GETTING ADMISSION TO COLLEGE

Be very attentive, concise and to the point in this type of conversation.

Student	:	*(enters after being called)* Good morning, sir!
Dean	:	Good morning. Please be seated. Your name is V.K. Saraswat.
Student	:	Yes, sir. Ved Kumar Sarswat.
Dean	:	You have applied for B.Com (Hons.)
V.K.	:	Yes, sir.
Dean	:	Which school did you pass from?
V.K.	:	Modern Public School.
Dean	:	*(reads from transcripts)* 90% in aggregate and 94% in commerce, 'impressive'!
V.K.	:	Thank you, sir.
Dean	:	Why did you choose this college?
V.K.	:	Well sir, yours is one of the most reputed colleges in North Campus Delhi University. Besides Commerce and Economics sections are especially good here.
Dean	:	How do you know that?
V.K.	:	Sir, I have heard from some of my friends who have studied here.
Dean	:	Then you must also know that there are a lot of extra-curricular activities.
V.K.	:	I know that sir and I'll not disappoint you, I can't say much about sports or athletics but I'm fond of stage, dramatics, debates, etc. I was also the editor of my school magazine.
Dean	:	In English, you have good marks. Why didn't you go for that?
V.K.	:	Commerce and Economics fascinate me. They're my favourites.
Dean	:	You can go now Mr. Sarswat and thanks for coming here. The admission results will be displayed tomorrow.
V.K.	:	Thank you, sir.

आजारपणाविषयीचा वार्तालाप

अशा प्रकारातील वार्तालाप नेहमीच्या विचारविमर्शाहून वेगळया स्वरूपाचा असतो. प्रत्येक विचारविमर्शावेळी प्रत्येक व्यक्ती काही ना काही वेगळा विचार मांडू पाहत असते.

विक्रम	:	(शुश्रूषालयात) सुरेश कसे वाटतेय तुला?
सुरेश	:	मी तर घाबरूनच गेलोय. ही वार्ता तितकीशी चांगली नाहीये.
विक्रम	:	असे झाले काय?
सुरेश	:	डॉक्टर सांगत होते की माझ्या आतड्यांना अत्यंत गंभीर स्वरूपाचा संसर्ग झाला असून त्यावर त्यांना शस्त्रक्रिया करावी लागेल. एकीकडून ही प्रतिजैवक औषध ो आणि दुस–या बाजूने हा एकटेपणा मला जवळ जवळ मारूनच टाकतीलसे वाटतेय रे.
विक्रम	:	कृपा करून चिंता करू नकोस बाबा. मी तुझ्या सोबत आहे ना. तुझ्या कुटुंबातील अन्य सदस्यांचे काय?
सुरेश	:	ते येतात रे, पण सतत येत नाहीत. बाबा तर सकाळपासून रात्रीपर्यंत व्यस्तच असतात. आई येते, पण ती फार वेळ नाही ना राहू शकत.
विक्रम	:	इतर मित्र वगैरे येत असतीलच.
सुरेश	:	येतात खरे, पण पुनश्चः तीच रडकथा. ते अधिक वेळ नाही थांबू शकत. इतके एकटे वाटते, त्यात कित्येक वेळी भयभीत ही होतो आणि उदासीनही.
विक्रम	:	अरे तसे वाटणे स्वाभाविकच आहे. पण तू घाबराघुबरा नको होऊस. मला एका मागोमाग येते तीन दिवस सुट्टी आहे. मी प्रत्येक दिवशी माझ्या मित्राच्या सोबत तुझ्याकडे येईन. मग आम्ही तिघेही तासन्'तास गप्पा करीत, पत्ते खेळत, संगीत ऐकत बसू. तसेच तुझ्यासाठी मी सोबत माझा पॉडदेखील घेऊन येईन, म्हणजे काय होईल की ज्यावेळी खूप वैताग येईल, त्यावेळी तुला पर्यायी करमणूक करून घेता येईल. तू संगीतातले काही जाणतोस, हो ना? (बाहेर डॉक्टर आल्याची जाणीव.) मी त्यांच्याशी बोलतो आधी, मग तुला सविस्तरपणे सांगेन, हं.
विक्रम	:	(बाहेर जातो, अन् डॉक्टरशी बोलतो.) सर, सुरेशने येथे किती काळ राहायला हवे त्याविषयीचे काही सांगाल काय? तो लवकरच या आजारातून बरा होईल, अशी आशा वाटते.
डॉक्टर	:	त्यांच्या आतड्यांत काही समस्या आहेत. काही चाचण्या करतो आहोत. ते आजारातून बरे होतील. काळजी करू नका.
विक्रम	:	पण तो येथे आणखी किती काळ राहणार आहे डॉक्टर?
डॉक्टर	:	जो पर्यंत चाचण्या नाही होत, तो पर्यंत काहीही निश्चितपणे सांगता येणार नाही.
विक्रम	:	धन्यवाद डॉक्टर. माझ्या ह्या मित्राची शक्य तितकी काळजी घ्या बरे. (सूरेशला.) कसलीही काळजी करू नकोस यार, सगळे काही यथोचितच होणार आहे. मी डॉक्टरांशी बोललो बरे का. हा एक साधारण प्रकारचा संसर्ग आहे. चल, आपण पत्ते खेळू.

CONVERSATION ON ILLNESS

This kind of conversation is different from a discussion. In a discussion everyone is talking about something.

Vikram : *(in hospital)* How are you feeling, Suresh?

Suresh : I'm afraid it is no good news.

Vikram : What happened?

Suresh : The doctor was telling me that there is a severe kind of infection in intestines and they may have to operate. The antibiotics and loneliness are *almost* killing me.

Vikram : Please don't worry, I'm with you. What about the members of your family?

Suresh : They do come but not often. Father is busy from morning till night. Mother drops in regularly but she can't stay for long.

Vikram : Other friends must be visiting you.

Suresh : Yes, but the same thing, they can't stay for long. I feel so lonely and at times, so afraid and depressed.

Vikram : That's but natural. But don't you be afraid. I have three consecutive holidays coming. I'll be coming to you daily with a friend of mine and we all three will spend long hours chatting, playing cards, listening to music. I'll also bring you my pod, so that in moments of intense boredom, you can have diversion. You have an ear for music, don't you?

(Suresh words). Let me talk to you then I'll tell you what it is all this about.

Vikram : *(to the doctor outside)* Sir, may I know how long Suresh will be here. I hope he'll get well.

Doctor : He has some problem in his intestines, we are doing the tests. He'll get well, don't worry.

Vikram : But how long will he remain here, doctor?

Doctor : Nothing can be said with certainty till tests are done.

Vikram : Thanks doctor, please take care of my friend.

Vikram : *(to Suresh)* Don't worry, *yaar* everything is going to be ok. I have talked to the doctor. It is some mild sort of infection. Come, let's play cards.

मित्राने अधिक गुणांक मिळविण्यासाठीचे प्रोत्साहन

अशा प्रकारातील वार्तालाप नेहमीच्या विचारविमर्शाहून संपूर्णपणे आगळा–वेगळा स्वरूपाचा असतो. प्रत्येकाने बोलायच्या वेळी शब्दांची निवड करीत असताना काळजीपूर्वक करायला हवी, म्हणजे असे की त्याने सहानुभूती व्यक्त करायला हवी असते. त्यावेळी स्वर अत्यंत कोमल–मऊ असायला हवा आणि तरीही तो प्रेरणादायक आहे असे जाणवले पाहिजे.

दीपक : काय झाले रे नितीश, तुझी चर्या उतरलेलीशी दिसतेय ती!

नितीश : काहीही नाही माझ्या घनिष्ठ मित्रा (थबकतो.) पण समस्या मात्र आहे. जवळ जवळ सर्वच विषयांत मी कमीत कमी गुणांक मिळविलेत, जवळ जवळ मी अनुत्तीर्णच झालोय म्हण ना. माझ्या कुटुंबातील सदस्यांच्या समोर उभा तरी कसा राहू, म्हणून थरथर कापतोय.

दीपक : समस्या आहे हे मान्य, पण ती गंभीर स्वरूपाची आहे असे म्हटल्यास मात्र ती अमान्य. असल्या समस्येवरचा एकच उतारा म्हणजे परीक्षेला पुनश्च बसणे होय. गहन परिश्रम कर आणि उत्तमोत्तम गुणांक मिळव.

नितीश : तो उतारा आहेच रे, पण त्यासाठी एक वर्ष वाया जाईल ना.

दीपक : एक वर्ष वाया जाईल? आयुष्य दीर्घ असते, आणि त्यातील एक वर्ष म्हणजे कितीसा काळ बरे? काळ आपल्या गतीने जात असतो, तू उत्तीर्ण झालास काय, किंवा अनुत्तीर्ण झालास काय!

नितीश : तुझे म्हणणे यथोचित आहेसे वाटते बाबा.

दीपक : मधल्या काळात तू एकाद्या निजी संगणकीय संस्थेत एका वर्षाचा संगणकीय अभ्यासक्रम पूर्ण करू शकतोस. मला आठवतेय ते बरोबर असेल तर तू तुझ्या पदवीपरीक्षेच्या अभ्यासक्रमात संगणकीय लेखाभ्यासाचा विषय घेतलेला आहेस.

नितीश : होय. आता विचाराला चालना मिळतेय रे. मी शैक्षणिक अभ्यासक्रमाच्या ह्या परीक्षेला पुनश्च बसत असतानाच, पूर्व–प्रारंभिक संगणकीय लेखाभ्यासाचे सोपान चढण्याविषयीचे शिकून घेईन.

दीपक : तसे करणेच यथोचित होऊ शकेल. तसे म्हटल्यास तुझ्या मातोश्री आणि पिताश्री किंचित वेगळया पद्धतीने प्रतिक्रिया व्यक्त करतीलही, परंतु त्यांच्याशी बोलण्याचे धाडस तुला करावे लागेल.

नितीश : धन्यवाद माझ्या घनिष्ठ मित्रा! तूच खराखुरा मित्र आहेस बघ!

ENCOURAGING A FRIEND TO SCORE GOOD MARKS

This type of conversation is very different and unique in itself. One must be very careful with the usage of words, i.e., one should always use sympathetic words and the tone should be soft, yet very inspiring.

Deepak : What's the matter Nitish, you look so downcast?

Nitish : Nothing *yaar, (pause)* but the problem is real. I have scored very poor marks in almost every subject, I almost failed. I shiver to think how I'll face the members of my family.

Deepak : Yeah, the problem is there but not that big. The solution is to appear again, work hard, and get better marks.

Nitish : That's there but a year will be wasted.

Deepak : Does it matter? Life is long and one year doesn't matter much. Time passes all the same whether you pass or fail.

Nitish : You seem to be right.

Deepak : In the mean time you can take up any computer one year course in a private computer institution. If I remember rightly, you've opted for computer accountancy in your degree course.

Nitish : Yes, and come to think of it, I can learn preliminary computer accountancy steps which are addition to my academic studies for reappearing.

Deepak : That'll be the right thing to do. That way your parents will react in a somewhat difficult way, have the courage to talk to them.

Nitish : Thanks buddy, you're a real friend.

विवाहासाठीचे निमंत्रण

अशा प्रसंगावेळी प्रत्येकाला अत्यंत विनम्र, आणि औपचारिक पद्धतीने वागावे लागते. अर्थात मित्राला निमंत्रण देणार असाल तर अनौपचारिकही होता येते.

हर्ष	:	नमस्कार पुनीत, कसा आहेस?
पुनीत	:	सर्वोत्तम. नेहमीसारखाच. तुझे कसे चाललेय ते सांग..
हर्ष	:	सर्वसगळे सर्वोत्तम. तुला एक उत्तम बातमी सांगायचीय. येत्या दिनांक अठराला माझ्या बहिणीचा विवाह करायचे निश्चित झाले आहे.
पुनीत	:	किती छान! खरोखरीच ही एक उत्तम बातमी आहे. तिचे नाव शिल्पा आहे, होय ना रे? तेजस्वी युवती आहे ती. तुझ्या घरी आलो होतो तेव्हा दोन–तीन वेळा पाहिलेय मी तिला. तिने व्यवस्थापनातील एम. बी. ए. पदवी संपादली होती ना रे हर्ष? नवरामुलगा काय करतोय?
हर्ष	:	धीराने घे, पुनीत. सांगेन ना मी सर्वसगळे. तिने एम. बी. ए. पदवी संपादली. एका आंतरराष्ट्रीय संस्थेत ती क्रय–अधिकारी पदावर नोकरी करतेय. नवरामुलगा डॉक्टरेट इन् मेडिसिन्सची पदवी संपादन करून अमेरिकेहून नुकताच परतलाय. तो हृदयरोगतज्ज्ञ आहे.
पुनीत	:	हे एक सर्वोत्तम युगूल होय असेच म्हणावे लागेल मला. इतके घडले तरी कसे पण?
हर्ष	:	वस्तुतः माझे मामा जे बंगळुरूत राहतात, त्यांनी हे स्थळ जुळवून आणले. आरंभीच्या काही अडचणी होत्या, उदाहरणार्थ कुंडल्या जुळणे, लग्नानंतर शिल्पा नोकरी करणार किंवा करणार नाही, इत्यादी, इत्यादी... पण शेवट मात्र सर्वोत्तमच झाला.
पुनीत	:	कसे काय?
हर्ष	:	वस्तुतः आम्ही एका चतुर पंडिताला कुंडली जुळविण्याचे कार्य दिले. आणि नवऱ्यामुलाला, त्याचे नाव करण असे आहे, अगदी दिल्लीत नोकरी मिळाली. त्याने शिल्पाला नोकरी करण्याची अनुमती दिली. लक्षात ठेव हं पुनीत, तुला ह्या विवाहसमारंभासाठी दोन दिवस आधी यावे लागेल. कारण तू माझा सर्वोत्तम आणि अत्यंत जवळचा मित्र आहेस, आले ना लक्षात?
पुनीत	:	झालेच तर! तुझी कोणत्याही प्रकारची सेवा करण्यात मला प्रसन्नताच लाभेल हर्ष.

INVITATION FOR WEDDING

One has to be naturally very polite and formal in this type of conversation. However, while inviting a friend, one can be informal too!

Harsh	:	Hello Punet, how're you?
Puneet	:	Fine, just as ever, how about you?
Harsh	:	Everything is fine. I have good news to tell you. My sister's wedding is going to take place on the coming 18th.
Puneet	:	Well that's really good news. Her name is Shilpa, isn't it? A bright young lady, I have seen her twice or thrice at your house. Harsh she completed her MBA and what about the boy.
Harsh	:	Take it easy, man. I'll tell you. She has done her MBA and is right now serving as a purchase officer in a multinational company. The boy has returned from the USA having done his MD, he is a cardiologist.
Puneet	:	A fine match, I must say. How did it all happened?
Harsh	:	Actually, my uncle who lives in Bangaluru found the match. There were some initial hurdlers, like matching of horoscope, whether Shilpa would work after marriage or not etc., etc. but it all ended fine.
Puneet	:	How?
Harsh	:	We put some clever pandit on trail for matching horoscope and the boy, his name is Karan, found a job right in Delhi and as such he agreed to let Shilpa do her job. Mind you Puneet, you have to come two days in advance for the marriage. After all, you are my best and closest friend.
Puneet	:	Done, I'll be too glad to be of any service to you.

क्रीडा प्रशिक्षक क्रीडापटूंशी संवाद साधताना

अशा प्रकारच्या वार्तालापावेळी एकीकडे क्रीडापटूंना त्यांचा क्रीडा–प्रशिक्षक प्रेरणादायक आणि प्रोत्साहक वाटायला हवा तसेच त्याने काटेकोर आणि सूत्रबद्ध असावे लागते, तर दुस–या बाजूला क्रीडापटूंनीही त्यांच्या क्रीडा प्रशिक्षकाच्या प्रती विनम्र असण्याचे, लक्षपूर्वक श्रवण आणि सौजन्यपूर्ण आचरण करण्याचे कार्य करायचे असते.

क्रीडा–प्रशिक्षक : (सामन्यास आरंभ होण्यापूर्वी) आपण विनाविलंब रणजी करंडकाच्या तृतीय फेरीत प्रवेश करीत आहोत. आपल्या प्रतिपक्षाचा चमू तसा अतिबलवान आहे. म्हणूनच तुम्ही आरंभापासून अत्यंत आक्रमक खेळ खेळायला हवा.

एक क्रीडापटू : आपणास माझी समस्या ज्ञात आहेच. मी फटकेबाजी करू लागलो की मला अडकवले जाते.

क्रीडा–प्रशिक्षक : हो ना. ते तर आहेच. तू जेव्हा चेंडू उचलतोस, तेव्हा त्यात आव अधिक असतो, असे सांगायला मला खेद वाटतो. तू आवेगाविना खेळशील तर अधिकाधिक धावा होऊ शकतील. मोकळया जागांत नेमकेपणाने चेंडू ठोकण्यात तू तज्ज्ञ आहेस. तेव्हा चेंडूला उचल देऊ नकोस, मातीला चिकटून ठेव त्याला. (अन्य क्रीडापटूकडे पाहतो.) तू डावीकडचे ड्राइव्हज मारणे टाळ. अद्यापि तरी त्यातून काहीही निष्पन्न झालेले नाहीये. विशालला मी काहीही नाही सांगणार. तो एक बुद्धिमान क्रीडापटू आहे. केतन आणि स्वामी तुम्ही शेपटाकडे राहा. तुमचे वैशिष्ट्य गोलंदाजीत आहे, फलंदाजीत नाहीये.

अन्य क्रीडापटू : आजचा दिवस ढगाळ आहे. अवचित प्रकाश आणि अवचित अंधार यांमुळे आतल्य दिशेन झपकन् येणा–या चेंडूविषयीचे आडाखे चुकू शकतात.

क्रीडा–प्रशिक्षक : हे म्हणणे यथोचितच होय. त्यास एकमेव उपाय आहे. यद्यपि आपण त्यास प्रथम वर्गीय डावपेच असे म्हटले तरी मी तुम्हांस कैक वेळा सांगितले आहे की, समोर येणा–या चेंडूवर तुमची दृष्टी डकवूनच ठेवा. यद्यपि चेंडू सरळ आला तरी तुम्ही त्याला टोलवू शकता, इतकेच काय तर चौकार किंवा षट्कारही मारू शकता. यद्यपि संकटकारक गुगलीच्या रूपात आला तर त्यावर तुम्ही संरक्षक पवित्रा घेऊ शकता. आणखी काही प्रश्न किंवा शंका, आशंका, कुशंका? (शांतता).

चला तर मग पळा, खेळा आणि असे खेळा की जणू काही तुमचे आयुष्य विजयावरच अवलंबून आहे.

A COACH TALKING TO PLAYERS

In this kind of conversation, the coach should be very inspiring and encouraging to his players and he should be very precise and to the point. The players, on the other hand must be polite and attentive towards their coach.

Coach : *(to a team before beginning of a match)* we'll soon be entering the 3rd round for the Ranji Trophy. The opposite team is very strong, so I want all of you to be aggressive right from the beginning.

One player : You know my problem sir, the moment I begin to hit, I'm usually caught out.

Coach : Yeah, that's there I'm sorry to say that your lift strokes lack poser, it would be better if you keep a low profile, that way more runs can be scored. You're an expert in hitting the ball in right direction between spaces. So don't lift, keep the ball to ground. *(Looks at another player)* You avoid your left hand drives. It has not paid so far. I have nothing to say to Vishal, he is a brilliant player. Ketan and Swami, you'll be at the tail end. Your specialty is bowling and not batting.

One player : It seems a cloudy today. Sudden darkness and brightness sometimes result in wrong judgement of the direction of the oncoming ball.

Coach : That is right there is only one solution for that. Even otherwise it is a first class strategy, as I have told you many times also, keep your eyes glued to the oncoming ball, if you can do that then if the ball is straight you can drive it in any direction, even for fours and sixes. If it is a dangerous googly, you can be on defense. Any more doubts or questions?

[Silence]

Then play and play, as if your life depends on victory.

एटीएम कार्ड हरविल्याची माहिती बँकेला कळविणे

विपत्ती–आपदांच्या काळात प्रत्येक व्यक्तीने चित्तवृत्ती शांत ठेवणे, ही तत्प्रसंगीची सर्वोच्च गरज असते, तसेच सकारात्मक परस्पर संवाद साधण्यासाठी आणि समाधानकारक परिणामांसाठी त्याची आवश्यकताही असते.

ग्राहक	:	(लिपिकास उद्देशन) मी माझे एटीएम् कार्ड हरवून बसलोय.
लिपिक	:	कृपा करून त्या काउंटरवर जा आणि श्रीयुत गुप्तांशी बोलून घ्या.
ग्राहक	:	(श्रीयुत गुप्तांना उल्लेखून) साहेब, मी माझे एटीएम् कार्ड हरवून बसलोय; कृपया मला नवीन कार्ड मिळविण्यासाठी कोणती प्रकिया पूर्ण करावी लागेल, त्याविषयीची माहिती द्या.
श्रीयुत गुप्ता	:	हो, हो. एटीएम् यंत्राद्वारे आपणास मिळालेली ताळेबंद स्लिप आहे काय?
ग्राहक	:	होय साहेब, ही घ्या.
श्रीयुत गुप्ता	:	छान, ह्या ताळेबंद स्लिपच्या तळाशी एक दूरध्वनी क्रमांक आहे. ह्या क्रमांकावर दूरध्वनी करून तेथील व्यक्तीस हे आपले एटीएम् कार्ड रोखण्यास सांगा, म्हणजे काय होईल की अन्य व्यक्ती त्याचा लाभ उठवू शकणार नाही. आपला बँकेतील खाते क्रमांकही त्याला सांगा.
ग्राहक	:	त्यानंतर मग काय?
श्रीयुत गुप्ता	:	ती व्यक्ती आपणास एक सांकेतिक–क्रमांक देईल. तो नेमकेपणाने लिहून घ्या. मग आपल्या बँकेच्या व्यवस्थापकास उल्लेखून एक पत्र लिहा. त्या पत्रात तो सांकेतिक–क्रमांक लिहा आणि त्यात आपणास नवीन एटीएम् कार्ड पुरविण्यासाठीची विनंती करा.
ग्राहक	:	किती वेळ लागेल बरे नवीन एटीएम् कार्ड पुरविण्यासाठी, हे सर्व केल्यानंतर?
श्रीयुत गुप्ता	:	आपण आपले निवेदन पत्र दिल्यानंतर दहा ते पंधरा दिवस लागू शकतील. त्यानंतर आपणास आपल्या बँकेकडून एक पत्र येईल. ते घेऊन आपण येथे या. (दहा दिवसांनंतर श्रीयुत ए. के. जैन यांना बँकेकडून एक पत्र येते.)
ए. के. जैन	:	हे घ्या
श्रीयुत गुप्ता	:	आपले वाहक–पत्र किंवा निवडणूक–पत्र हवे आहे. हे एटीएम् कार्ड योग्य व्यक्तीकडे जाते की नाही ह्याविषयीची सुरक्षात्मक खात्री करून घेणे हे बँकेचे दायित्व ठरते. आपण बँकेतील खातेवही आणली आहे काय?
ए. के. जैन	:	होय.
श्रीयुत गुप्ता	:	छान, ही सगळी कागदपत्रे श्रीयुत शर्मांना दाखवा. (श्रीयुत गुप्ता सगळी कागदपत्रे श्रीयुत शर्मांना दाखवतात.)
श्रीयुत शर्मा	:	छान, श्रीयुत जैन कृपया क्षणभर थांबा हं. (एक नोंदिका ओढून काढतात आणि त्यात त्याचे नाव शोधून काढतात.) कृपया तुमच्या नावासमोर स्वाक्षरी करा. (श्री जैन तसे करतात) हा घ्या आपला लिफाफा. घरी गेल्यावर तो लिफाफा सांभाळून उघडा. खास करून घरात कोणीही नसताना. त्यात तुमचे एटीएम् कार्ड आहे, तसेचे एटीएम् कार्ड पिन क्रमांकदेखील आहे. आपणाशिवाय तो कोणलाही कळता कामा नये. नव्या एटीएम् कार्डचे शुल्क दोनशे रुपये आहे. हे शुल्क आपल्या खात्यातून वळते केले जाईल. हा लिफाफा काळजीपूर्वक उघडा.
ए. के. जैन	:	धन्यवाद, श्रीयुत शर्मा.
श्रीयुत शर्मा	:	ठीक आहे.

REPORTING THE LOSS OF A.T.M CARD IN BANK

The need to maintain equanimity in the times of adversity is a paramount need and necessity for positive social interaction and satisfactory outcome.

Customer : *(to the clerk)* I have lost my A.T.M card.

Clerk : Please go to that counter and talk to Mr. Gupta.

Customer : (to Mr. Gupta) Sir, I have lost my A.T.M card; please tell me the procedure of how to get a new one.

Mr. Gupta : Ok. Do you have the balance slip from the A.T.M machine?

Customer : Yes, sir there it is.

Mr. Gupta : Very well, you see this phone number at the bottom. Instruct the person at this phone number to block your A.T.M card so that no other person can use it. Tell him your account number.

Customer : After that, Sir?

Mr. Gupta : He'll give you a number, note it down carefully. Then write an application to the manager of the bank. In the application quote that code number along with the request to issue you a new A.T.M card.

Customer : How much time will it take to get me a new card?

Mr. Gupta : Ten or fifteen days after you have submitted the application to us. After that you'll receive a letter from the bank. Bring it here. *(After ten days the customer A.K Jain gets a letter from the bank.)*

Mr. Jain : *(to Mr. Gupta)* there is the letter, sir.

Mr. Gupta : Your driving license or your election ID card. The bank wants to make sure that the card goes to the right person. Have you brought your bank passbook?

Mr. Jain : Yes, sir.

Mr. Gupta : Very well, show all those documents to Mr. Sharma.
(Mr. Jain shows the paper to Mr. Sharma)

Mr. Sharma : All right, Mr. Jain a moment, please. *(Takes a register and finds his name)*. Please, sign against your name. *(Mr. Jain does so.)* Here is your envelope. Open it carefully, preferably at home in privacy because it contains your ATM card as well as the ATM pin number. None other than you must know that number. The fee of the new card is Rs. 200. The amount will be deducted from your account. Open the envelope carefully.

Mr. Jain : Thank you, Mr. Sharma.

Mr. Sharma : It is alright.

पालक–शिक्षक बैठक

शिक्षकाने तुमच्या संततीच्या संदर्भात जे काही मंतव्य केलेले असेल, ते सार्थपणे ध्यानात घेऊनच परस्पर संवाद साधा अन् संवाद–वार्ता होत राहावी असेच लक्ष्य ठेवून बोलण्याचा प्रवाह ठेवा.

वडील : सुप्रभात श्रीयुत एस. के. यादव. राजीवचा मी वडील.

वर्गशिक्षक : हो, हो. या. कृपया बसून घ्या. हे पहा राजीवचे मासिक प्रगतिपुस्तक. तो तीन विषयांत अनुत्तीर्ण आहे.

वडील : हो, तो विज्ञान आणि गणित विषयांच्या चाचण्यांवेळी आजारी होता.

वर्गशिक्षक : ठीक आहे, पण मग सामाजिक शास्त्रे विषयाच्या वेळचे काय? वीसपैकी केवळ चार गुणांक लाभलेत त्याला. इंग्रजीतही काठावर उत्तीर्ण झालाय तो.

वडील : म्हणणे बरोबरच आहे, वस्तुतः मीदेखील चिंतितच आहे त्याच्यासंदर्भात. राजीव अभ्यासात रसच नाही घेत.

वर्गशिक्षक : तो शारीरीक दृष्ट्याही किंचित अक्षम आहे असे मला वाटते.

वडील : होय, म्हणणे बरोबरच आहे तुमचे.

वर्गशिक्षक : डोळेही तपासून घ्या बरे. फलकावर लिहिलेले त्याला नीटसे वाचता येत नाही असे निदर्शनाला आले आहे.

वडील : आजच मी त्याला नेत्ररोगतज्ज्ञाजवळ घेऊन जाईन. डॉक्टरना भेटून त्याच्या प्रकृतीविषयक माहिती घेईन.

वर्गशिक्षक : त्याच्या व्यतिरिक्त राजीवला अतिरिक्त प्रशिक्षण द्यावे लागेल विज्ञानात आणि गणितात. त्याला घरी कोण शिकवितोय?

वडील : मी शिकवितोय खरा, पण नियमितपणे होत नाही ते.

वर्गशिक्षक : ह्याच्यानंतर नियमितपणे शिकवित रहा. त्याचे लेखनही उण्या गुणवत्तेचे आहे. घरच्या घरी त्याने हस्ताक्षर सुधारून घेतले पाहिजे.

वडील : होय. खचितच आतापासून मी नियमितपणे त्याच्याकडे लक्ष पुरवेन.

वर्गशिक्षक : करा तसेच. किंचित प्रयास केल्याने तो खचितच सुधारणा करू लागेल.

वडील : मी सर्वतोपरी प्रयत्न करीन. मी आपले अगणित आभार मानतो. त्याच्या प्रगतीविषयीची मला नियमितपणे माहिती देत राहा.

वर्गशिक्षक : हो, हो. अर्थातच.

वडील : बराय तर. भेटू आपण श्रीयुत एस. के. यादव.

PARENTS TEACHER MEETING

Interact with the teacher in the spirt of understanding the comments made about your ward and continue with the flow of the conversation.

Father	:	Good morning, Mr. S.K. Yadav. I am Rajeev's father.
Class Teacher	:	Yes, please sit down. Here is Rajeev's monthly progress report. He has failed in three subjects.
Father	:	Yes, he was unwell during the Science and Maths test.
Class Teacher	:	Fine, but what about Social Science? He got only 4 marks out of 20. In English also, he has hardly got pass-marks.
Father	:	Yes. Actually, even I'm quite worried about him. Rajeev does not take interest in studies.
Class Teacher	:	I think, he is a bit weak physically also.
Father	:	Yes, you are right.
Class Teacher	:	Please, get his eyes tested. I have noticed that he is unable to read the blackboard properly.
Father	:	I will take him to an eye specialist today itself. I will also consult the doctor regarding his general health.
Class Teacher	:	Besides, Rajeev needs extra coaching in Science and Maths. Who teaches him at home.
Father	:	I do. But not regularly.
Class Teacher	:	Please, be regular in future. His writing is also poor. He must practice hand writing at home.
Father	:	Yes, I'll definitely pay more attention to him now.
Class Teacher	:	Please do that. With a little effort, he will definitely improve.
Father	:	I will try my best. Thank you very much. Please keep me informed about him.
Class Teacher	:	Yes, of course.
Father	:	O.K. Bye Mr. S.K. Yadav.

विमानतळाच्या प्रसीमेत

विमानतळाच्या प्रसीमेत वावरत असताना आपण संवादकौशल्य निपूर्ण असले पाहिजे. त्यामुळे कोणत्याही प्रश्नोत्तरांना आपण सामोरे जाऊ शकतो.

हमाल	:	आपणास कोणत्या विमानाने जायचे आहे?
प्रवासी	:	लंडनवारीसाठी. लवकर कर.
हमाल	:	काळजी नका करू साहेब. अद्यापि पुरेसा अवधी आहे. आपल्या सामानाच्या ने–आणीचे देय–पैसे त्या खिडकीवर द्या.
उद्‌घोषक	:	कृपया येथे लक्ष द्या. लंडनवारीसाठी जाणाऱ्या प्रवाश्यांना विनंती करण्यात येत आहे की त्यांनी तिकीट खिडकीवर त्यांचे सामान तपासून घ्यावे. धन्यवाद. (तिकिट खिडकीवरील अधिकारी – . टी. सी. ओ.)
टी. सी. ओ.	:	आपले तिकिट पाहू द्याल का मला?
प्रवासी	:	हे घ्या.
टी. सी. ओ.	:	कृपया आपले सामान ह्या यंत्रावर ठेवा.
प्रवासी	:	होय साहेब.
टी. सी. ओ.	:	हे तिकिट घ्या तुमच्या सामानासाठीचे. तुमच्या हातातल्या बॅगांसाठी ही लग्निका (टॅग). हे घ्या तिकिट आणि वाहनवास–पत्रिका (बोर्डिंग–पास).
प्रवासी	:	आता मी काय करायचे?
टी. सी. ओ.	:	कृपया आपण प्रतीक्षा–कक्षाजवळ निघा. काही वेळानंतर बस येऊन आपणास विमानतळावर घेऊन जाईल.
उद्‌घोषक	:	कृपया येथे लक्ष द्या. लंडनवारीसाठी जाणाऱ्या प्रवाश्यांना विनंती करण्यात येत आहे की त्यांनी सुरक्षा अधिकाऱ्याजवळ जावे.
सुरक्षा अधिकारी	:	आपणाजवळ शस्त्रादी उपकरणे आहेत काय?
प्रवासी	:	नाही साहेब.
सुरक्षा अधिकारी	:	आपली वाहनवास–पत्रिका (बोर्डिंग–पास) द्या, त्याच्यावर ही मुद्रा (स्टॅम्प) उमटावयाची आहे.
प्रवासी	:	ही घ्या साहेब. (शिक्का उमटवितो.)
सुरक्षा अधिकारी	:	कृपया ही आपणाजवळ ठेवून घ्या.
उद्‌घोषक	:	कृपया येथे लक्ष द्या. लंडनवारीसाठी जाणाऱ्या प्रवाश्यांना विनंती करण्यात येत आहे की विमान उड्डाण करण्याच्या सिद्धतेत आहे. संबंधित प्रवाश्यांनी विमानाकडे जाण्यास निघावे अन् वाहनवास–पत्रिका (बोर्डिंग–पास) तपासू द्यावा.
हवाई–सुंदरी	:	स्वागत साहेब, असे या. हे आपले आसन, कृपया बसून घ्या.
प्रवासी	:	धन्यवाद (कन्यके!)

AT THE AIRPORT

Within the precincts of the airport we need to be equipped with good communication skills to find our way around to our queries and concerns.

Porter	:	Which flight do you want to board.
Passenger	:	London bound, hurry up.
Porter	:	Don't worry Sir, there is still sufficient time. Please pay cartage of your luggage at the counter. .
Announcer	:	Your attention please; London bound passengers are requested to get their luggage checked at the ticket counter. Thanks!
T.C.O.	:	May I see your ticket please?
Passenger	:	Yes sir, take this.
T.C.O.	:	Please put your luggage on the machine.
Passanger	:	Yes, sir.
T.C.O.	:	Here is the ticket for your luggage, a tag for your hand bag and here is your ticket and boarding pass.
Passenger	:	What have I to do, now?
T.C.O.	:	You please move to the lounge. After sometime a bus will come which would take you to the aerodrome.
Announcer	:	Attention please! All London bound passengers are requested to move towards the Security Officer.
S.O.	:	You don't have any arms etc.
Passenger	:	No, Sir.
S.O.	:	Please, give your boarding card to be stamped.
Passenger	:	Take this, Sir.
S.O.	:	*(After Stamping)* you keep it, please.
Announcer	:	London bound plane is ready to take off. Passengers are rqeuested to move towards the aircraft and to keep their boarding cards ready for checking.
Hostess	:	Come this way Sir, Take your seat, please.
Passenger	:	Thank you, Miss!

सरतेशेवटी...

प्रिय वाचक / अभ्यासक,

आपण अगदी यशस्वीपणे या पुस्तकाचा अभ्यास केलेला आहे, त्यासाठी आपण अभिनंदनास पात्र आहात. आपल्याला चांगले इंग्रजी बोलता येत असेल अशी आम्ही अपेक्षा करीत आहोत. तरीही जर आपल्याला इंग्रजीतून संवाद करणे कठीण जातच असेल तर याचा अर्थ इतकाच की आपल्याला हे पुस्तक पुन्हा एकवार अभ्यासणे गरजेचे आहे. वास्तविक, इंग्रजी भाषा शिकणे खालील मुख्य गोष्टींवर अवलंबून असते.

1. प्रत्येक व्यक्तीची शिकण्याची क्षमता
2. पुन्हा पुन्हा सराव करणे
3. संवादातील संकोच
4. इंग्रजी शब्दसंग्रहाचे पुरेसं ज्ञान
5. अनेक पुस्तकांची आवश्यकता

प्रत्येक व्यक्तीची विषय आकलनाची क्षमता ही भिन्न भिन्न असते. त्यामुळे आमच्या काही वाचकांना इंग्रजीतून बोलता येण्यासाठी जरा जास्त काळ लागू शकतो. त्यांनी केवळ सतत सराव करणे गरजेचे असते. इंग्रजी संवाद करण्यामध्ये जाणवणारा संकोच दूर करण्यासाठी जेव्हा आपल्याला शक्य असेल तेव्हा आपण या संवादाच सराव आपल्या कुटूंबातील व्यक्ती किंवा मित्रांसोबत करु शकता. सततच्या अभ्यासानेच इंग्रजी भाषा आकलनाची आपली क्षमता वाढेल. जेव्हा समोरचा काय बोलत आहे, हे आपण समजू शकाल तेव्हाच आपण त्याचे उत्तर देणे ही सोपे जाईल. या पध्दतीमुळे तुम्हाला आपल्यातील उणीवा ध्यानी येऊन तुम्ही त्या दूर करु शकाल आणि मग तुमच्यात इंग्रजीतून संवाद करण्याचा आत्मविश्वास निर्माण होईल.

आम्ही तुम्हाला याची ठाम खात्री देतो की आता तुम्ही न अडखळता इंग्रजीमध्ये बोलण्यास समर्थ आहात, यासोबतच तुमच्या उज्वल भविष्यासाठी आम्ही शुभेच्छा देत आहोत.

सूचना

आम्ही तुम्हाला हे सांगू इच्छितो की इंग्रजी भाषा हा व्यापक विषय आहे, यावर प्रभुत्व मिळवण्यासाठी अतिशय सखोल अशा अभ्यासाची गरज आहे. जर आपणास याविषयी अगदी विस्ताराने जाणण्याची इच्छा असेल तर आपण आमच्याच प्रकाशनाची इतर काही पुस्तके उदा.. एक्सेल स्पिकिंग कोर्स GOOD ENGLISH, ENGLISH GRAMMAR AND USASE, BUSINESS ENGLISH किंवा बाजारातील इतर कोणत्याही चांगल्या प्रकाशनाची कोणतीही चांगली पुस्तके खरेदी करुन आपले ज्ञान वाढवू शकता.